AF796056

भुजिया बॅरन्समध्ये पवित्रा कुमार आपल्याला अगरवाल कुटुंबाच्या कौटुंबिक व्यवसायाची – हल्दिराम्सची – मनाला खिळवून टाकणारी यशोगाथा सांगतात... तेव्हा हल्दिराम नावाचा विशीच्या आतला तरुण बिकानेरमधल्या बाजारात शेव विकण्याच्या धंद्याला सुरुवात करतो, तिथे या कहाणीचा आरंभ होतो अन् काही वर्षांच्या आतच त्याचा व्यवसाय गगनभरारी घेतो, त्याची खमंग, चटपटीत, रंगतदार कहाणी...

– बिझनेस अँड इकॉनॉमिक्स

हल्दिरामांच्या कौटुंबिक व्यवसायाची सुरुवात बिकानेरमधल्या भुजिया बाजारात होते, जिथे त्यांच्यासारखे तीनशे व्यापारी वर्षानुवर्षं तोच धंदा पोटापाण्याचा व्यवसाय म्हणून करत आले होते. हल्दिरामांचं वैशिष्ट्य हे की विशीच्या आतल्या या तरुणानं आपल्या शेवेला वेगळी चवच दिली नाही, तर डुंगरशेव हे नाव देऊन तिचं वेगळेपणही अधोरेखित केलं... सुरुवातीच्या काळात दोन पैसे शेर या भावानं विकल्या जाणाऱ्या शेवेनं शतकभराच्या आत भारतातच नव्हे, तर जगभरातल्या साठाहून अधिक देशांमध्ये हल्दिरामांचं नाव लोकप्रिय केलं... आज त्यांचं उत्पन्न मॅक्डॉनल्ड आणि डॉमिनोजच्या एकत्रित उत्पन्नाहून अधिक आहे... गंगा भिशन अगरवाल ऊर्फ हल्दिरामांच्या यशामागे त्यांच्या धाडसाचा धवलरंग आहे, तसंच त्यांच्या शेवेची चटपटीत, खमंग चव आहे. ह्या शतकभराच्या कहाणीतले काही रंग धवल-उज्ज्वल तर काही गडद-काळे – कौटुंबिक हेव्यादाव्याचे, कोर्टकचेऱ्यांचे – आहेत... हल्दिरामांची आत्या, भिखीबुवाच्या शेवेला जागतिक बाजारपेठेपर्यंत पोहोचवणाऱ्या हल्दिरामांच्या मुलानातवंडांची ही कहाणी रोचक नसली तरच नवल...

– फिनॅन्शियल एक्स्प्रेस

मनमोकळं, आंबटगोड निवेदन असलेली ही कहाणी भारतातल्या हल्दिराम ह्या नावानं प्रसिद्ध असलेल्या कौटुंबिक व्यवसायाची यशोगाथा आहे. शतकभराच्या तिच्या यशस्वी वाटचालीत अगरवाल कुटुंबाच्या चार पिढ्यांनी जीव तोडून काम केलंय. या विशाल वटवृक्षाच्या चार शाखा आता बिकानेर, कोलकाता, नागपूर आणि दिल्लीत कार्यरत आहेत. 'कालाय तस्मै नमः' या उक्तीनुसार या व्यवसायाचीही शकलं झाली आहेत, कौटुंबिक हेवेदावे घराच्या भिंती फोडून न्यायालयात प्रविष्ट झाले आहेत. गेली दोन दशकं ब्रँडयुद्धाखातर लक्षावधी रुपयांचा चुराडा झाला आहे. त्या सगळ्या घटनांचे धवल तसेच गडद रंग या कहाणीची रंगत वाढवतात... वाचकांना बसल्या जागी खिळवण्याचं सामर्थ्य कदाचित या चित्रपटातच शोभून दिसणाऱ्या नाट्यपूर्ण घटनांमध्येच असेल...

– बिझनेस लाइन

आपल्या स्नेहीजनांना पुस्तके भेट द्या

'Bhujia Barons' या इंग्रजी पुस्तकाचा अनुवाद

हल्दीराम

Haldiram's

पाच हजार कोटींच्या साम्राज्याची यशोगाथा

पवित्रा कुमार

अनुवाद
नीला चांदोरकर

मेहता पब्लिशिंग हाऊस

All rights reserved along with e-books & layout. No part of this publication may be reproduced, stored in a retrieval system or transmitted, in any form or by any means, without the prior written consent of the Publisher and the licence holder.
Please contact us at **Mehta Publishing House,** Pune 411030.
Email : production@mehtapublishinghouse.com
Website : www.mehtapublishinghouse.com

- *या पुस्तकातील लेखकाची मते, घटना, वर्णने ही त्या लेखकाची असून, त्याच्याशी प्रकाशक सहमत असतीलच असे नाही.*

BHUJIA BARONS BY PAVITRA KUMAR
First Published in Marathi by Mehta Publishing House,
By Arrangement with Penguin Random House India Pvt. Ltd
© Pavitra Kumar 2016
Translated into Marathi Language by Neela Chandorkar

हल्दिराम / अनुवादित अनुभवकथन

अनुवाद : नीला चांदोरकर

Email : author@mehtapublishinghouse.com

मराठी अनुवादाचे व प्रकाशनाचे हक्क : मेहता पब्लिशिंग हाऊस, पुणे.

प्रकाशक : सुनील अनिल मेहता, मेहता पब्लिशिंग हाऊस,
१९४१, सदाशिव पेठ, माडीवाले कॉलनी, पुणे ४११०३०.

मुद्रक : ट्रिनिटी ॲकॅडमी फॉर कॉर्पोरेट ट्रेनिंग लिमिटेड

मुखपृष्ठ : मेहता पब्लिशिंग हाऊस

प्रथमावृत्ती : जुलै, २०२०

किंमत : ₹ ३५०

P Book ISBN 9789353174675
E Book ISBN 9789353174682
E Books available on : amazonkindle Apple Books Google Play Books

---

* पायरेटेड पुस्तकांची खरेदी-विक्री हा कायद्याने गुन्हा आहे आणि अशा गुन्ह्याविरोधात कायदेशीर कारवाई होऊ शकते.

प्रस्तावना

नवीन काहीतरी करण्याची कधीही भीती बाळगू नकोस. लक्षात असू दे,
एका नवशिक्यानं लहानशी होडी बांधली अन् ती जलप्रलयात टिकून
राहिली; धंदेवाईक, कुशल लोकांनी टायटॅनिक जहाज बांधलं अन्...

– *अनामिक*

बिकानेरचे बलदंड

अनादी काळापासून उपाहाराचे पदार्थ आणि मिठायांना– लाडू, चिवडा, शेव इत्यादी– भारतीय जेवणपद्धतीत मानाचं स्थान दिलं गेलंय. कधी बाजारात कोपऱ्याकोपऱ्यांवर उभे राहून, फिरते विक्रेते कागदाच्या पुडीत बांधून दिलेले असे पदार्थ गिऱ्हाइकांना विकत आले आहेत, तर कधी दुकाना-दुकानांमधून. बघताक्षणी भुकेल्याच्या तोंडाला पाणी सुटेल असे तेलातुपात तळलेले तिखटमिठाचे, चमचमीत पदार्थ भारतीयांच्या भोजनसंस्कृतीचा अविभाज्य भाग बनले आहेत. अन् तितक्याच उत्साहानं भारतीय आबालवृद्ध मंडळी तुपात तळलेल्या गोडाधोडाच्या पदार्थांनाही न्याय देत आली आहेत. ही कहाणी आहे अशाच एका राजस्थानातील लहानशा गावातून आलेल्या कुटुंबाची. ज्यांनी उपाहार पदार्थांच्या क्षेत्रात अभूतपूर्व क्रांती घडवली. परंपरागत चवीला त्यांनी नव्या रंगरूपात खवय्यांच्या थाळीत मानाचं स्थान मिळवून दिलं. इतकंच नव्हे, तर विक्रीकलेतली नवनवीन तंत्रं आत्मसात करून त्यांना थेट सातासमुद्रापार नेऊन ठेवलं.

हल्दिराम कुटुंबाच्या व्यवसायाची सुरुवात या कुटुंबातील एका आदरणीय पुरुषानं– हल्दिराम यांनी– एक नवा उपाहारपदार्थ बनवून विकण्यानं केली. आपण सर्व

जण तो पदार्थ भुजिया (एक प्रकारची शेव) या नावानं ओळखतो. त्यांनी त्यांच्या मूळ गावात– बिकानेरमध्ये– १९१८ मध्ये आपल्या व्यवसायाची मुहूर्तमेढ रोवली. हा कौटुंबिक व्यवसाय जवळजवळ शंभर वर्षं अनेक प्रकारच्या बदलांना तोंड देत आणि आव्हानांना समर्थपणे पेलत मोठा होत गेलाय, अन् आजमितीला त्यानं एका प्रचंड डेरेदार वृक्षाचं रूप धारण केलंय. हल्दिराम हे नाव भारतीयांनी इतकं प्रेमभरानं जवळ केलंय, की त्याला आपल्या देशाच्या इतिहासात तोड नाही असं म्हटलं, तर ती अतिशयोक्ती ठरू नये. हल्दिराम कुटुंबाच्या पिढ्या न् पिढ्या या ब्रँडच्या पाठीशी समर्थपणे उभ्या राहत आल्या आहेत. कुटुंबातल्या प्रत्येक घटकानं त्याच्या वृद्धीत, प्रसिद्धीत आणि बदनामीतही आपापल्या परीनं भर घातलीये. बहुतेक कौटुंबिक व्यवसायात पाहायला मिळतं तेच या कुटुंबाच्या बाबतीतही घडलेलं आपल्याला दिसतं. गेल्या काही वर्षांमध्ये कुटुंबात फारकती झाल्या आहेत. वेगळ्या चुली मांडल्या गेल्या आहेत. हल्दिराम हे ब्रँडनाव आता पूर्णपणे वेगळ्या असलेल्या तीन व्यवसायांनी धारण केलंय; हल्दिरामांचे नातू तीन वेगवेगळ्या ठिकाणी मूळ नावातील थोड्याफार फरकासह आपापला व्यवसाय समर्थपणे चालवत आहेत. नागपुरातील व्यवसायाचं नाव 'हल्दिराम्स नागपूर' असं आहे. कोलकाता येथील व्यवसाय 'हल्दिराम भुजियावाला', 'हल्दिराम्स प्रभुजी' आणि 'हल्दिराम इन कोलकाता' या तीन ब्रँडनावांनी, तर त्यांच्यातील सर्वोत्तम मानल्या जाणाऱ्या दिल्लीतील शाखेचं ब्रँडनाव 'हल्दिराम्स' असं आहे. त्यांचं मूळ आडनाव अगरवाल आहे. ही मंडळी आपण बरं की आपलं काम, आपला धंदा बरा अशा वृत्तीचे, समाजात फारसे न मिसळणारे लोक आहेत. त्यांचं आपल्या कुटुंबीयांवर गाढ प्रेम आहे. आपल्या व्यवसायाच्या गुपितांना तर

ते जिवापाड जपतात. बहुतेक सगळ्या अगरवाल पुरुषांचं वर्णन तुंदिलतनु- बेताची उंची, गोलगरगरीत बांधा अन् सुटलेलं मोठं पोट- अशा एकाच शब्दात करता येईल. बहुतेकांच्या नजरेत बुद्धीची, चाणाक्षपणाची एक चुणूकही दिसते. या शारीरिक वर्णनाइतकंच विलक्षण साम्य त्यांच्या मनोवृत्तीतही आढळतं. यशस्वी होण्याची प्रखर आकांक्षा- या महत्त्वाकांक्षेची विभिन्न रूपं गेल्या शतकभरात जन्मलेल्या प्रत्येक कुलदीपकाच्या ठायी दिसतात. अन् सध्याच्या कालखंडात तर त्या महत्त्वाकांक्षेनं प्रचंड मोठं रूप धारण केलंय. अक्षरशः त्रिखंडात 'हल्दिराम' हे नाव पोहोचलं आहे. आपापलं साम्राज्य ते समर्थपणे चालवत आहेत. त्यांच्या अंगी प्रकर्षानं जाणवणारे तीन गुण आहेत- दातृत्व, विनम्रता आणि नवनिर्मितिक्षमता. व्यवसायरथ हाकत असताना खंबीरपणे त्यांनी सर्व दोर आपल्या घट्ट मुठींमध्ये आवळून धरलेले असतात, हे एक उघड गुपित आहे.

सगळ्याच अगरवाल मंडळींचं आपापल्या व्यवसायावर आणि उपाहारपदार्थांवर अगदी गाढ प्रेम आहे. आपल्या मागे आपल्या कामाच्या रूपात हे नाव अक्षयपणे जगभरात झळकत राहावं, अशी तीव्र इच्छा कुटुंबातला प्रत्येक अगरवाल पुरुष मनीमानसी बाळगतो. मारवाडी समाजाच्या पारंपरिक रीतीरिवाजांचं बाळकडू पीत ते मोठे झाले आहेत. आधुनिक तंत्रज्ञानानं आणि पद्धतींनी त्यांच्या समोर काही आव्हानांचे डोंगर उभे केले असले, तरीही अतिशय खंबीरपणे 'हल्दिराम' हे नाव त्याच्या विभिन्न रूपांत त्यांनी पुढे नेलंय. आता देशविदेशात ते मोठ्या ताकदीनं इतर स्पर्धकांशी लढत देत आहेत.

जागेपणी भव्य स्वप्नं पाहणाऱ्यांच्या जातकुळीतले हे अगरवाल पुरुष आणखी एका गुणासाठी प्रसिद्ध आहेत- ते आपल्या अपयशातून काहीतरी शिकतात

आणि नेहमी भविष्याच्या पुढेच एक पाऊल चालतात. अनेकवेळा त्यांनी हे अशक्यप्राय साहस करून बाजारपेठेला अचंबित केलंय. ज्यांच्याविषयी इतरांनी कधी विचारही केला नव्हता, अशा अडचणीत टाकणाऱ्या समस्यांवर त्यांनी साधेच पण हुशारीचे तोडगे काढले. बेधडक पुढे जाण्याचा स्वभाव असल्यामुळे काही वेळा चांगल्या तर काही वेळा कमअस्सल कल्पना त्यांनी लढवल्या आणि विश्वासाच्या बळावर इतकी उंच झेप घेतली– त्यांना विश्वास वाटत होता स्वतःबद्दल अन् स्वतःच्या अंगभूत क्षमतांबद्दलही– की त्यामुळेच त्यांनी बदलाच्या प्रचंड मोठ्या लाटांनाही गती दिली.

दुर्दम्य साहस, निर्मितिक्षमता आणि प्रचंड निर्धार या गुणांच्या बळावरच या कुटुंबानं राजस्थानातल्या एका छोट्याशा गावातील धुळीतून उड्डाण करत थेट जगभरातल्या गिऱ्हाइकांना वेड लावणाऱ्या ब्रँडचं रूप धारण केलंय. उत्तुंग यश हे कधीच सहजप्राप्य नसतं. या कुटुंबानं तर व्यक्तिगत आयुष्यात आणि व्यवसायातही महाप्रचंड आव्हानांना सामोरं जात इथपर्यंतचा प्रवास केला आहे.

सुपरब्रँड्स कौन्सिल इंडियाचे अध्यक्ष अनमोल दर *बिझनेस स्टँडर्डला* दिलेल्या मुलाखतीत म्हणतात, ‘एखाद्या ब्रँडनं अक्षरशः शून्यातून प्रगती करावी आणि सातत्यानं आपल्या गिऱ्हाइकांबरोबर योग्य असा संवाद साधावा, ही खरोखरच फार मोठी कामगिरी आहे. शिवाय, ‘हल्दिराम’ हा परदेशात सर्वाधिक लोकप्रिय असा भारतीय ब्रँड आहे.’

गिऱ्हाइकांच्या चवीढवींचं, आवडीनिवडींचं आणि इच्छाआकांक्षांचं त्यांचं ज्ञान अगदी सहजस्वाभाविक नव्हे, उपजत म्हणावं असं आहे. ज्या काळी सर्वेक्षणं आणि केंद्रीकरण गट फारसे कार्यरत नव्हते तेव्हाही, ते लोकांच्या इच्छा

सातत्यानं भागवू शकले. त्यामुळेच जणू एखाद्या संप्रदायाचा असावा, तसा त्यांचा स्वतःचा असा एक निष्ठावंत ग्राहकवर्ग निर्माण होऊ शकला. त्याच्या जोडीला त्यांच्यापाशी एक अशा प्रकारचं व्यावसायिक ज्ञान होतं, जे त्यांच्या मारवाडी पूर्वजांच्या रक्तातूनच त्यांच्यापर्यंत संक्रमित झालं असावं. हे ज्ञान त्यांनी वर्षानुवर्षांच्या अनुभवातून मिळवलेलं असेल किंवा जे केवळ त्यांच्या सुदैवाचा एक अंश असेल. ते काहीही असलं तरी त्याच्या जोरावरच त्यांनी 'भारतातील सर्वांत प्रिय असं उपाहारखाद्य आणि मिठाई' हे विशेषण संपादन केलं आहे.

आपल्या व्यावसायिक कामगिरीचा त्यांना अभिमान वाटतो आणि आणखी अनेक यशोशिखरं त्यांना भविष्यात पादाक्रांत करावयाची आहेत. अर्थात, त्यांचं कुटुंबाप्रती असलेलं प्रेमही वाखाणण्याजोगं आहे. अनेक वेळा त्यांचे व्यवसायासंबंधी निर्णय आणि कौटुंबिक निर्णय या दोहोंतली सीमारेषा धूसर होते. कारण काही प्रसंगी तरी त्यांच्यावर ताठ दोरावरून सावधानपणे पावलं टाकत चालण्याची वेळ येते. कुटुंबाला प्राधान्य द्यायचं की व्यवसायाला, हा निर्णय फार कठीण असतो.

त्यांनी मिळवलेल्या यशाची किंमतही त्यांनी मोजली आहेच. अनेक नव्या संधी त्यांना खुणावत आहेत. तसे त्यांच्या आयुष्यात अंधारे, काजळलेले क्षणही आले आहेत. '*द गॉडफादर*' या चित्रपटात मारिओ पुझोनं म्हटलंच आहे, 'प्रत्येक कुटुंबापाशी काही वाईट आठवणी असतातच.' हल्दिराम कुटुंबाच्या घरातही काही कपाटं दुःखानं, वेदनांनी, सहनशीलतेनं, नुकसान आणि निराशाजनक आठवणींनी भरलेली आहेत. या अशा क्षणांमध्ये माणसाचं खरं स्वरूप समजतं. त्याच्या चारित्र्याची परीक्षा होते. अशा क्षणांनीच या कुटुंबाच्या साम्राज्याच्या इतिहासाला एक विशिष्ट आकार दिला आहे आणि भावाभावांमधलं वेगळेपण

स्पष्ट करून दाखवलंय.

एकाच कुटुंबात जन्मलेले, तेच आनुवंशिक गुण घेऊन जन्माला आलेले आणि भुजियाविषयी तेच प्रचंड प्रेम मनात जोपासणारे भाऊ-भाऊ दर दिवशी स्वतःचं वेगळेपण जपण्याचा जिवापाड प्रयत्न करताना दिसतात. आपल्या स्वभाववैशिष्ट्यांनी चमकायचा प्रयत्न करतात. बाजारपेठेतल्या आपल्या विशिष्ट विभागाच्या मालकीबाबत ते अत्यंत जागरूक असतात. तरीही बाजारपेठेचं नेतृत्व याच भावांच्या हातात आहे. दिल्लीतल्या आणि कोलकातामधल्या न्यायालयामध्ये गेली पंचवीस वर्षं ते एकमेकांबरोबर लढत देत आहेत, कारण वारसाहक्कातला अधिक मोठा हिस्सा आपल्या पदरात पडावा, असं प्रत्येकाला वाटत आहे. तसं पाहिलं, तर या कुटुंबामध्ये जशी पुष्कळ मोठी गुंतागुंतीची प्रकरणं दडलेली आहेत– अनेक तट पडलेले आहेत– तशी एकमेकांबाबतची निष्ठाही आहेच. काही क्षण असेही येतात जेव्हा एका रक्ताचे हेच भाऊ आपापसातली नाती विसरतात आणि हमरीतुमरीवर येतात.

दूर क्षितिजावर त्यांना स्पर्धा दिसते आहे. बदलणारा आधुनिक ग्राहक, आधुनिक व्यवस्थापनातील प्रश्न, अमेरिकेतील फूड अँड ड्रग ॲडमिनिस्ट्रेशन विभागाकडून त्यांच्या ब्रँडवर होणारे दोषारोप, खुनाचा प्रयत्न केल्याबद्दल होणारी टीका/आरोप आणि कुटुंबात पदोपदी अनुभवाला येणारा संघर्ष दिसतो आहे. या कुटुंबातल्या लोकांनी अशा कित्येक सत्त्वपरीक्षांना तोंड दिलं आहे, ज्या केवळ त्यांच्या कुटुंबाच्या इतिहासाचाच नव्हे, तर भारतीय उपाहार खाद्यउद्योगाच्या इतिहासाचाही पाया रचणार आहेत.

एके काळी बिकानेरमधल्या धूळभरल्या रस्त्यांवरील खोपटवजा दुकानात त्यांच्या

पूर्वजांनी धंद्याला सुरुवात केली. तिथून पुढे मजल दरमजल करत, साहसी उडी घेत त्यांच्या मुलांनी बंगाल, नागपूर आणि दिल्ली ही ठिकाणं काबीज केली अन् मग आंतरराष्ट्रीय बाजारपेठही आपल्या कवेत घेतली. काही वेळा न्यायालयाच्या खडबडीत भिंतींआड त्यांनी ब्रँडच्या मालकीखातर भावाभावांशीही युद्धं खेळली. एकमेकांवर जीवघेणे वारही केले. तेव्हा, ही कहाणी अशा सामान्य पुरुषांची आहे, ज्यांनी असामान्य, उत्तुंग कर्तृत्वाच्या बळावर गगनालाही गवसणी घातली आहे.

अगरवाल वंशवृक्ष

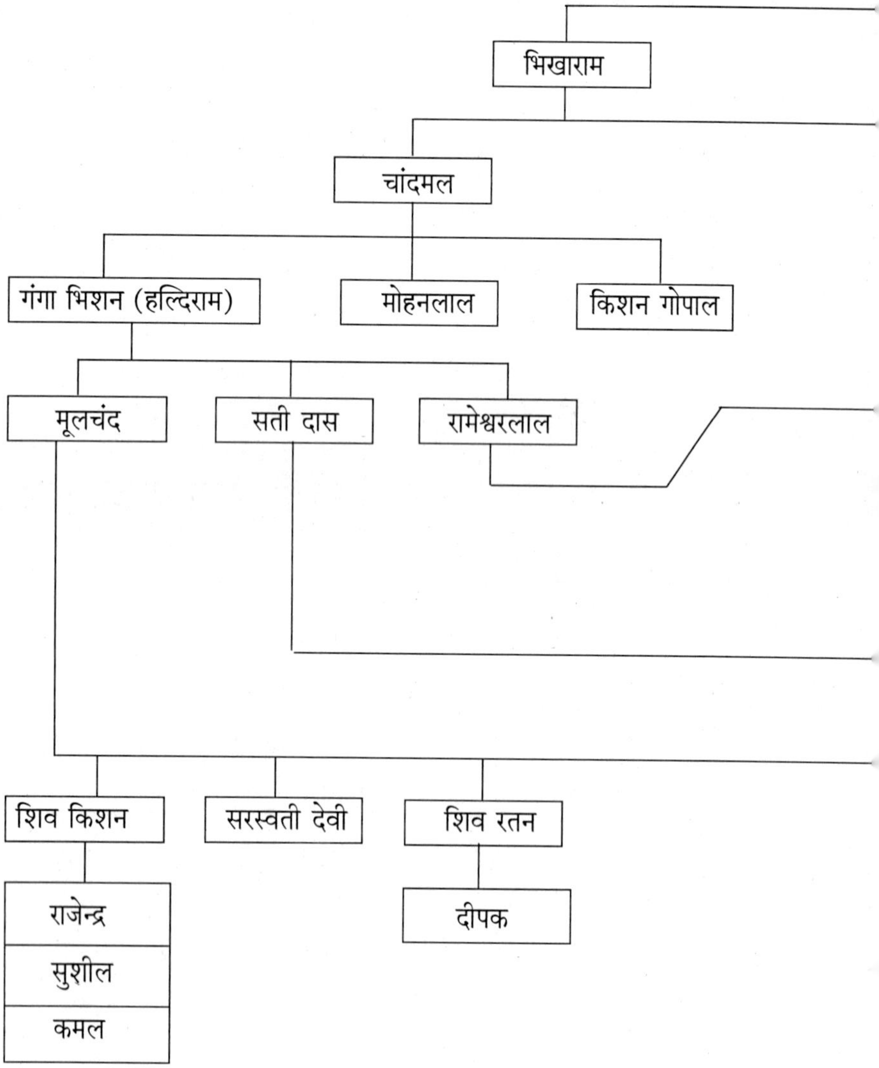
भिखाराम
चांदमल
गंगा भिशन (हल्दिराम)
मोहनलाल
किशन गोपाल
मूलचंद
सती दास
रामेश्वरलाल
शिव किशन
सरस्वती देवी
शिव रतन
राजेन्द्र
सुशील
कमल
दीपक

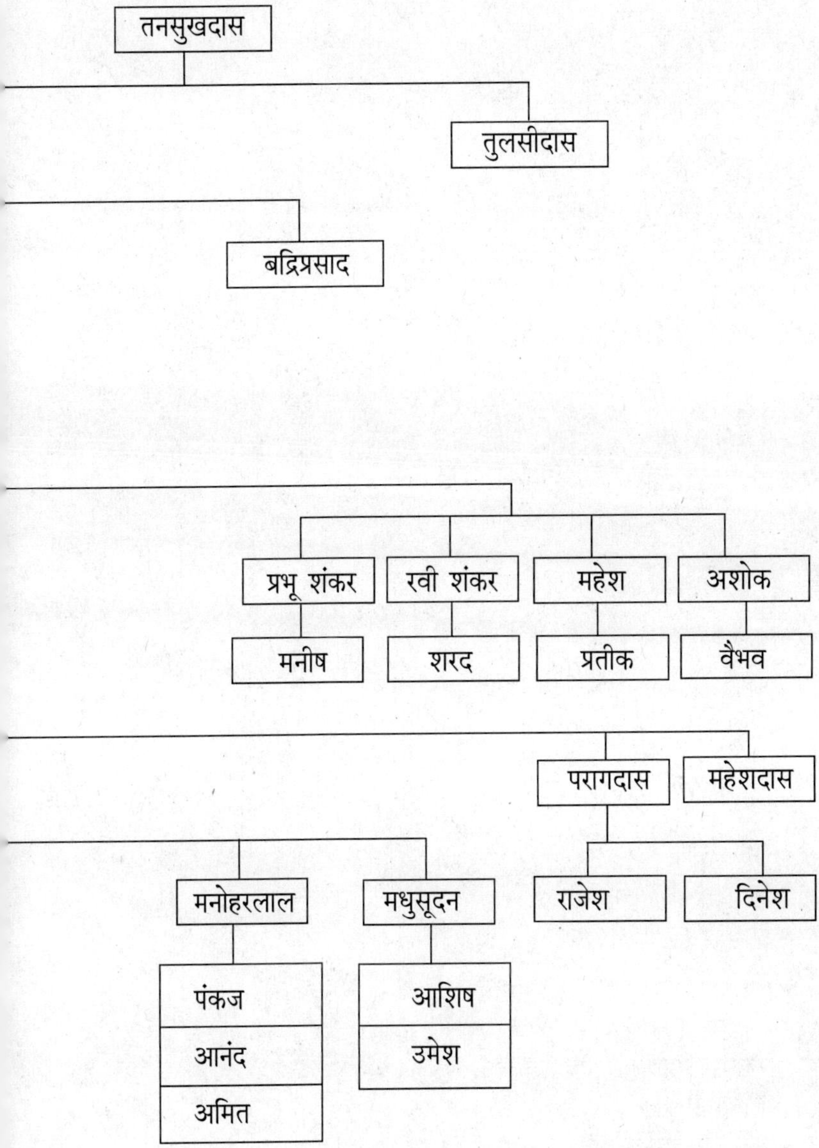
तनसुखदास
तुलसीदास
बद्रिप्रसाद
प्रभू शंकर
रवी शंकर
महेश
अशोक
मनीष
शरद
प्रतीक
वैभव
परागदास
महेशदास
मनोहरलाल
मधुसूदन
राजेश
दिनेश
पंकज
आनंद
अमित
आशिष
उमेश

अनुक्रमणिका

उपोद्घात

आग, राख आणि एका फिनिक्सचा उदय!

३१ ऑक्टोबर, १९८४

तो *नेहमीसारखाच एक बुधवार होता. दुपारची वेळ होती. बाजारात प्रवाशांची, विद्यार्थ्यांची, गृहिणींची आणि व्यापाऱ्यांची एकच गर्दी लोटली होती.*

सगळे जण दुकानदारांकडून स्वस्तात माल मिळवण्याच्या प्रयत्नांत होते. व्यापारीसुद्धा मिठ्ठास वाणी वापरून गिऱ्हाइकांना आपल्या जाळ्यात ओढत होते. हातवारे करून, ओरडून आकर्षक भाव लोकांना सांगत होते, "दहाला तीन! दहाला तीन!" अन् त्याच वेळी मालाचा दर्जा उत्तम असल्याचा रुबाबही दाखवत होते.

तिथल्या अरुंद चिंचोळ्या गल्ल्यांमधल्या रस्त्यांवर पादचारी, जनावरं, सायकली, ऑटोरिक्शा आणि बजाज स्कूटर्सची एकच गर्दी होती. चांदनी चौकातल्या चिंचोळ्या गल्ल्यांमध्ये इतके लोक आपली भरभराट करून घेत होते, तिथेच जगत होते, हे एक केवढंतरी मोठं आश्चर्य होतं. धूळ, धूर आणि तळपत्या उन्हाचा दैनंदिन प्रखर सूर्यप्रकाश यांपैकी कुठल्याही गोष्टीचा दिवसभरातल्या वाटाघाटींवर काहीही परिणाम

होत नव्हता. भिकारी दिसेल त्याच्या हातापाया पडत होते. गयावया करून त्यांच्याकडून चार पैसे मिळवण्याचा प्रयत्न करत होते. चोरांना, पाकीटमारांना गुपचूपपणे भोवतालच्या लोकांच्या लहानसहान वस्तूंवर, दागदागिन्यांवर हात मारून पसार व्हायची संधी हवी होती.

या सगळ्या गोंधळात, लोक लहान-मोठे घोळके करून स्थानिक चहाच्या टपरीशेजारी उभे राहून भारतीय क्रिकेट संघाला आरोळ्या ठोकून प्रोत्साहन देत होते. पाकिस्तानबरोबरचा अत्यंत तणावपूर्ण एकदिवसीय आंतरराष्ट्रीय सामना त्या वेळी पाकिस्तानातील सियालकोट या ठिकाणी खेळला जात होता. दिलीप वेंगसरकर त्या वेळी अगदी रंगात आला होता.

भारताच्या सर्वाधिक कडवट प्रतिस्पर्ध्याविरुद्ध चाललेल्या सामन्यात तो शतक झळकवण्याच्या बेतात होता. त्यानं आणखी एक चौकार ठोकला आणि प्रेक्षकांची शाबासकी मिळवली. पाकिस्तानी क्षेत्ररक्षकांना त्यानं मैदानाच्या सरहद्दीकडे धावायला लावलं. भारतीय नभोवाणीवरच्या समालोचकानं या तरुण खेळाडूच्या अविश्वसनीय कामगिरीचं वर्णन केलं. सगळीकडे आनंदाच्या आरोळ्यांचं, उत्साहाचं वातावरण होतं. रेडिओभोवती जमलेले सगळे जण एकमेकांच्या दृष्टीनं अनोळखी होते, तरीही भाऊभाऊ असल्याप्रमाणे त्यांनी एकमेकांना मिठ्या मारल्या आणि प्रेमानं हस्तांदोलन केलं.

एकमेकांमधला उबदार जिव्हाळा, मैत्रीपूर्ण वागणं हे चांदनी चौकाचं वैशिष्ट्यच होतं. या गजबजलेल्या भागात शेजारून जाणाऱ्या माणसाला धक्का दिल्याशिवाय साधं चालणंही शक्य होत नसे, पण इथे वेगवेगळ्या धर्मांचे लोक गुण्यागोविंदानं वावरत असत. जामा मशीद, शिखांचा गुरुद्वारा सिस गंज साहिब आणि दिगंबर जैन मंदिर या भागांतले वेगवेगळ्या धर्मांचे, पंथांचे, सर्व स्तरांतले लोक एकदिलानं आणि शांततापूर्ण वातावरणात कित्येक शतकं राहत आले होते. मात्र त्या बुधवारी त्या सर्व गोष्टींचा पाशवी शेवट होणार होता.

रेडिओवरील मॅचचं समालोचन उत्साहानं, एकाग्रचित्तानं ऐकणाऱ्या घोळक्याच्या पदरात विलक्षण निराशा पडली. भारतीय नभोवाणीवरून एक घोषणा करण्यात आली आणि सामना अचानकपणे थांबवण्यात आला. घोषणा अशी होती की, बीबीसीवरून प्रसारित केल्या गेलेल्या वृत्तानुसार पंतप्रधान इंदिरा गांधी यांची त्या दिवशी सकाळी हत्या करण्यात आली होती. गोंधळून गेलेला, घाबरलेला जमाव एकमेकांच्या जवळ सरकला. हळूहळू चहाच्या ठेल्यांभोवती लोक जमा होऊ

लागले. त्यांचा आपल्या कानांवर विश्वास बसत नव्हता, तरीही त्यांना सविस्तर वृत्त ऐकण्याची उत्सुकता लागली होती.

संध्याकाळी सहा वाजता, भारताचे उपराष्ट्रपती आर. वेंकटरमण यांनी घोषित केलं की, सकाळी घडलेल्या इंदिरा गांधींच्या हत्येनंतर राजीव गांधींनी पंतप्रधानपदाची शपथ घेतली होती. इंदिरा गांधींच्या हत्येची गंभीर बातमी वाऱ्यासारखी पसरली. सर्वांना कळून चुकलं की, दोन शीख जवानांनी पंतप्रधानांवर गोळ्या झाडल्या होत्या. बातमीनं माजलेल्या हलकल्लोळातूनच लोकांना हे वृत्तही समजलं की, ऑल इंडिया इन्स्टिट्यूट ऑफ मेडिकल सायन्सेसच्या परिसरात दंगलीचं लोण माजलं होतं. अखेर त्या दिवशी संध्याकाळी संचारबंदी घोषित करण्यात आली. दुकानदारांना दुकानं बंद करण्याच्या सूचना देण्यात आल्या. घराबाहेर पडणं सुरक्षित आहे असं सरकारद्वारे घोषित करेपर्यंत नागरिकांनी घराबाहेर पडू नये, असा धोक्याचा इशाराही देण्यात आला.

लोकांमधली कुजबुज प्रचंड प्रमाणात वाढली. लोक एकमेकांच्या कानाला लागल्यासारखे बोलू लागले; पण हळूहळू, गजबजलेली बाजारपेठ शांत झाली. कारण सगळ्याच दुकानांची झापडं बंद करण्यात आली. रात्र होताच लोक आपापल्या घराकडे वळले.

चांदनी चौकातल्या कटारा लच्छू सिंग भागात एका तरुण मारवाड्यानं वर्षभरापूर्वी एक उपाहारगृह सुरू केलं होतं. अनेक महिने त्यानं अथक परिश्रम घेतले होते. त्यामुळे त्याला ती रात्र सुखाची, आरामाची वाटली. सकाळी उठून ताज्यातवान्या मनानं, शरीरानं धंद्याला सुरुवात करायची. तोपर्यंत संचारबंदी उठलेली असेल, अशी आशा त्याला वाटत होती. तो मारवाडी माणूस आपल्या मोठ्या एकत्र कुटुंबासह गुरुद्वारा सिस गंज साहिबला लागून असलेल्या गल्लीत एका शीख बेकरीवाल्याच्या दुकानाच्या वर असलेल्या जागेत राहत होता.

मनोहरलाल घरी पोहोचला तोपर्यंत त्याची पत्नी, लहान मुलं आणि भावाचं कुटुंब घरी पोहोचलं होतं. लहानशा बैठकीच्या खोलीत जमिनीवर दाटीवाटीनं बसून ते जेवायच्या बेतात होते. गेल्या कित्येक महिन्यांच्या विनवण्यांनंतर त्याचे वडील आणि आजोबा दिल्लीला यायला तयार झाले होते. दिवसाचे अठरा-अठरा तास अथकपणे काम केल्यानंतर त्यांना चांदनी चौकात एक छोटंसं आठ बाय अकराचं दुकान सुरू करणं शक्य झालं होतं. मनोहरलालला आपल्या कामगिरीचा अभिमान वाटत होता. राजधानीत राहायला मिळाल्याबद्दल समाधान वाटत होतं. आता

त्याला आर्थिक स्थैर्याची आशा वाटत होती.

शांतपणे गाढ झोपलेल्या या कुटुंबाला कळलंच नाही, की त्या रात्री जमावाचा एक घोळका क्षणाक्षणाला आकारानं आणि बेबंदपणानं मोठा होत होता. जमाव बेछूट होत चालला, तसतशा 'रक्ताच्या बदल्यात रक्त' अशा घोषणा रात्रीच्या अंधारात दुमदुमल्या. लवकरच घोषणांचं पर्यवसान कृतीत झालं. रात्रीच्या अंधाराचा फायदा घेत संतप्त जमावानं घरं आणि दुकानं लुटायला आरंभ केला. निरपराध, भोळ्याभाबड्या लोकांची सुऱ्यांनी आणि शेतकऱ्यांच्या खुरप्यांनी निर्घृणपणे कत्तल केली गेली.

१ नोव्हेंबर, १९८४. त्या दिवशी सकाळी मनोहरलाल आणि त्याचं कुटुंब जागं झालं तेव्हा त्यांना आशा होती, की सकाळच्या रेडिओवरील बातम्यांमध्ये काहीतरी आशादायक गोष्टी ऐकायला मिळतील; पण त्यांच्या कानांवर पडलेल्या बातम्या भयानक स्वरूपाच्या होत्या – शहरात जिकडे पाहावं तिकडे हातात हत्यारं धरलेले संतप्त लोक फिरत होते; त्यांच्या मुखातून एकच मंत्र बाहेर पडत होता, 'सरदारांना ठार मारा!' मनोहरलालांच्या आनंदी, समाधानी वृत्तीच्या कुटुंबीयांच्या मनावर एका अनामिक भीतीचं, अस्वस्थतेचं सावट पसरलं. अगदी दोन वर्षांचा आशिष अगरवालही त्याची नेहमीची बडबड विसरल्यासारखा गप्प झाला. जणू काही त्या निष्पाप पोराला समजलं असावं की, देशाच्या राजधानीत काहीतरी भयंकर, विनाशक घडत होतं.

दूर अंतरावरून येणारे हाणामारीचे, रक्तपाताचे आवाज– किंकाळ्या, घोषणा – त्यांच्या कानांवर आदळत होते. त्यांच्या त्या लहानशा घरात सगळे जण दाटीवाटीनं एकमेकांना लगटून बसून राहिले. तोंडानं देवाचा धावा करत राहिले, 'परमेश्वरा, त्या निष्पाप, निरपराध लोकांना वाचव!'

जवळच असलेल्या गुरुद्वारा सिस गंज साहिबमध्ये संतप्त जमाव शिरला. त्यानं तिथली पवित्र भूमी कलंकित केली. आत दडून बसलेल्या शिखांवर आपल्या मनातली आग ओकत त्यांनी दगडांचा वर्षाव केला. दिल्ली शहरातल्या नऊ ऐतिहासिक गुरुद्वारांपैकी एक असलेल्या त्या गुरुद्वारानं पूर्वीही पुष्कळ मोठा हिंसाचार पाहिला होता. पुन्हा एकदा आपल्या शिख बांधवांच्या रक्षणासाठी ते सज्ज झालं होतं. चांदनी चौकात कायमच धार्मिक सामंजस्य नांदतं अशी एक जनमानसातली पूर्वापार चालत आलेली प्रतिमा.

पण शेकडो वर्षांपूर्वी– १६७५ मध्ये- मुगल सम्राट औरंगजेबानं याच

गुरुद्वारासमोरच्या पवित्र मानल्या गेलेल्या चौकात गुरू तेग बहादूरसिंगांचा शिरच्छेद घडवून आणला होता, कारण त्यांनी इस्लामला कवटाळण्यास नकार दिला होता. त्या वेळी काही शूरवीर शिखांनीच एकत्र येऊन गुरुद्वाराच्या पवित्र भूमीला कलंकित होण्यापासून वाचवलं होतं.

१९८४ मध्ये उजाडलेल्या त्या अशुभ दिनी मात्र, काही शूर हिंदू शेजारी सोडले, तर इतर कुणीही दयाळू धर्मात्मे शिखांचा बचाव करण्यास पुढे सरसावले नाहीत. गुरुद्वाराबाहेरचा चौक त्यांच्या रक्तानं भिजला. त्या घटना घडल्याला आता अनेक वर्षं होऊन गेली आहेत. हजारो, लाखो पावलं तिथून चालत गेली आहेत, पण ते अन्यायाचे कलंक आजही पूर्णपणे धुतले गेलेले नाहीत.

मनोहरलाल आणि त्यांच्या घरच्या मंडळींच्या मनात शीख समाजाविषयी आणि त्यांच्या आजूबाजूला असलेल्या शीख मित्रांविषयी भीती दाटून आली. पण क्षणभरासाठीदेखील त्यांच्या मनाला हा विचार शिवला नाही की, त्याच दिवशी त्यांचंही सर्वस्व लुटलं जाणार होतं.

लोकांच्या मनावर कसल्यातरी वेडानं, नव्हे वेडाचारानं, कब्जा केला होता. पाशवी सुडाच्या भावनेचा अंगार लोकांच्या डोळ्यांत पेटला होता. हातांत लोखंडी सळया, कांब्या घेऊन, रॉकेलचे डबे आणि काड्यापेट्यांची खोकी घेऊन लोक रस्त्यारस्त्यांवरून फिरत होते. आपल्या घराच्या खिडक्यांना लावलेल्या पडद्यांतील फटींमधून मनोहरलाल दूर अंतरावर पेटत असलेल्या आगीच्या ज्वाळा पाहू शकत होते.

जमावाच्या निर्दय कृत्यांनी त्यांच्या काळजाचा थरकाप उडत होता. अमानुषतेचं दर्शन त्यांच्या अंगांगावर भीतीनं शहारे आणत होतं. अचानकच, एक आगीचा लोळ त्यांच्या घराच्या अगदी जवळ उठला. घरातल्यांनी दाराबाहेर ओरडाआरडा ऐकला. कुणाच्यातरी किंचाळण्याचे आवाजही त्यांच्या कानांवर पडले. घरात त्यांना स्वतःला आगीची धग जाणवली. तळमजल्यावरील दारांवर कुणीतरी घाईघाईनं थापा मारत होतं. पुढच्याच क्षणी मनोहरलालनी परिस्थितीचा ताबा आपल्या हातात घेतला आणि वेळ न दवडता कुटुंबाला घराबाहेर काढलं. काहीतरी भयंकर घडत होतं. नेसत्या कपड्यांनिशी सगळे जण धाडधाड पाय वाजवत जिन्याच्या पायऱ्या उतरले अन् रस्त्यावर आले, तेव्हा त्यांनी घरातल्या लहान मुलांना उराशी घट्ट धरून ठेवलं होतं. घरातल्या चीजवस्तूंचं भान त्या क्षणी कुणालाच उरलं नव्हतं.

त्या क्षणी निर्णय घेण्याचं भान मनोहरलालनी दाखवलं, हे त्या कुटुंबाचं

सुदैवच म्हटलं पाहिजे. रस्त्यावर उभे असताना त्यांच्या डोळ्यांदेखत इमारतीचा एक भाग भडकत्या ज्वाळांच्या मुखी कोसळला. तळमजल्यावरच्या बेकरीमध्ये आगीला सुरुवात झाली आणि ती पसरतच गेली. गॅसच्या नळकांड्यांनी आणि तुपाच्या डब्यांनी उरलेलं काम केलं. आपल्या आयुष्यभराची पुंजी डोळ्यांदेखत नष्ट होत असल्याचं दुर्भाग्य अगरवाल कुटुंबाच्या माथी त्या दिवशी लिहिलं गेलं होतं. त्यांच्या भविष्याचीच जणू राखरांगोळी झाली होती.

मनोहरलालचा श्वासच रोखला गेला. त्यांना मळमळून आलं. गेली कित्येक वर्षं त्यांनी खडतर परिश्रम केले होते, जे जे काही शिलकीच्या रूपात साठवलं होतं ते तिथेच बेकरीच्या वर असलेल्या दोन मजल्यांमध्ये होतं. त्यांची सुरक्षितता आणि त्यांच्या मुलांचं भवितव्य काळ्या धुराच्या लोटात विलीन होताना दिसत होतं. त्यांनी पत्नीचा आणि मुलाचा हात हातात घेतला, शेजारी उभ्या असलेल्या भावाच्या डोळ्यांत पाहिलं अन् त्याच क्षणी त्यांच्या मनात निश्चयाचा, निग्रहाचा स्फुल्लिंग पेटल्याचं त्यांना जाणवलं. 'बाबारे, माझं ऐकलं असतंस तर ही वेळ आली नसती तुझ्यावर!' असं म्हणण्याची संधी आणि कुटिल आनंद ते आपल्या वडिलांना किंवा आजोबांना देणार नव्हते. त्यांनी मूकपणे मनाशी शपथ घेतली, पराभव कधीच स्वीकारायचा नाही. उलट, राखेतून जन्म घेणाऱ्या फिनिक्स पक्ष्याचा आदर्श डोळ्यांसमोर ठेवायचा.

भाग १

हल्दिराम

भविष्यकाळाची नांदी

२०१५. जून महिन्यातली एक रणरणती दुपार. आपल्या उपाहारगृहाच्या मजल्यावरील एका प्रशस्त, वातानुकूलित दालनात अडतीस वर्षांच्या पंकज अगरवालांनी दिवसभरातल्या कामाचा निम्मा वेळ साधनसंपादन व्यवस्थापकाबरोबर महत्त्वाच्या वाटाघाटी करण्यात खर्चला होता. स्वतःच्या मालकीच्या उद्योगव्यवसायाची धुरा ते संचालक या नात्यानं आपल्या खांद्यावर वागवत होते. वाटाघाटींनंतर आता त्यांना शिणवटा जाणवू लागला होता. दिल्लीतील हल्दिराम नावाच्या प्रचंड मोठ्या साम्राज्याचा ते वारस होते. त्यांच्यावरील आधीच्या जबाबदाऱ्यांमध्ये आणखी एक महत्त्वपूर्ण भर टाकून त्यांच्या कर्तृत्वावरचा विश्वासच कुटुंबातील वडीलधाऱ्यांनी दाखवला होता. पंकज अगरवाल कष्टाळू होते. जी जबाबदारी त्यांच्यावर सोपवण्यात आली होती, ती मिळावी म्हणून त्यांनी गेली कित्येक वर्षं, नव्हे, आत्तापर्यंतचं सगळं आयुष्य खर्चलं होतं. तरीही या क्षणी त्यांच्या मनावर दडपण आलं होतं, त्यांचं शिणलेलं मन भांबावलं होतं आणि हातांचे पंजे घामेजले होते.

एक दीर्घ श्वास घेऊन त्यांनी गळ्याभोवतीचा टाय सैल केला. डौलदारपणे ते टेबलापासून दूर झाले. 'आपल्या ज्ञानेंद्रियांवर भिस्त ठेव,' स्वतःशीच पुटपुटत त्यांनी संचालक कक्षाचं दार उघडलं आणि ते बाहेर पडले. आता ते त्यांना परिचित अशा ऑफिसच्या इमारतीतल्या मार्गिकेत उभे होते. मनाशी कसलातरी हेतू बाळगत त्यांनी झपाट्यानं चालायला सुरुवात केली, अन् लवकरच ते एका जुनाट वाटणाऱ्या साध्याशा पण भक्कम लाकडी दरवाजाबाहेर उभे राहिले. शेजारी भिंतीवर लावलेल्या की-पॅडवरचे विशिष्ट अंक त्यांनी दाबले, त्याबरोबर खोलीचं दार उघडलं गेलं आणि ते आत शिरले.

क्षणार्धात त्यांच्या मनावरचा ताण कुठल्याकुठे गायब झाला, त्यांचे स्नायू सैलावले आणि मेंदूच्या पेशी तरारल्यासारख्या झाल्या. जणू त्यांनी आपल्या घरात प्रवेश केला होता. ऐन तारुण्याच्या उंबरठ्यावर असताना त्यांनी अशाच एका दुसऱ्या खोलीत पहिल्यांदा प्रवेश केला होता, तेव्हा त्यांना आपण कुणीतरी खास व्यक्ती असल्याचा भास झाला होता. त्यानंतर, ज्या ज्या वेळी त्यांनी त्या खोलीत पाऊल ठेवलं होतं त्या त्या वेळी त्यांना तीच अनुभूती आली होती.

या खोलीप्रमाणे असलेल्या दुसऱ्या एका चिमुकल्या खोलीत– मसालाकोठीत

– त्यांच्या हातात कुणीतरी त्या जादुई मंत्राची किल्ली ठेवली होती. तो मंत्र होता यशाचा. अगदी अचूक शब्दांत सांगायचं झालं तर तो मंत्र– ती गुरुकिल्ली – त्यांच्या मनावर कोरण्यात आली होती. दिवसामागून दिवस जात राहिले, तसा तिचा ठसा अधिकाधिक खोल उमटला गेला होता. वर्षानुवर्षं ती प्रक्रिया चालूच होती. या खोलीत यशाची जी गुपितं दडलेली होती, त्यांतूनच एका घरगुती स्वरूपाच्या छोटेखानी खाद्य पदार्थ उद्योगाचं रूपांतर पुढे देशभरातल्या सर्वांत मोठ्या, सर्वांत यशस्वी प्रक्रियासिद्ध खाद्य पदार्थ उद्योगात झालं होतं. तो व्यवसाय होता 'हल्दिराम्स' या नावानं परिचित असलेला खाद्य पदार्थ उद्योग. पंकज अगरवालांच्या कुटुंबाचा प्रचंड मोठा पसारा.

मसाल्यांचं योग्य मिश्रण करणं, त्यांच्या चवी पारखणं आणि चाखणं यांसारख्या कामांना पंकजनी आपल्या महाविद्यालयीन दिवसांपासूनच सुरुवात केली होती. आता ते काम त्यांच्या इतकं अंगवळणी पडलं होतं की, जणू ते त्यांच्या जगण्याचाच एक अविभाज्य भाग होतं. 'आपल्या ज्ञानेंद्रियांवर भिस्त ठेव', त्यांच्या वडिलांकडून त्यांनी हा पाठ गिरवला होता आणि त्या आधी पंकजच्या आजोबांनी आपल्या मुलाला तीच शिकवण दिली होती. त्यांनी आपल्या शर्टाच्या बाह्या गुंडाळल्या. काही प्रकारचे मसाले उचलले. काही बिनमसाल्याच्या शेवगाठी उचलल्या आणि ते टेबलापाशी बसले. त्यांनी मनाला स्वैर सोडलं. कंपनीच्या विस्तारासंदर्भातल्या काही जबाबदाऱ्या नुकत्याच त्यांच्यावर सोपवण्यात आल्या होत्या– लंडनमधील ऑफिसचा विस्तार, इतर देशांमध्ये नव्या उत्पादनांना बाजारात आणणं– त्यांचं मूल्यमापन त्यांना करावं लागणार होतं. त्यांच्या आधीच्या पिढ्यांमधल्या अगरवालांप्रमाणेच ते स्वतःही व्यवसाय वाढवण्याच्या दृष्टीनं मदत करण्यास उत्सुक होते. भौगोलिकदृष्ट्या विस्तार करणं व्यवसायवृद्धीच्या दृष्टीनं अत्यावश्यक असलं तरी हल्दिराम कुटुंबाच्या कोलकाता येथील इतर शाखांमध्ये आणि त्यांच्यामध्ये हल्दिराम या ब्रँडवरून झालेल्या वादंगांचा इतिहास त्यांच्या मनाला कुरतडत होताच. शिवाय त्यांच्या अंतर्गत कार्यक्षमतांची ताकदही ते जाणून होतेच. नजीकच्या भविष्यकाळात त्यांना अनेक नवे उपक्रम सुरू करायचे होते– उदाहरणार्थ, चालू (प्रचलित) उत्पादनांमध्ये विविधता निर्माण करणे, परदेशात आपल्या उत्पादनांचे कारखाने सुरू करणे, मालाच्या विक्रीसाठी इंटरनेटसारखे वितरणाचे नवे मार्ग वा मंच आहेत का त्यांचा शोध घेणे आणि त्याबाबत प्रयोग करणे, या संदर्भातले फायदे-तोटे कोणते आहेत, या विषयी त्यांचं मन विचार करू लागलं.

तसा विचार केला तर त्यांच्या कंपनीनं फार मोठी झेप घेतलेली होती, हे निर्विवाद सत्य होतंच. त्यांच्या वाडवडिलांनी बिकानेरसारख्या लहान गावात आपल्या व्यवसायाची मुहूर्तमेढ रोवली होती. तेव्हापासून २०१४ सालापर्यंत त्यांनी भारतातील

हवाबंद फरसाण पाकिटांच्या उत्पादनातला त्याचप्रमाणे मिठायांच्या क्षेत्रातला २० टक्के हिस्सा काबीज केलेला होता.[१] परदेशांत विकल्या जाणाऱ्या भारतीय खाद्य पदार्थांमधील सर्वांत लोकप्रिय ब्रँडमध्येही हल्दिराम हे नाव प्रामुख्यानं घेतलं जात होतंच.

हळद आणि तिखटाचं मिश्रण करत असताना त्यांना त्यांच्या आजोबांच्या– हल्दिरामांच्या– एका वैशिष्ट्याची प्रकर्षानं आठवण झाली. एखादी नवी कल्पना हल्दिरामांच्या डोक्यात उगवली, की तिचा पाठपुरावा करण्यासाठी ते अक्षरश: अंधारात झेप घ्यायलाही मागेपुढे पाहत नसत. हेच उदाहरण पाहा ना– त्यांनी स्थानिक बाजारात विकला जाणारा एक तिखटमिठाचा साधासाच पदार्थ हाती घेतला, त्यावर अनेक प्रयोग केले, त्याची चविष्टता वाढवली आणि त्याला हवाबंद वेष्टणात लपेटून, आपल्याच नावासह देशभरात लोकप्रिय केलं. तोपर्यंत, हवाबंद पाकिटांमधून माल विकणं आणि आपल्या उत्पादनाला नाव देऊन त्याची ओळख निर्माण करणं, या संकल्पनासुद्धा देशातील अन्य उत्पादकांनी ऐकलेल्या नव्हत्या.

हल्दिरामांनी आपल्या मुला-नातवंडांना सोबत घेऊन काही असे नवे उपक्रम धडाडीनं सुरू केले, जे त्यापूर्वी कुणीच करून दाखवले नव्हते. भारतीयांना तळलेले चमचमीत खाद्य पदार्थ खायला आवडतात; पण ते ताजे, नुकतेच बनवलेले गरमागरम असतील तरच. ज्या काळी असे पदार्थ फार फार तर आठ दिवस टिकू शकतील अशा पद्धतीनं बनवले जात असत, त्याच काळात हल्दिरामांच्या कंपनीनं एक अगदी नवा प्रयोग करायचं ठरवलं; त्यांनी मोठा धोका पत्करला. असं उत्पादन तयार केलं जे दुकानातही हवाबंद पाकिटात सहा महिने सहजपणे टिकू शकेल. साहजिकच, हे पदार्थ आता देशभरात पाठवले जाऊ शकणार होते. लोकांच्या रसनेला संतुष्ट करू शकणार होते.

पंकजच्या मनात आलं, लोकांना दीर्घ काळ टिकणारा खमंग चवीचा चटकदार पदार्थ द्यायचा. या विचाराला मूर्त स्वरूप आणण्यासाठी त्यांच्या आजोबांना किती कष्ट घ्यावे लागले असतील? किरकोळ विक्रेत्यांना तसंच वितरकांना पटवून द्यावं लागलं असेल, 'आमचं उत्पादन तुमच्या दुकानात विक्रीसाठी निर्धोकपणे ठेवा, त्याच्या दर्जात सहा महिन्यांपर्यंत काहीही फरक पडणार नाही.' 'आणि आता आपण केवढा मोठा पल्ला गाठलाय,' ते स्वतःशीच अभिमानानं उद्गारले. या व्यवसायाचं बलस्थान हेच आहे की, त्यांनी अनेक वितरकांबरोबर तसंच किरकोळ

---

१. Haldiram Foods International Limited in Packaged Foods (India), Passport, Euromonitor International 2014.

विक्रेत्यांबरोबरही चांगले नातेसंबंध जोडलेले आहेत. आता हल्दिरामची उत्पादनं भारतातल्या सर्व वाणसामानाच्या दुकानांत आणि सर्व वस्तुभांडारांमध्ये विकली जातात. उपाहारगृहांमध्ये चाट म्हणून ओळखल्या जाणाऱ्या पदार्थांवर पसरल्या जाणाऱ्या चटकदार शेवेच्या रूपात विकली जातात, तर परदेशांमध्ये हल्दिरामची मिठाई शीतपदार्थांच्या रूपात विकण्यात येते. रस्त्यालगतच्या टपऱ्यांमध्ये विकल्या जाणाऱ्या पाच-दहा रुपयांच्या छोट्या पाकिटांमधूनही हल्दिरामची उत्पादनं लोकांपर्यंत पोहोचत आहेत. गमतीचा भाग तर हा आहे की, जेव्हा दुकानदारांकडे गिऱ्हाइकांना परत देण्यासाठी सुटे पैसे नसतात, तेव्हा ते नाण्यांऐवजी हल्दिरामची पाकिटं लोकांना देतात!

काळाचा ओघ पुढेपुढे जात राहिला, त्यानं अनेक वळणं घेतली; पण हल्दिराम हे नाव, त्याची लोकप्रियता मात्र अबाधितच राहिली. खाद्य क्षेत्रातील पेप्सीसारख्या बलाढ्य महाकाय ब्रॅण्डनं भारतात आपलं 'लेहर' हे प्रक्रिया केलेलं टिकाऊ उत्पादन आणलं, तेव्हाही हल्दिरामनं त्याला समर्थपणे टक्कर दिली. पुढे मॅकडोनल्ड्ससारखे रथी-महारथी आपली पिझ्झा, बर्गरसारखी उत्पादनं घेऊन भारतात शिरले. त्यांनी भारतीयांच्या रसनेला एक वेगळीच भुरळ घातली खरी; पण त्यानंही हल्दिराम डगमगले नाहीत. मॅकडोनल्ड्सच्या खाद्य पदार्थांची चटक लागलेल्या भारतीय ग्राहकाला तशाच प्रकारच्या खाद्य पदार्थांची भुरळ पाडून आपल्याकडे खेचून घेण्याचा दीनवाणा (?) प्रयत्न हल्दिरामनी केला नाही, तर त्यांनी आपल्या परंपरागत पदार्थांनाच अधिक चटकदार बनवलं आणि मॅकडोनल्ड्सच्या स्पर्धेला तोडीस तोड उत्तर दिलं ते देशभरात उघडलेल्या उपाहारगृहांनी– तिथे आपले भारतीय चविष्ट आणि चटकदार खाद्य पदार्थ ग्राहकांच्या समोर ठेवून. कुटुंबातल्या सर्व घटकांना आवडणारे, भावणारे पदार्थ त्यांनी बनवले. नुसत्या वासानं तोंडाला पाणी सुटेल असे देशभरातले– पूर्व, पश्चिम, उत्तर, दक्षिण या विभागांतले – विविध पदार्थ त्यांनी ग्राहकांपुढे ठेवले, तेव्हा साहजिकच त्यांनी संपूर्ण कुटुंबाच्या पसंतीची दाद मिळवली, असं म्हणता येईल.

हे सर्व करत असताना त्यांनी एक समंजस म्हणता येईल असा दृष्टिकोन मनाशी बाळगला. जागतिक पातळीवरील महाकाय प्रतिस्पर्ध्यांशी टक्कर देताना त्यांनी वृथाभिमान न जोपासता, उलट आपल्या प्रतिस्पर्ध्यांचे चांगले गुण– सकारात्मक वैशिष्ट्यं – विचारात घेतले. ते अंगी बाणवून त्यांचा व्यावहारिक दृष्टीनं उपयोगही केला. त्यांनी मोठमोठी उपाहारगृहं– एका वेळी पाचशे ग्राहक बसू शकतील इतकी मोठी– सुरू केली, त्यांच्या वाहनांसाठी मोठ्या वाहनतळाची सुविधा पुरवली आणि सर्वांत महत्त्वाची बाब म्हणजे ग्राहकांशी मैत्रीपूर्ण अदबीनं वागेल असा स्थानिक नोकर वर्ग भरती केला. थोडक्यात सांगायचं तर हल्दिराम्सनी गेल्या काही वर्षांत

त्यांच्या उद्योग व्यवसायावर झालेले वैयक्तिक तसेच परिस्थितीजन्य हल्ले, धक्केबुक्के अंगभूत अक्कलहुशारीच्या बळावर सहजपणे झेलले आणि यशस्वीपणे परतवूनही लावले. प्रत्येक वेळी त्यांच्या यशाची कमान उंचावतच राहिली– अगदी रॉकीसारखीच!

पुनःपुन्हा त्यांना आव्हानांना सामोरं जावं लागलं. २०१५ मध्ये, दिल्लीस्थित हल्दिराम कंपनीची वार्षिक उलाढाल एकूण २४८० कोटी रुपये इतकी होती – डॉलरच्या भाषेत बोलायचं तर ३५० दशलक्ष डॉलर! ही उलाढाल त्यांच्या उत्तर भारतातील सर्व राज्यांमधील उत्पन्नामुळे आणि वीसहून अधिक देशांमध्ये त्यांनी केलेल्या निर्यातीमुळे शक्य झाली होती. त्यांच्या कंपनीचा विकास तर होत होताच, पण आता अडचण अशी होती की, निर्यात क्षेत्रावरील बंधनांमुळे विकासाचा दर त्यांना मनासारखा वाढवत नेणं जमत नव्हतं. गेल्या दशकभरात त्यांच्या कंपनीनं व्यवसाय वाढवण्यासाठी अनेक नवनव्या प्रांतात प्रयत्न करणं चालू ठेवलं होतं. त्यांनी नेहमीच्या पारंपरिक तिखटमिठाच्या खाद्य पदार्थांच्या जोडीला मिठाया, शीतपदार्थ तसेच भट्टीत बनवलेले बिस्किटादी पदार्थही बनवणं सुरू केलं होतं. शीघ्रसेवा पुरवणाऱ्या उपाहारगृहांच्या व्यापारात त्यांनी यशस्वीपणे पदार्पण केलं होतं, त्यामुळे भारतातील त्यांच्या मॅकडोनल्ड्स आणि डॉमिनोजसारख्या स्पर्धकांनाही त्यांनी मागे टाकलं होतं.[२] तरीही विकासाचा वेग कायम राखण्याच्या दृष्टीनं त्यांना नवनव्या क्षेत्रांचा विचार करणं आत्यंतिक गरजेचं वाटू लागलं होतं. ही क्षेत्रं होती आंतरराष्ट्रीय स्तरावर अधिक जोराची मुसंडी मारणं, नव्या पदार्थांचं उत्पादन सुरू करणं, अस्तित्वात असलेल्या काही कंपन्यांचं विलीनीकरण करणं आणि काही बाहेरील कंपन्या विकत घेणं.

ही बाब होती लांब पल्ल्याची अन् त्यासाठी पंकजना अशी धोरणं आखायला हवी होती, ज्यायोगे हल्दिरामच्या कुटुंबाचं भविष्यकालीन यश सुरक्षित राहणार होतं. भूतकाळापासून त्यांना काही शिकता येणार होतं का? त्यांच्या वाडवडिलांनी मिळवलेलं यश किंवा त्यांनी पचवलेले पराभव यांतून त्यांना काही मौलिक बोध घेता येणार होता का? कोणती नवी धोरणं त्यांनी अवलंबायला हवी होती? कशी गवसणार होती त्यांना त्यांच्याच प्रश्नांची उत्तरं?

नेहमीच्या सवयीनं त्यांनी आपल्या आजोबांकडे साकडं घातलं. आजोबांनी काय केलं असतं अशा प्रसंगी – त्यांनी मनाला प्रश्न विचारला. सारासार विचाराकडे पाठ फिरवून ते बेधडकपणे पुढे गेले असते की साधकबाधक विचार केल्यानंतर, धीम्या गतीनं पावलं टाकत त्यांनी यशोमंदिराचा मार्ग चोखाळला असता?

---

२. http://food.ndtv.com/food-drinks/haldirams-revenue-more-than-mcdonalds-and-dominos-combined-736975.

बीज अंकुरले...

बिकानेर एक्स्प्रेसच्या शेवटच्या पायरीवरून आपण बिकानेर जंक्शनच्या फलाटावर पाय ठेवला, की क्षणभर वाटतं आपण भूतकाळात बुडी मारतोय की काय! आपल्या स्वागतासाठी धुळीचा लोट तयारच असतो. आसमंतावर मध्ययुगीन गडद तपकिरी रंगाची लोभस छटा पसरलेली दिसते. गावातल्या हवेल्यांना जो फिकट गुलाबी रंग दिलेला दिसतो, त्या रंगाची छटा रेल्वेस्थानकाच्या इमारतीवरही दिसते. जागोजागी इमारतीच्या भिंतींवर कोरीव काम केलेल्या छोट्या कमानीही दिसतात. निळ्याभोर आकाशाच्या पार्श्वभूमीवर या गुलाबी इमारती आपलं वेगळेपण अधोरेखित करत असतात.

साधारणपणे पाऊण एक तासाच्या मोटार प्रवासानंतर आपण तिथल्या सुप्रसिद्ध भुजिया बाजारात येऊन पोहोचतो. चहूकडे एक प्रकारची सुस्ती जाणवते. धुळीच्या आवरणाखाली जगत असलेलं हे देखणं शहर आपण मनातल्या मनात त्याच्या थंड, शांत वेगाशी जोडूनच टाकतो. खरं म्हणजे इथे रस्त्यांवर पुष्कळ रहदारी दिसते. सर्व प्रकारची वाहनं– मोटरसायकली, ऑटोरिक्शा, स्कूटर्स आणि मोठमोठे ट्रकसुद्धा– अगदी सुखेनैव इथल्या रस्त्यांवरून ये-जा करत असतात. ट्रक्सच्या मागील बाजूला व्यवस्थितपणे रंगवलेले संदेश– 'कृपया हॉर्न वाजवा', 'रात्रीच्या वेळी दिव्यांचा झोत खाली करा'– आपल्या डोळ्यांत भरल्यावाचून राहत नाहीत. दूर अंतरावर असलेल्या वाळवंटातल्या वाळूच्या छोट्या टेकड्याही आपलं लक्ष वेधून घेतात. हे दृश्य आपण निरखत असताना आपल्या मनावर बिकानेरची मोहिनी पडल्यावाचून राहत नाही. जणू काही आपण एखाद्या कलावंतानं कल्पनेतून साकारलेल्या देखण्या विश्वात पदार्पण करतो आहोत, असा भास क्षण दोन क्षण आपल्याला होतो.

एके काळी या शहरावर गुणवंत राजामहाराजांचा अंमल होता. त्याला आपला स्वतःचा असा एक वैभवशाली इतिहास होता. मग ब्रिटिश राजवटीत गोऱ्यांनी संस्थानांवर आपला अंमल बसवला. इथल्या कष्टाळू, उद्यमशील व्यापाऱ्यांनी गुजराथमधील बंदरांमार्फत व्यापारात मोठा जम बसवला. याच ठिकाणी मधाळ भाषेत लोकांचं भविष्य सांगणारे ज्योतिषी आणि ईश्वराचे निस्सीम भक्तही सुखासमाधानानं एकत्र नांदताना दिसतात. आसमंताचा अविभाज्य अंश असल्यासारखी इथली दृश्यं आणि आवाज त्या इतिहासाची झलक आपल्याला दाखवत असतात. बिकानेर रेल्वे स्थानक हे एक जंक्शन आहे. तेथून नैर्ऋत्येला साधारणपणे दीड किलोमीटर अंतरावर बिकानेर शहराचा जुना भाग वसलेला आहे. शहराभोवती अठराव्या शतकात बांधलेली सात किलोमीटर लांबीची एक भिंत आहे. गावात शिरण्यासाठी

या भिंतीत पाच ठिकाणी प्रवेशद्वारं बांधलेली आहेत. त्यांच्यापैकी प्रमुख प्रवेशद्वाराला कोठी गेट असं म्हणतात आणि तिथे तीन कमानी आपलं स्वागत करतात.

लाल रंगाच्या दगडात कोरलेलं हे कमानदार प्रवेशद्वार एक देखणं शिल्प आहे. त्याच्या दोन्ही बाजूंना पसरणाऱ्या भिंतींमध्ये जाळीदार खिडक्या कोरलेल्या आहेत. कमानीच्या वर एक घुमट बांधलेला आहे. त्यावर हातांनी कोरलेल्या शिल्पाकृती आहेत. प्रवेशद्वाराची भव्यता, देखणेपण आपल्या मनावर बिंबल्यावाचून राहत नाही. प्रवेशद्वाराच्या एका बाजूला देखण्या वास्तुकलेची जाणीव करून देणाऱ्या राजपुतांच्या हवेल्या दिसतात, तर प्रवेशद्वाराच्या पलीकडच्या बाजूला गजबजलेला भुजिया बाजार दिसतो. जुन्या आणि नव्या बिकानेरची विभागणी या प्रवेशद्वारानं मनावर कोरली जाते.

बाजारातल्या चिंचोळ्या, वेड्यावाकड्या पसरलेल्या गल्ल्यांमधून आपण जेव्हा गर्दीला तोंड देत पुढे जातो, तेव्हा भिंतीतल्या कोनाड्यांप्रमाणे भासणाऱ्या दुकानांच्या रांगा दोन्ही बाजूंना दिसतात. सामोसे, कचोऱ्यांसारखे बघताक्षणी तोंडाला पाणी आणणारे आणि त्यांच्या बरोबर देण्यात येणारे शेवगाठींसारखे नुकतेच तळलेले गरमागरम पदार्थ यांच्या वासानं अवघा आसमंत दरवळत असतो. आपल्याला भूक लागली असल्याची जाणीव या पदार्थांचं दर्शन आणि वासच घडवून देतात.

बाजाराच्या आतल्या बाजूला शिरल्यानंतर तुम्हाला दोनच प्रकारची वाहनं दिसतात– सायकली आणि चुकूनमाकून शिरलेली एखादी मोटरसायकल. इथे प्रवेश केल्यानंतर जणू काही तुम्ही भूतकाळात प्रवेश करता. त्या काळी व्यापारी एकतर पायी हिंडत किंवा घोड्यांवरून वा बैलगाड्यांमधून आपला माल विक्रीसाठी इथल्या भुजिया बाजारसारख्या बाजारात विक्रीसाठी नेत असत. दिल्लीतील चांदनी चौकातल्या रस्त्यांवरची गजबज तुम्हाला बिकानेरमधल्या बाजारात जाणवत नाही. कारण इथले लोक आपल्याच संथ गतीच्या आयुष्यक्रमाला पसंती देतात. त्यांच्या वागण्याबोलण्यातून असं जाणवतं की, त्यांच्यापाशी वेळच वेळ आहे. घाई, गडबड यासारख्या शब्दांना त्यांच्या शब्दकोशात स्थान नसल्यामुळे ते कसलीही खरेदी करण्यापूर्वी आरामात खाद्य पदार्थांना न्याहाळत, त्यांचा दरवळ उपभोगत रस्त्यांवरून हिंडताना दिसतात.

बाजारातल्या कोपऱ्याकोपऱ्यावर मिठाई विकणारे धंदेवाईक हलवाई अक्षरशः ढिगांनी तळलेली, जिभेला चाळवणारी भजी आणि शेवगाठी समोर घेऊन बसलेले दिसतात. त्यांच्यासमोर असलेल्या जंगी कढयांमधल्या उकळत्या तेलामधून मोठमोठ्या झाऱ्यांनी ते तेलातली भजी आणि वेगवेगळ्या प्रकारच्या गाठी काढत असतात. उकळत्या तेलानं भरलेल्या कढयांमधून जेव्हा ते तयार झालेल्या सोनेरी रंगाच्या शेवगाठी झाऱ्याच्या साहाय्यानं अलगद उचलून, निथळून बाहेर काढतात, तेव्हा

त्या वेळचं त्यांचं कौशल्य वाखाणण्याजोगं असतं. अनेक वर्षांच्या अनुभवातून त्यांना हे कौशल्य साध्य झालेलं असतं. झारा तेलात थोडासाही जास्त बुडला तर हातांवर तेल उडल्यामुळे हात भाजण्याची शक्यता असते आणि झारा फारच वरच्या वर उचलला तर भज्यांमधलं तेल निथळलं न जाण्याची शक्यता असते; पण हे काम करणारे आचारी अगदी सहजपणे, एक प्रकारच्या आळसटलेल्या हालचालींनी आपलं काम करत असतात, कारण वर्षानुवर्षं त्यांचे हात याच कामाला सरावलेले असतात. बिकानेरमधील एका लहानशा मिठाई आणि फरसाण दुकानाचे मालक, छोटेराम यांच्याच शब्दांत सांगायचं तर 'सुरुवाती-सुरुवातीला गरम तेलातल्या गाठी बाहेर काढणं म्हणजे वैतागवाणं काम असतं, पण जसजशी सवय होते तसतसं सगळं अंगवळणी पडतं, हेच खरं.'

'शेवगाठी हमखास विकल्या जातातच,' ते पुढे सांगतात. त्यांना असं सुचवायचं असतं की इतके कष्ट घेऊन बनवलेला पदार्थ चविष्ट असतोच. 'आमच्या इथे तर वर्षभराच्या लहान मुलालादेखील प्रत्येक जेवणात तोंडी लावायला शेवगाठी हव्यातच. त्याशिवाय आम्हा लोकांचं पानच हलणार नाही.' शेवगाठींना किती मोठ्या प्रमाणात मागणी असते हे इथल्या दुकानांच्या संख्येवरूनच लक्षात येतं. एकट्या बिकानेरमध्ये शेवगाठी, फरसाण विकणारी तीनशेहून अधिक दुकानं आहेत आणि प्रत्येकाचं नाव वेगळं आणि खास वैशिष्ट्यही. इथल्या लोकांना जेवणात शेवगाठी हव्यात म्हणजे हव्यातच. त्यांच्याकडे पाहिल्यावर असं वाटतं की ही परंपरा इथे शेकडो वर्षांपासून चालत आलीये.

१८८५ च्या आसपास बिकानेरमध्ये दीनदयाळू स्वभावाच्या महाराजा डुंगरसिंग यांचा राज्यकारभार चालू होता. त्या वेळी पहिल्यांदा बिकानेरमध्ये शेवगाठी बनवल्या गेल्याची नोंद आहे. खरं सांगायचं तर त्याही आधी सुमारे शंभर वर्षं शेवगाठींनी बाजारात पदार्पण केलेलं होतं. भुजिया बाजाराच्या याच रस्त्यांवर हल्दिरामांचं नाव असलेलं पहिलं दुकान सुरू करण्यात आलं होतं. गेली काही दशकं ते तिथेच उभं आहे, पण धूळ खात! तरीही असं म्हणता येईल की या कथेची सुरुवात खऱ्या अर्थानं तिथे होत नाही. याच रस्त्यावर पण हल्दिरामच्या दुकानाच्या बरोब्बर समोरच्या बाजूला एक अधिक जुनाट वाटणारं दुकान आहे. त्याचं नाव आहे भिकाराम चांदमल. आज ज्या हल्दिराम नावाची जादू आपण सगळे जण जाणतो, वाखाणतो त्या शेवगाठींचा जन्म याच खोपटासारख्या दिसणाऱ्या दुकानाच्या स्वयंपाकघरात झाला.

साम्राज्याची पहिली बीजं

हल्दिरामांचे नातू – सध्याच्या बिकानेर, नागपूर, कोलकाता आणि दिल्लीतील व्यवसायांचे मालक – आपल्या कर्तृत्ववान आजोबांचे अनेक प्रशंसनीय स्वभावविशेष अभिमानानं लोकांना सांगत असतात. पण शारीरिक वैशिष्ट्यांचा विचार केला तर असं लक्षात येतं की, बहुतेकांनी या बाबतीत आजोबांच्या पावलावर पाऊल टाकलेलं नाही. हे सगळे पुरुष एकजात पाच फूट पाच इंचांच्या आतले आहेत; पण आजोबांचा व्यापारधंद्यातला वारसा, त्यांचा उत्साह यात मात्र ते तसूभरही मागे नाहीत. आजोबांची दणकट सहाफुटी शरीरयष्टी मात्र त्यांच्यापैकी एकालाही लाभलेली नाही.

वयाची सत्तरी पार केल्यानंतरही उंच्यापुऱ्या शरीरयष्टीचे हल्दिराम चपळ आणि तब्येतीनं एकदम निरोगी होते. बहात्तराव्या वर्षी देखील हा म्हातारा सायकलवरून हिंडून आपल्या दुकानांना भेटी देत असे आणि दिवसभरातली सगळी कामं पूर्वीच्याच उत्साहानं पार पाडत असे. त्यांच्या कुटुंबीयांच्या बोलण्यात येतो तो हल्दिरामांचा 'सळसळता उत्साह', त्यांचं 'चैतन्य' आणि त्यांच्यातली 'काम करण्याची आणि करवून घेण्याची जबरदस्त शक्ती'. 'आयुष्याच्या अखेरच्या दिवसापर्यंत ते कामच करत राहिले,' असं गुणगान त्यांचे कुटुंबीय मनापासून करतात. त्यांच्या कामाचा झपाटाही तसाच राहिला, त्यामुळे अवतीभोवतीच्या माणसांना त्यांच्याविषयी एक भीतियुक्त दरारा वाटत असला पाहिजे. केवळ शारीरिक उंचीच त्यांना लाभली नव्हती, तर त्यांची वैयक्तिक तत्त्वनिष्ठाही फार उच्च दर्जाची होती. त्यांचे पुतणे, पूनमचंद म्हणतात, 'ते जुन्या पठडीतले होते. त्यांचे विचार, त्यांची मतं ठाम होती आणि त्यांना अनुसरूनच ते आपलं आयुष्य जगले. आपल्या निष्ठांना, मूल्यांना त्यांनी कायमच उराशी बाळगलं, त्यापासून ते तसूभरही ढळले नाहीत. अशी निष्ठावंत माणसं आजकाल कमीच दिसतात.'

हल्दिराम स्वतंत्र बाण्याचे होते. हुशार होते आणि त्यांचा आत्मविश्वासही दांडगा होता. त्यामुळेच यशप्राप्तीची त्यांची क्षमताही मोठी होती. ते जिवंत होते तेव्हा आणि त्यांच्या मृत्युपश्चातही त्यांनी आपल्या कुटुंबातल्या स्त्री-पुरुषांच्या अनेक पिढ्यांना व्यवसायात उत्कृष्ट काम करण्याची, यशस्वी होण्याची प्रेरणा दिली. त्यांनी आपल्या मागे कुटुंबातील मुला-नातवंडांसाठी केवळ एका व्यवसायाचा वारसाच ठेवला आहे असं नाही, तर श्रद्धांच्या, तत्त्वांच्या रूपात अशी एक अमूल्य ठेव त्यांना दिली आहे, जिचा उपयोग त्यांना वारंवार करता आला पाहिजे.

त्यांचं वर्णन करताना लोक साधारणपणे 'शांत स्वभाव', 'गंभीर वागणं-बोलणं' अशा शब्दांचा उपयोग करतात. ते अगदी योग्यच आहे. हल्दिरामनी

कधीही वेडं साहस केलं नाही, ना कधी बाष्कळ विनोदांना थारा दिला. आपण बरे की आपलं काम बरं, या वृत्तीच्या हल्दिरामनी उभं आयुष्य कुटुंबासाठी वेचलं, त्यांच्यासाठी उत्तमातलं उत्तम देण्याचा प्रयत्न केला. त्यांना विनोदाचं वावडंच असावं बहुतेक! त्यामुळेही असेल कदाचित; पण त्यांनी मुला-नातवंडांमध्ये स्वतःविषयी एक प्रकारचा भीतियुक्त दरारा निर्माण केला. असंही असेल की ज्या प्रकारे त्यांनी खडतर आयुष्याशी सामना करत स्वतःला घडवलं– अगदी लहान वयातच त्यांच्यावर कामाची जबाबदारी येऊन पडल्यामुळेही असेल– नक्की कारण कुणालाच माहीत नाही. एक गोष्ट मात्र निश्चित- कामाप्रती असलेल्या त्यांच्या निष्ठेमुळे आणि श्रद्धेमुळेच व्यवसायाचा पाया रचला गेला. फरसाण आणि मिठायांच्या व्यवसायाची मुहूर्तमेढ त्यांनी रोवली. एक बीज त्यांनी पेरलं आणि अथक कष्टांचं खतपाणी घालून त्याचा वेलू गगनावरी नेला; नव्हे एका सशक्त डेरेदार वृक्षात त्याचं रूपांतर केलं. तरीही एक गोष्ट इथे नमूद करायलाच हवी अन् ती म्हणजे खऱ्या अर्थानं या कथेची सुरुवात त्यांच्यापासून होत नाही.

यातला महत्त्वाचा भाग असा की, या कुटुंबानं आपल्याला मिळालेला हा वारसा प्राणपणानं जपला आहे आणि आपल्या यशस्वी व्यवसायाची गुपितं त्यांनी इतक्या निष्ठेनं जपली आहेत की आजही प्रसारमाध्यमांना त्यांच्या यशाचं इंगित सापडलेलं नाही. शेवगाठींचा हा व्यवसाय नक्की कुणी आणि कशाप्रकारे सुरू केला, त्याबद्दल छातीठोकपणे कुणीही बोलू शकत नाही. प्रसिद्ध झालेल्या बहुतेक लेखांनुसार तनसुखदासांनी म्हणजेच हल्दिरामांच्या पणजोबांनी शेवगाठींचा व्यवसाय सुरू केला. पण हल्दिरामांचे कुटुंबीय मात्र त्याला दुजोरा देत नाहीत. त्यांच्यामते तनसुखदासांचा शेवगाठींच्या व्यवसायाशी काडीचाही संबंध नव्हता. वस्तुस्थिती ही होती की, बिकानेरमध्ये त्यांचा कसला तरी छोटामोठा व्यवसाय होता. तो कोणता असावा यासंबंधी कुटुंबातल्या कुणालाही ना कसली आठवण आहे, ना त्यांच्यापाशी कसला धागादोरा वा पुरावा आहे. हल्दिरामांचे सर्वांत मोठे नातू, नागपूरमधील हल्दिराम शाखेचे सर्वेसर्वा, शिव किशन अगरवाल स्वतःच तशी कबुली देतात, "तनसुखदासांनी कधीच शेवगाठी बनवल्या नाहीत. त्यांच्या काळी हा खाद्यप्रकार विशेष लोकप्रिय नसावा असं माझं मत आहे. त्यामुळे बाजारात तो विकला जाण्याची शक्यता उरत नाही. ते कसला तरी लहानमोठा धंदाव्यवसाय करत असावेत हे खरं असलं, तरी ते शेवगाठी विकत नव्हते, हे नक्की!" तरीही, शेवगाठींची कहाणी हल्दिराम यांच्या जन्मापूर्वीपासूनची आहे, हे निःसंशय. त्या कुणा व्यक्तीला हल्दिरामांइतकं नव्हे, त्यांच्या एक दशांशही नाव मिळालं नाही, पैसा मिळाला नाही किंवा कुटुंबीयांकडून त्यांचं कौतुकही झालं नाही.

हल्दिराम यांचं पाळण्यातलं नाव गंगाभिशन; पण लाडाकोडाच्या या नातवाला

आजी हल्दिराम म्हणू लागली, अन् तेच त्याचं नाव रूढार्थानं कायम झालं. ज्या काळी बिकानेर शहराची प्रगती मोठ्या जलद गतीनं होत होती, त्या वैभवसंपन्न काळात हल्दिरामांचा जन्म झाला. वाळवंटी प्रदेशातल्या एका खेडेगावाचं आता व्यापारी दृष्टीनं भरभराट होत असलेल्या शहरात रूपांतर झालं होतं. त्यांच्या आजोबांचं नाव होतं भिखाराम अगरवाल. वर उल्लेख केलेल्या तनसुखदास अगरवाल नामक व्यापाऱ्याचा भिखाराम अगरवाल हा मुलगा. तनसुखदास एक बेतास बात उत्पन्न असलेले, धोपटमार्गानं व्यापार करणारे गरीब दुकानदार होते. बिकानेरमधील बछौत का मुहल्ला नामक भागात ते राहत असत.

हल्दिरामांच्या आजोबांचं लग्न त्या काळच्या प्रथेनुसार कुमार वयातच झालं. लवकरच त्यांना दोन मुलगे झाले आणि तिशी-पस्तिशीतच ते आजोबाही झाले. हल्दिरामांनी जन्मतःच दणदणीत आवाजात आपल्या आगमनाची वर्दी सगळ्या जगाला दिली. त्या काळी वयाच्या दहाव्या वर्षी मुलगा पुरुष मानला जात असे. त्यांना काही समज येण्याआधीच त्यांचे चार हात करून दिले जात असत आणि मग निसर्गनियमांना अनुसरून तेदेखील जगाच्या लोकसंख्येत भर घालायला आरंभ करत असत. हल्दिरामांच्या जन्माच्या वेळी म्हणजेच १९०८ मध्ये त्यांच्या आजोबांचं वय होतं फक्त तेहतीस वर्षं! आताच्या जमान्यातल्या तरुणांना या गोष्टीचं प्रचंड नवल वाटेल, पण हल्दिरामांच्या बालपणी ते एक गृहित वास्तव होतं, यात काही शंका नाही. खरं सांगायचं तर आजच्या काळातही खेडेगावांतून राहणाऱ्या अनेक मारवाडी कुटुंबांमध्ये मुला-मुलींचे विवाह फार लहान वयात केले जातात. बालविवाह ही आधुनिक भारतीयांसाठी एक धक्कादायक प्रथा असली तरी, ग्रामीण भागातील मारवाडी मुलींच्या दृष्टीनं ते एक भीषण वास्तव आहे, हे नाकारता येणार नाही.

नातवाचा जन्म ही भिखारामांसाठी एक न पेलता येणारी जबाबदारी होती. आधीच वाढत्या कुटुंबाच्या भाराखाली ते दबले जात होते. नित्यनेमानं घरातील खाणाऱ्या तोंडांच्या संख्येत भरच पडत असल्यामुळे भिखारामांना उत्पन्नाचा काही तरी नवा मार्ग शोधणं अपरिहार्य होऊन बसलं. छोट्या-मोठ्या वस्तू विकण्याचं एक दुकान हेच त्यांच्या उपजीविकेचं साधन होतं. ते नक्की कशाचा व्यापार करत असत यासंबंधी हल्दिरामांच्या कुटुंबातील कुणालाच ठामपणे सांगता येत नाही. दोन वेळच्या भुकेची भ्रांत पडत नव्हती, एवढंच समाधान त्यांना मिळत असावं. भुकेपोटी रात्रीच्या झोपेला त्यांचे कुटुंबीय कधी वंचित झाले नाहीत. अशा परिस्थितीत आपल्या कथानायकाचा जन्म झाला.

त्याचं बालपण खडतर होतं हे खरं, पण लहान वयातच हल्दिराम यांच्या हुशारीची चुणूक सगळ्यांना जाणवली होती. या आनंदी वृत्तीच्या मुलाच्या अंगची

धडाडी घरातल्या वडीलधाऱ्यांनी जोखली असावी. अगदी लहानपणापासूनच मदतशील वृत्ती असल्यामुळे घरातली बारीकसारीक कामं ते स्वतः जबाबदारी घेऊन पार पाडत असत. ते आणि त्यांचे दोघे धाकटे भाऊ, मोहनलाल अगरवाल आणि किशन गोपाल अगरवाल रणरणत्या दुपारी रस्त्यात खेळत असत. त्यांच्या आजीनं लहानपणी दिलेलं नाव त्यांना कायमचंच चिकटलं. जबाबदारीचं भान ठेवून वागणाऱ्या या मुलावर सर्व नातेवाईक मनापासून प्रेम करत असत; पण त्याचे खरे लाड त्याची आत्या करत असे. तिचं नाव होतं भिखीबाई; पण मुलांसाठी ती होती भिखीबुआ– भिखीआत्या.

फक्त सणासुदीच्या दिवसांतच भिखीबुआ बिकानेरला येत असे अन् काही दिवस आपल्या माहेरी म्हणजे 'बछौत का मोहल्ला'मधल्या घरी घालवत असे. एका व्यापारी मारवाडी कुटुंबात लग्न होऊन गेलेली भिखीबाई, साहजिकच तिच्या सासरीच राहत असे. भिखीबाईच्या सासूबाई एक प्रकारच्या शेवगाठी बनवत असत. जाड, कडक प्रकारात मोडणारा हा खाद्य पदार्थ भिखीबाई माहेरी आल्यानंतर आपल्या भाच्यांसाठी बनवत असे. तिच्या माहेरघरी सगळ्यांनाच हा मसालेदार, चमचमीत प्रकार मनापासून आवडत असे. शिवरतन अगरवाल म्हणजे मूलचंद अगरवालांचे दुसऱ्या क्रमांकाचे पुत्र आणि शिवकिशनचे धाकटे बंधू, त्या दिवसांची आठवण काढताना सांगतात, 'त्या काळी अगदी हाताच्या बोटांवर मोजता येतील इतक्या कुटुंबांमध्ये जाडी पण खुसखुशीत अशी शेव बनवली जात असे आणि बाजारात ती विकली, तर फारच कमी प्रमाणात जात असे.'

भिखीबुआनं स्वतःच्याही नकळत अगरवाल कुटुंबाची तोंडओळख आपल्या या चविष्ट शेवगाठींशी करून दिली आणि त्यामुळे अवघ्या कुटुंबाचं नशीबच पालटून गेल्यासारखं झालं. कुटुंबाचंच नव्हे, तर बिकानेरचंदेखील. यामागची तिची भूमिका एखाद्या पडद्यामागील कलाकारासारखी होती, त्यामुळे तिला त्याचं श्रेयदेखील मिळालं नाही. मात्र, तिच्यामुळेच हल्दिराम कुटुंबात शेवगाठींच्या व्यवसायाचं पहिलं बीज पेरलं गेलं, हे निर्विवाद सत्य. तिच्या निष्ठावंत स्वभावामुळे हल्दिराम कुटुंबावर ओढवलेली आर्थिक आपत्ती दूर झाली. ते विपन्नावस्थेतून तर बाहेर पडलेच, शिवाय त्यांना शेवगाठी व्यवसायाचे सम्राट (मॅग्नेट) हा बहुमानही तिच्याच पदार्थानं मिळवून दिला.

भिखीबुआच्या चविष्ट, खमंग शेवगाठींनी घरातल्या पोराबाळांवर असं काही गारूड केलं की, भिखाराम आणि त्यांच्या पत्नीनंही मुलांना खूश राखण्याच्या उद्देशानं शेवगाठी बनवण्याचा पाठ गिरवला. आता, भिखीबुआच्या गैरहजेरीतसुद्धा त्यांना तिच्या चविष्ट शेवगाठी खाणं शक्य झालं. पुढे, १९०८ ते १९१८च्या दरम्यान केव्हातरी भिखारामनी भुजिया बाजारात मोठ्या प्रमाणात शेवगाठी विकायला

सुरुवात केली. सुरुवातीला तरी एक किलो (शेर) शेवगाठींसाठी ग्राहक केवळ काही (चारदोन) पैसेच मोजत असत. जुन्या वृत्तपत्राच्या कागदाच्या सुरळीत डावभर शेवगाठी घालून त्या लोकांना विकल्या जात असत. आरंभी तडाखेबंद विक्री झाली नाही तरी त्यामुळे जे काही पैसे मिळत, त्यातून कुटुंबातील लोकांच्या तोंडी पोटभर जेवण पडू लागलं. कडाक्याच्या थंडीत शेकोटीची ऊब उपलब्ध होऊ लागली, हेही नसे थोडके! हे भिखाराम म्हणजेच अगरवाल कुटुंबातले पहिले शेवगाठी विक्रेते, तनसुखलाल अगरवालांचे सुपुत्र. पण प्रसारमाध्यमांनी मात्र त्याचं श्रेय तनसुखलालच्याच पदरी टाकलं.

बालपणातच हल्दिरामनी घरच्या व्यवसायात मनापासून रस घेतला. ते बऱ्याच वेळा चुलीपाशी घोटाळत असत. शेवगाठी बनवणाऱ्या, तळणाऱ्या घरातल्या बायकांना ते अधूनमधून विचारत असत, 'मी काही मदत करू का तुम्हाला?' खरं तर, त्यांचं राहतं घर इतकं लहान होतं, की तिथे वेगळं असं स्वयंपाकघर असणं शक्यच नव्हतं. त्यामुळे बायकांनी अक्कलहुशारी वापरून बैठकीच्या खोलीतल्या एका कोपऱ्यातच शेवगाठी बनवण्याचा उद्योग सुरू केला होता. कुटुंबातल्या नातेवाइकांच्या म्हणण्यानुसार चिरणं, साफसफाई करणं, पीठ मळणं अशांसारखी लहानमोठी कामं हल्दिराम आपणहूनच करायला जात असत. १९१९ मध्ये हल्दिरामांचं वय होतं अकरा वर्षं, पण त्यांच्या आजोबांना या नातवाच्या हुशारीची चुणूक तेव्हाच लागली होती. मग त्यांनी ठरवलं, पोरगा मोठा होत चाललाय, जबाबदाऱ्या उचलण्याची क्षमता त्याच्यात दिसत्येय, तेव्हा त्याचे दोनाचे चार हात करायला हवेत. हल्दिरामांची नियोजित पत्नी, चंपादेवी त्या वेळी जेमतेम नऊ वर्षांची होती. हल्दिरामांची साथ देण्याच्या दृष्टीनं एक कोवळी पोरच. लग्नगाठ म्हणजे काय हे कळायच्या आतच हल्दिराम आणि चंपादेवी पती-पत्नी बनले, त्यांचं वैवाहिक जीवन रूढार्थानं सुरू झालं आणि थोडीथोडकी नव्हे, तर तब्बल पन्नास वर्षं त्यांनी एकमेकांना साथ दिली. नवी जबाबदारी गंभीरपणे घेणाऱ्या हल्दिरामांनी कुटुंबाच्या उत्पन्नात कशी भर टाकता येईल, याचा मनापासून विचार करायला सुरुवात केली.

पुढच्या वेळी भिखीबुआ माहेरी आली तोपर्यंत हल्दिरामांनी तारुण्यात पदार्पण केलं होतं. आता काहीतरी करून दाखवण्यासाठी त्यांचे बाहू स्फुरण पावू लागले. बाराव्या वर्षी हल्दिराम आपल्या आत्याच्या शेजारी बसले आणि त्यांनी तिच्याकडून शेवगाठी बनवण्याचे पाठ गिरवायला सुरुवात केली. आपल्या शेवगाठी चविष्ट अन् खमंग बनवण्याच्या दृष्टीनं त्यांनी सर्वतोपरीनं प्रयत्न केले. त्या काळी हे काम मोठं कष्टांचं अन् जिकिरीचं होतं. त्यात शारीरिक कष्ट तर होतेच, पण मोठा धोकाही होता. तापल्या तेलात डावानं पीठ ओतायचं, गाठी तळून झाल्यावर मोठ्या

झाऱ्याच्या साहाय्यानं त्या तेलातून बाहेर काढायच्या, त्यातलं तेल निथळून झाल्यानंतर बाजूला ठेवलेल्या कागदावर त्या थंड होण्यासाठी पसरायच्या, असा सगळा मामला होता. उकळतं तेल उडल्यामुळे हात भाजून निघण्याची भीती असायची, पण पंधरा-वीस दिवसांतच हल्दिरामनी भीतीवर मात केली अन् ते सराईतपणे गाठी बनवण्याचं काम करू लागले. कुठल्याही कामातलं कौशल्य सरावानंच येतं; अन् हल्दिरामना कामात कसूर करणं माहीतच नव्हतं. दिवसाकाठी बराच वेळ ते गाठी तळण्याचं काम करत असत. उमेदवारीच्या काळात त्यांचे हात तेल उडल्यामुळे किती वेळा भाजले असतील, त्यावर किती वेळा फोड आले असतील, याची गणती ठेवणं कुणालाच शक्य झालं नसेल.

हल्दिरामच्या कष्टाळूपणामुळे कुटुंबाच्या उत्पादनात जी वाढ झाली, त्यामुळे घरात चार पैसे अधिक येऊ लागले. लवकरच त्यांचा आजोबांच्या व्यवसायात प्रवेश झाला अन् ते नित्यनेमानं त्यांच्या दुकानात जाऊ लागले. कष्टाळू स्वभावाला महत्त्वाकांक्षेची जोड लाभल्यामुळे त्यांनी भराभरा मोठ्या जबाबदाऱ्या अंगावर घ्यायला सुरुवात केली. पण आजोबा आणि नातवाच्या स्वभावांमध्ये एक मूलभूत फरक होता. लहानमोठ्या प्रमाणात शेवगाठी विकून हल्दिरामचं समाधान होणार नव्हतं. घरी बनवलेल्या शेवगाठींच्या चवीवर आणि दर्जावर ते संतुष्ट होणाऱ्यांपैकी नव्हते. त्यांची झेप मोठी होती. त्यामुळेच असेल, पण या तरुणानं अनेक वेळा हिकमतीच्या जोरावर मोठी उडी घेतली. ग्राहकांच्या चवीढवींचं लक्षपूर्वक निरीक्षण केलं, त्यांची मनापासून नोंद केली अन् त्या काळी नवलाची वाटावी अशा पद्धतीनं त्यांना दादही दिली.

सध्या साठीच्या घरात असलेला (अचूक शब्दांत सांगायचं तर पासष्टवर्षीय) त्यांचा एक पुतण्या- पूनमचंद, आपल्या काकांच्या स्वभावविशेषांबद्दल म्हणतात, 'काकांच्या डोक्यात एखादी कल्पना शिरली की ते तिचा पुरता पाठपुरावा करत.' हल्दिरामनी शेवगाठींच्या उत्पादनामध्ये दोन साधे पण महत्त्वाचे बदल केले; अन् त्यामुळे त्यांच्या व्यवसायात क्रांतिकारक फरक पडला. म्हणूनच आताच्या त्यांच्या शेवगाठी चविष्ट आणि हव्याहव्याशा वाटणाऱ्या झाल्या आहेत. भिखीबुआ ज्या शेवगाठी बनवत असे त्या प्रामुख्यानं चण्याच्या पिठाच्या– बेसनाच्या असत. काही प्रमाणात मटकीचं पीठही त्यात मिसळलेलं असायचं. मटकी हे कडधान्य राजस्थानात मोठ्या प्रमाणात पिकवलं जातं आणि राजस्थानी लोकांच्या भोजनात त्याचा वापर प्रामुख्यानं केला जातो. डाळीच्या आमट्यांमध्ये, सुक्या, बिनरसाच्या भाज्यांमध्ये, इतकंच काय भजी बनवतानाही त्याचा वापर केला जातो. अगदी प्रत्येक भोजनात मटकी या ना त्या स्वरूपात असतेच असं म्हटलं तर ती अतिशयोक्ती ठरू नये. याला कारणीभूत आहे राजस्थानची– खास करून मारवाड प्रांताची– भौगोलिक

परिस्थिती. मटकीची रोपं रेताड जमिनीत चांगली वाढतात आणि त्यांचं उत्पादन मोठ्या प्रमाणावर होत असल्यामुळे स्थानिक लोकांचं ते आवडतं खाद्यान्न आहे. असं असलं तरीही बेसनाच्या अंगभूत चिकटपणामुळे त्याच्या गाठी तळणं सोपं जात असल्यानं भिखीबुआंच्या गाठींमध्ये बेसनाचं प्रमाण अधिक असे. तरीही हल्दिरामनी आपल्या गुरूचा धोपटमार्ग नाकारला. त्यांनी मनाशी ठरवलं, लोकांना आवडणाऱ्या मटकीचाच वापर गाठींमध्ये केला, तर लोक त्यांवर उड्या मारतील. मटकीच्या पिठाच्या गाठी त्यांना निव्वळ पोटभरीच्या वाटणार नाहीत तर चविष्टही वाटतील, त्यामुळे आपल्या मालाला भरपूर उठाव येईल, अशी गगनभरारीही त्यांच्या मनानं मारली. अधिक उठाव म्हणजे अधिक उत्पन्न असं समीकरण त्यांनी मनाशी पक्कं केलं. एका विलक्षण निश्चयानं त्यांनी मटकीच्या पिठाच्या शेवगाठी बनवल्या आणि कुटुंबाच्याच दुकानात- पण थोड्या वेगळ्या जागी विकल्या. हां, हां म्हणता त्याची लोकप्रियता वाढली आणि आठवड्याभरात त्यांना ग्राहकांची वाढती मागणी पुरी करण्यासाठी दोन हात अपुरे पडू लागले. भिखारामच्या मनावरही लोकांच्या पोटात शिरून, त्यांच्या आवडीनिवडी जाणून घेण्याच्या हल्दिरामच्या गुणाची छाप पडल्यावाचून राहिली नाही. त्यामुळे त्यांनी हल्दिरामच्या कल्पनेचं स्वागतच केलं. हल्दिरामना मसाल्यांची पारख जन्मतःच असावी. मसाल्यांचे विशिष्ट गुणधर्म, त्यांचे खास वास पारखण्यात ते वाकबगार होते. ग्राहकांना आवडणारे पदार्थ नक्की कशामुळे चविष्ट, खुमासदार बनतात हे जाणून घेण्यामागे हल्दिराम लागले. त्यांनी मनाशी एक होरा बांधला– शेवगाठी खुसखुशीत आणि कुरकुरीतही असल्या तर त्यांना ग्राहकांची पसंती लाभते. रोजच्या जेवणात अशा खमंग गाठींचा समावेश असेल तर कुठलं गिऱ्हाइक त्या खरेदी करणार नाही? भिखीबाईच्या भुसभुशीत प्रकारात मोडणाऱ्या शेवगाठी बारीक व कुरकुरीत व्हाव्यात यासाठी हल्दिरामनी शेवेचं पीठ थोडं पातळ, सरबरीत बनवण्याचं ठरवलं. त्यांनी शेव बारीक व्हावी म्हणून बारीक भोकांची जाळी वापरायचं ठरवलं. (आजकाल मिळणारी शेव अशी बारीक, कुरकुरीत आणि हलकी असते). आपल्याला हवी असलेली बारीक भोकांची जाळी बनवणारा कारागीर शोधून काढण्यासाठी हल्दिरामनी कामाच्या घाईगर्दीतूनही वेळ काढला. असा कारागीर सापडल्यानंतर त्यांनी मनाजोगते पत्रे बनवून घेतले अन् हव्या त्या प्रमाणात त्यांचे काठ वळवून घेतले.

सांगायचं तात्पर्य हे की, मनात येणाऱ्या नवनवीन कल्पनांमुळे त्यांचा उत्साह वाढतच राहिला अन् त्यांनी फावल्या वेळात 'शेवगाठींवर नवनवे प्रयोग' करणं चालू ठेवलं. त्यांचं तीक्ष्ण घ्राणेंद्रिय आणि चवीढवीत फरक करू शकणारी त्यांची रसना यांच्या मदतीनं या तरुण जादूगारानं अगदी योग्य प्रमाणात आवश्यक ते मसाले वापरून स्वतःला हवा तसा स्वाद आणि चव मिळवण्याचा चंगच बांधला.

वर्षभराच्या अनेक प्रयोगांनंतर त्यांना हवा तो स्वाद आणि कुरकुरीतपणा लाभला तेव्हा त्यांनी ठरवलं, आता बाजारात आपला नवा माल न्यायचा आणि ग्राहकांच्या तनामनावर त्याची मोहिनी टाकायची.

त्यांच्या नव्या शेवेनं ताबडतोब ग्राहकांची मनं जिंकून घेतली. मालाच्या अभूतपूर्व खपानं त्यांना तोंडात बोटं घालायला भाग पाडलं. ग्राहक आता फक्त हल्दिरामच्या शेवेची मागणी करू लागले. ते वारंवार आणि मोठ्या प्रमाणात शेवगाठी विकत घेऊ लागले. तरुण हल्दिरामची ख्याती वाढतच जाणार असल्याचं ते एक सूचक चिन्ह होतं. पण ते किती प्रमाणात वाढणार आहे याचा अंदाज स्वतः हल्दिरामही बांधू शकले नाहीत. 'आणखी एक मूठभर!', 'हल्दिरामची शेव आणखी एक पसाभर' अशा प्रकारे लोक मागणी करू लागले; दुकानाबाहेर ग्राहकांच्या रांगा लागू लागल्या. त्या काळी शेवेचा भाव पाच पैसे किलो (शेर) होता, पण पाच पैशांचं मूल्य मोठं होतं; चौसष्ट पैसे म्हणजे एक रुपया असं चलन होतं त्या काळी. शिव किशन, हल्दिराम यांचे पंचाहत्तर वर्षांचे सर्वांत ज्येष्ठ नातू सांगतात, 'लवकरच हल्दिराम यांच्या शेवेचं नाव सर्वतोमुखी झालं. धनवान व्यापाऱ्यांपासून गोरगरीब शेतकऱ्यांपर्यंत सर्वांच्या तोंडी हल्दिराम हे नाव घुमू लागलं. त्यांच्या शेवेच्या नुसत्या वासानंही लोकांच्या तोंडाला पाणी सुटत असे.'

आता दिवसरात्र हल्दिराम यांचं दुकान ग्राहकांनी गजबजू लागलं. अगरवाल कुटुंबातले पुरुष घाम गाळत शेव बनवत आणि विकत राहिले. दिसामासांनी त्यांच्या शेवेची लोकप्रियता वाढू लागली, तसतसे दूरदूरच्या शहरांतून- कोलकाता, आसाम आणि राजस्थानातल्याही अनेक भागांतून- येऊन लोक हल्दिराम यांची शेव विकत घेऊ लागले. आपापला व्यापारधंदा आटोपून गावी परतताना वाटेत लागणाऱ्या बिकानेरमधून 'हल्दिरामची शेव' घ्यायचीच, असा जणू काही पायंडाच पडून गेला. या शेवेत असं काय खास होतं, असा प्रश्न कुणी विचारला तर हल्दिराम यांच्या कुटुंबातले सगळे जण एकमुखानं जिभल्या चाटत, मिटक्या मारत एकच उत्तर देतात, 'स्वादिष्ट! आमच्या शेवेचा खमंगपणा हेच त्यामागचं कारण! दुसरं तिसरं काही नाही!' मला नाही वाटत इंग्रजी भाषेत असा काही शब्दप्रयोग असेल ज्यामध्ये ही कल्पना इतकी पुरेपूर ठासून भरली असेल! 'तोंडाला पाणी सुटेल असा स्वाद' या शब्दांनी कदाचित ती भावना थोड्या फार प्रमाणात व्यक्त करता येईल, पण पुरेपूर नाही.

फाटक्या अंगाचा एक बारा-तेरा वर्षांचा पोरगा, अशीच हल्दिरामची शेवबाजारातली ओळख होती. त्यांच्या कल्पनेतून साकारलेला हा खमंग खाद्यप्रकार जरी त्याच्या आजोबांच्या– भिखारामांच्या – दुकानातच विकला जात असला तरी लोकांना हल्दिरामची शेवच मनापासून आवडत होती हे उघड होतं. तो काळ असा होता की

सर्वसामान्य लोक शिक्षणापासून वंचितच होते. ग्रामीण भारतात सर्वदूर दारिद्र्याचा अंमल होता. पाश्चात्त्य जगतातदेखील व्यवसायासंबंधीच्या, व्यवस्थापनतंत्राविषयीच्या मूलभूत संकल्पना अगदी बाल्यावस्थेत होत्या. त्या काळी कोवळ्या वयाच्या हल्दिरामना ग्राहकाचं केंद्रस्थानी असणं किती गरजेचं असतं या गोष्टीचं ज्ञान जणू काही उपजतच मिळालं असावं, असं आपल्यासारख्यांच्या मनात आल्यावाचून राहत नाही.

त्यांच्या काळच्या इतर क्षुल्लक व्यावसायिकांच्या बाबतीत जे घडलं असतं ते हल्दिरामच्या बाबतीत मात्र घडलं नाही. पैशाच्या पेटीत पडणाऱ्या नाण्यांचा ओघ वाढता राहिला, तरी त्या खणखणाटानं त्यांच्या डोक्यात वेडं वारं शिरलं नाही. तसं पाहिलं, तर अजूनही घरात सगळ्या गोष्टींचं दुर्भिक्षच होतं, दिवसरात्र काबाडकष्ट करावेच लागत होते. असं असूनही या पोरसवदा तरुणानं थोडासा का होईना; पण वेळ काढला आणि आपल्या व्यवसायाच्या पायाविषयी (बेसिस ऑफ हिज बिझनेस) विचार केला. आपले ग्राहक नक्की कशानं खूश होतील हे जाणून घेणं त्याच्यासाठी महत्त्वाचं होतं, कोणत्या पद्धतींचा वापर केला म्हणजे आपल्या उत्पादनाचा दर्जा उंचावेल हे समजल्यानंतरच त्यांना हवा तसा माल देण्यासाठी, त्यांच्या आवडीनिवडींवर लक्ष केंद्रित करून ते त्यांना कायम आपल्याकडे आकृष्ट करून ठेवणार होते. आज आपल्या मालाला चांगला उठाव आहे, भरपूर मागणी आहे एवढ्यावरच ते समाधान मानणार नव्हते. मागे वळून पाहता, त्यांच्या याच दृष्टिकोनाला डावपेचांबाबतची दूरदृष्टी असं नाव देता आलं असतं. हे उद्दिष्ट साध्य करण्याच्या हेतूनं ते सातत्यानं वेगवेगळ्या स्वादांबाबत, शेवेच्या रंगरूपाबाबत प्रयोग करत असत. ग्राहकांना कोणत्या चवी, स्वाद आणि बाह्य रंगरूप पसंत पडतंय याची चाचपणी करत असत. हे प्रयोग करत असताना त्यांना त्यासंबंधी मनापासून अभिमान वाटत असणार. अगदी खरं सांगायचं, तर त्यांचा हा वेगळा दृष्टिकोन हाच त्यांनी उभारलेल्या प्रचंड साम्राज्याचा पाया होता. त्यांनी मागे ठेवलेला वारसा होता. अशीही वदंता आहे की, अगदी 'कोवळ्या वयातच' – बाराव्या वर्षी हल्दिरामनी लोकांना उच्च दर्जा बाळगण्याचं बाळकडू दिलं अन् १९८० मध्ये म्हणजे वयाच्या बहात्तराव्या वर्षीही त्यांनी आपल्या वारसांना दर्जा टिकवण्याचे महत्त्वाचे पाठ गिरवायला लावले.

हल्दिरामना सुरुवातीच्या काळात जे यश मिळालं, त्यामुळेच त्यांनी जन्मभरासाठी मालाच्या गुणवत्तेचा आणि ग्राहकांच्या संतुष्टतेचा वसा घेतला असावा. आपल्या ग्राहकांना उत्तमातली उत्तम उत्पादनं देऊनच त्यांची आपल्यावरील निष्ठा आपल्याला राखता येऊ शकते, या तत्त्वावर हल्दिराम यांची नितांत श्रद्धा होती. बाजारातले इतर उत्पादक कसेही वागोत, आपण मात्र मालाचा दर्जा कायम टिकवला पाहिजे,

याचं ज्ञान त्यांना फार लहान वयात झालं. ग्राहकांना संतुष्ट राखण्यासाठी नवनवीन माल बाजारात आणला पाहिजे आणि नावीन्याची कास धरूनच आपल्यातील सर्वोत्कृष्ट ते बाहेर आणता येतं, या तत्त्वावर ते ठाम राहिले. बाजारातील इतर स्पर्धकांच्या स्पर्धेला प्रत्युत्तर म्हणूनच काहीतरी नवीन उत्पादन आणायचं हा खरा मार्ग नव्हता, याची जाण त्यांना होती, म्हणूनच ते टिकून राहिले. उत्साहानं आणि अनुभव नसल्यामुळे असेल कदाचित; पण त्यांनी इतरांपेक्षा थोडंसं वेगळं काहीतरी बाजारात आणलं, त्यासाठी आपल्या मालाच्या किमतीही इतरांपेक्षा किंचित चढ्या ठेवल्या. त्यामुळे झालं असं की ते स्वतः आणि इतर उत्पादक यांमध्ये त्यांनी एक प्रकारचा अडथळा उभा केला, जो बाजारातील इतर दुकानदारांना मोडून काढणं अवघड होऊन बसलं, अन् या सर्व क्लृप्त्या त्यांनी उत्पादन फार मोठ्या प्रमाणात वाढवण्यापूर्वीच वापरात आणल्या होत्या. अगदी आजही एका शतकानंतर, जेव्हा एकट्या बिकानेरमध्ये शेवगाठींचे तीनशेहून अधिक प्रकार बाजारात विकले जात असताना आणि या प्रकारच्या शेवेला बिकानेरी शेव हा दर्जा देण्यात आला असतानाही, एकटे हल्दिरामच बाजारातले अव्वल दर्जाचे उत्पादक मानले जातात. त्यांच्या शेवगाठींनी एकूण बाजारपेठेतील २० टक्के हिस्सा आपल्याकडे ठेवला आहे. त्यामुळे इतर शेवगाठीवाल्यांना त्यांच्यापर्यंत पोहोचण्यासाठी धडपड करावी लागत आहे.

बिकानेरमधील रस्त्यारस्त्यांवर तुम्हाला अनेक दुकानांमध्ये शेवगाठींनी भरलेली मोठीमोठी पोती दिसतात. वृत्तपत्रांच्या कागदांच्या सुरळ्यांमधून दुकानदार आपला माल विकत असतात. हा तळलेला 'मधल्या वेळी खाण्याचा खाद्य पदार्थ' कुठल्याही प्रकारच्या खास वेष्टणात किंवा थैलीत घालून विकला जात नाही किंवा त्यावर उत्पादकाच्या नावाचा काही शिक्का वगैरेही नसतो. त्याला बिकानेरमधले सर्व दुकानदार शेवगाठी या एकाच ढोबळ नावानं विकतात. बहुतेक ग्राहकांनाही कुठला खास माल हवा असतो असं नाही. हल्दिरामनी मात्र त्यांच्या नव्या दृष्टिकोनामुळे आणि काहीशा उच्च दर्जामुळे लोकांच्या मनात एक वेगळं स्थान पटकावलेलं होतं. तरीही तेवढ्यावरच हा महत्त्वाकांक्षी अन् सतत नावीन्याची कास धरणारा माणूस समाधान मानणार नव्हता. त्यांच्या डोक्यात शेवगाठींच्या संदर्भात काही वेगळ्याच योजना आकार घेऊ लागल्या होत्या.

ही नावीन्याची कास फक्त उत्पादनाच्या संदर्भातच मर्यादित नव्हती. या तरुण उद्योजकाला विक्रीतंत्राचं उपजतच ज्ञान होतं की काय कुणास ठाऊक! वस्तूच्या नावाचं गिऱ्हाइकाच्या दृष्टीनं असणारं महत्त्व, त्याचं नाव सतत कानावर पडत राहण्याचं महत्त्व आदी गोष्टी त्याला मोलाच्या वाटत असाव्यात. आपली शेव इतर चारचौघा उत्पादकांच्या शेवेपेक्षा ग्राहकांना काहीतरी वेगळी, नव्हे, खास वाटली

पाहिजे, अशी आस त्याच्या मनाला लागून राहिली असावी. त्या दृष्टीनं तो अधिक विचार करू लागला तेव्हा त्यानं ठरवलं, मी बनवलेली शेव खात असताना ग्राहकांना असं वाटलं पाहिजे की आपण काहीतरी आगळ्यावेगळ्या चटकदार पदार्थाचा आस्वाद घेत आहोत. कदाचित त्याची अशीही इच्छा असेल की ग्राहकांना काहीतरी भारी, शाही पदार्थ खाल्ल्याची अनुभूती मिळावी. म्हणूनच त्यानं आपल्या शेवेचं नामकरण 'डुंगर शेव' असं केलं. त्या काळी बिकानेर संस्थानावर महाराजा डुंगरसिंहांचं आधिपत्य होतं.

डुंगरसिंह (१८७२-८७) त्या काळाच्या मानानं अधिक धैर्यवान आणि प्रगत विचारांचे महाराज होते. आपला अंमल आधुनिक आहे असं त्यांना मनापासून वाटत होतं. भारतातील ते पहिले अधिपती होते, ज्यांनी आपल्या संस्थानात पोलिस दलाची सुरुवात केली. पहिल्या सरकारी रुग्णालयाची स्थापना केली आणि ब्रिटिश अमलाखालील बिकानेर हे पहिलं संस्थान होतं, जिथे १८८६ मध्ये अंधारावर मात करण्यासाठी विजेचा वापर केला गेला होता. हल्दिरामनी आपल्या शेवेचं नामकरण करताना असं चातुर्य दाखवलं की, त्यामुळे बिकानेरमधले इतर शेवउत्पादक कुठल्या कुठे फेकल्यासारखे झाले. त्यांनी दिलेल्या 'डुंगर शेव' या नावामुळे लोकांना हल्दिरामची शेव लक्षात ठेवणं सोपं झालं. इतकंच नव्हे, तर ते नाव लोकांना प्रिय असल्यामुळे त्यांच्या मनात या शेवेबद्दल एक वेगळीच प्रतिमाही निर्माण झाली. मधल्या वेळच्या चटपटीत खाद्य पदार्थाला हल्दिरामनी साक्षात महाराजांचं नाव दिल्यामुळे ते लोकांच्या मनावर कोरलं गेलं. आपण 'डुंगर शेव' खातोय, या विचारानं लोकांची स्वतःबद्दलची अभिमानाची भावना अधिक तीव्र झाली. थोडक्यात काय, तर हल्दिरामनी आपल्या शेवेचं नामकरण करण्याचं जे पाऊल उचललं, त्यामुळे त्यांच्याही नकळत त्यांनी भारतीय खाद्य पदार्थांना ब्रँडच्या जगतात नेलं. त्यामुळे भारतीय ग्राहकांची एक छान सोय झाली. अमुक एक पदार्थ घ्यायचाय हे लक्षात ठेवणं त्यांना त्याच्या नावामुळे सोयीचं झालं. अक्कलहुशारीच्या एकाच खेळीनं हल्दिरामनी दोन गोष्टी साधल्या : त्यांनी आपल्या खाद्य पदार्थाला एका वेगळ्या स्थानावर नेऊन ठेवलं आणि ग्राहकांच्या ते कायमचं लक्षात राहील याची सोयही केली. शिवाय प्रत्यक्ष राजाचं नाव दिल्यामुळे लोकांच्या मनातील स्वतःविषयीच्या आशाआकांक्षांनाही त्यांनी खतपाणी घातलं, तो भाग वेगळाच.

सर्वांत विस्मयकारक गोष्ट ही होती की, या पोरसवदा तरुणानं सुरुवातीच्या काळातलं हे उत्तुंग यश मिळवलं तेसुद्धा कुठल्याही प्रकारच्या औपचारिक शिक्षणाशिवाय! त्या काळी, मारवाडमधले लोक क्वचितच आपल्या मुलांना शाळेत धाडत असत. व्यापारउदिमाच्या त्यांच्या विश्वात भाषाशिक्षण नाहीतरी गौणच मानलं जायचं. मात्र अंकओळख असणं नितांत गरजेचं असे. गावातलाच एखादा शिक्षक ५-६ वर्षांच्या

मुलांना मारवाडी शिक्षणाचं ज्ञान करून देत असे. या मारवाडी अभ्यासक्रमात आकड्यांचं, गुणाकाराचं, तर्क किंवा अंदाज करण्याचं आणि फायद्यातोट्याच्या संकल्पनांचं संपूर्ण ज्ञान दिलं जात असे. हे शिक्षण दोन वर्षांत आटोपत असे. सगळ्यात विशेष गोष्ट ही होती की, सर्वसाधारण मुलं जेव्हा बे एके बे, बे दुणे चार असे पाढे घोकत असत, त्या वेळी मारवाडी मुलं दशांश अंक असलेले पाढे तोंडपाठ करत असत. परंपरांचं कटाक्षानं पालन करणाऱ्या या समाजात तोंडी गणितं करण्यावर मोठाच भर दिला जातो. कुठल्याही मारवाडी मुलाला २.५×३.६ = ९ हे उत्तर कागदपेन्सिलीचा वापर न करताही चुटकीसरशी देता येतं. शिव किशन यांची वैयक्तिक सचिव तसंच कुटुंबाच्या ओळखीतली असलेली अंकिता याला दुजोरा देते. 'आम्हाला शाळेत असताना गणितातल्या इतक्या क्लृप्त्या शिकवल्या गेल्या होत्या की कुठलंही क्लिष्ट गणित आम्ही अगदी फटाफट अन् तेही तोंडी सोडवत असू.'

तर अशा प्रकारच्या 'शाळे'तून शिकलेली मारवाडी मुलं पैसे आणि आकडे यामधला संबंध फार लवकर शिकत. शिवाय जुन्या वळणाच्या घरांमधून एक महत्त्वाची शिकवण– पैशांचं मोल– त्यांना बाळकडूसारखी पाजली जात असे. घरातली लहानमोठी कामं किंवा घरच्या व्यवसायात केलेल्या कामाच्या बदल्यात त्यांना पैसा दोन पैसे मोबदला दिला जात असे, त्यातून ते एक मोलाचा पाठ शिकत– कौशल्य, कष्ट किंवा सेवा हे पैसे मिळवण्याचे खात्रीशीर मार्ग आहेत. त्या दृष्टीनं पाहता, ही मुलं घरासाठी किंवा समाजासाठीही थोडाबहुत हातभार लावत असत. आपल्या देशातले बहुतेक सगळे मोठे उद्योगपती याच मारवाडी समाजानं दिलेले आहेत, त्यात मग नवल ते काय? या मूल्यांचे पाठ गिरवत हल्दिराम वाटचाल करत राहिले. या शिक्षणामुळे इतर समाजांपेक्षा मारवाडी समाजातली मुलं व्यवसाय क्षेत्रात काकणभर सरस ठरतात. हल्दिरामच्या स्वभावाला उपजतच एक चौकसपणाची किनार होती, निर्मितिक्षमता होती आणि त्याहूनही महत्त्वाचा गुण म्हणजे त्यांच्या ठायी एक प्रकारचा धाडसी, दुर्दम्य असा आशावाद असल्यामुळे ते इतर मारवाडी व्यावसायिकांपेक्षा वेगळे उठून दिसले.

आपल्या सर्वांच्याच मनात, नवनवीन कल्पना प्रत्यक्षात उतरवणाऱ्यांविषयी, संशोधकांविषयी एक प्रकारची उत्सुकता दाटून राहिलेली असते. त्यांच्यापैकी सगळेच जण मोठे शोध लावतात, अशातला भाग नसतो. कशी काय त्यांना ही गोष्ट सुचली असेल, असा प्रश्न आपल्या सगळ्यांना पडतोच. मी शाळेत शिकत असताना एकदा माझ्या वडिलांना त्या संबंधात प्रश्न विचारल्याचं मला आठवतंय. 'बाबा, पॉपकॉर्नचा– मक्याच्या लाह्यांचा– शोध कसा लावला असेल लोकांनी? म्हणजे असं झालं असेल की त्यांनी एखादा मक्याचा दाणा विस्तवात फेकला

असेल अन् त्याची लाही झालेली पाहिल्यावर त्यांना आश्चर्य वाटलं असेल, की एखादे वेळी एखाद्या माणसाला कडक उन्हाळ्यातल्या दिवशी खाली जमिनीवर मक्याचा दाणा दिसला असेल आणि त्याची त्याच्या डोळ्यांदेखतच लाही बनली असेल?'

हल्दिरामची शेव ही काही त्या मक्याच्या लाहीसारखी अपघातानं किंवा आकस्मिकरीत्या घडलेली गोष्ट नव्हती. त्यांच्या सुपीक डोक्यातून निघालेल्या कल्पनेमुळे राजस्थानातल्या लोकांना रोजच्या जेवणातला एक महत्त्वाचा खाद्य पदार्थ मिळाला. अन् आता, एकविसाव्या शतकात तर भारतीय जेवणात त्याची लोकप्रियता इतकी वाढलीये, की काही वेळा लोक भाजीऐवजी शेवच खाणं पसंत करतात.

तरीही एक मुद्दा राहतोच– केवळ एका नवनिर्मितीच्या पायावर काही एक साम्राज्य उभारलं गेलं नव्हतं.

पहिली भेग कौटुंबिक सुखाला

अगरवालांच्या घरात कुटुंब आणि व्यवसाय या नेहमीच एका नाण्याच्या दोन बाजू मानल्या गेल्या आहेत. सुरुवातीच्या काळात व्यवसायाचं ध्येय घरातल्या वाढत्या तोंडांच्या संख्येला पुरेसं अन्न मिळवणं हे होतं. भाऊ, बहिणी, काका-काकू सगळे एका छताखाली राहत, एकाच दुकानात काम करत आणि सगळे मिळून सुखानं जेवतखात असत. कुणाच्याही मनात फक्त 'मी अन् माझा' असा संकुचित विचार येत नसे. सगळ्यांच्या तोंडी 'आम्ही आणि आमचे' हेच शब्द असायचे.

१९३०च्या आणि १९४०च्या दशकांच्या आरंभीच्या काळात घराच्या आणि दुकानाच्या सीमारेषा स्पष्टपणे आखलेल्या नसायच्या. तिथेच ते राहत, रोज कष्ट करत अन् रोज नवे विजय संपादन करत असत. घरातला व्यवसाय सोडून बाहेर पडायचा विचारही कुणाच्या मनाला शिवत नसे. त्यांचा व्यवसाय हा त्यांच्या जीवनाचाच एक अविभाज्य भाग होता. ते व्यापारी होते; पण एकाच व्यापारी कुटुंबातले. मारवाडी कुटुंबाची, लोकांची आणि संपूर्ण समाजाची ओळख म्हटली तर ते *व्यापारी* आहेत हीच होय.

कुटुंबातला प्रत्येक घटक दुकानात काही ना काही काम करत असे आणि कुटुंबाच्या उत्पन्नात भर घालत असे. जी माणसं घरातली इतर कामं उरकत, ती या ना त्या प्रकारे कौटुंबिक खर्चाचं प्रमाण कमी ठेवत. कुठल्याही एकत्र कुटुंबात उत्पादनक्षमता ही साधी संकल्पना केंद्रस्थानी असल्यानं, प्रत्येक जण आपापल्या परीनं मन लावून सहकार्य करत असतो, सर्वांशी प्रेमानं वागतो आणि कुटुंबाच्या

उत्कर्षासाठी झटत असतो.

हे संपूर्ण कुटुंब 'बछौत का मोहल्ला' नावाच्या बाजारपेठेतल्या चार-पाच खोल्यांच्या लहानशा घरात राहत असे. शिवकिशन बालपणीची आठवण सांगतात, 'आम्ही कमीत कमी तेरा-चौदा माणसं तरी असू त्या काळी. मी तीन वर्षांचा असताना, १९४४ मध्ये त्या घरातून आम्ही बाहेर पडलो.' बाळपणाच्या आठवणींमध्ये डोकावल्यासारखे करत ते पुढे म्हणतात, 'त्या काळी आमच्यापैकी कुणालाच स्वतंत्र खोलीची आवश्यकता वाटायची नाही किंवा प्रत्येकाला आपली स्वतःची अशी झोपण्याची वेगळी जागा असावी, असंही वाटत नसे. दिवसभर आम्ही सगळे जण इतके कष्ट करायचो, की रात्र झाली की दिसेल त्या रिकाम्या जागेत आम्ही अंग टाकून झोपी जायचो. दिवस उगवायच्या आधीच आम्ही उठायचो, तयार व्हायचो न् कामावर जायला निघायचो.' हल्दिरामांचा शेवेचा धंदा सुरू झाल्यानंतरच्या पहिल्या दशकभरातले ते दिवस कष्टांचे होते, यात शंकाच नव्हती. पण ते सर्वांच्या अंगवळणी पडले होते. घरातल्या खोल्या अगदी लहानशा होत्या. त्यामुळे सर्वांना सोयीची वाटेल इतकी जागाच नव्हती त्या घरात. रात्र झाली की घरातले लोक गाद्या पसरायचे आणि मिळेल त्या जागी पथारी टाकायचे. काही जण तर घराबाहेरच्या अंगणातच झोपायचे. वाळवंटी प्रदेशातल्या अंगाची काहिली करणाऱ्या उन्हाळ्याच्या दिवसांत झाडांच्या थंडगार सावलीत झोपण्यातही एक प्रकारचं सुख लाभायचं. पुरेशी मोकळी जागा नसल्यामुळे घरातले सगळे लोक एकमेकांना पुरते ओळखून असायचे. 'त्या काळी कामाला जास्त महत्त्व दिलं जायचं. प्रत्येकाला स्वतःची स्वतंत्र जागा लाभणं, ही चैन परवडण्यासारखीच नव्हती. डोळ्यांसमोर एकच समान ध्येय होतं- मिळून काम करायचं अन् मिळून जेवायचं,' खांदे उडवत शिवकिशननी म्हटलं. एकजुटीनं राहण्यात सगळ्यांचं भलं आहे, हे अगरवाल कुटुंबाचं आवडतं तत्त्वज्ञान होतं, अन् प्रत्येक जण त्यानुसारच वागत आला होता.

या सगळ्या वर्णनावरून जर कुणी असा निष्कर्ष काढला की, सगळं काही आलबेल होतं तर त्याबद्दल काय बोलणार? वरवर दिसणाऱ्या एकजुटीच्या आवरणाखाली घराच्या भिंतींना हळूहळू विसंवादाचे तडे जाऊ लागले. कुटुंबातल्या काही जणांच्या मनातली धुसफुस हळूहळू डोकं वर काढू लागली. बारीकसारीक कटकटी हल्दिरामांचं आणि त्यांच्या पत्नीचं, चंपादेवींचं डोकं उठवू लागल्या. १९४४ साल उजाडलं तोपर्यंत वय वर्षं ३६ असलेल्या एकट्या हल्दिरामच्या कुटुंबातच तीन मुलगे, त्यांच्या बायका आणि तीन वर्षांचा एक नातू एवढी भर पडली होती. हल्दिरामचे दोघे भाऊ, मोहनलाल आणि किशनगोपालही विवाहित होते, अन् आपल्या बायको-मुलांसह तेही त्याच जागेत राहत होते.

दिवसागणिक हल्दिरामांच्या तीन सुनांमधले गैरसमज वाढू लागले आणि

वितंडवादाचं पर्यवसान इतकं विकोपाला गेलं की, कुणालाही त्यावर काही तोडगा दिसेना. तसं पाहिलं तर ते अटळच होतं. घरात एकूण चौदा मोठी माणसं राहत होती. प्रत्येक जण जिवापाड प्रयत्न करून स्वतःच्या इच्छाआकांक्षांना, आवडीनिवडींना मुरड घालत जगत होता, घरातली एकी टिकून राहावी म्हणून झटत होता; पण सगळ्यांनाच त्यातलं वैफल्य जाणवत होतं. कुठल्याही व्यक्तीला याहून वेगळा अनुभव आला नसता. आपापसातल्या शत्रुत्वाचं रूपांतर आता खोल गेलेल्या फटीतल्या गलिच्छ बुरशीसारखं भासू लागलं. ते दूर करणं त्यांच्या आवाक्याबाहेरचं होऊन बसलं.

शेवटी, गोष्टी इतक्या थराला गेल्या, की चंपादेवींनी हल्दिरामांच्या भावांच्या बायकांबरोबर एकाच घरात राहायला साफ नकार दिला. असं म्हणतात की हल्दिरामांनी बायकोचं मन वळवण्यासाठी प्रयत्नांची शर्थ केली; त्यात जेव्हा त्यांना अपयश आलं, तेव्हा त्यांनी वडीलधाऱ्यांना मध्यस्थी करण्याचं साकडं घातलं, अन् आपल्या भावांच्या विनवण्यादेखील केल्या. पण चंपादेवींनी मनाशी ठाम निश्चय केला असल्यामुळे कुठल्याही प्रकारच्या समझोत्याला त्यांनी नकारघंटाच वाजवली. इतकंच नव्हे, तर सात दिवस अन्नपाण्याशिवाय काढले. हल्दिरामांना कुटुंबापासून वेगळं व्हायचं नव्हतं, पण बायकोची मनःशांती टिकून राहावी एवढ्याच कारणास्तव ते घरादारावर, घरच्या व्यवसायावर पाणी सोडण्यास तयार झाले.

हल्दिरामनी मुलाबाळांसकट– सोबत तीनेक वर्षांचा नातूही होता– घराला आणि व्यवसायाला राम राम ठोकला. त्यानंतरचे काही दिवस त्यांनी रस्त्यावर राहून काढले अशी वदंता होती; पण त्यासंबंधी कुणालाच निश्चित माहिती नाही. घर सोडण्यापूर्वी ते एक आज्ञाधारक मुलगा होते. घरच्या व्यवसायाची धुराही त्यांनी निष्ठापूर्वक सांभाळली होती, पण आता ते आपल्या कुटुंबापासून वेगळे झाले; तेव्हा व्यवसायालाही पारखं होणं त्यांच्या नशिबी आलं. आपल्या वडिलांपासून आणि भावांपासून फारकत घेतल्यानंतर त्यांच्यापाशी उपजीविकेचं कुठलंही साधन उरलं नाही. "स्वतःची म्हणून काही शिल्लक त्यांच्याकडे नव्हती, कारण जो काही पैसा व्यवसायातून मिळत होता, तो संपूर्ण कुटुंबाची आमदनी म्हणून मानला जात असे. तिचा विनियोग सबंध अगरवाल कुटुंबासाठी केला जात असे. साहजिकच, घरातून बाहेर पडलेले हल्दिराम पूर्णपणे कफल्लक, निष्कांचन होते," शिव किशन म्हणाले. त्यापूर्वी घरात, कुटुंबात बरंच वादंग झालं असणार– हल्दिरामनी घराबाहेर पाऊल ठेवलं तेव्हा त्यांनी कुटुंबासाठी, व्यवसायासाठी केलेल्या कष्टांची, त्यांच्या नवनवीन उपक्रमांची किंमत शून्य होती, हेच सत्य होतं. गेली कित्येक वर्षं ते कुटुंबाच्या व्यवसायात राबले होते; नवनव्या संकल्पनांद्वारा त्यांनी कौटुंबिक व्यवसायात बहुमोल मदत केली होती, पण त्याचं मोल आता 'शून्य' होतं.

त्यांनी ज्या हालअपेष्टांना तोंड दिलं असेल, त्याची कल्पनाही आपण करू शकत नाही. कुटुंबाला घेऊन ते अक्षरशः रस्त्यावर आले. शिरावर अनेक जणांच्या पोषणाचं ओझं, डोक्यावर छत नाही, पोटाची खळगी भरायला अन्न नाही अन् कसल्याही प्रकारची शाश्वती नाही. एका निर्णयाच्या फटकाऱ्यानं त्यांना पूर्णपणे बेघर बनवलं. काय वाटलं असेल त्यांना त्या क्षणी? घेतलेल्या निर्णयाचा खेद.... हतबलता? आपण केवळ तर्कच लढवू शकतो. शिवकिशन मात्र ठामपणे सांगतात, "ते दिवस साध्या राहणीचे होते, अन् माझ्या आजोबांच्या गरजा अतिशय मोजक्या होत्या. मी सांगतो तुम्हाला, आजोबांची एक काहीशी भोळसट विचारसरणी होती. त्यांचा असा ठाम विश्वास असायचा की या जगात जे काही घडतं त्यामागे एक कारणपरंपरा– दैवी संकेत– असतो." पुढे बऱ्याच वर्षांनंतर हल्दिरामनी या घटनेचा उल्लेख त्यांच्या मुलानातवंडांसमोर केला, तेव्हा ते दर वेळी हेच म्हणत असत, "मी पार खचून नाही गेलो त्या वेळी. मला नेहमीच एक प्रकारचा विश्वास वाटायचा की जे काही प्रारब्ध देवानं माझ्या वाट्याला दिलंय, त्यातून काहीतरी चांगलंच निष्पन्न होणार आहे." हा एक प्रकारचा आदर्शवाद होता, निरागसपणा होता, ज्याच्या बळावर आयुष्यात आलेल्या कठीण प्रसंगांना ते धीरानं आणि सकारात्मक दृष्टिकोनानं सामोरे गेले. आयुष्यातल्या कठीणतम दशेला त्यांनी अशा प्रकारे तोंड दिलं अन् त्यांच्या याच वृत्तीनं नशिबाला त्यांच्याकडे खेचून आणलं. नाहीतरी, संतांनी म्हटलंच आहे, 'धीर धरी रे धीरापोटी, फळे रसाळ गोमटी.'

कुणाचाही विश्वास बसणार नाही; पण एक प्रकारची अतर्क्य, असंभव अशी घटना त्यांच्या आयुष्यात घडली, अन् त्यांच्या आयुष्याला एकदम चांगली कलाटणीच मिळाली. माध्यान्हीची वेळ होती. गरम हवेचे झोत अंगाला जाणवत होते, दुपारच्या उन्हाच्या झळांनी शरीराची काहिली होत होती. होतं नव्हतं ते सर्व काही गमावून बसलेले हल्दिराम विषण्ण मनानं बिकानेरच्या रस्त्यांवरून पाय ओढत भटकत होते. आता एवढा मोठा कुटुंबकबिला चालवण्यासाठी कसलं काम करता येईल, हा प्रश्न त्यांच्या मनाला सतावत होता. आपल्याच विचारांत गढून गेले असल्यामुळे कुणीतरी ओळखीचं माणूस आपल्याला मोठमोठ्यानं हाका मारतंय, हेही त्यांना कळलं नाही. 'हल्दिराम! हल्दिराम! हल्दिराऽऽम!' कुणीतरी त्यांच्या नावाचा गजर करत होतं. हल्दिराम यांच्या कानांवर तो आवाज पडला, तेव्हा त्यांनी मागे वळून पाहिलं. दूर अंतरावरून एक सामान्य शरीरयष्टीचा माणूस त्यांना हातांनी खुणावत होता आणि घाईघाईनं त्यांना गाठण्याचा प्रयत्न करत होता. हल्दिरामनी डोळे बारीक करून त्याच्यावर नजर रोखली, तेव्हा त्यांना तो माणूस ओळखता आला– त्यांच्याच मोहल्ल्यात राहणारा तो त्यांचा एक जुना मित्र होता. त्याला पाहताच हल्दिरामांना आनंदाचं अगदी भरतं आलं. गेल्या आठवड्याभरातला तो आनंदाचा

पहिलाच अनुभव होता. 'अल्लाह! तू परत आलास?' ते उद्‌गारले आणि त्यांनी आपल्या दोस्ताला घट्ट मिठी मारली. खरं सांगायचं तर हल्दिरामनी त्या क्षणी परमेश्वराचं नाव घेतलं नव्हतं, तर ते त्यांच्या अल्लाह बेली नावाच्या मित्राचं नाव उच्चारत होते.

अल्लाह बेली आणि हल्दिराम बालपणापासूनचे जिगरी दोस्त होते. अनेक वर्षांत त्यांची गाठभेट झालेली नसली तरी त्यांच्या मैत्रीत खंड पडला नव्हता. नशीब काढण्यासाठी अल्लाहनं बिकानेरच्या सीमारेषा ओलांडल्या होत्या, तर त्यांच्या मित्रानं गावातच आपल्या कुटुंबाला धरून राहायचं ठरवलं होतं. बराच वेळ ते दोघे जुन्या मैत्रीला उजाळा देत, गप्पा मारत बसले. शेवटी, हल्दिरामनी त्यांच्यावर ओढवलेल्या आपत्तीची कर्मकथा अल्लाहला ऐकवली. आपण बेघर झालो आहोत, असं सांगितलं. अनेक वर्षांपूर्वी हल्दिरामनी अल्लाहला २०० रुपये कर्जाऊ दिले होते. त्यांच्या सुदैवानं अल्लाह ते उपकार विसरला नव्हता. त्या मनाला विषण्ण करणाऱ्या दिवशी, अल्लाहनं आपल्या उदार मनाच्या मित्राला त्यानं उसन्या घेतलेल्या पैशांपैकी निम्मी रक्कम परत केली. पूर्ण रक्कम का फेडली नसावी याचं नक्की कारण माहीत नसल्यामुळे तर्क करणं एवढंच आपल्या हाती उरतं. कदाचित अल्लाहनं हल्दिरामवर ओढवलेल्या दुर्धर परिस्थितीचा गैरफायदा घेतला असेल आणि त्यांना निम्मी रक्कमच स्वीकारायला भाग पाडलं असेल किंवा त्याच्याकडे त्या वेळी तेवढेच पैसे असतील. त्याचा हेतू काहीही असला तरी एक गोष्ट खरीच– त्या दिवशीच्या त्या अचानक भेटीमुळे हल्दिरामचं नशीब पालटलं. हाती आलेल्या १०० रुपयांमुळे हल्दिरामपाशी धंदा सुरू करण्यासाठी अत्यावश्यक ते भांडवल जमा झालं. कुटुंबीयांच्या पोटापाण्याचीही तात्पुरती का होईना, पण सोय झाली. सध्या त्यांच्यावर आपत्तीची कुऱ्हाड कोसळली असली तरी हल्दिराम नेहमीच एक कुटुंबवत्सल माणूस होते, त्यामुळे त्यांनी शांत मनानं आपल्या कुटुंबाच्या घराशेजारीच एक लहानसं घर भाड्यानं घेतलं. पोटापाण्यासाठी काय उद्योग करावा याचा खल आपल्या बायकोबरोबर सुरू केला. त्या काळी शंभर रुपये ही मोठी रक्कम असली, तरी स्वतःचं दुकान थाटण्यासाठी पुरेशी नव्हती. घरात चाललेल्या 'पोटापाण्यासाठी कोणता उद्योग करावा' या प्रश्नाचं उत्तर त्यांना सापडलं. चंपादेवी स्वयंपाक करण्यात हुशार होत्याच; पण त्यांच्या हातच्या मुगाच्या डाळीच्या आमटीला एक खास चव होती. तोंडाला पाणी सुटेल अशी चविष्ट आमटी त्या नेहमीच करत असत. घरच्या जेवणाची खुमारी काही वेगळीच यावर विश्वास ठेवणाऱ्या हल्दिरामनी आपल्या नेहमीच्या अक्कलहुशारीचा उपयोग या वेळीही केला. ग्राहकांना नेमकं काय हवं असतं याविषयीची त्यांची जाण त्यांना नव्यानं ओढवलेल्या कठीण प्रसंगी उपयोगी पडली. चंपादेवींची चविष्ट आमटी

घेऊन ते घरातून बाहेर पडले. स्थानिक मजुरांना, कष्टकऱ्यांना नेहमीच दुपारच्या भुकेच्या वेळी स्वस्तात मिळेल असं चवदार जेवण हवं असतं. चंपादेवींच्या मुगाच्या आमटीनं त्यांची मनं जिंकून घेतली नसती तरच नवल ठरलं असतं. पोटभरीचं, पोषक आणि गरमागरम जेवण त्या बिचाऱ्यांना मिळालं तर हवंच होतं. पुन्हा एकदा हल्दिरामनी ग्राहकांची नस बरोब्बर सापडली होती. योग्य वेळी योग्य मालाचा पुरवठा करून. आपण एक हाडाचे व्यापारी आहोत हेच त्यांनी पुन्हा एकदा सिद्ध करून दाखवलं होतं. ग्राहकांच्या गरजा ओळखण्याचं ज्ञान त्यांना उपजतच असावं. हल्लीचे आधुनिक व्यापारी, विक्रीतंत्र हे कौशल्य शिकण्यासाठी वर्षानुवर्षं शाळा-कॉलेजात जातात आणि नोकरी करत असतानाही ते घोटत असतात. पूर्वी अव्वल दर्जाचे शेवउत्पादक म्हणून त्यांनी जे नाव कमावलं होतं, त्याचाही त्यांनी आताच्या ग्राहकांची मनं जिंकून घेण्यासाठी वापर केला. या फरसाण उत्पादकाच्या पोतडीतलं नवं उत्पादन चाखायला त्यांची उत्सुकता ताणली गेलीच होती. काही आठवड्यांच्या आतच विक्रीचे आकडे फुगू लागले. चंपादेवींना आणि त्यांच्या सुनांना दिवस अपुरा पडू लागला. कितीही मुगाची डाळ शिजवली तरी ती अपुरीच पडू लागली. लवकरच रस्त्यावर उभं राहून समोरच्या हातगाडीवर ठेवलेला माल विकण्यातही हल्दिराम तितकेच यशस्वी ठरले. आता घरच्या मंडळींनाही जेवणाच्या थाळीत पोटभर पदार्थ दिसू लागले.

अर्थातच, हल्दिरामांसारख्या स्वतंत्र बुद्धीच्या माणसाला केवळ मुगाच्या डाळीची आमटी आणि रोटी विकून फार काळ समाधान मिळणारच नव्हतं. पुन्हा एकदा शेव बनवण्यासाठी अन् बाजारात विकण्यासाठी त्यांचे हात शिवशिवत होते; पण त्यासाठी लागणारं भांडवल त्यांच्याकडे नव्हतं. दिवसरात्र घाम गाळून, रस्त्यावर उभं राहून मुगाची डाळ विकून हल्दिराम पै-पैसा जोडून कष्ट करू लागले. डोळ्यांपुढे एकच स्वप्न दिसत होतं– स्वतःचा व्यवसाय सुरू करायचा. दुसऱ्या कुणाच्या हाताखाली काम करत जगण्याचा विचारही त्यांच्या मनाला कधी शिवला नाही. एक तर रस्त्यावर माल विकायचा, नाही तर स्वतःचा धंदा सुरू करायचा, एवढे दोनच पर्याय त्यांना ठाऊक होते. मुगाच्या आमटीवर त्यांची गुजराण होत होती, पण शेवगाठी बनवणं हे त्यांचं उराशी बाळगलेलं स्वप्न होतं. त्यांच्या आयुष्याला अर्थ देणारी एक उत्कट इच्छा होती– त्यांचं विधिलिखित होतं.

त्यांच्या पुंजीत गरजेपुरते पैसे साठताच त्यांनी मनात योजलेल्या कामाला आकार द्यायला सुरुवात केली. त्यांनी बेरुंदरजी कोठारी नावाच्या एका असामीला गाठलं. हे गृहस्थ म्हणजे एक अतिशय प्रभावशाली आणि पैसेवालं प्रस्थ होतं. बिकानेरमध्ये त्यांची बरीच स्थावर मालमत्ता होती आणि कोलकाता येथे त्यांचा कपड्यांचा मोठा व्यापार होता. आपल्या वडिलांबरोबर आणि आजोबांबरोबर जुन्या

दुकानात शेवगाठींचा व्यवसाय करत असताना हल्दिरामांनी बेरुंदरजींबरोबर चांगले, परस्परजिव्हाळ्याचे आणि मैत्रीचे संबंध जोडले होते. बेरुंदरजींना हल्दिरामांच्या शेवगाठींबद्दल खास प्रेम होतं. त्याच प्रेमाच्या भरवशावर हल्दिराम बेरुंदरजींकडे जाणार होते.

बिकानेरमधलं बडं प्रस्थ असलेले बेरुंदरजी आणखी एका कारणासाठी प्रसिद्ध होत- गावातल्या चिंतामणी मंदिर नावाच्या मंदिरसंकुलाच्या विश्वस्तांपैकी ते एक होते. आजही ते मंदिर अस्तित्वात आहे. मुगाच्या डाळीची आमटी व रोटी रस्त्यारस्त्यांवरून विकत असताना, हल्दिरामनी या मंदिरसंकुलातलं एक छोटंसं दुकान रिकामं असल्याची माहिती काढली होती. स्थानिक व्यवस्थापकाकडे त्यांनी ते दुकान भाडेपट्टीवर घ्यायचा मनसुबा बोलून दाखवला; पण त्या माणसानं बराच विरोध दर्शवला होता. त्या भागात काम करणाऱ्या काही कामगारांशी बोलत असताना, हल्दिरामांना कुणकुण लागली होती की, बेरुंदरजी तिथले एक विश्वस्त होते. आता त्यांची भेट घेणं अनिवार्य झालं. त्यांनी बेरुंदरजींबरोबर बोलणी केली आणि रिकामं असलेलं दुकान भाडेपट्टीवर मिळावं, असा हक्कही त्यांच्याकडून मिळवला. त्या ठिकाणी आता त्यांना स्वत:चा शेवगाठींचा व्यवसाय सुरू करता येणार होता.

असं म्हणतात की उभ्या आयुष्यात हल्दिरामनी कधीही कुणाजवळ कसलीही याचना केलेली नव्हती वा कर्जही मागितलं नव्हतं. हे जर सत्य असेल, तर याचा अर्थ असा होतो की, त्यांनी पूर्वायुष्यात बेरुंदरजींवर कसली तरी कृपा केली असावी किंवा त्यांना या दुकानात होणाऱ्या फायद्यात तरी वाटा देऊ केला असावा. ते काहीही असो, या हिकमती तरुणानं लवकरच चिंतामणी मंदिरपरिसरात स्वतःच्या मालकीचं लहानसं का होईना पण दुकान थाटलं.

सुरुवातीला दुकानात एक चूल मांडण्यापुरतेच पैसे हल्दिराम घालू शकले. त्या काळी अगदी साध्याशा चुलीवरच– जमिनीत खणलेल्या खड्ड्याभोवती विटा रचलेली जागा– तळणाचं काम केलं जायचं. बहुतेक वेळा या चुलीत इंधन म्हणून लाकडांचा वापर केला जात असे. त्यामुळे खोलीत आगीची धग जाणवत असे, धूरही होत असे. खोलीच्या दारातूनच धूर बाहेर जाण्याची सोय असायची. धूर असला, उकडत असलं तरी तशाही स्थितीत आचारी मंडळी काम करत असत. क्वचितच या खोल्यांमध्ये धुराड्याची सोय केलेली असे. हल्दिरामच्या या लहानशा खोलीत एकदा चूल पेटली अन् मग त्यांना परत कधीही मागे वळून पाहावं लागलं नाही.

ते रोज सकाळी, खरं तर रात्रीचे दोन वाजले असतानाच अगदी घड्याळ लावून उठत असल्याप्रमाणे उठत अन् तासाभरात नित्यकर्मं आटोपून दुकानात हजर होत.

चंपादेवी पीठ भिजवत आणि मळत, तर आमचे शेवसम्राट त्यात मसाले मिसळत आणि शेव तळत. पहाट व्हायला आली की हल्दिराम दुकानाची दारं उघडून ग्राहकांच्या सेवेसाठी नुकतीच तळलेली गरमागरम शेव तयार ठेवत. आपल्या घरच्या, पूर्वापार चालत आलेल्या व्यवसायाशी स्पर्धा करणारा नवा व्यवसाय सुरू करताना, हल्दिराम पती-पत्नीच्या मनात ज्या शंकाकुशंका, जी भीती तरळली होती, ती काही दिवसांतच पार नाहीशी झाली. भुजिया बाजारात लवकरच बातमी पसरली की, हल्दिरामनी व्यवसायात आपल्या शेवेबरोबर पुनर्पदार्पण केलं होतं. त्यांच्या जुन्या ग्राहकांनी डुंगर शेव खरेदी करण्यासाठी दुकानाबाहेर एकच गर्दी केली आणि हल्दिरामनी सुटकेचा, समाधानाचा एक निःश्वास टाकला– खरंच, लोक त्यांच्या हातची शेव खायला अगदी आसुसले होते. त्यांच्या आजोबांच्या – भिखाराम चांदमलच्या– मूळ दुकानातही शेव विकली जात होतीच, पण तिला हल्दिरामच्या चवीची सर येणं शक्यच नव्हतं, कारण हल्दिरामच्या पाककृतीची माहिती कुणालाच नव्हती. हळूहळू हल्दिरामची कीर्ती पसरू लागली, तसे लोक त्यांच्या दुकानाबाहेर रांगा लावून उभे राहू लागले. दिवस मावळायच्या आत हल्दिरामची शेव विकत घ्यायचीच, असा जणू त्यांच्या ग्राहकांसाठी पायंडाच पडून गेला. ते दिवस आठवताना शिवकिशन यांच्या चेहऱ्यावर स्मित विलसतं. ''ग्राहकांना हल्दिरामच्या चवीचं फारच अप्रूप होतं. लोक खरोखरच त्यांच्या शेवेचे चाहते बनले होते.''

घरातून काहीही न घेता कफल्लक अवस्थेत बाहेर पडलेले हल्दिराम वर्षभरात व्यवसायात इतके स्थिरस्थावर झाले की, त्यांनी स्वतःच्या कुटुंबासाठी घर भाड्यानं घेतलं, नवीन दुकान खरेदी केलं आणि व्यवसायाची घडी पूर्ववत बसवली, तीही पूर्वीच्याच प्रसिद्धीनिशी!

पुढची बरीच वर्षं हल्दिरामच्या डोळ्यांसमोर एकच ध्येय होतं– व्यवसायाचा जम बसवायचा आणि दुकानाचा पसारा वाढवायचा. ग्राहकांच्या आवडीनिवडी केंद्रस्थानी ठेवत त्यांनी आपल्या व्यवसायाचं नाव उज्ज्वल केलं. एवढंच नव्हे, तर आपल्या मुलांना अन् नातवंडांनादेखील आपली तत्त्वं भविष्यकालीन तरतुदीसाठी स्वीकारायला लावली. आपल्या मतप्रणालीवर ठाम विश्वास असलेल्या हल्दिरामनी सर्व आयुष्य अविचलपणे व्यतित केलं. मनाशी बाळगलेल्या मूल्यांना जपत त्यांनी उभं आयुष्य व्यतीत केलं. हल्दिरामचे नातू म्हणतात, ''आपल्या वागण्यातून त्यांनी आम्हाला मूल्यांची शिकवण दिली. कुठल्याही बाबतीत तडजोड करणं त्यांना मान्य नसे आणि अगदी जोरदारपणे ते त्यांच्या मूल्यांचा आग्रह धरत असत.'' त्यांची शारीरिक ठेवणही त्यांच्याबद्दल एक प्रकारचा दरारा घरच्यांच्या मनात निर्माण करत असे. कारण अगरवाल कुटुंबातले ते एकमेव पुरुष होते, जे सहा फुटांहून अधिक

उंच होते. भरदार शरीरयष्टी आणि जोडीला दमदार आग्रही स्वभाव यांचा प्रभाव न पडता तरच नवल!

त्यांच्या नावामागे शेवेचे जनक (फादर ऑफ भुजिया) हे बिरुद लावलं जातंच, पण त्यांच्यामध्ये असे अनेक गुणही होते, ज्यांना विक्षिप्तपणाच्या सदरात गणलं गेलं असतं. उपरोधिकपणाच्या काही कहाण्या त्यांच्या नावाशी जोडल्या गेल्या आहेत, ज्यामुळे ते आपल्या कुटुंबीयांचे आणि मित्रमंडळींचेही लाडके ठरले. आयुष्याच्या अगदी सुरुवातीच्या टप्प्यावर त्यांनी एक प्रकारची स्वयंशिस्त लावून घेतली, जी आज आपल्यापैकी अनेकांमध्ये अभावानंच आढळते. त्यांचा एक ठराविक दिनक्रम असायचा आणि ते तो अगदी काटेकोरपणे पाळायचे. उदाहरणार्थ, पहाटेचे पाच वाजायच्या आत त्यांचे प्रातर्विधी तर आटोपलेले असायचेच, शिवाय सकाळचं ठराविक गीतापठण, इतर प्रार्थना म्हणणं आणि ठरलेला व्यायाम करणं हे सगळं उरकून ते दुकानात जायला अन् दुकानाची दारं उघडायला सज्ज होऊन बसलेले असत. एक कर्मठ जैन असल्यामुळे ते सकाळचं जेवण बरोब्बर दहा वाजता घेत असत. ‘‘दहा वाजता त्यांच्यासमोर जेवणाचं ताट ठेवण्यात आलं नसेल, तर ते दिवसाच्या जेवणाला दांडीच मारत असत. अन् मग एकदम सूर्यास्ताच्या वेळीच तोंडात घास घालत असत.’’ महेश अगरवाल, त्यांचे आणखी एक नातू सांगतात. तेव्हा ते नाटकीपणानं अशी मान हलवतात की त्यांना जणू म्हणायचं असतं, हद्द करायचे म्हातारबुवा! वयाच्या चाळिशीत केव्हातरी हल्दिरामनी आपल्या दिनक्रमात थोडा बदल केला – आता ते पहाटेचे पाच वाजता दुकानात न जाता सात वाजता जाऊ लागले; पण त्या वेळेत त्यांनी कधीही खंड पडू दिला नाही, मग ते कुठल्याही शहरात असोत किंवा कुठल्याही मुलाचं दुकान उघडायचं असो. ‘‘हिवाळ्याच्या दिवसांत सकाळी सात वाजता, तसा अंधारच असायचा, हवेत धुकं दाटलेलं असे, सगळी बाजारपेठ नऊपर्यंत बंद असायची, तोपर्यंत शरीराला झोंबणारं दव जरासं वितळलेलं असायचं; पण आमचे आजोबा– त्यांना आम्ही दादाजी म्हणायचो– मात्र सातच्या ठोक्याला दुकानात हजर असणार म्हणजे असणार. त्यांच्या सोबतीला एक मिणमिणता दिवा असायचा. थंडीनं कुडकुडत ते एकटेच बसून राहायचे. त्यांना पुरेपूर ठाऊक असायचं की आणखी दोन तास तरी कुणीही ग्राहक त्यांच्या दारापाशी उभा असणार नाही, पण आजोबांनी सकाळची सातची वेळ कधीही चुकवली नाही म्हणजे नाही!’’ दिल्लीतल्या हल्दिराम्स दुकानाचे मालक, मनोहरलाल अगरवाल, गालातल्या गालात हसत उद्गारतात.

त्यांचा हट्टीपणा सगळ्यांना ठाऊक होता, त्याबद्दल लोक टीकेच्या सुरात बोलत असत; पण हल्दिरामांचं एक ठाम तत्त्व होतं, ‘आपल्या दुकानाशी येणाऱ्या ग्राहकाला कधीही तिष्ठत ठेवायचं नाही. आपण त्याची सेवा करायचं व्रत घेतलंय,

ते कधी मोडायचं नाही. सकाळी सात वाजता दुकान उघडेल असं वचन आपण त्यांना दिलंय.' एखादे दिवशी आपला ग्राहक दुकानाच्या दारापाशी उभा आहे अन् त्याचं स्वागत बंद दरवाजानं होतंय, हा विचारही त्यांना कायम भयानक वाटायचा. तसं कधीही घडलं नव्हतं. हल्दिराम नेहमीच दिल्या वचनाला जागत असत अन् त्या गोष्टीचा त्यांना फार अभिमान वाटायचा. याच पद्धतीनं त्यांनी आपल्या सुरुवातीच्या उत्पादनाविषयी आपल्या ग्राहकांची निष्ठा संपादन केलेली होती. "दिल्या शब्दाला जागणं हे तत्त्व त्यांच्याहून अधिक इमानेइतबारे दुसऱ्या कुणीच आचरलं नसावं! त्यांच्या लेखी ग्राहक म्हणजे साक्षात परमेश्वर होता," मनोहरलाल आजोबांविषयी बोलतात, तेव्हा त्यांच्या सुरात हल्दिरामांविषयीचा अभिमान स्पष्टपणे जाणवतो. "आजोबा म्हणायचे, माझ्या कुटुंबाचं पोट भरण्यासाठी, त्याच्या डोक्यावर छत्र उभारण्यासाठी देव मला पैसा देत नाही की घरदारही देत नाही; माझे ग्राहक माझ्या या गरजा भागवतात. आपण आपल्या ग्राहकांना जे काही विकतो, त्यानं त्याला त्याच्या पैशांचं मूल्य मिळायला हवं. म्हणून तर ते आपल्याकडे पुनःपुन्हा येतात."

स्थानिक समाजाकडून त्यांना प्रचंड आदर मिळाला. खरं सांगायचं तर तो त्यांनी आपल्या मूल्यांच्या आणि नैतिकतेच्या बळावर संपादन केला. अनेक वेळा ते सायकलरिक्शानं दुकानात जात असत. त्याविषयी बोलताना महेश अगरवाल म्हणतात, "ते इतके कमालीचे प्रामाणिक होते की संध्याकाळी घरी जायला निघताना ते स्वतःच्या दुकानातील रोकड सांभाळणाऱ्या माणसाकडून परतीच्या प्रवासखर्चासाठी ५० पैसे मागून घेत. वास्तविक पाहता, ते स्वतः दुकानाचे मालक होते, आपल्या नोकराला त्यांनी कसलंही स्पष्टीकरण द्यायची काहीही अपेक्षा नसायची; पण ते स्वतः असं मानत असत की, रोखपालानं प्रत्येक पै-पैशाची नोंद ठेवायला हवी, मग ते पैसे कुणीही खर्च केलेले असोत."

त्यांच्या या विनम्रतेमुळे काही वेळा त्यांचे मुलगे वैतागत असत. 'एकदा कोलकाता येथे बरेच महिने भरीव कामगिरी करून ते बिकानेरला परतत होते, तेव्हा त्यांच्या दुसऱ्या क्रमांकाच्या मुलानं- रामेश्वरलालनं- त्यांना एक रेशमी कापडाचा डबलब्रेस्टचा कोट भेट म्हणून दिला. आपल्या वडिलांनी गावी परतत असताना एका यशस्वी व्यावसायिकाच्या इभ्रतीला साजेसे कपडे परिधान करावेत, अशी त्यांची इच्छा होती,' पूनमचंद तो प्रसंग आठवून हसत म्हणतात, "पण हल्दिरामनी मुलानं दिलेली किमती भेट परत तर केलीच, वर इतकी महागडी वस्तू कारण नसताना खरेदी केल्याबद्दल रामेश्वरलालची अशी काही खरडपट्टी काढली की त्यांच्या सगळ्या उत्साहावर, इच्छा-आकांक्षांवर पाणी पडल्यासारखं झालं." नाटकीपणानं पूनमचंदांनी त्यावर मल्लिनाथी केली, "रामेश्वरलाल किती निराश

झाले असतील याची कल्पना तुम्ही सहज करू शकाल. ते वडिलांची समजूत पटविण्याच्या हेतूनं म्हणाले, 'आपल्याला आता पै-पैशांची चिंता करायचं काही कारण आहे का?' त्यावर हल्दिरामांनी अगदी साध्या शब्दांत मुलाला आपली विचारसरणी ऐकवली, आपण जो घाम गाळतो, जे रक्त आटवतो त्याचं मोल या असल्या फालतू वस्तूंपेक्षा पुष्कळ जास्त आहे!''

हल्दिरामच्या लेखी माणसाच्या श्रमांना, काबाडकष्टाला मोठं मोल होतं. पैशाचं मूल्य या त्यांच्या तत्त्वाला त्यांनी एका उच्च पातळीवर स्थान दिलं होतं. तो मुद्दा विशद करताना पूनमचंद एक उदाहरण देतात, ''एकदा आम्ही घरातले बरेच लोक एका मित्राच्या घरी भेट देऊन परत जात होतो. त्यांपैकी काही जण भिखारामजींच्या घरातले, तर काही जण हल्दिरामजींच्या घरातले होते. आम्ही दोन रिक्शा केल्या. मला आठवतंय, हल्दिरामची रिक्शा आमच्या रिक्शेमागून येत होती. तो दिवस तसा वाईटच होता, काळे ढग आकाशात दाटून आले होते, पावसाची झोड चालू होती. ज्या चिंचोळ्या गल्लीतून आम्ही चाललो होतो ती गुडघाभर पाण्यानं भरली होती. बिचारा रिक्शावाला उभा राहून मोठ्या कष्टानं पेडल मारत रिक्शा चालवत होता. कसाबसा तो आम्हाला घरापर्यंत नेणार होता. रिक्शा घराजवळ आली तेव्हा आम्ही त्याला म्हटलं, 'रिक्शा रस्त्याकडेला घे ना, म्हणजे कपडे खराब न होता आम्ही घरी पोहोचू शकू.' तो म्हणाला, 'पंचवीस पैसे जास्तीचे द्यावे लागतील.' आम्ही कबूल केला सौदा. पण जेव्हा हल्दिरामच्या रिक्शावाल्यानं तीच मागणी केली, तेव्हा त्यांना संताप आला. त्यांनी रिक्शावाल्याला नेहमीच्या सवयीनुसार शिव्या घातल्या. त्यानंतर त्यांनी काय केलं असेल?'' पूनमचंदांनी मला विचारलं. ''हल्दिरामांनी धोतर वर केलं, पायातले जोडे काढून हातात धरले अन् चिखलभरल्या पाण्यात सरळ उडी मारली अन् पाण्यातून वाट काढत ते घरी पोहोचले. ही सगळी यातायात कशासाठी तर केवळ पंचवीस पैसे वाचवण्यासाठी. आता बोला!'' हे सांगताना त्यांनी अशा प्रकारे मान हलवली की या सगळ्यावर त्यांचा स्वतःचाच विश्वास बसत नसावा.

हल्दिराम निर्मितिक्षम होते, त्यांचा स्वभाव लक्ष्यकेंद्री होता आणि ते कष्टाळूही होते; पण परिपूर्णत्वाची कास धरणाऱ्या बहुतेक व्यक्तींप्रमाणे त्यांचाही स्वभाव शीघ्रकोपी होता अन् त्यांच्या भोवताली वावरणाऱ्या सगळ्यांना त्यांच्या स्वभावाची ही बाजूही माहीत होती. त्यांच्या बऱ्याचशा नातवंडांमध्येही हा स्वभावविशेष पुरेपूर उतरला आहे. फार लहान वयातच हल्दिरामनी अनेक जबाबदाऱ्या पेलल्या होत्या, खडतर कष्ट सोसले होते, त्यामुळे त्यांच्या स्वभावात एक प्रकारचा हेकटपणा मुरला होता. 'मी म्हणेन ती पूर्वदिशा' अशी वृत्ती बनली होती; पण त्याच्या जोडीला सदाचरणी वृत्तीही असल्यामुळे कुणाला त्यांच्याविरुद्ध बोलण्याचं धाडस होत नसे.

आता, त्यातच आपलं प्रत्येक उत्पादन परिपूर्णच व्हायला हवं, या निर्धाराची भर पडली असेल तर काय होईल? या सगळ्याची गोळाबेरीज केली तर उघडच होतं की काही वेळा तरी ज्वालामुखीसारखे उद्रेक होणारच. या माणसानं शेव बनवण्याच्या तंत्रात एक प्रकारची क्रांती घडवून आणली होती, त्यामुळे त्यांच्याहून अधिक उत्तम तंत्र जाणणाऱ्या माणसापुढेच ते झुकण्याची शक्यता होती. नाही तर मी सांगतो त्याच पद्धतीनं शेव बनवली पाहिजे, असा हेका त्यांनी धरला नसता तरच नवल होतं. 'शेव बनवताना जरा कुठे बारीकशी चूक झाली– एखादा पदार्थ घालायचा राहून गेला किंवा पदार्थाच्या चवीत खोट राहिली– की संपलंच म्हणून समजावं. पुढच्याच क्षणी त्यांच्या तळपायाची आग मस्तकात गेलीच म्हणून समजा,' शिवकिशन सांगतात. पुढे, बोलावं की न बोलावं अशा गोंधळलेल्या मनःस्थितीत ते म्हणतात, "दादाजी चिडले की ते इतका आरडाओरडा करत की त्यांच्या आजूबाजूला उभे असलेले लोक खालमानेनं, मुकाट्यानं त्यांच्या रागाचा भडिमार सहन करत असत, संतापाचा पारा उतरण्याची वाट पाहत उभे राहत." शिवकिशननी आजोबांच्या तापटपणाचं वर्णन बऱ्याच सौम्य शब्दांत केलं, पण त्याच्या भावांनी मात्र मोकळेपणानं सांगितलं की अनेक वेळा त्यांना लहान-मोठ्या चुकांखातरसुद्धा दादाजींच्या हातांचा प्रसाद मिळाला होता.

थोडक्यात सांगायचं झालं, तर हल्दिराम कडक शिस्तीचे भोक्ते होते, तर त्यांची पत्नी प्रेमळपणानं कुटुंबीयांना वागवत असे. शिवकिशन म्हणतात, 'चंपादेवी शांत स्वभावाच्या, कष्टाळू वृत्तीच्या होत्या. मारवाडी समाजातल्या प्रथेनुसार त्यांचा चेहरा कायमच पदराआड दडलेला असे. क्वचितच त्यांनी आपल्या पतीच्या किंवा सासूसासऱ्यांच्या नजरेला नजर भिडवली असेल.' हे वर्णन त्यांच्याविषयी आधी लिहिलेल्या वर्णनाशी– आपला हेका चालवण्यासाठी या बाईनं सात दिवस अन्नपाण्याविना काढले होते– नक्कीच मिळतंजुळतं वाटत नाही, पण ते सत्य आहे हेदेखील निर्विवाद. चंपादेवींचा विनम्रपणा, कष्ट करण्याची तयारी आणि पतीचरणी असलेली निष्ठा हा त्यांनी मागे ठेवलेला बहुमोल वारसा आहे, याबद्दल दुमत असणार नाही. कौटुंबिक जबाबदारीच्या ओझ्याखाली हल्दिराम दबले गेले असल्यामुळे कंजूषपणा करत असत, पै-पैसा तोलूनमापून खर्च करत असत; पण चंपादेवी मात्र उदारहस्ते कधी पावली (चार आण्याचं– आताचं पंचवीस पैशाचं नाणं) तर कधी अधेली (अर्धा रुपया. आठ आणे, आताचे पन्नास पैसे) आम्हा मुलांना देत असत,' पूनमचंद प्रेमानं आजीची आठवण सांगतात.

त्या काळाचा विचार केला तर असं म्हणता येईल की चंपादेवींनी एक फार धाडसी पाऊल उचललं होतं. एकत्र कुटुंबात राहत असताना पदोपदी दडपणाला अन् भांडणांना तोंड देऊन वैतागलेल्या या अशिक्षित, तरुण स्त्रीनं पतीला कुटुंबापासून

वेगळं व्हायला सांगितलं, त्यासाठी त्याच्यावर दबावही आणला; पण ज्या क्षणी हल्दिरामनी ते पाऊल उचललं आणि आपल्या नशिबाचा कौल स्वीकारण्याचं आव्हान पत्करलं, त्या दिवसापासून चंपादेवींनी रात्रंदिवस कष्ट करत त्याला आपल्या पायांवर उभं राहण्यासाठी भक्कम पाठिंबा दिला. त्यांनी हल्दिरामना पूर्ण पाठिंबा दिला आणि शांतपणे घरच्या आणि दुकानाच्या मागच्या बाजूच्या असलेल्या, कधी न संपणाऱ्या जबाबदाऱ्या आपल्या शिरावर घेतल्या. 'गरजेला उभं राहायचं आणि तोंड न उघडता परिस्थितीला सामोरं जायचं, याचा पाठ त्यांनी आपल्या वागणुकीतून इतरांना शिकवला,' शिवकिशन प्रेमानं सांगतात. कदाचित त्यांना आपल्या वागण्याचं अपराधित्व जाणवलं असेल. पतीला त्याच्या घरातून वेगळं होण्यासाठी आपण बाहेर काढलं, या निर्णयाची जबाबदारी त्यांना जाणवली असेल. मात्र, हल्दिरामच्या खांद्यांवरील जबाबदारीचं ओझं हलकं करण्यासाठी त्यांनी अथकपणे प्रयत्न केले, हेदेखील तितकंच खरं आहे. आपण असंही म्हणू शकतो की त्यांनी घेतलेल्या या पवित्र्यामुळेच नकळत का होईना, पण हल्दिराम या नावाच्या साम्राज्याचं बीज त्यांच्या हातून पेरलं गेलं. त्यांनी हल्दिरामना स्वतःच्या आत दडलेली निर्मितिक्षमता कवेत घ्यायला उद्युक्त केलं, स्वतःमधील व्यावसायिक हुशारी शोधून काढायला पाठबळ दिलं. कुणाच्याही– ना वडिलांच्या ना भावांच्या – पाठिंब्याशिवाय हल्दिराम खंदेपणानं व्यवसायात स्वतंत्रपणे उभे राहिले, आत्मनिर्भर झाले यामागे एकट्या चंपादेवीच होत्या.

त्यांच्या कुटुंबीयांना चंपादेवी आठवतात त्या त्यांच्या मूक त्यागाबद्दल. आयुष्यभर आपल्या घरावर एखाद्या मोठ्या ढगाप्रमाणे त्या सावली बनून राहिल्या. स्वतःच्याही नकळत हल्दिरामच्या शेवगाठींच्या व्यवसायाच्या निर्मितीस कारणीभूत ठरलेल्या भिखीबुआंची गतही वेगळी नव्हती. मारवाडी संस्कृतीमधल्या स्त्रियांची अवस्था थोड्याबहुत प्रमाणात सारखीच होती. घरच्या व्यवसायात त्यांना मुळीच महत्त्वाचं स्थान मिळत नसे. त्यांनी मुलाबाळांचं संगोपन करावं, घरातल्या लहानथोरांची सतत काळजी घ्यावी, एवढीच त्यांच्याकडून अपेक्षा असायची. अगरवाल कुटुंबीयांची आयुष्यं, त्यांच्या स्मृती, इतकंच काय तर त्यांचा इतिहासही घरातल्या पुरुषमाणसांभोवतीच फिरतो, अगदी एकविसाव्या शतकातदेखील!

हल्दिराम कडक शिस्तीचे भोक्ते होते हे जरी खरं असलं, तरीही चंपादेवींप्रमाणे त्यांच्या मनातही मुलांविषयी, खास करून नातवंडांविषयी, मायेचा ओलावा होताच. त्यांचं बहिरंग कठोर होतं; पण त्यांच्या नातवंडांना ते आठवतात एक प्रेमळ आजोबा म्हणूनच. हल्दिराम त्यांच्याबरोबर बराच वेळ घालवत असत. मनोहरलालांना त्या दिवसांची आठवण येते, तेव्हा त्यांचा चेहरा आनंदानं खुलतो. 'आम्ही संध्याकाळी घरी परतायचो, तेव्हा आमच्यासाठी काय काम असणार आहे ते

आम्हाला ठाऊक असायचं. ते आम्हाला गोष्टी सांगून रिझवायचे, तेव्हा आमच्यापैकी एक-दोघं जण त्यांच्या पावलांना मालिश करायचो.' असं लक्षात येतं की त्यांच्या काही गोष्टी ते आठवडाभर सांगत असत. बहुतेक करून त्यांनी अरेबिअन नाइट्समधल्या कथांचं अनुकरण करायचं ठरवलं असावं. विक्रमादित्य, राजा हरिश्चंद्र यांसारख्या शूरवीर राजांच्या कथा ते आम्हाला सांगत असत... राजांच्या, साम्राज्यांच्या गोष्टी, त्यातून जी शिकवण मिळायची ते सगळं, सगळं दादाजी आम्हाला सांगत असत,' महेश अगरवाल भूतकाळात, आठवणींच्या राज्यात डोकावत बोलत होते.

हल्दिराम ज्या कथा सांगत असत त्यांचा प्रमुख मुद्दा होता दर्जा. त्यांनी दर्जाबाबत 'कसलीही तडजोड न करण्याची जणू काही प्रतिज्ञाच' केली होती, यश मिळवण्यासाठी ते सतत निष्ठापूर्वक काम करत राहिले. 'काही वेळा, आपल्यापाशी असलेलं शहाणपण ते आम्हाला देत, तेव्हा ते ग्रामोफोनच्या एखाद्या तुटलेल्या तबकडीसारखे वागत, परतपरत एकच एक पाठ ते गिरवत आहेत असं ऐकणाऱ्याला वाटत असे. ते संतांविषयी, धर्माविषयी शिकवण देत, खाण्यापिण्याच्या, जगण्याच्या निरोगी सवयींविषयी बोलत असत. त्या वेळी त्यांचा आवाज सगळ्या घरात दुमदुमत असे, जणू काही ते लाउडस्पीकरच होते असं वाटायचं आम्हाला. ज्या कुणा व्यक्तीला ते उपदेशाचे डोस पाजत असत, त्याच्याविषयी आम्हा इतरांना अनुकंपा वाटत असे,' महेश अगरवालांच्या चेहऱ्यावर स्पष्ट हसू उमटलं.

शेव बनवण्याचं काम त्यांना जिवापाड आवडत असलं, तरी आपल्या तत्त्वांशी असलेली त्यांची बांधिलकी इतकी प्रखर होती की, ते स्वतः कधीही दोन जेवणांच्या मधे काही खात नसत. शेव बनवत असताना ते थोडीशी शेव चाखून बघत, पण त्यामागचा उद्देश चव घेणे, एवढाच असायचा. 'त्यांना एका पदार्थाचं मात्र खरंच वेड होतं,' असं म्हणत असताना मनोहर लाल अगरवालांच्या डोळ्यांत खट्याळपणाची एक चमक दिसते. 'त्यांना कचोरी खायला अतिशय आवडायची. आमच्या घरापाशी एक कचोरीवाल्याचा ठेला होता. दादाजी गुपचूपपणे तिथल्या कचोऱ्यांचा आस्वाद घ्यायचे. तशी कचोरी दुसरीकडे कुठे मिळत नाही, असं त्यांचं प्रामाणिक मत होतं.' साउथ एक्स्टेन्शन नावानं ओळखल्या जाणाऱ्या नवी दिल्लीतील हल्दिरामच्या उपाहारगृहातल्या मस्त कचोऱ्यांची चव घेतल्यानंतर आणि तोंडाला पाणी आणणाऱ्या कचोऱ्यांची हल्दिरामनी केलेली भलावण ऐकल्यानंतर तर आपल्याही तोंडाला पुन्हा पाणी सुटतं. हल्दिराम प्रखर तत्त्वनिष्ठ असले तरी त्यांना तंबाखू चघळायला मनापासून आवडत असे. जमेल तेव्हा ते आपली ही तल्लफ भागवत असत.

साधी राहणी असलेला हा माणूस ध्येयानं पछाडलेला होता, पण आपला व्यवसाय किंवा त्याचा वारसा पुढे कितपत चालू राहील याचं स्वप्न त्यांनी कधीच पाहिलं नाही. काटेकोर शिस्तीचं पालन करतच ते आयुष्य जगले. आपल्या

कुटुंबीयांवर आणि ग्राहकांवर त्यांनी मनापासून प्रेम केलं. त्यांच्याशी ते एकनिष्ठ राहिले. त्यांच्या आयुष्यात त्यांना त्यांच्या शेवेमुळे प्रसिद्धी लाभली, पण त्यांच्या नातवंडांनी त्यांचं नाव अन् त्यांचा वारसा पुढे चालू ठेवला, अगदी देशाच्या कक्षा ओलांडून त्यांचं नाव सातासमुद्रापारही नेलं. हल्दिरामचा जन्म आणि बिकानेर संस्थानाचे शेवटचे राजे, महाराजा सादुल सिंह यांचा जन्म साधारणपणे एकाच वेळी झाला. त्या वेळी एका वृद्ध ज्योतिष्यानं असं भाकीत वर्तवलं होतं की, "राजेसाहेब बिकानेरमध्ये प्रसिद्धी पावतील, त्यांचे प्रजाजन त्यांच्यावर प्रेमाचा वर्षाव करतील, पण हा लहान मुलगा (हल्दिराम) एक दिवस जगप्रसिद्ध होईल आणि त्याचं नाव सर्वतोमुखी होईल." पूनमचंद ही आठवण सांगतात, कारण त्यांच्या वडिलांनीच त्यांना ती दंतकथा ऐकवलेली होती.

यामध्ये सत्याचा अंश किती आणि योगायोगाचा किती, ते सांगता येणार नाही, पण त्या पंडितानं– ज्ञानी माणसानं– वर्तवलेलं भाकीत पुष्कळच अचूक होतं. कारण हल्दिरामची उत्पादनं आज जवळजवळ शंभर देशांमध्ये निर्यात केली जातात. एका लहानशा वाळवंटी गावात हल्दिरामचा– ज्यांच्या नावानंच ती उत्पादनं ओळखली जातात– जन्म झाला होता. मोठ्या वेगानं ती उत्पादनं देशभरातील कोलकाता, नागपूर आणि दिल्ली या गावांपर्यंत जाऊन पोहोचली आणि तिथून पुढे प्रवास करत त्यांनी आंतरराष्ट्रीय बाजारपेठही काबीज केली.

भाग २

हिरव्या कुरणांच्या शोधात

सुवर्ण युग

महत्त्वाकांक्षा माणसाला दौडवते, तर समाधानाच्या, संतुष्टतेच्या भावनेनं त्याच्या मनावर एक प्रकारच्या सुस्तीची साय चढते. १९४०चं दशक

उजाडलं तोपर्यंत हल्दिराम यांचा स्वतःच्या हिमतीवर उभा राहिलेला व्यवसाय एक प्रकारची संथपणे वाटचाल करू लागला होता. त्याचं स्वतःचं असं एक विश्व निर्माण झालेलं होतं, एका विशिष्ट धीम्या गतीनं तो पुढे जाऊ लागला होता. तसं पाहिलं तर अजूनही त्यांचं जीवन कष्टमयच होतं. दिवसाचे बारा-बारा, चौदा-चौदा तास ते घाम गाळत होते, पण आता त्यांना भविष्याबद्दलची चिंता वाटत नव्हती, कारण त्यांनी स्वतःचं कर्तृत्व पुरेपूर सिद्ध केलेलं होतं. त्यामुळेच की काय, एक प्रकारच्या सुस्तीनं भारलेला आत्मविश्वास त्यांच्या ठायी मूळ धरू लागला होता. थोडक्यात सांगायचं झालं तर 'बछौत का मोहल्ला' या नावानं प्रसिद्ध असलेल्या फरसाण, शेवगाठी बाजारात हल्दिराम यांच्या कुटुंबानं स्वतःचं एक भक्कम स्थान निर्माण केलेलं असल्यामुळे पोटापाण्याची चिंता केव्हाच मागे पडली होती. एकत्र बसून सुग्रास भोजनाचा आस्वाद हल्दिराम कुटुंबीय घेऊ शकत होते, दिवसभराचा शीण घालवण्यासाठी सुखदायी शय्या उपलब्ध होती आणि सर्व कुटुंबीयांमध्ये प्रेमाचे नातेसंबंधही होते.

बछौत का मोहल्ल्यातल्या इतर व्यावसायिकांच्या तुलनेत तर त्यांच्या व्यवसायाची दिसामासानं भरभराट होत होती. जी शेव काही काळापूर्वी २ पैसे किलोच्या भावात विकली जात होती, तिचा दर वाढतवाढत ५ पैसे किलो झाला होता. मग १० पैसे किलो आणि नंतर २५ पैसे किलोपर्यंत चढला होता. हल्दिरामचं कुटुंब आता भरपूर नफा कमवू लागलं होतं. त्यामुळे नवीन व्यवसाय सुरू करताना जे कष्ट आरंभी करावे लागतात, त्याची आता गरज भासत नव्हती. वाढत्या मागणीचा पुरवठा करण्यासाठी दुकान दिवसाचे जास्त तास उघडं ठेवावं लागत होतं, त्यावर तोडगा म्हणून कुटुंबातील सदस्यांनी आळीपाळीनं काम करण्याची जबाबदारी स्वीकारली. पुरुषमंडळींनी शेव बनवण्याची आणि विकण्याची जबाबदारी उचलली, तर स्त्रियांनी घरगृहस्थीचं काम आपल्या अंगावर घेतलं. स्वतः हल्दिरामची कामाची पाळी भल्या पहाटे २ वाजता शेव बनवण्याच्या कामानं सुरू व्हायची आणि आठ तासांनंतर

म्हणजे सकाळचे १० वाजले की संपायची. ही त्यांच्या दिवसभरातल्या पहिल्या जेवणाची वेळ असायची. त्यांच्यानंतर त्यांचा थोरला मुलगा मूलचंद अगरवाल कामाला सुरुवात करायचा, त्याच्यानंतर दुसऱ्या क्रमांकाचा सत्यनारायण आणि सर्वांत शेवटी सगळ्यात धाकटा मुलग रामेश्वरलाल अगरवाल तयार असायचाच. हा परिपाठ दिवसामागून दिवस चालूच असायचा, भले आठवड्याचा कुठलाही वार असो. त्या काळी, आठवड्याची सुट्टी असा काही प्रकार नसायचा, निदान धंदाव्यवसायात– खास करून नष्ट होणाऱ्या खाद्य पदार्थांच्या बाबतीत तरी. त्या दिवसांत तरी शेव या खाद्य पदार्थाचं आयुष्य कमीच होतं– वृत्तपत्राच्या कागदाच्या त्रिकोणी सुरळीत घालून शेव विकली जायची आणि ती लगेचच्या लगेच खाण्याच्या दृष्टीनंच विकत घेतली जात असे. त्या काळी, लोक बहुतेक सगळे खाद्य पदार्थ ताजेच बनवून खात असत. लोकांच्या गरजा भागवण्याच्या दृष्टीनं हल्दिरामांना दुकानाची दारं रोजच उघडी ठेवावी लागत असत.

त्या दिवसांत त्यांची आठवड्याभराची शेवविक्री साधारणपणे १०० ते २०० किलो इतकी असे– आजच्या जमान्यात त्यांचं कुठलंही एक उत्पादन दर दिवशी १००० किलोंहून जास्त प्रमाणात विकलं जातं, त्या तुलनेत आठवड्याला १००-२०० किलो हा आकडा अगदीच किरकोळ वाटण्याची शक्यता आहे, पण १९४०च्या किंवा १९५०च्या सुरुवातीला बिकानेरसारख्या लहान गावाच्या संदर्भात तरी हा आकडा मोठाच वाटत असे. जसजशी मागणी वाढत गेली तसतशी ती पुरी करण्यासाठी हल्दिरामनी आणि त्यांच्या मुलांनी घरामागील मोकळ्या जागेत तीन लाकडी चुली मांडल्या. आता चौघाही पुरुषांना एकाच वेळी काम करणं शक्य झालं. साहजिकच, आता शेवेच्या उत्पादनात तिपटीनं वाढ झाली – आठवड्याचं उत्पादन ३०० –४०० किलोंच्या घरात गेलं. गिऱ्हाइकांची वाढती मागणी पुरी करण्यात हल्दिराम कुटुंब यशस्वी ठरलं.

आता अशी एक वेळ आली जेव्हा हल्दिरामच्या घरातल्या वातावरणात एक लक्षणीय बदल घडला– सर्वांनाच एक प्रकारचा अभिमान वाटू लागला, आपण काहीतरी मोठी कामगिरी करून दाखवलीये, अशी भावना त्यांच्या मनात रुजू लागली, दिसामासांनी ती फोफावू लागली. त्यांच्या समाजात त्यांच्या उत्कृष्ट उत्पादनाचं नाव सर्वतोमुखी झालं. स्वतः हल्दिरामना त्यांच्या उच्च तात्त्विक विचारसरणीखातर लोक मान देत असतच. पुढे, त्यांच्या तिन्ही मुलांना– मूलचंद, सत्यनारायण आणि रामेश्वरलाल– वडिलांनी बिकानेरमध्ये संपादन केलेल्या कीर्तीचा नक्कीच फायदा झाला. व्यवसाय सुरू करताना जे कष्ट सोसावे लागतात, ते या तिघांना करावे न लागल्यामुळे लोक त्यांना यशस्वी व्यवसायातली दुसरी पिढी या प्रकारे ओळखू लागले. त्यांचं कुटुंब व्यवसायात समर्थपणे पाय रोवून उभं असल्यामुळे

ते सुखवस्तू मानले जाऊ लागले. वडिलांकडून वारसाहक्कानं मिळकत, मग ती लहानमोठी काहीही असली तरी, होणारच असंही त्यांच्याबाबतीत गृहित धरलं जाऊ लागलं होतं. तसंही पाहिलं तर तिन्ही भाऊ वडिलांच्या बरोबरीनं व्यवसाय वाढवण्याच्या मागे असले तरी, त्यांच्या वडिलांच्या तुलनेत ते पत्करत असलेला धोका कमीच होता. 'प्रत्येक पिढीला असं वाटत असतं की त्यांच्या तुलनेत त्यांच्या नंतरच्या पिढीला कमी कष्ट पडतात, अन् आमच्या बाबतीत तरी हे एक सत्यच आहे. आमच्या वडिलांनी, काकांनी वगैरे हल्दिराम यांच्या बरोबरीनं कष्ट उपसले ही बाब निर्विवाद असली, तरी खऱ्या अर्थानं 'कुटुंबाला पोसण्याची' मोठी जबाबदारी त्यांना कधीच उचलावी लागली नाही. तीच गोष्ट आमच्या बाबतीतही खरी आहे. मला नेहमीच असं वाटतं की, आम्ही जे कष्ट उपसतोय त्याची खरी कल्पना आमच्या मुलांना कधीच येणार नाही. पण प्रत्येक जण आपापल्या परीनं वेळ पडेल त्याप्रमाणे हातभार लावतच असतो,' हे बोल आहेत शिवकिशन अगरवाल यांचे. अनुभवानं आलेलं शहाणपण त्यांच्या तोंडून एखाद्या त्रिकालाबाधित सत्याच्या रूपात बाहेर पडतं.

हल्दिराम यांच्या व्यवसायाबाबत जाणून घेण्यासाठी मी त्यांच्या सध्याच्या वेगवेगळ्या व्यवसायांच्या अग्रभागी असलेल्या मालकांशी या पुस्तकाच्या संदर्भात वेळोवेळी बोलले, त्यांच्या मुलाखती घेतल्या, तेव्हा माझ्या असं लक्षात आलं की, त्यांच्या वडिलांविषयी फारसं काही सांगण्यास ते मनापासून उत्सुक नव्हते. तरीही एक बाब माझ्या लक्षात आली– हल्दिरामांच्या तिन्ही मुलांमधले जे ठळक स्वभावविशेष होते ते त्यांच्या लहान वयापासूनच सहजपणे लक्षात येण्यासारखे होते. असंही म्हणता येईल की, अप्रत्यक्षपणे का होईना, पण या भिन्न स्वभावांमध्येच भविष्यातल्या कटू कौटुंबिक फारकतींची, वर्षानुवर्षं चालत राहिलेल्या कोर्टकचेऱ्यांची बीजं पेरलेली होती.

सुरुवातीपासूनच, तिघा भावांमधील सर्वांत लहान असलेले रामेश्वरलाल आपल्या वेगळेपणामुळे उठून दिसू लागले– त्यांच्या अंगी एक वेगळीच तडफ दिसायची. या धाडसी वृत्तीचं दर्शन थोरल्या दोघा भावांमध्ये झालं नाही. त्या स्वाभाविक तडफदारपणामुळेच त्यांनी बिकानेरहून कोलकाता येथे स्थलांतर करण्याची जबाबदारी आपल्या शिरावर घेतली आणि आपलं संपूर्ण आयुष्य– १९९१ मध्ये घडलेल्या मृत्यूपर्यंत– त्यांनी आपल्या व्यवसायासाठी खर्चलं. एक हाती त्यांनी कोलकाता इथला व्यवसाय सांभाळला अन् वाढवलादेखील. रामेश्वरलालांकडे वडिलांचा आणखी एक गुण आला होता– चव पारखण्याचं कौशल्य त्यांना जन्मजातच असावं– शेव बनवताना जे एक आगळंवेगळं कौशल्य त्यांच्या वडिलांनी– हल्दिरामनी – अनेक वर्षांपूर्वी दाखवलं होतं, त्याचीच झलक रामेश्वरलालांच्या

स्वभावात पुरेपूर उतरली आहे. विशेष म्हणजे शेव बनवताना ज्या तन्मयतेनं ते काम करत असत, तीच तन्मयता ते वस्तूंच्या विक्रीसंबंधात आणि कार्यालयीन जबाबदाऱ्या पार पाडत असतानाही दाखवत असत.

त्या दृष्टीनं पाहता, मूलचंदांचा स्वभाव अगदी वेगळा– शांतताप्रिय– होता. त्यांच्यामध्ये म्हणावी तितकी महत्त्वाकांक्षा नव्हती. आपल्याला काय साध्य करायचं आहे हे पाहण्याची दूरदृष्टीही नव्हती. लोकसंग्रह करावा, मित्रांमध्ये मिळूनमिसळून वागावं, तास न् तास गप्पागोष्टी कराव्यात यांत त्यांना मनापासून आनंद वाटत असे. आरामशीर आयुष्य जगावं या मनोवृत्तीचे मूलचंद मनाशी फारशी महत्त्वाकांक्षा बाळगत नसत, त्यामुळेच त्यांना गल्ल्यावर बसून मालाची विक्री करण्यात मनापासून आनंद वाटत असे. दुकानात बसावं, गोड बोलून गिऱ्हाइकांना आकर्षून घ्यावं आणि शेवेची विक्री करावी, (ती बनवण्याच्या कामात त्यांना विशेष रस वाटत नसे.) त्यांचा हा कल लक्षात आल्यामुळे स्वतः हल्दिराम आणि त्यांची इतर दोन मुलं मूलचंदांना आपल्या मनासारखं वागू देत असत. कुणीही त्यांच्यावर शारीरिक कष्ट घेण्याची जबरदस्ती करत नसत. अर्थात, जेव्हा इतरांनी काम करूनही कामाचा भार निपटत नसे, तेव्हा मात्र मूलचंदांना पिठात हात बुडवून गरम तेलात शेव पाडण्याचं काम करावंच लागत असे. एरवी, त्यांच्या पाठचा भाऊ सत्यनारायण, आपल्या थोरल्या भावाच्या वाटणीचं काम स्वतःच्या अंगावर घेऊन त्याला पाठीशी घालत असे, कारण थोरल्या भावाविषयी त्याच्या मनात अगदी भक्तीच होती म्हणा ना! खरं सांगायचं तर मूलचंदांना टॉम सायरच्या मनात होता तशाच प्रकारचा कामाबाबत, खास करून शारीरिक कष्टांबाबत एक प्रकारचा तिटकाराच होता, पण त्यांच्या स्वभावात एक असा विलक्षण गोडवा होता, की त्यामुळे ते लोकांचं सहकार्य सहजपणे मिळवू शकत असत. मनुष्यस्वभाव पारखण्याची एक सहजसुलभ हातोटी त्यांच्या अंगी बाणलेली असल्यामुळे ते भिन्न प्रकारच्या लोकांमध्ये एक प्रकारचा विश्वास संपादन करत. खेळीमेळीचं, सौहार्दाचं वातावरण निर्माण करत. या गुणविशेषांच्या जोरावरच त्यांनी आपल्या अखेरच्या श्वासापर्यंत एकत्र कुटुंबातील भिन्न वयोमानाच्या, स्वभावाच्या सदस्यांमधील एकोपा अन् शांतता टिकवून ठेवली. त्यांचे पुत्रसुद्धा एकीकडे त्यांच्या सुस्त स्वभावावर टीका करत असले तरी संघर्षकाळातही 'कुटुंबातली एकी टिकवण्याचं' श्रेयसुद्धा त्यांच्याच पदरात टाकतात. तरीही, एका बाबतीत मात्र त्यांच्या स्वभावातली ही कमतरता त्यांच्या मुलांच्या बाबतीत काहीशी मारक ठरला– बहुतेक व्यवहारचतुर, धोरणी वडील ज्याप्रमाणे आपल्या तरुण मुलांना मार्गदर्शन करतात, तसं मार्गदर्शन करण्याची तळमळ मूलचंदांच्या स्वभावातच नव्हती, त्यामुळे आपल्या मुलांचा आदर ते संपादन करू शकले नाहीत. १९४० आणि १९५०च्या दशकामध्ये हल्दिरामनी आणि त्यांच्या तिन्ही मुलांनी बिकानेरमधील

एकाच दुकानाचा कारभार हाकला. संपूर्ण कुटुंबाचं व्यवस्थितपणे पालनपोषण करण्याइतपत नफा ते मिळवू शकत होते. हल्दिरामांनी पाहिलेल्या स्वप्नांमुळे त्यांनी इतकी मोठी मजल मारली होती हे जरी खरं असलं, तरी त्यापुढे जाऊन काहीतरी भव्यदिव्य करावं अशी स्वप्नं त्यांची मुलं पाहत नव्हती, हेदेखील तितकंच खरं होतं. संपूर्ण राजस्थान राज्यात आपल्या व्यवसायाची वृद्धी करावी, असं कुणाही मुलाला वाटत नव्हतं, मग त्यापुढे जाऊन कोलकाता किंवा उर्वरित भारतात व्यवसाय वाढवण्याचा तर विचारही त्यांच्या मनात आला नसणार, हे उघड होतं. बिकानेरमधल्या भुजिया बाजारातील सर्वांत लोकप्रिय शेवउत्पादक एवढ्याच व्यावसायिक कमाईवर हल्दिराम कुटुंब कदाचित कायम संतुष्ट राहिलं असतं; पण त्याच सुमारास एका सुवर्णसंधीनं त्यांच्या घराचे दरवाजे ठोठावल्यामुळे त्यांच्या नशिबाचे फासे पलटले. या तिन्ही भावंडांच्या वडिलांचा महत्त्वाकांक्षी स्वभाव नातवात, म्हणजे मूलचंदांच्या मुलात, शिवकिशनमध्ये उतरला असल्याचं ही घटना म्हणजे एक द्योतक आहे. शिवकिशनना मी विचारलं, "प्रत्यक्ष शेव बनवण्यात काडीचाही रस नसलेल्या मूलचंदांनी असं काहीतरी घराबाहेर पडण्याचं स्वप्न पाहिलं असण्याची शक्यता होती का?" तेव्हा त्यांनी माझ्या प्रश्नाला साफ उडवून लावलं. ते म्हणाले, "माझ्या वडिलांमध्ये मोठी स्वप्नं पाहण्याची धमकच नव्हती. ते निव्वळ आहे त्यात समाधान मानणाऱ्यांपैकी एक असल्यामुळे साधं आयुष्य जगण्यातच त्यांना स्वारस्य होतं. त्यांची गणना अल्पसंतुष्टातच केली जाऊ शकते. आपण बरे की आपलं कुटुंब, आपला मित्रपरिवार बरा, अशी त्यांची वृत्ती होती. महत्त्वाकांक्षा, व्यवसायवृद्धीसाठी आखायचे डावपेच वगैरे गोष्टी त्यांच्या खिजगणतीतच नसाव्यात. शिवकिशन अगरवालांनी आपल्या वडिलांच्या स्वभावाबद्दल– व्यावसायिक दूरदृष्टीचा अभाव– जे मत व्यक्त केलं, त्याचंच प्रतिबिंब आपल्याला प्रभुशंकर अगरवालांच्या वक्तव्यातही पडलेलं दिसतं. कोलकाता येथील हल्दिराम व्यवसायाचे मालक असलेले प्रभुशंकर म्हणजे रामेश्वरलालांचे सर्वांत थोरले चिरंजीव. आपल्या वडिलांविषयी बोलताना तेदेखील हेच म्हणाले. "आमच्या वडिलांनी भविष्याविषयी कधीच काही स्वप्नं रंगवली नाहीत. त्यांनी दैनंदिन धबडग्याला तोंड देत जगणंच पसंत केलं. कष्टांना ते कधीच मागे पडले नाहीत, मन लावून व्यवसाय सांभाळण्यातही त्यांनी काही कसूर केली नाही; मात्र, त्यांनी कधीच मोठी स्वप्नं उराशी बाळगली नाहीत."

कोलकाता येथे जाऊन तिथे आपला व्यवसाय सुरू करावा अशी मनोगतं पाहण्याची सुरुवात हल्दिराम यांच्या मनात १९५०च्या दशकात केव्हातरी झाली असावी, पण नक्की केव्हा त्याचं उत्तर कुणालाही आठवत नाही. १९५० ते ५५च्या दरम्यान केव्हातरी हल्दिराम आपल्या एका प्रिय मित्राच्या, भंवरलाल

रामपुरियांच्या, मुलाच्या लग्नसमारंभासाठी कोलकाता येथे गेले. विवाहसोहळा अगदी थाटामाटात पार पडला. आपल्या बालपणीच्या मित्राबद्दल हल्दिरामच्या मनात असलेल्या प्रेमाला एका क्षणी भरतं आलं. त्या भरात त्यांनी एकदा सर्व निमंत्रितांसाठी शेव बनवली. विवाहसोहळ्याच्या उत्साहानं भारलेल्या वातावरणात निमंत्रितांनी शेव चाखण्याचाच अवकाश, त्यांनी तोंड भरभरून शेवेचं कौतुक केलं, हल्दिरामांवर प्रशंसेचा वर्षाव केला, इतकंच नव्हे तर त्यांच्यापैकी अनेकांनी त्यांना बिकानेरला गेल्यानंतर आमच्यासाठी शेव पाठवा, अशी मागणीही नोंदवली. विवाहसोहळ्याची सांगता झाली, नववधूचा पारंपरिक पद्धतीनं गृहप्रवेश झाला अन् उत्साहाचं वातावरण हळूहळू निवळलं, तेव्हा भंवरलालनी मोठ्या प्रेमानं हल्दिरामांना स्वतःजवळ बसवून घेतलं आणि मित्राच्या अंगी असलेल्या कौशल्याला दाद दिली. हल्दिरामांच्या शेवेला असलेला आगळावेगळा स्वाद, तिची मसालेदार चव, तिचा कुरकुरीतपणा या गुणांच्या जोरावर हल्दिराम कोलकाता इथल्या बाजारपेठेत निश्चितपणे आपलं स्थान कमवू शकतील, असा विश्वास भंवरलालना वाटत होता. कारण भारताच्या पूर्वेकडील राजधानीत हल्दिरामांच्या शेवेच्या जवळपास फिरकू शकेल असा एकही पदार्थ नव्हता, हे त्यांना पुरेपूर ठाऊक होतं.

कोलकाता इथल्या त्या दिमाखदार विवाहसोहळ्यातील अनुभवांवरून हल्दिरामांनी एकच निष्कर्ष काढला : बंगालीबाबू खाण्याचे जबरदस्त, पट्टीचे शौकीन होते, चवीढवीनं खाणारे होते! विवाहसोहळ्याला आलेल्या बहुतेक निमंत्रितांनी त्यांच्या शेवेला मनापासून दाद दिली होती. लोकांच्या प्रतिसादानं हल्दिराम बेहद्द संतुष्ट झाले आणि त्यामुळेच त्यांच्या मनातला महत्त्वाकांक्षेचा स्फुल्लिंग चेतवला गेला – त्यांच्या अंतःकरणातली ही दडून बसलेली महत्त्वाकांक्षाच कदाचित भंवरलालनी कळतनकळत जोखली असावी आणि तिचा पुरेपूर फायदा करून घेतला असावा. त्यांनी हल्दिरामांना पटवलं की कोलकाता येथील बाजारपेठ हल्दिरामांच्या शेवेचं स्वागत करायला जणू सज्जच होती, त्यामुळे त्यांचा व्यवसाय वाढवण्याची भरपूर शक्यता अगोदरच उपलब्ध होती. स्वतः भंवरलाल कोलकाता येथील स्थानिक व्यापारी असल्यामुळे त्यांना शहरातल्या गिऱ्हाइकांच्या मागणीविषयी पुरेसं ज्ञान होतंच. त्यांनी हल्दिरामांना पटवून दिलं की, आपला नावाजलेला माल या बाजारपेठेत आणण्यासाठी याहून अधिक सुयोग्य संधी त्यांना मिळाली नसती. अशा प्रकारे परमुलखातील बाजारपेठेत शिरकाव करणारे ते पहिले उत्पादक ठरले असते. गिऱ्हाइकांच्या हृदयावर त्यांनी अधिराज्य केलंच होतं; अन् आता त्यांच्या भोजनाच्या थाळीतल्या 'एका भागा'वरही त्यांना सहजपणे मक्तेदारी मिळवता येणार होती. अस्सल मारवाडी असलेले हल्दिराम मैत्रीचे संबंध टिकवण्यातलं महत्त्व ओळखत होतेच; व्यवसाय भरभराटीला आणण्यासाठी दीर्घ काळ अस्तित्वात असलेल्या

संबंधांवर अवलंबून राहाण्याचं मर्मही ते जाणून होते. आपला हा मित्र आपल्याला स्थानिक पुरवठादार, घरमालक आणि स्वस्त दरातला मजूर वर्ग मिळवून देईल, याची त्यांना खात्री वाटत होती. त्यामुळेही असेल; पण हल्दिरामांच्या मनात दडलेली जोखीम घेण्यासंबंधातली भीती काहीशी कमी झाली. त्या वेळेपर्यंत कोलकाता येथील मारवाडी समाज संख्येनं बऱ्यापैकी वाढला होता. आपल्याच जातिबांधवांची मोठी संख्या असलेल्या गावात नव्यानं व्यवसायाची मुहूर्तमेढ रोवण्याचा विचार हल्दिराम याच्या अंतःकरणाला एक नवी उमेद देणारा ठरला. मारवाडी समाजातले लोक सर्वसाधारणपणे आपापसात जवळिकीचे संबंध राखतात, एकमेकांना साहाय्य करण्यात तत्पर असतात, हे सत्य त्यांनी पूर्वीच जाणलेलं होतं. मित्राशी बराच खल झाल्यावर हल्दिरामांच्या अंतःकरणात दडलेल्या धंदेवाईकानं त्यांना पुढे जाण्याचा कौल दिला. त्यानं हाताशी आलेली सुवर्णसंधी स्वीकारायचा निर्णय घेतला अन् त्याच क्षणी कोलकाता येथे प्रस्थान करण्याचा निर्णयही झाला. आता, एका नव्या निर्धारासह हल्दिराम आपल्या गावी परतले, तेव्हा त्यांच्या मनाला एक नवं उद्दिष्ट आणि पावलांना एक नवी दिशा गवसली होती.

सुरुवातीला हल्दिराम यांच्या मनातही थोडीफार साशंकता होतीच; पण बऱ्याच तासांच्या प्रदीर्घ चर्चेनंतर मात्र त्यांना खात्री पटली की त्यांनी आपला शेवगाठींचा व्यवसाय कोलकाता येथे विस्तारायलाच हवा होता. खवय्यांचं गाव अशी ओळख असलेल्यांच्या जिभेचे चोचले पुरवण्याचं काम हल्दिरामांहून अधिक चांगल्या पद्धतीनं करणं दुसऱ्या कुणाला जमणार होतं? गिऱ्हाइकांच्या खास आवडीनिवडी जाणून घेण्यात ते कमालीचे वाकबगार होतेच, शिवाय वेगवेगळ्या मसाल्यांचं सुयोग्य मिश्रण करून लाजवाब स्वाद निर्माण करण्याचा हातखंडाही त्यांच्यापाशी होताच. बिकानेरला परतताच त्यांनी हा नवा प्रस्ताव संपूर्ण कुटुंबासमोर ठेवला. घरच्या मंडळींनी नेहमीच्याच पद्धतीनं, काचकूच करत प्रतिसाद दिला. स्वतः हल्दिरामांच्या मनात ज्या शंकाकुशंका कोलकाता येथे उपस्थित झाल्या होत्या, त्याच त्यांच्या मुलाबाळांनीही आता त्यांच्यासमोर मांडल्या. मात्र, आता ते स्वतः आपल्या निर्णयावर ठाम झाले असल्यामुळे, त्यांनी सर्वांच्या मनातल्या शंकाकुशंकांचं समर्थपणे निरसन केलं; इतकंच नव्हे, तर ते कोलकाता येथे धंदाव्यवसाय वाढवण्यासाठीही सर्वांनी एकमुखानं मान्यता द्यावी, हे पटवण्यात यशस्वी ठरले.

खरं पाहिलं तर, अगरवाल कुटुंबाचा हा व्यवसाय तरुण हल्दिरामांनी काही धाडसी पावलं उचलूनच सुरू केला असला, तरीही भविष्यकाळात व्यवसाय वाढवण्यासाठी जोखीम पत्करायची वेळ आली, तेव्हा याच कुटुंबातील लोकांनी बिचकत पावलं टाकण्याकडे, मोजूनमापून कृती करण्याकडेच कल दर्शवला होता. असं लक्षात येतं की, गतकाळात जेव्हा जेव्हा मोठी मजल दरमजल करणं शक्य

होतं, तेव्हा तेव्हा अगदी दर वेळी त्यांनी सावधपणे पावलं टाकण्याची खबरदारी घेतली आहे. आत्मविश्‍वासानं दमदार पावलं टाकण्याऐवजी धीम्या गतीनं चालण्यालाच प्राधान्य दिलं आहे. हीच वृत्ती त्यांनी कोलकाता येथे बस्तान हलवायची संधी आली, तेव्हाही मोठा खल करून दाखवली होती. एकीकडे आपला वारसा टिकवण्यासाठी चाललेली त्यांची धडपड, तर दुसरीकडे अनेकविध कौटुंबिक संघर्ष या दोन्हींमुळे त्यांच्या हातातील महत्त्वाकांक्षारूपी तलवारीच्या धारदार पात्याला बोथटपणा आला, त्यांच्या व्यावसायिक यशाची कमान म्हणावी तितकी उंचावली नाही. अनाठायी सावधगिरी दाखवल्यामुळे त्यांना व्यावसायिक यशाची उत्तुंग शिखरं पादाक्रांत करता आली नाहीत.

महत्त्वाकांक्षेची बीजं हल्दिरामांच्या मनोभूमीत रुजली, त्याचं इवलंसं रोपटंही झालं; पण त्याचं खऱ्या अर्थानं जोमानं वाढणाऱ्या वृक्षात रूपांतर झालं ते कुटुंबाच्या चौथ्या पिढीतील तरुणाईमुळे. हल्दिरामांच्या व्यवसायाचे सध्याचे मालक (तिसरी पिढी) आणि त्यांचे सुपुत्र यांच्यातील उल्लेखनीय सहभागामुळे हल्दिराम हे नाव धारण करणारा हा व्यवसाय सातासमुद्रापलीकडे भरारी मारू शकला आहे. कोलकाता, नागपूर आणि दिल्ली शाखांचे मालक आणि त्यांचे वारसदार आता एका विशिष्ट ध्येयानं पछाडले गेलेत– व्यवसाय वाचवण्याच्या दृष्टीनं गरजेपेक्षा जास्त मोठी जोखीम न घेणं, भले मग व्यवसायाची प्रगती गोगलगायीच्या गतीनं का होईना, किंवा व्यवसायात एक प्रकारचं कुचंबलेपण का येईना. हल्दिरामांनी कोलकाता येथे जाण्याचा विचार करताना अगदी सुरुवातीला जी सावधानता दाखवली होती, तिची बीजंही आपला पोटापाण्याचा धंदा सुरक्षित राखणं आणि स्वतःची विशिष्ट ओळख बनलेला व्यवसाय अबाधित राखणं, या भावनेतच दडलेली होती. त्यांनाही अज्ञाताची भीती वाटत होती. हे भय केवळ अपयशाचं नव्हतं, तर नव्या अपयशामुळे पूर्वी उभारलेला सगळा डोलाराच तर कोसळणार नाही ना, या विचाराचंही होतं. आपण फारच मोठी जोखीम पत्करतोय हा विचार त्यांच्या बुद्धीला कुरतडत होता. इथे बिकानेरमध्ये हल्दिराम प्रसिद्ध होते, सगळं गाव त्यांना ओळखत होतं, तर तिकडे भल्यामोठ्या, गजबजलेल्या कोलकाता शहरात ते पूर्णपणे नवखे असणार होते. शिवाय, धंद्यासाठी कुणाकडून कर्ज घ्यायचं, हा विचार त्यांना मुळीच पटणार नव्हता. त्यामुळे कोलकाता येथे जायचं तर कष्ट करून मिळवलेला, त्यातून शिल्लक म्हणून बाजूला टाकलेला पैसा नव्या उद्योगधंद्यात घालावा लागणार होता. 'हा नवा धंदा चालला नाही तर काय करायचं? पैसा, वेळ आणि श्रम यांची प्रचंड मोठी उधळपट्टी करायची गरज आहे का? या सगळ्या खटाटोपातून हाती काहीच लागलं नाही तर काय करायचं? थोडक्यात, हातचं सोडून पळत्याच्या मागे धावण्याचा मूर्खपणा करायचा का?'

अशा अनेक प्रश्नांची उत्तरं त्यांना द्यावी लागणार होती. हल्दिराम या नावानं ओळखल्या जाणाऱ्या व्यवसायाचे मालक असलेल्या अगरवाल कुटुंबीयांमधील सर्वांच्या स्वभावाचं एक मोठं वैशिष्ट्य आहे– आपली सामाजिक-भावनिक समृद्धी टिकवण्याची गरज त्यांचे पाय अनेक वेळा मागे खेचत आली आहे, अनेक वेळा त्यांनी महत्त्वपूर्ण निर्णय घेण्याच्या प्रसंगी काढता पाय घेतला आहे, अनावश्यक तडजोड केली आहे. ते काहीही असलं तरी कोलकाता येथे जाण्याचा निर्णय ही त्यांच्यासाठी एक दैवगतीच होती– ललाटीची भाग्यरेखा!

मारवाडचं साम्राज्य

राजस्थानातल्या तळपत्या उन्हात तिथलं वाळवंट एखाद्या सुवर्णसागरासारखं लखलखत असतं. नजरेच्या टप्प्यात सामावू शकणार नाही असा तो प्रचंड भूप्रदेश नुसता चमचमत असतो. निवडुंगाच्या फण्यांवर प्रकाशाचे किरण पडले की ते परावर्तित होतात. राजस्थानी स्त्रियांच्या घागऱ्यांवर, चोळ्यांवर शिवलेल्या आरशाच्या तुकड्यांवर, प्रकाशकिरण चमचमतात. तसेच आरसे पुरुषांच्या अंगरख्यांवरही लावलेले असतात. अर्थात, चमकतं ते सगळंच काही सोनं नसतं – मारवाडमधले पूर्वज आज जिवंत असते, तर त्यांनीही या मताला दुजोरा दिला असता. राजस्थान राज्याचा मध्य आणि पश्चिमेकडचा भाग म्हणजे मारवाड– संपूर्ण राज्यातला सर्वाधिक नापिक प्रदेश. खरं तर, मारवाड हा शब्द मूळ संस्कृत भाषेतील 'मरुवत' –'वाळवंट' – या शब्दावरून आलेला आहे.

आज, संपूर्ण भारतातला एक सर्वाधिक लोकप्रिय पर्यटन विभाग, अशी ख्याती राजस्थाननं प्राप्त केली आहे. जगभरातले हौशी पर्यटक इथल्या सर्वदूर पसरलेल्या वाळूच्या टेकड्या आणि चढायला दुर्धर असे गडकिल्ले पाहण्यासाठी, चमचमणारे आरसे लावलेले घेरदार घागरे परिधान केलेल्या स्त्रियांबरोबर नाचण्या-बागडण्यासाठी, उंटावरची सैर करण्यासाठी आणि प्रवासाची आठवण राहावी म्हणून इथलं हातांनी कोरीवकाम केलेलं लाकडी फर्निचर विकत घेण्यासाठी येत असतात. मात्र, साधारणपणे पन्नास वर्षांपूर्वीपर्यंत– ज्या वेळी इथल्या नापीक जमिनीला पाणीपुरवठा करण्यासाठी इंदिरा गांधी कालवा बांधण्यात आला– हा वालुकामय प्रदेश पूर्णपणे ओसाड, उजाड होता. मारवाडातले लोक इथल्या भूमीच्या नावानं शिव्याशाप देत असत. कारण शतकानुशतकं या भूमीतून साधं गवताचं पातंही उगवलं नव्हतं.

उत्तर भारतातील बहुतेक संपत्ती तिथल्या सुपीक जमिनीच्या पैदाशीतून निर्माण झालेली होती; राजस्थानच्या लोकांच्या भाळी मात्र हे देवदत्त भाग्य लिहिलेलं नव्हतं.

हिंदुस्थान पूर्वापार काळापासून एक शेतीप्रधान देश म्हणून गणला जात होता. शतकानुशतकं शेतीव्यवसाय हा इथल्या अर्थकारणाचा कणा मानला गेला आहे. मारवाडी समाजातल्या लोकांनी भलेही धूळभरल्या वातावरणात जन्म घेतला असेल; पण खाणीत जन्मलेल्या हिऱ्याला जसे तासूनतासून पैलू पाडले जातात व त्यांचं मूल्य वाढवलं जातं, त्याप्रमाणे या लोकांनीही आपल्याला मिळालेल्या कौशल्यांच्या जोरावर आर्थिक प्रगती करण्यात यश मिळवलं आहे. नापीक, रेताड भूमीत जन्म घेतल्यामुळे ओढवणाऱ्या दारिद्र्यावस्थेला अन् दुर्दशेला जखडून घेण्याऐवजी त्यांनी स्वतःमधील व्यापारउदीम कौशल्याला अशी काही धार चढवली की त्यांना वाळवंटी प्रदेशातील अडीअडचणींवर मात करणं शक्य झालं. ते कुशल व्यापारी बनले. शारीरिक कष्टांना त्यांनी सामाजिक एकोप्याची साथ दिली. त्यामुळे संपूर्ण मारवाडी समाज कौशल्यपूर्ण व्यापारी लोकांचा समाज बनला. आपलं घरदार, कुटुंबकबिला पूर्वापार चालत आलेल्या गावी ठेवून या समाजातली पुरुषमंडळी अर्थार्जनासाठी, नशीब काढण्यासाठी दशदिशांना काबीज करत दूरदूर देशी गेली.

मारवाडी समाजात सर्वसाधारणपणे आपल्या कुटुंबाविषयी आणि एकूण समाजाविषयीही खास प्रेम दिसून येतं. एखादा मारवाडी माणूस यशस्वी व्यापारी झाला, की तो हमखास आपल्या गावच्या विना कामधंदा असलेल्या नातेवाइकांना किंवा शेजाऱ्यांना आपल्याकडे बोलावून घेतो आणि आपल्या वृद्धिंगत व्यवसायात त्यांना सामावून घेतो. स्थलांतर करून वर्षानुवर्षं लोटली तरी हे प्रेमाचे बंध पिढ्या न् पिढ्या टिकून राहतात. हल्दिरामांच्या कुटुंबातही गेलं शतकभर हीच प्रथा चालू आहे. आपल्याबरोबर आपल्या कुटुंबीयांचाही विकास घडवायचा, या प्रथेमुळे मारवाडी समाजात एक प्रकारची छान एकी दिसून येते; मग ते आपल्या मूळ गावापासून शेकडो, हजारो मैलांवर राहत असले तरीही. नव्या संस्कृतीशी आपली नाळ जोडण्याचा प्रयत्न करत असतानादेखील ते आपल्या प्रथा, परंपराही तितक्याच प्रेमानं जपत राहतात. इतिहासाचा दाखला द्यायचा झाला, तर मारवाडी लोकांनी आपली पिढीजात घरं सोडून दूरदेशीची वाट धरलेली दिसते आणि नव्या जागी यशस्वीपणे आर्थिक बस्तान बसवलेलंही दिसतं. हे स्थलांतर घडत असताना कुठल्याही स्थानिक समाजामध्ये ते एक प्रकारे बाहेरचेच– बाहेरून आलेले परके – लोकच ठरतात. अशा परिस्थितीत त्यांना स्थानिक लोकांशी मिळूनमिसळून वागण्याचं, परिस्थितीशी जुळवून घेण्याचं कौशल्य वाढवावं लागलं.

व्यवहारचतुर तसेच व्यापारउद्योगात कुशल असलेले मारवाडी लोक एकूणच भारतीय समाजात मानाचं स्थान मिळवू शकले, काहीसा उच्च दर्जा त्यांना प्राप्त झाला. विभिन्न सांस्कृतिक समाजांशी आपण जुळवून घेऊ शकतो, या आपल्या कौशल्याचा मारवाडी व्यक्तींना नक्कीच अभिमान वाटतो, पण त्याचबरोबर त्यांनी

आपल्या विशिष्ट परंपरा– कुटुंब, महिला वर्ग आणि व्यवसायासंबंधीच्या पिढ्या न् पिढ्या चालत आलेल्या प्रथाही– जपल्या आहेत. सर्वसाधारणपणे मारवाडी स्त्रियांना शिक्षणापासून वंचितच ठेवण्यात आलं आणि घरच्या उद्योग व्यवसायात काम करण्याचं प्रशिक्षण तर त्यांना कधीच देण्यात आलं नाही. हल्दिरामांच्या कुटुंबातही ही प्रथा अगदी एकविसाव्या शतकातही टिकून आहे. कुटुंबाच्या उद्योग व्यवसायात स्त्रियांनी कधीच भरीव कामगिरीचं योगदान केलं नसलं, तरी घरातल्या घरात कलहाची बीजं पेरून स्त्रियांनी व्यवसायाचा मार्ग मात्र नक्कीच बदलला आहे, असं कुटुंबातल्या पुरुषमंडळींचं ठाम मत आहे. काही वेळा कुटुंबातल्या फुटीलाही त्याच कारणीभूत ठरल्या आहेत. हल्दिरामांनी कोलकाता येथे जाण्याचा निर्णय घेतला, त्यामागे कौटुंबिक कलह हे कारण नक्कीच नव्हतं; पण कुटुंबाच्या पुढील इतिहासात मात्र भाऊबंदकीला महत्त्वाचं स्थान मिळालेलं स्पष्टपणे दिसतं.

मारवाडी समाजातील लोक कुटुंबाला आणि पूर्वापार चालत आलेल्या प्रथा-परंपरांना अगदी भक्तिभावानं जपत आले आहेत. त्यामुळेच गेली कित्येक दशकं त्यांनी आधुनिक शिक्षणाकडे पाठच फिरवली आहे. एका अर्थी हे फार ढोबळ विधान म्हणता येईल, पण एकूण समाजानंच शालेय शिक्षणापेक्षा व्यवहारज्ञान, धूर्तपणा आणि मौखिक (तोंडी) गणित या गुणांना जास्त महत्त्व, प्राधान्य दिलं आहे. त्यामुळेच की काय, जेव्हा हल्दिराम, त्यांचे दोन पुत्र- रामेश्वरलाल आणि सत्यनारायण आणि त्यांचा सतरा वर्षांचा नातू, शिवकिशन– मूलचंदाचा थोरला मुलगा– कोलकाता येथे कायमचे राहाण्यासाठी म्हणून गेले, तेव्हा त्यांच्यापैकी एकानंदेखील सहाव्या इयत्तेची पायरी ओलांडली नव्हती. अन् कुणालाही इंग्रजीचा किंवा बंगालीचा गंधही नव्हता. त्यांच्यापाशी फक्त व्यवसाय यशस्वीपणे चालवण्याची व्यवहारकुशलता होती- जी त्यांनी बिकानेरमधलं शेवेचं दुकान यशस्वीपणे चालू करण्यात वापरली होती, वाढवली होती. बेताचं शालेय शिक्षण हे या कुटुंबाचं व्यवच्छेदक वैशिष्ट्यच म्हणावं लागेल. कारण हल्दिरामांची तिसरी पिढी – सध्याच्या कोलकाता, नागपूर आणि दिल्ली शाखांचे मालक असलेली पुरुषमंडळीही – जेमतेम आठव्या इयत्तेपर्यंत जाऊन पोहोचली आहेत आणि तरीही ते सगळे जण भरपूर मोठा व्यवसाय समर्थपणे सांभाळत आहेत. त्यांचे सध्याचे उपक्रम त्यांना लाखो, करोडो डॉलर्स मिळवून देत आहेत.

मारवाडी समाजाच्या इतिहासातली पहिली महत्त्वपूर्ण नोंद १५६४ या सालातली बंगाल प्रांतातली आहे : सुलेमान किराणीचा अंमल चालू असताना, सम्राट अकबराच्या ध्वजाखाली असलेले काही राजपूत सैनिक काही काळ बंगालमध्ये राहिले होते, अशी माहिती टॅक्नेट नावाच्या लेखकानं *'द मारवाडी हेरिटेज'* नावाच्या आपल्या पुस्तकात केलेली आढळते. दैनंदिन गरजांच्या वस्तू सैनिकांना

पुरवण्याचं कंत्राट मारवाडी व्यापाऱ्यांना देऊ करण्यात आलेलं होतं. लवकरच, हे मारवाडी व्यापारी समाजातील आदरणीय उच्चस्तरीय शेठजी मानले जाऊ लागले. वेगवेगळ्या संस्थानांचे राजेमहाराजे मारवाडी शेठना आपल्या गावांमध्ये व्यवसाय सुरू करावा यासाठी प्रलोभनं दाखवू लागले. त्यांच्यामध्ये त्या बाबतीत एक प्रकारची चढाओढच निर्माण झाली. मारवाडी शेठजींना आपला माल सुरक्षितपणे एका ठिकाणाहून दुसऱ्या ठिकाणी नेता यावा याखातर सशस्त्र सैनिक देण्यात येऊ लागले. त्यांनी आपल्या राज्यात शाळा, मंदिरं आणि विहिरी बांधाव्यात म्हणून त्यांना सनद किंवा अधिकारही देऊ केले. इतकंच नव्हे; तर त्यांना अनेक प्रकारच्या सोयीसवलती, विशेष लाभही देऊ केले. उदाहरणार्थ, त्यांना आयात कर, झडती किंवा जप्तीसारख्या सरकारी नियम-अटींपासून संरक्षण देण्यात आलं, त्यांच्यावर गुन्हेगारी स्वरूपाचे खटले भरण्यात येणार नाहीत, असं अभिवचन देण्यात आलं. त्यांच्यावर अनेक खास सवलतींचा, लाभांचा वर्षाव करण्यात आला. त्यांच्या मतांना मोठं वजन प्राप्त झालं. शासनकर्त्यांना आर्थिक पाठिंब्याची गरज भासत असल्यामुळे मारवाडी व्यापाऱ्यांचं सहकार्य त्यांनी नेहमीच फार महत्त्वाचं मानलं. या समाजाचा इतिहास पाहता असं दिसतं की, मारवाडी व्यापाऱ्यांनी धर्मादाय संस्थांना उदारहस्ते देणग्या देऊन आपलं सामाजिक ऋण फेडण्याचा यथाशक्ती प्रयत्न केला आहे. देशातील अनेक नामवंत संस्था– बिर्ला इन्स्टिट्यूट ऑफ टेक्नॉलॉजी, इंडियन इन्स्टिट्यूट ऑफ टेक्नॉलॉजीच्या देशभरातील संस्था, रुईया कॉलेज आणि पोद्दार स्कूल ही मारवाडी समाजाच्या दातृत्वाची काही ठळक उदाहरणं म्हणता येतील.

तर, पुन्हा आपण हल्दिरामांच्या कहाणीकडे वळू या. १९५५ मध्ये त्यांच्या बंगालकडील स्थलांतराची चक्रं वेगानं फिरू लागली. अगरवाल पिता-पुत्रांनी या नव्या संकल्पात स्वतःला झोकून दिलं, तेव्हा त्यांच्या मनात मारवाडी समाजाचा इतिहास तर होताच, पण जोडीला कोलकाता येथे बराच काळ वास्तव्य करून असलेल्या मारवाडी समाजाचा जोरदार पाठिंबाही होता. अगरवाल कुटुंबीयांमध्ये दाट संबंध होतेच, पण मित्रपरिवारात तर अगरवाल कुटुंबाचे त्याहून अधिक घनिष्ठ धागेदोरे होते. याच नातेसंबंधांमुळे संधीचा गाडा त्यांच्या दारापाशी येऊन उभा राहिला, त्याच्यामुळे कुटुंबात समृद्धी अवतरली आणि व्यवसायाला पाठिंबा मिळाला. मूलचंद, आपली पत्नी व तीन लहान मुलांसह बिकानेरमध्ये राहिले, तर त्यांचा थोरला मुलगा शिवकिशन आणि त्याचे काका रामेश्वरलाल, आपली पत्नी कमलादेवीसमवेत राजस्थानचं वाळवंट तुडवत हल्दिरामांना मदत करण्याच्या हेतूनं व्यवसायाची नव्या जागी स्थापना करण्यास निघाले. तरुण, सळसळत्या रक्ताच्या शिवकिशनला स्वतःचाच अभिमान वाटला, कारण हल्दिरामांनी त्याची खास निवड

केली. तो निर्णय योग्यच होता, कारण आजोबांचा चव आणि स्वाद पारखण्याचा गुण त्याच्यात पुरेपूर उतरला होता. कोलकाता येथील व्यवसायावर आपल्या नावाची मोहर उठवायची, असा दुर्दम्य विश्वास त्याच्या मनात जागृत झाला होता. हल्दिरामांचे मधले पुत्र, सत्यनारायणदेखील वडिलांना सर्वतोपरीनं मदत करण्याच्या उदात्त हेतूनं प्रेरित झाले आणि पत्नी व मुलांसह त्यांनीही कोलकाता येथे प्रस्थान केलं.

हल्दिरामांचे एक बालपणीचे प्रिय मित्र, अभय रावत बच्छावत ताबडतोब नव्यानं कोलकाता येथे आलेल्या आपल्या मित्राच्या मदतीला धावून आले. त्यांनी कोलकाता इथल्या भुरजो दलाल पथावरील हरपुदो नावाच्या गल्लीत ३ क्रमांकाच्या घरात हल्दिरामांच्या निवासाची सोय केली. ते घर पाहताच सगळ्यांना जणू भूतकाळात गेल्याचा भास झाला. पुन्हा एकदा हल्दिराम कुटुंब एका लहानशा घरात राहायला आलं होतं. कुटुंबाचा आकार मोठा असूनही कुणीही तोंडातून नापसंतीचा एकही उद्गार न काढता त्या खोपटीवजा घरात आपलं बस्तान बसवायला सुरुवात केली. शेव बनवण्यासाठी आवश्यक त्या जुळवाजुळवीलाही आरंभ केला. आठवड्याच्या आतच त्यांनी शेव बनवण्यास आरंभ केला. प्राथमिक अवस्थेतल्या लाकडी चुलीवर हल्दिरामांसह त्यांच्या घरातील पुरुषमंडळींनी शेव बनवली. आता मोठमोठ्या थाळ्यांमध्ये शेव भरून आणि या थाळ्या एका हातगाडीवर ठेवून ते भुरजो दलाल पथावर उतरले अन् रस्त्यांवरून फेऱ्या मारत रद्दीच्या सुरळ्यांमधून कामगारांना आणि स्थानिक व्यापाऱ्यांना शेव विकू लागले. हल्दिरामांनी आपल्या जुन्याच विक्रीतंत्राचा वापर केला : त्यांच्या खमंग, चविष्ट शेवेनं बघताबघता स्थानिक लोकांच्या रसनेवर गारूड केलं. तोपर्यंत जणू काही त्या लोकांनी इतका चविष्ट पदार्थ चाखलाच नव्हता. वास्तविक पाहता, बिकानेरमध्ये त्यांचा धंदा, त्यांचं दुकान सतत भरभराट करत होतं; पण तरीही त्या यशानं या कुटुंबाच्या डोक्यात यशाची हवा गेलेली नव्हती. त्यामुळे मूळच्या बेताच्या परिस्थितीचा त्यांना विसर पडला नव्हता. एकीकडे त्यांच्या मनातल्या महत्त्वाकांक्षेला नवे धुमारे फुटत होते, तर दुसरीकडे त्यांना डोळ्यांसमोरची आव्हानं स्पष्ट दिसत असल्यामुळे त्यांनी अगदी तळाच्या स्तरावरूनच काम करायचं ठरवलं. रस्त्यांवर हिंडून फिरत्या विक्रेत्याच्या भूमिकेतून त्यांनी आपल्या मालाची विक्री करायला सुरुवात केली. कोलकाता मधल्या दमट, घामट हवामानातही त्यांनी गर्दीनं गजबजलेल्या रस्त्यांवर हिंडून माल विकण्यास मागेपुढे पाहिलं नाही.

मारवाडी मित्रांच्या संपर्कजालामुळे लवकरच हल्दिरामांच्या शेवेबद्दलची माहिती सगळ्यांना मिळाली. त्यांची शेव कोलकाता येथे लोकप्रियही झाली. कामगारच नव्हे, तर छोटेमोठे व्यापारीसुद्धा त्यांच्या शेवेचे चाहते बनले. दिवसाच्या कुठल्या

वेळात कुठे त्यांच्या हातगाड्या शेव विकत उभ्या असतात, याचं गणित त्यांनी मनात नोंदवलं. त्यामुळे त्या त्या ठिकाणी जाऊन शेव विकत घेणं त्यांना जमू लागलं. कोलकाता येथे हल्दिराम कुटुंब नक्कीच जास्त नफा कमवत होतं. कोलकाता शहर मोठं होतं, इथल्या लोकांचं राहणीमान उच्च पातळीचं होतं, त्यामुळे १.५० रुपये किलोनं ते शेव विकू शकत होते. बिकानेरमध्ये हीच शेव प्रतिकिलो २५ पैसे या दरानं विकली जात असे! इथे उत्पादनखर्च किलोमागे १ रुपया असल्यामुळे दर किलोमागे ५० पैसे सुटत होते. काही महिन्यांतच त्यांनी दुकान भाड्यानं घेण्यापुरते पैसे साठवले. वर्ष पुरं व्हायच्या आतच त्यांना दुकान थाटणं शक्य झालं. अभय रावतांना कलाकार पथावर एक छोटंसं दुकान रिकामं आढळलं. भाडं ५० रुपये महिना होतं. दुकान कसलं, लहानसं आठ फूट लांबीरुंदीचं खोपटंच होतं ते, पण निदान सुरुवात तरी झाली. हल्दिरामांना दुकानातल्या लांबड्या टेबलावर जेमतेम दोन पराती भरून शेव ठेवता येणार होती आणि दोनच व्यक्ती उभ्यानं शेव विकू शकल्या असत्या. तसं पाहिलं तर त्या वेळीसुद्धा रस्तोरस्ती हिंडून ते दिवसाला १५०-२०० किलो शेव विकतच होते, पण दुकान थाटल्यावर विक्री आणि पर्यायानं शेवेचं उत्पादन वाढवता येईल, अशी आशा ते मनाशी बाळगून होते.

१९५०च्या पूर्ण दशकभरात जेव्हाजेव्हा हल्दिरामांना कुशल कामगारांची निकड भासली, तेव्हातेव्हा त्यांनी बिकानेरहूनच *कारागीर* मागवले होते – काही त्यांचे दूरचे नातेवाईक होते, तर काही त्यांच्या दूरवरच्या खेड्यातले मित्र होते. त्यांना घेऊन हल्दिरामांनी दैनंदिन उत्पादन वाढवलं होतं किंवा त्यांना दुकानात विक्रीसाठी उभं केलं होतं. कोलकाता इथेच त्यांनी आपली शेव 'हल्दिराम भुजियावाला' या नावानं विकायला सुरुवात केली. पहिलं दशक व्यवसाय वाढवण्यात, लोकांचा विश्वास संपादन करण्यात, तसंच समाजातली पत वाढवण्यात गेलं. मारवाडी समाजातील नातेसंबंध वाढवण्यासाठीही त्यांना वेळ खर्चावा लागला. कोलकाता इथल्या सांस्कृतिक विश्वाशी जुळवून घेण्यासाठी त्यांनी बरेच कष्टही घेतले, पण आजही तिथले स्थानिक बंगाली लोक या मंडळींना परके किंवा उपरेच समजतात. त्यांच्यापैकी काही जण तर उघडपणे मान्यही करतात. 'हल्दिराम मंडळी काही बंगाली म्हणता येणार नाहीत. ते वेगळेच आहेत. काही झालं तरी ते व्यापारी आहेत.' कोलकाता शहराची खरी ओळख म्हणजे तिथले कलाकार, तिथले लेखक आणि तिथले क्रांतिकारी लोक. या शहराला गेली कित्येक शतकं बाहेरून आलेल्या व्यापाऱ्यांना सामावून घेण्यासाठी आपल्या जागा द्याव्या लागल्या आहेत, त्यांनी उघडपणे नाही तरी मनोमन हे मान्य केलंय की, व्यापारासाठी लागणारी हुशारी आणि थोडीफार कपटनीती मूळची रक्तातच असावी लागते. त्यांनी हे सत्यदेखील

मनोमन स्वीकारलंय की, हे उपरे लोक त्यांच्या म्हणजे बंगालच्या आर्थिक स्वास्थ्यासाठी आवश्यकच आहेत.

* * *

त्यानंतर उगवलेल्या दशकात त्यांचं मूळ दुकान आकारानं तिप्पट झालं. १९६७ साल उजाडलं तोपर्यंत त्याचा आकार २५ चौरस फूट झाला होता. कलाकार पथावरील एक भरभराटीला आलेलं व्यवसायकेंद्र अशी त्याची ओळख होऊ लागली. तसं म्हटलं तर त्यांच्या दुकानाचा आकार केवळ तिपटीनंच वाढला असला, तरी त्यांच्या विक्रीचे आकडे १९५६च्या तुलनेत शंभर पटींहूनही वाढले होते. प्रवासी लोक, व्यापारी आणि स्थानिक लोक अशा सगळ्यांनीच हल्दिराम हे नाव ओळखायला सुरुवात केली होती. अनेकांच्या मनात तर हल्दिराम म्हणजे चटपटीत शेव हे समीकरण कोरल्यासारखं झालं होतं. अन् हे सर्व त्यांनी साध्य केलं होतं ते कुठलीही आधुनिक विक्रीतंत्रं न वापरता. त्यांनी ना आपल्या मालाची कसली जाहिरात केली होती, ना कुठे फलक वा भित्तिचित्रं लावली होती. त्यांची भिस्त होती लोकांनी एकमेकांपाशी केलेल्या स्तुतीवर. हेच जगातलं सर्वांत जुनं प्रसिद्धी तंत्र! जसजसं त्यांचं नाव वाढू लागलं, तसतसा त्यांनी आपल्या मालाच्या उत्पादनात वैविध्य आणण्याचा प्रयत्न करायला आरंभ केला– त्यांनी बंगाल्यांना प्रिय असलेल्या विविध खाद्य पदार्थांची निर्मिती करायचं ठरवलं.

शेवगाठीव्यतिरिक्त त्यांनी जे पहिलं नवं उत्पादन बाजारात आणलं होतं, त्याला बंगाली लोक मिक्श्चर म्हणतात. त्यांच्या काही स्थानिक मारवाडी मित्रांनी या हलक्या अन् कुरकुरीत पदार्थाची तारीफ केली, तेव्हा हल्दिरामांनी ते आव्हान स्वीकारलं. शिवकिशन आणि त्याचे काका रामेश्वरलाल त्या कामाला लागले. त्यांनी आपल्या कार्यशाळेत म्हणजेच त्यांच्या खासगी प्रयोगशाळेत ठाण मांडलं आणि मिक्श्चर चाखायला सुरुवात केली. त्यांच्या घ्राणेंद्रियांना त्यांनी कामाला जुंपलं, त्यात कोणते घटकपदार्थ, कोणते मसाले वापरले असावेत त्याची चाचपणी सुरू केली. असे अनेक दिवस गेले. अनेक वेळा केलेल्या प्रयोगांनंतर अखेर त्यांच्या पसंतीस उतरेल असा पदार्थ– मिक्श्चर– करणं त्यांना जमलं. प्रायोगिक तत्त्वावर त्यांनी मिक्श्चरचं उत्पादन सुरू केलं. मोजक्याच प्रमाणात त्यांनी दुकानात त्याची विक्री केली. आधुनिक विक्रीतंत्राबाबत पूर्णपणे अनभिज्ञ असलेल्या अगरवालांनी आपल्या गिऱ्हाइकांना छोट्या प्रमाणात नमुन्यादाखल मिक्श्चर द्यायला सुरुवात केली. लवकरच मिक्श्चर विकलं गेलं आणि त्याच्याबरोबरच यशाचं आणखी एक माप अगरवालांच्या पदरी पडलं.

'हळूहळू तो आमचा छंदच होऊन बसला. कोलकातामधल्या बंगाली दुकानांमध्ये

आम्हाला नवीन तिखटमिठाचे पदार्थ दिसले रे दिसले, की आम्ही ते विकत घेत असू. ते घरी आणायचे, त्यांचं पृथक्करण करायचं आणि मग त्यात थोडेफार बदल करून आपला असा खास पदार्थ बनवायचा, जो बहुतेक वेळा स्थानिक पदार्थांना मागे सारत असे,' समाधानाच्या सुरात शिवकिशन आपलं मत व्यक्त करतात. आता 'अवघे पाऊणशे वयोमान' गाठलेले शिवकिशन या वयातही 'जुन्या जमान्यातल्या रंगतदार गोष्टीं'ना उजाळा देताना उत्साहानं भरभरून बोलतात. 'तुम्हाला सांगतो, मला प्रत्येक मसाल्याची– मग तुम्ही जिरं म्हणा, मिरी म्हणा किंवा दालचिनी नाहीतर वेलदोडे किंवा बडिशेप म्हणा – वेगळी चव, वेगळा स्वाद जाणवतो, कुठल्या खाद्य पदार्थात नक्की कोणते घटकपदार्थ वापरलेत हे मी बहुतेक सगळ्या खाद्य पदार्थांबाबत छातीठोकपणे सांगू शकतो.' हे ते इतक्या विनम्रपणे पण आत्मविश्वासपूर्वक बोलतात, की त्यांच्याशिवाय इतर कुणाला ते जमणारच नाही. मी नागपूरच्या हल्दिराम शाखेला भेट दिली तेव्हा त्यांची स्वीय सचिव असलेल्या तरुणीनं– अंकितानं – त्यांच्या या विधानाला दुजोरा दिला. 'आम्ही कुठलाही नवा पदार्थ बनवला की ते स्वतः त्याची चव घेतात आणि कुठलाही घटक पदार्थ कमी-जास्त प्रमाणात वापरला असेल, तर ते बरोब्बर ओळखतात. दुसरा एखादा मसाला, घटकपदार्थ वापरला तर पदार्थाची चव कशी अधिक चांगली होईल, हेदेखील ते सुचवतात. गेली कित्येक वर्षं ते आम्ही बनवत असलेले खाद्य पदार्थ चाखण्याचं काम करत आले आहेत, नवनवीन घटक वापरण्याबाबत ते जागरुकता दाखवतात. पण त्यांच्या कहाण्यांवर विश्वास ठेवायचा झाला तर त्यांच्या या कौशल्याला खरी धार आली ती कोलकाताला आल्यानंतरच.'

शेव बनवण्याच्या कामात तसं पाहिलं तर सगळीच अगरवाल मंडळी वाकबगार होती, पण शिवकिशन यांच्यातलं एक कौशल्य काही वेगळंच होतं : एखाद्या खास पदार्थाची नक्कल वठवण्यात अन् तो मूळ पदार्थापेक्षा अधिक सरस बनवण्यात त्यांचा हात कुणीही धरू शकला नसता. कुणीही त्यांच्यावर ती जबाबदारी सोपवलेली नसली, तरी कुठल्याही अव्यक्त कराराशिवायच त्यांनी 'नवनवीन उत्पादनांच्या निर्मिती'चं काम आपल्या शिरावर घेतलं. खरं तर त्या काळी त्यांच्या व्यवसायात वेगवेगळे विभागही पाडण्यात आलेले नव्हते. रामेश्वरलालांची दहा वर्षांच्या आतली मुलं वगळली, तर त्या वेळी शिवकिशन सगळ्यात लहान होते. पण त्यांच्या दृष्टीनं जे आदरणीय होते त्यांचा- म्हणजेच आपल्या वडिलांचा आणि आजोबांचा- आदर संपादन करण्यात ते लवकरच यशस्वी ठरले, ही बाब निर्विवाद होती.

१९६७ मध्ये कोलकातामधील दुकान कुणाला कल्पनाही करता आली नसती, इतक्या उत्तम प्रकारे धंदा करत होतं. बिकानेरपेक्षाही नफ्याचं प्रमाण अधिक

होतं. त्यामुळे हल्दिरामनी विश्वासपूर्वक तिथल्या व्यवसायाची सगळी सूत्रं रामेश्वरलाल यांच्या हाती सोपवली. आता त्यांनी व्यवसायाच्या दैनंदिन व्यापातून स्वतःचं अंग काढून घेतलं आणि ते कोलकाता ते बिकानेर अशा वाऱ्या करत, मुलांना गरज भासेल तेव्हा अन् तितकीच मदत करू लागले. एखाद्या आदर्श नेत्याप्रमाणे त्यांनी आपला व्यवसाय आणि आपलं कुटुंब यामधली एकी कायम ठेवली; त्यासाठी त्यांनी खंबीर पण कोमल स्पर्शाचा वापर केला.

वरकरणी सगळं काही 'आलबेल' असलं तरी गेल्या काही दिवसांपासून भावाभावांमध्ये विसंवादाचा सूर उमटू लागला होता, हेदेखील एक सत्यच होतं. रामेश्वरलाल आणि त्यांच्या पाठचे भाऊ सत्यनारायण– लाडानं सगळे जण त्यांना सती दास म्हणत असत– आता वेगळं होऊ पाहत होते. कदाचित त्यामागचं कारण लहानशा घरात एकत्र राहणं त्यांना कठीण होऊ लागलं असावं, हेदेखील असेल. इतिहासाची पुनरुक्ती होत होती, हेच खरं. या वेळी सती दासांनी वडिलांपासून आणि भावापासून वेगळं व्हायचा निर्णय घेतला. कोलकात्यामध्येच हल्दिराम अँड सन्स या नावानं त्यांनी वेगळी चूल मांडायचं ठरवलं. कुठेही तशा प्रकारची लेखी किंवा तोंडी तरतूद केलेली नसली, तरीही शांतपणे कोलकात्यामधील मूळ धंद्याचे दोन भाग करण्यात आले. सती दासांना त्यांचा स्वतःचा व्यवसाय सुरू करण्यासाठी आवश्यक ते आर्थिक साहाय्य करण्यात आलं. थोडक्यात सांगायचं झालं, तर १९६०च्या दशकातच कौटुंबिक कलहाची, पुढे तोंड द्याव्या लागणाऱ्या वादंगाची, कोर्टकचेऱ्यांची नांदी झाली. स्वतःची व्यावसायिक भरभराट व्हावी म्हणून पाठीला पाठ लावून आलेले भाऊ भांडू लागले. गुपित म्हणून जिवापाड जपलेल्या शेवेच्या ज्या पाककृतीमुळे हल्दिराम हे नाव सर्वतोमुखी झालं होतं, त्याचमुळे भावाभावांमध्ये स्पर्धा निर्माण झाली; त्याच गिऱ्हाइकांसाठी ते आपापसात उभा दावा करू लागले.

'हल्दिराम भुजियावाला इन कोलकाता' हा कोलकात्यामधील व्यवसाय त्या काळी रामेश्वरलाल सांभाळत होते. त्यांचा स्वतःचा असा एक निष्ठावंत ग्राहक वर्ग तयार झालेला होताच, शिवाय व्यवसायही भरभराटीला आलेला होता. सती दासांच्या नव्यानं सुरू केलेल्या 'हल्दिराम अँड सन्स'नं रामेश्वरलालच्या दुकानाला थोडीफार स्पर्धा उभी केली असला तरी, त्यांच्या ग्राहकांपैकी केवळ मूठभर म्हणावीत इतकीच गिऱ्हाइकं ते पळवू शकले. मूळच्या व्यवसायाचा पाया इतका भक्कम होता, की त्यामुळे सती दास आणि त्यांच्यासारख्या इतर नव्या व्यवसायबंधूंना बाजारपेठेत केवळ शिरकाव करण्यासाठीच एक प्रकारचा मोठा अडसर पार करावा लागत असे. हल्दिराम अँड सन्समुळे मूळच्या हल्दिराम भुजियावालाच्या रामेश्वरलालना आणि शिवकिशनना कसलाही धोका त्यांच्यामुळे निर्माण होण्याची शक्यता नव्हती. तरीही भावाभावांमध्ये पडलेल्या फुटीमुळे सुरुवातीचे काही दिवस रामेश्वरलालना

ताणतणावाचेच झाले असणार, कारण नफ्यात घट होण्याची भीती त्यांनाही वाटली असणारच.

मात्र, हल्दिराम अँड सन्स हे दुकान उघडल्यानंतर कोलकातामधील फराळाचे खाद्य पदार्थ विकणाऱ्या इतर अनेक दुकानदारांनी आपली काहीशी वेगळी शेव बाजारात आणली. हल्दिरामच्या शेवेची पाककृती त्या कुटुंबानं जिवापाड जपली होती खरी; पण प्रत्येक बल्लवाचार्याला ठाऊक असतं की सरावानं नवा पदार्थही उत्तम बनवता येतो. त्याच तत्त्वाचा अवलंब करत अनेक दुकानदारांनी हर प्रकारे प्रयत्न करून आपल्या शेवेचा दर्जा उंचावला अन् तिला हल्दिरामच्या शेवेच्या पंक्तीत नेऊन बसवलं. त्यामुळे विक्रीतंत्र क्षेत्रात ज्याला नेटवर्क एक्स्टर्नेलिटी इफेक्ट म्हणतात, तशी परिस्थिती निर्माण झाली. या प्रकारात असं घडतं की जसजसे अधिकाधिक लोक एखाद्या वस्तूचा वापर करू लागतात, तसतसं तिचं बाजारमूल्य वरवर जात राहतं अन् त्यामुळे तिच्या उत्पादकांची संख्याही वाढत जाते. जेव्हा बाजारपेठेत मोठ्या प्रमाणावर शेव विकली जाऊ लागली, तेव्हा तिची मागणीही वाढत गेली अन् हे चक्र अव्याहतपणे फिरतच राहिलं. गमतीचा भाग असा, की या परिस्थितीचा सर्वाधिक फायदा हल्दिराम भुजियावालांनाच झाला, कारण इतरांच्या शेवेच्या तुलनेत त्यांच्या शेवेची चव आणि दर्जा निःसंशयपणे अधिक उजवा होता. थोडक्यात सांगायचं झालं, तर शेवनिर्मात्यांच्या संख्येत एकाएकी झालेल्या वाढीमुळे एक प्रकारची निकोप स्पर्धाच सुरू झाली, अन् तिचा फायदा ग्राहकांना झाला. शेव या चटपटीत खाद्य पदार्थाला गिऱ्हाइकांच्या भोजनाच्या थाळीत महत्त्वाचं स्थान प्राप्त झालं. अन् त्याचा परिणाम म्हणून दुकानदारांच्या थाळीत अधिक नफा जमा होऊ लागला.

भेग पडली

अनादी कालापासून, पूर्वापारपासून धंद्यांची वाढ करण्यासाठी व्यावसायिक मंडळींनी दूर देशी स्थलांतर केलेलं आहे. नव्यानव्या प्रांतांमध्ये दुकानं उघडली आहेत. काही वेळा नव्या भूमीत निर्माण झालेल्या संधींचा लाभ उठवण्याखातर अशी भौगोलिक स्थलांतरं झालेली आहेत. उदाहरणार्थ, १९१० मध्ये काही चित्रपट निर्मात्यांनी अमेरिकेच्या पूर्व किनाऱ्यावरील न्यू जर्सीतून पश्चिमेकडील कॅलिफोर्नियातील लॉस एंजलिसमध्ये जाण्याचा धाडसी निर्णय घेतला. त्यांच्या या निर्णयामागचं कारण होतं नव्या प्रदेशातलं उत्कृष्ट हवामान, चित्रपटांचे सेट्स उभारण्यासाठी आवश्यक अशी मोठी मोकळी जागा, देमार चित्रपटांसाठीची वाढती मागणी आणि त्याहूनही महत्त्वाचं कारण म्हणजे लॉस एंजलिसमध्ये कामगार संघटनांची डोकेदुखी नसणं.

त्यामुळे त्यांना स्वस्तात कामगार वर्ग उपलब्ध होणार होता. या एका निर्णायक घटनेमुळे एका संपूर्ण उद्योगाचं स्थलांतर होऊन त्याचा पाया एका छोट्याशा गावात रचला गेला. लॉस एंजलिसपासून जवळच हॉलिवूडचा जन्म झाला.

काही स्थलांतरं वेगवान विस्ताराच्या दृष्टीनं आर्थिक केंद्रस्थानांच्या दिशेनं केली जातात. जसं दक्षिण भारतीय माणसानं सुरू केलेल्या सरवना भवन या फास्ट फूड शृंखलेनं भारताच्या सीमारेषा ओलांडून लंडनमध्ये उपाहारगृह उघडलं. पुढे अटलांटिक महासागरही ओलांडला आणि अमेरिकेत आपलं उपाहारगृह चालू केलं. त्यामागचं प्रमुख कारण होतं कॅलिफोर्निया, न्यू यॉर्क आणि लंडनमधील वाढती बहुभाषीय भारतीय लोकसंख्या. त्या बाजारपेठेचा हिस्सा लवकरात लवकर आपल्या पदरात पाडून घ्यायचा त्यांचा उद्देश होता. वास्तविक पाहता, जगाच्या इतर आर्थिक केंद्रांमध्येही तीव्र स्पर्धा असतानादेखील सरवना भवननं या तीन शहरांमधील लोकांची भारतीय चटकदार पदार्थांची मागणी पुरी करायचा चंगच बांधला. सुरुवातीला त्यांनी भारतीयांची मनं आकृष्ट करून घेतली, अन् मग पाश्चिमात्यांच्या रसनेलाही चाळवायचा उपक्रम हाती घेतला. आजमितीला, परदेशातल्या भारतीय उपाहारगृहांच्या शृंखलांमध्ये सरवना भवनचं स्थान बऱ्याच वरच्या बाजूला आहे.

कधीकधी मात्र कुठलीही युद्धनीती किंवा दूरदृष्टी विचारात न घेताच काही स्थलांतरं केली जातात, तेव्हा कधी कौटुंबिक ताणतणाव कारणीभूत ठरतात तर कधी निव्वळ योगायोगानं काही गोष्टी घडतात. शिवकिशननी नागपूरला जायचा निर्णय घेतला तेव्हाही नंतर सांगितलेली कारणंच त्यामागे होती. स्थित्यंतरामागची कारणं कोणतीही असोत, प्रत्येक बाबतीत उत्पादनाला असलेली मागणी– अस्तित्वात असलेली किंवा कृत्रिमपणे निर्माण केलेली– फार महत्त्वाची भूमिका बजावते. व्यवसायाला मिळणाऱ्या यशात तिचा सिंहाचा वाटा असतो, हे निर्विवाद.

१९६८ साल उजाडलं तोपर्यंत हल्दिरामचे तिन्ही सुपुत्र आपापल्या व्यवसायांमध्ये स्थिरावले होते. मूलचंद बिकानेरमधील दुकान सांभाळत होते. रामेश्वरलाल हल्दिराम भुजियावाला हे दुकान आणि सत्यनारायण त्यांनीच सुरू केलेलं छोटंसंच का होईना; पण 'हल्दिराम अँड सन्स' हे दुकान चालवत होते. कालांतरानं त्या दोघांनी बिकानेर आणि कोलकातामधील दुकानांपासून पूर्ण फारकत घेतली. तिन्ही स्वतंत्र कुटुंबं स्थिरस्थावर झाली होती. प्रत्येकाला स्वतःचा व्यवसाय होता आणि शेवेच्या उत्पादनातूनच त्यांचा चरितार्थ व्यवस्थितपणे चालू होता. मूलचंदांचे तिन्ही चिरंजीव वडिलांच्या बिकानेरमधील व्यवसायात हातभार लावत होते, तर त्यांचा सर्वांत मोठा मुलगा शिवकिशन कोलकातामधील रामेश्वरलाल या काकांबरोबर हल्दिराम भुजियावालामध्ये भागीदार होता. मात्र, मूलचंदांचं दुसरं अपत्य- सरस्वतीदेवी या कन्यारत्नाला कुटुंबाच्या कुठल्याही व्यवसायात शिरकाव करू दिला गेला नव्हता.

हे मारवाडी समाजातल्या परंपरेला धरूनच होतं. सरस्वतीदेवी तेरा वर्षांची होताच तिचं बन्शीलाल नावाच्या मुलाबरोबर लग्न लावून देण्यात आलं. तिच्या आशाआकांक्षांना, कुटुंबाप्रती तिनं केलेल्या कामगिऱ्यांना अगरवाल कुटुंबाच्या लेखी किती क्षुल्लक स्थान होतं ते माझ्या लक्षात आलं. या कुटुंबाच्या वंशवृक्षाची माहिती मला देण्यात आली, तेव्हा त्यामध्ये तिच्या नावाला कुठेच स्थान नव्हतं! या पुस्तकासाठी तयार केलेल्या वंशवृक्षामध्ये तिच्या नावाचा उल्लेख करण्यात आलेला आहे, पण तिच्या जन्माचं साल कोणतं, तारीख काय होती हे शोधून काढणं मला दुरापास्तच ठरलं. विरोधाभास असा होता की, हल्दिरामच्या नागपुरातील व्यवसायनिर्मितीमागे सरस्वतीदेवींची भूमिका महत्त्वपूर्ण ठरली.

सरस्वतीदेवींचा पती- बन्सीलाल कष्टाळू वृत्तीचा तरुण होता. साध्याभोळ्या स्वभावाच्या बन्शीलालचं मुख्य काम गहू चाळायचं, निवडायचं अन् पोत्यांमध्ये भरून स्थानिक व्यापाऱ्यांना विकायचं, हे होतं. या कष्टांच्या कामातून मिळणारं उत्पन्न बेतास बात असल्यामुळे त्याला आपल्या कुटुंबाला कसल्याच सुखसोयी देण्याचा विचार करणं शक्य नव्हतं. त्याविषयी बोलताना शिवकिशन भूतकाळात जातात. "घरच्या व्यवसायात हिस्सा मिळावा अशी तिची तीव्र इच्छा असल्यामुळे तिनं आमच्या आजोबांच्या मनधरण्या केल्या, की त्यांनी बन्सीलालला एखादं दुकान चालू करून द्यावं, म्हणजे त्यांच्या भविष्यकाळाची तरतूद केल्यासारखं होईल. बिकानेरमध्ये आमचा व्यवसाय चालूच होता, अन् त्याचा कारभार माझे आजोबा धरून पाच माणसं सांभाळत होती. त्यामुळे बन्सीलालची सोय तिथे होऊ शकणार नव्हती. त्यामुळे बन्सीलालसाठी दुकान काढायचं तर वेगळी जागा शोधणं गरजेचं होतं," ते पुढे म्हणाले. 'मग नागपूरची निवड का केली?' या माझ्या प्रश्नाला "कुणास ठाऊक!" यापलीकडे त्यांच्यापाशी काहीच उत्तर नव्हतं. 'दिल्लीचा विचार का नाही केला?' या माझ्या पुढील चौकस प्रश्नाला उत्तर देताना ते म्हणाले, "माहीत नाही. वास्तविक पाहता, नागपूरमध्ये आमचे कुणीही मित्र किंवा नातलग वगैरे नव्हते. मारवाडी समाजातली फारशी माणसंही तिथे नव्हती. त्या काळी नागपूरमध्ये आर्थिक केंद्रही नव्हतं. माझ्या बहिणीला तिथे राहावंसं वाटलं, म्हणून आम्ही त्याची निवड केली इतकंच. दिल्लीचं म्हणाल तर मला वाटतं, आमची तिथपर्यंत मजल गेली नसावी."

१९६८ मध्ये शिवकिशन आणि जमनादेवींच्या लग्नाला दहा वर्षं उलटून गेल्यानंतर त्यांना नागपूरला जायला सांगण्यात आलं. सरस्वतीदेवी आणि त्यांच्या कुटुंबाला व्यवसाय सुरू करण्यास त्यांनी मदत करायची होती. सुरुवातीची योजना अशी होती, की त्यांनी मार्च महिन्यात दोन आठवड्यांसाठी नागपूरला जायचं आणि धंद्याची सूत्रं बहिणीच्या आणि मेव्हण्याच्या हाती सुपूर्त करून कोलकात्याला परत

यायचं. ते काम त्यांनी कर्तव्यभावनेनं पार पाडलं.

या छोट्याशा कालावधीत धंद्यात नव्यानं पदार्पण करणाऱ्या पती-पत्नीला धंद्याचे पाठ गिरवायच, एवढीच जबाबदारी त्यांच्यावर सोपवली गेली होती; पण झालं असं की त्यांना जन्मभरासाठी महाराष्ट्रातल्या एका रंगहीन, कळाहीन गावात खितपत पडावं लागलं. खरं पाहिलं तर नवख्या जागी जायचं, तिथे धंदा सुरू करायचा, घरगृहस्थी चालू करायची, ही बाब त्यांच्यासाठी मुळीच नवी नव्हती. नागपुरात पाय ठेवताच त्यांनी आपल्या बहिणीसाठी आणि मेव्हण्यासाठी एक सदनिका भाड्यानं घेतली आणि नागपुरातील इतवारी भागातल्या पोस्ट ऑफिस पथावर एक छोटंसं दुकानही भाड्यानं घेतलं. ही निवड हुशारीनं करण्यात आली होती, कारण इतवारी भागात अनेक उद्योगधंदे वसलेले असल्यामुळे तिथे शेकडो कामगार रोज कामाला येतात. हल्दिराम कुटुंबानं कुठलाही नवा खाद्य पदार्थ बाजारात आणला की ते नेहमीच या कामगार वर्गावरच त्याचा पहिला प्रयोग करतात.

त्या पंधरवड्याच्या काळात उत्पादन सुरू करण्यासाठी शिवकिशननी बन्सीलालला शेव बनवण्याचे पाठ दिले. त्याचप्रमाणे मिक्श्चर आणि पापडीसारख्या अगदी साध्या गोष्टी बनवायलाही शिकवलं. त्या काळी महाराष्ट्रात फरसाणसदृश पदार्थांना फारशी मागणी नसायची, तरीही मी असा अंदाज बांधला की धंद्याला स्थैर्य प्राप्त झाल्यानंतर त्यांना दिवसाकाठी साधारणपणे ४०० रुपये तरी सुटावेत. आपली कामगिरी पार पाडल्यानंतर समाधानाच्या भावनेनं ते कोलकात्याला नेहमीच्या जबाबदाऱ्या सांभाळण्यासाठी परत आले.

दुर्दैवाची बाब अशी झाली की, धंदा सुरू करून सहा महिने झाले नाही तोच त्यात अपयश आलं. सरस्वतीदेवींनी आणि बन्सीलालनी 'आम्हाला वाचवा' असा संदेश पाठवला. 'तातडीनं या आणि आम्हाला गर्तेतून बाहेर काढा.' खरी गोष्ट ही होती, की जरी शिवकिशननी त्यांना उत्पादन करण्याचे धडे गिरवले असले, तरी या जोडप्याला धंदा करण्याचं किंवा गिऱ्हाइकांना आकर्षित करण्याचं प्राथमिक ज्ञानही नव्हतं. साहजिकच, ठरवलेल्या उद्दिष्टाच्या १० टक्के विक्री त्यांना करता आली नाही. त्यांनी काय केलं तर शेव बनवली आणि दुकानात मांडली. गिऱ्हाइकांना आकर्षित करण्यासाठी कष्ट घ्यावे लागतात, याची त्यांना गंधवार्ताही नव्हती. त्यात भर पडली ती नागपुरातल्या स्थानिक लोकांची. या लोकांचे आपापसात अगदी घनिष्ट संबंध असल्यामुळे ते बाहेरून आलेल्या परक्यांकडे संशयाच्या नजरेतून पाहतात आणि डोळ्यांत तेल घालून स्थानिक धंद्यांची जपणूक करतात.

या वेळी शिवकिशननी नागपूरला जाताना आपल्या बायको-मुलांना बरोबर घेतलं, कारण त्यांना साधारण कल्पना आली होती की नव्या व्यवसायात फायदा

नाही झाला तरी स्थिरावण्याइतपत जम बसवण्यासाठीसुद्धा त्यांना त्यांच्या आधीच्या अंदाजापेक्षा जास्त वेळ लागेल. "नागपूरलाच स्थायिक व्हायचं असा माझा मनसुबा कधीच नव्हता, पण कौटुंबिक जबाबदाऱ्या निभावण्यासाठी मला जावं लागलं." ते पुढे म्हणाले, "सुरुवातीला मी तीन वर्षांची मुदत स्वतःसाठी घालून घेतली होती. मी माझ्या बायकोला वचनही दिलं होतं की १९७१च्या दिवाळीनंतर मी नागपूरला 'रामराम' करेन. त्यानंतर मी कायमचं कोलकात्याला जायचं ठरवलं होतं; कारण आमचा मित्रपरिवार, आमचे बहुतेक सगळे नातेवाईक तिथेच होते; पण माझ्या ललाटी काही वेगळंच लिहिलेलं असावं."

शिवकिशननी वर लिहिल्याप्रमाणे आग्रहानं म्हटलं की कर्तव्य पार पाडण्यासाठीच त्यांना नागपूरला जाणं भाग पडलं, तरीही त्या प्रश्नाची दुसरी बाजू त्यांच्या कुटुंबातल्या दुसऱ्या एका जवळच्या व्यक्तीनं मला सांगितली. कोलकात्यात शिवकिशन रामेश्वरलाल आणि त्यांची पत्नी कमलादेवी यांच्यासह राहत होते. कष्टाळू वृत्तीचे शिवकिशन स्वतःला कामात झोकून देऊन, अगदी रात्रीचा दिवस करून जगत होते. कामाशिवाय त्यांना दुसरं काही सुचत नसे, असं म्हटलं तरी चालेल. कित्येक वेळा तर सगळ्यात शेवटी दुकानातून ते बाहेर पडत, तेव्हा दुकानाची दारं-खिडक्या बंद करणं, हिशेबाचा पै न् पैचा ताळेबंद ठेवणं, या जबाबदाऱ्या ते न चुकता पार पाडत असत. ते रात्री उशिरा घरी परतत तेव्हा त्यांची काकी- कमलादेवी त्यांची वाट पाहत बसलेली असे. त्यांना रात्रीचं जेवणखाण बरोब्बर दिलं जातंय याची तीच खातरजमा करत असे. कमलादेवींच्या बाबतीत असं म्हटलं जायचं की त्या एक अतिशय खाष्ट, तोंडाळ स्वभावाच्या बाई होत्या; पण त्याहून महत्त्वाचं म्हणजे त्यांच्या मनात आपल्या या पुतण्याविषयी अकारणच संशयाची भावना घर करून बसली होती. घरी येताच त्या शिवकिशनना आपले खिसे रिकामे करायला सांगत असत, दुकानातल्या गल्ल्यातून शिवकिशननी काही पैसे तर इतरांच्या नकळत उचलले नसतील ना, असा दाट संशय त्यांना येत असे. शिवकिशननी अनेक वेळा त्यांना ठासून सांगितल्यानंतरही त्यांच्या मानगुटीवरचं संशयाचं भूत उतरायला तयार नव्हतं. वैतागलेल्या शिवकिशननी एकदा धीर करून वडिलांना फोन केला होता अन् त्यांच्यापाशी आपलं मन मोकळं केलं होतं. त्यानंतरच मूलचंद आणि हल्दिराम यांनी शिवकिशनसाठी नागपुरात कामाची सोय केली होती. काही काळ ते दूर राहिले तर कोलकात्यातल्या घरात शांतता नांदेल, बाकीच्यांना मोकळा श्वास घेता येईल, अशी आशा त्यांना वाटत असावी.

असं म्हणतात की, काळच सगळ्या समस्यांवरचा उतारा असतो, पण शिवकिशननी नागपुरात काढलेल्या दोन आठवड्यांच्या कालावधीत कोलकातामधल्या घरातल्या मंडळींच्या दृष्टिकोनात फारसा काही बदल घडला नाही. एका जवळच्या

नातलगानं मला सांगितलं की काही दिवसांनी घडलेल्या एका कौटुंबिक समारंभात कमलादेवींनी शिवकिशनना खोचकपणे टोमणा मारला, "तुमची काय आता मजा चाललीय ना? कसली चिंताच नाही डोक्याला आता. इकडे कोलकात्यामधला धंदाव्यवसाय जोरात चाललाय आणि आपण तिकडे नागपुरात बसून आमच्या कष्टांची फळं चाखताय!" त्या तिरकस टोमण्यानं कमलादेवींना हवा तो परिणाम साधला : स्वाभिमान जपणाऱ्या शिवकिशनना काकींनी सर्वांदेखत मारलेल्या टोमण्याचा संताप आला. संधी मिळताच त्यांनी दुसऱ्यांदा नागपूरची जबाबदारी स्वीकारली अन् कोलकात्याला कायमचा रामराम ठोकला. असं म्हणतात की निरोप देताना मूलचंदांनी आपल्या मुलाला हिंदी चित्रपटातला बाप बजावतो त्या शैलीत म्हटलं, "जा बाळा, आता बाहेर पडतो आहेस घरातून. पुन्हा एकदा तुझं तोंड घरच्यांना दाखव ते स्वतःच्या पायांवर ठामपणे उभा राहशील तेव्हाच."

स्वतः शिवकिशननी जरी मला ही कहाणी ऐकवली नसली, तरी त्यांच्या कोलकात्यामधील वास्तव्याविषयी आणि थोडीथोडकी नव्हे तर चोवीस वर्षं चाललेल्या व्यवसायाच्या नावासंबंधीच्या कोर्टकचेऱ्यातील लढतीविषयी त्यांनी मला जे जे काही सांगितलं, त्यामध्ये या धुमसत असलेल्या कौटुंबिक विद्वेषाची झलक नक्कीच जाणवली. काका-काकींविषयी त्यांच्या मनात असलेल्या असंतोषाला बोलण्याच्या, कहाणीच्या ओघात वाट फुटत होतीच. माझ्या प्रश्नांच्या उत्तरांमध्ये अनेक वेळा 'हाव', 'वाईट, सडकं बीज' असे शब्द त्यांच्या तोंडून नकळत का होईना, पण बाहेर पडलेच.

असं म्हटलं जातं की, शिवकिशनना स्वतःच्या अंगी असलेल्या कर्तृत्वाची खरी जाणीव ते कोलकात्यामधून बाहेर पडण्यापूर्वीच्या काळातच झाली होती. त्या जाणिवेनं त्यांच्यातील महत्त्वाकांक्षेच्या स्फुल्लिंगाला चेतावणी मिळाल्यासारखी झाली अन् त्यातूनच त्यांच्या नागपुरातील साम्राज्याचा वृक्ष जोमानं फोफावला. कोलकातामधील घटनांनी त्यांच्या स्वाभिमानाला जी ठेच लागली होती, त्याच्या अप्रत्यक्ष परिणामाचं रूप म्हणजेच त्यांना मिळालेलं उत्तेजन. या उत्तेजनातून काहीतरी भरीव कामगिरी करून दाखवायची तळमळ निर्माण झाली अन् त्यातून जन्माला आली सकारात्मक कृतिशीलता. शिवकिशनच्या अंतःकरणात धगधगणाऱ्या महत्त्वाकांक्षेच्या अंगारामुळे त्यांनी नागपूरची बाजारपेठ तर काबीज केलीच, शिवाय कुटुंबाचा धंदा थेट राजधानीत नेण्यापर्यंतची मजलही अखेर मारलीच. खेदाची बाब ही होती की, ज्या शिवकिशननी दिल्लीतील विस्तारासाठी आघाडी घेतली, त्या शिवकिशनना तिथला व्यवसाय वाढवण्याच्या कामात कोणतीही भूमिका मिळाली नाही. तरीही एक गोष्ट खरीच; त्यांना नागपुरात मिळालेल्या यशामुळेच देशभरातील विस्ताराचा पाया रचला गेला.

व्यवसायाची मजल नागपूरला नेण्यामुळे आणखी एक महत्त्वाची बाब अधोरेखित झाली : मूलचंद आणि रामेश्वरलाल या भावाभावांच्या कुटुंबांमधील बेबनाव दृष्टोपत्तीस येऊ लागले. शिवकिशन नागपूरला गेले आणि कालांतरानं त्यांनी तिथल्या व्यवसायाची सूत्रं आपल्या हातांत घेतल्यानंतर कोलकात्यामधील व्यवसायावर आता केवळ रामेश्वरलाल आणि त्यांच्या मुलांचं आधिपत्य उरलं. एका दृष्टीनं या पितृसत्ताक एकत्र कुटुंबपद्धतीतील हे दोघं भाऊ असे होते ज्यांचे व्यवसाय पूर्णतः त्यांच्याच मालकीचे झाले. या काहीशा क्षुल्लक विभागणीमुळेच भावाभावांमधील संबंधही काहीसे दुरावल्यासारखे झाले आणि त्यातूनच निर्माण झाली वर्षानुवर्षं चालणारी लढाई आणि कोर्टकचेरी. परिणामस्वरूप, दोन्ही पक्ष त्यात घायाळ, रक्तबंबाळ झाले; पैशापरी पैसा खर्च झाला, समाजातील प्रतिष्ठा कमी झाली आणि पुढच्या पिढ्यांना वारसाहक्कानं मिळू शकणाऱ्या संपत्तीतही घट झाली.

नारिंगी शहर

नागपूरची दुसरी भेट वेगळी ठरली. या वेळी शिवकिशनचा व्यवसायातील हिस्सा मोठा होता, अन् त्याहून महत्त्वाची बाब म्हणजे त्यांना स्वतःलाच आणि वडिलांनादेखील आपलं कर्तृत्व सिद्ध करून दाखवायचं होतं. त्यांनी स्वतःच काही शेव बनवणारे कारागीर किंवा कुशल कामगार निवडले आणि त्यांना घेऊन ते नागपूरला गेले. या वेळी त्यांनी ताबडतोब धंद्याला सुरुवात केली नाही. ज्याप्रमाणे पट्टीचा पोहणारा माणूस पाण्यात उडी मारण्यापूर्वी पाण्याच्या खोलीचा अंदाज वगैरे घेतो, त्याप्रमाणे त्यांनी नागपुरातील एकूण परिस्थितीचा अभ्यास करून मगच पावलं उचलायचं ठरवलं. त्यांच्या कुटुंबानं नवीन जागी व्यवसाय सुरू करताना असा विचार पूर्वी कधीच केलेला नव्हता. तीस वर्षांच्या या मारवाडी तरुणानं नव्या अनोळखी गावात व्यवसाय सुरू करण्याचा अनुभव यापूर्वीही घेतलेला होताच, त्यातले खाचखळगे त्याच्या परिचयाचे होतेच. स्वतःच्या अंगी असलेले खास गुण – घटकपदार्थांची चव पारखणं, नवे खाद्य पदार्थ बनवणं– त्यानं पारखले होतेच. आणि सर्वांत महत्त्वाची बाब म्हणजे त्याच्या मनात साधावयाच्या उद्दिष्टांची रूपरेषाही तयार होती. त्याला नव्या शहरात केवळ एक दुकान थाटायचं नव्हतं, तर आजवर जे त्याच्या कुटुंबातल्या कुणालाही साध्य करता आलं नव्हतं असं उज्ज्वल यश त्याला संपादन करायचं होतं.

नेहमीचा साचा मोडून टाकत शिवकिशननं प्रथम बाजाराचं सर्वेक्षण करायचं आणि मग संभाव्य स्पर्धेचा अंदाज घ्यायचा विचार केला. त्यानं नागपुरातल्या काही लोकप्रिय खाद्य पदार्थ भांडारांना आणि उपाहारगृहांना भेट द्यायचं ठरवलं. त्यासाठी

त्यानं मिष्टान्न भांडार आणि दोराबजीला भेट दिली. मराठी माणसांच्या चवीढवींचा अंदाज त्याला घ्यायचा होता. बाजारपेठेत कोणत्या खाद्य पदार्थांना मागणी आहे, हेदेखील माहीत होणं जरुरीचं होतं. लवकरच त्याच्या ध्यानात आलं की मराठी लोकांना तिखटमिठाचे फारसे प्रकार ठाऊकच नव्हते. ती त्याला एक फार मोठी संधी वाटली : जे खाद्य पदार्थ बनवण्यात तो वाकबगार होता, त्यांच्यावर स्थानिक लोक उड्या मारतील याची त्याला खात्री वाटत होती. बंगाली लोकांवर जशी जादू त्यानं केली होती, त्याची पुनरावृत्ती आपल्याला सहज करता येईल, अशी आशा त्याला वाटत होती. मिष्टान्नांच्या बाबतीतही त्याला शिरकाव करण्यासाठी मोठी फट आढळली. लोकप्रिय दुकानांमधून बहुतेक करून बालुशाही, गुजराथी पेढे, म्हैसूर पाक आणि लाडूच विकले जात होते. या सर्वेक्षणावरून त्याला दोन गोष्टी समजल्या : मराठी मंडळींना गोड पदार्थांची भरपूर आवड होती आणि इतर प्रांतातलेही असे अनेक गोड पदार्थ– शेकडो पक्वान्नं– होते ज्यांच्या साहाय्यानं त्याला बाजारपेठेत शिरकाव करून घेणं शक्य होणार होतं.

रोममध्ये असताना रोमन लोक जसे वागतात तसे वागावे, या जुन्या म्हणीचा त्यानं आधार घ्यायचं ठरवलं. त्यानं सर्वप्रथम ग्राहकांच्या आवडीची मिष्टान्नं बनवून त्यांची मनं जिंकून घ्यायचा बेत केला. त्यांना सर्वस्वी अपरिचित असलेल्या स्वादांचा, चवींचा प्रयोग त्यानंतर करावा असंही त्यानं ठरवलं. "पूर्वीपासून नव्या उत्पादनांच्या प्रदेशात शिरकाव करायची इच्छा माझ्या मनात होतीच अन् ते नवे पदार्थ गोडच होते," नागपुरातील मुलाखतीत वयोवृद्ध शिवकिशननी कबूल केलं. कोलकातामध्ये असतानाही त्यांनी अशा प्रकारचे मिष्टान्नावरील प्रयोग करून पाहिले होते, पण दर वेळी त्यांना काकांच्या अनुभवसिद्ध मतापुढे मान तुकवावी लागली होती. रामेश्वरलाल आणि शिवकिशन यांचे वडील, मूलचंद हे दोघेही एकाच मुशीतून काढलेले असल्यामुळे त्यांचं असं ठाम मत होतं की, जे आपल्याला उत्तम जमतं तेवढ्याचाच आपण व्यापार करावा. या स्वभाववैशिष्ट्याला अनुसरून ते वागत आल्यामुळे त्यांना आपल्या कुटुंबातील मुख्य पदार्थाचा दर्जा सांभाळता आला. इतकंच नव्हे, तर त्याचं मूल्यही वाढवता आलं; पण त्याचा नकारात्मक परिणाम त्यांच्या विकासावर होण्याची शक्यता निर्माण झाली असती आणि कदाचित त्यांच्याहून बलिष्ठ असलेल्या त्यांच्या स्पर्धकांनी त्यांना नामोहरमही केलं असतं, कारण ते नेहमीच हल्दिरामच्या मूळ शेवेची नक्कल करण्याचा प्रयत्न करत आले होते.

मारवाडी कुटुंबं गेली कित्येक शतकं त्यांच्या प्रचलित प्रथापरंपरांचं निष्ठेनं पालन करत आली आहेत. त्यातली सर्वांत महत्त्वाची परंपरा म्हणजे वडीलधाऱ्यांचा आदर करणं. वडीलधाऱ्या व्यक्तींकडे अनुभवाचं शहाणपण असतं, या विचारावर

त्यांची दृढ श्रद्धा असते. त्यामुळे ती उतरंड मोडणं म्हणजे जणू काही मूकपणे पाखंडीपणा करणं. हा कल पुढील प्रकरणांमध्ये अधिक ठळकपणे जाणवतो, कारण बहुतेक व्यवसायांच्या वारसांना तशा प्रकारच्या झगड्यांना सामोरं जावं लागलं आहे, अगदी एकविसावं शतक उजाडल्यानंतरही. हल्दिरामनी एखादी आज्ञा केली की घरातली सर्व मंडळी आपापली मतं बाजूला ठेवत, एक मोठा आवंढा गिळत आणि त्यांचा शब्द पाळत असत. पिढ्या न् पिढ्या हा श्रेष्ठत्वाचा नियम वडिलांकडून मुलाकडे या पद्धतीनं पाळण्यात आला आहे, अन् त्यामुळे प्रत्येक पुढच्या पिढीमध्ये बंडाचं निशाण रोवलं गेलंय अन् कालांतरानं त्याचमुळे व्यवसायातलं यश वृद्धिंगतही झालंय. गमतीचा भाग असा, की अगरवाल कुटुंबातल्या अगदी हल्दिरामसकट प्रत्येक पुरुषानं आपल्या आयुष्यात केव्हा ना केव्हा तरी वडीलधाऱ्यांच्या अधिकाराला आव्हान दिलंय आणि स्वतःचा वेगळा मार्ग चोखाळलाय. १९४४ मध्ये हल्दिरामनीच हा पायंडा घातला, असं म्हणायला हरकत नाही. त्या वर्षी ते आपल्या आजोबांपासून आणि भावांपासून वेगळे झाले. जेव्हा शिवकिशन कोलकात्यात होते, तेव्हा त्यांना आज्ञांची उतरंड तोडून नव्या उत्पादनांच्या क्षेत्रात पाऊल टाकणं जवळपास अशक्यच झालं असतं. जरी शेवटी त्यांना आपल्या वडीलधाऱ्यांना आपला विचार पटवता आला असता, तरीही अनेक वर्षं त्यांना तो प्रत्यक्षात उतरवता आला नसता. त्याहून वाईट गोष्ट म्हणजे वडीलधाऱ्यांचा मान राखण्यासाठी म्हणून जर त्यांनी आपलं तोंड बंदच ठेवलं असतं, तर कदाचित ते त्या संधीला कायमचेच मुकले असते. मारवाड्यांमध्ये आदर ठेवणं या विचाराकडे अतिशय गंभीरपणे पाहिलं जातं.

पण नशिबानं कौल दिला अन् त्यामुळे अचानकपणेच १९६८ मध्ये शिवकिशन आपल्या मर्जीचे मालक ठरले. धंदा चालवण्याबाबत जे काही निर्णय घ्यायचे होते, त्यांची जबाबदारी त्यांच्यावरच येऊन पडली. या नव्यानं मिळालेल्या स्वातंत्र्यामुळे त्यांना आपल्या मनातील कल्पनांना प्रत्यक्षात उतरवण्याची जोमाची प्रेरणा लाभली. त्यांनी त्यांना स्वतःला प्रिय असलेल्या मिष्टान्नाला- काजू कतलीला- पहिला क्रमांक दिला आणि तिचं उत्पादन सुरू केलं. आज अतिशय लोकप्रिय असलेली काजूकतली दूध आटवून त्यात साखर आणि काजू घालून बनवली जाते. काही वेळा त्यात थोडे बदल करून दुसरी सुकी फळं- विशेषतः बदाम, वापरले जातात. केशराचा वापर स्वादासाठी केला जातो. आता, काजूकतली ही बाजारातल्या सर्वांत महाग मिठायांपैकी एक समजली जाते. सणासुदीला आणि खास प्रसंगी मित्रमैत्रिणींना भेट देण्यासाठी एक उत्तम खाद्य पदार्थ म्हणून काजूकतलीचा वापर केला जातो. कोलकात्यात नमुना म्हणून चाखलेली काजूकतली तयार करून ती नागपुरात विकायचं शिवकिशननी ठरवलं. लोकांना काजूकतली आवडली, त्यांनी आपापसात

तिचं कौतुक केलं अन् काहीही पैसा खर्च न करता, विनासायास काजूकतलीला प्रसिद्धी मिळाली. "सुरुवातीला लोकांनी १०० ग्रॅम, २०० ग्रॅम अशा छोट्या प्रमाणात काजूकतली विकत घेतली अन् मग त्यांची मजल ५०० ग्रॅमपर्यंतही गेली. लोकांना चव, स्वाद पसंत पडला तेव्हा आमच्यावर मागण्यांचा वर्षाव झाला," शिवकिशन अभिमानाच्या सुरात म्हणाले.

पहिल्या मिठाईचं यशस्वीपणे उत्पादन केल्यानंतर शिवकिशननी मिष्टान्नाचं अवघं भांडारच लोकांसमोर ठेवलं, अन् त्यासरशी हल्दिरामच्या ब्रँडला भारतातील मिष्टान्ननिर्मिती क्षेत्रातील अग्रणी हे स्थान मिळालं. त्यांनी नागपूरकरांना बिकानेरी आणि कोलकात्याच्या मिठायांची ओळख करून दिली, खास करून मलई लाडू, रसगुल्ले आणि रसमलाई. त्यांची गिऱ्हाइकं हल्दिरामच्या मिठायांच्या इतकी प्रेमात पडली, की कितीही नवीन प्रकार त्यांनी बाजारात आणले तरी गिऱ्हाइकांच्या त्यावर उड्या पडू लागल्या.

तीन वर्षांच्या आत धंद्याची भरभराट होऊ लागली. शिवकिशननी धंद्याची आणखी एक शाखा साई चौकात उघडली. गिऱ्हाइकांना हल्दिराम हे नाव चांगलं ठाऊक झालं होतं. "आम्ही जेव्हा धंद्याला सुरुवात केली तेव्हा दिवसाकाठी आमची कमाई १०० रुपये इतकी होती; पण तीन वर्षांच्या आत आम्ही ५०० रुपयांपर्यंत मजल मारली होती, म्हणजे आमच्या कमाईत ४०० टक्के वाढ झाली होती!" शिवकिशन हर्षोत्फुल्ल आवाजात म्हणाले, तेव्हा त्यांच्या शब्दाशब्दांतून कर्तृत्वाविषयीचा अभिमान ओसंडून वाहत होता. आजमितीला हा आकडा अगदी क्षुल्लक वाटण्याची शक्यता आहे, पण सत्तरीच्या दशकातल्या एका छोट्याशा व्यापाऱ्याच्या दृष्टीनं ही जणू गगनाला घातलेली गवसणीच होती. त्या काळच्या एकूण परिस्थितीचा विचार केला, तर वस्तूंच्या किमतींमध्ये घडलेली प्रचंड वाढ कुणालाही अवाक्‌च करेल. विचार करा, त्या काळी साखरेचा भाव किलोला २ रुपये होता, तो आता ४० रुपयांपर्यंत गेलाय. आणखी एक उदाहरण देता येईल. दहा वर्षांच्या नोकरीनंतरही सरकारी कर्मचाऱ्याचा वार्षिक पगार ५,००० रुपयांच्या घरातच असे. त्याला बारानं भागलं तर त्याचं कर कापण्यापूर्वीचं मासिक वेतन ४१७ रुपये इतकं तुटपुंजं असायचं. त्या तुलनेत शिव किशनना महिना १५,००० रुपये इतकी आमदनी होत होती. आता, महिना ५०० रुपयेही न कमावणारा सरकारी कर्मचारी त्या काळी निम्नमध्यमवर्गीय समजला जात असे, तरी शिवकिशन काही उच्च मध्यमवर्गीयांत गणले जात नव्हतेच. दोघांमधला महत्त्वाचा फरक हा होता की ते एक उद्योजक होते, बऱ्यापैकी नफा कमावत होते आणि त्यांना भौतिक जगात वर चढत जाण्याची शक्यता दिसत होती.

शिवकिशननी नागपुरातील धंदाव्यवसायाची संपूर्ण जबाबदारी तर स्वतःच्या

शिरावर घेतलीच, पण त्याहून महत्त्वाची बाब म्हणजे त्यांनी बन्सीलालना स्वतःच्या पंखाखाली घेतलं. त्यांनी मेव्हण्याला कुटुंबातल्या सगळ्या खासगी गोष्टी सांगितल्या, त्याच्यात व्यवसायाला आवश्यक असलेला धूर्तपणा, हुशारी बिंबवायचा आटोकाट प्रयत्न केल; पण दुर्दैवानं असं झालं की त्यांच्या प्रयत्नांना यश काही आलं नाही. पालथ्या घड्यावर पाणी ओतल्यासारखं झालं. बन्सीलालमध्ये ना खाद्य पदार्थ बनवण्याची कुवत होती ना गिऱ्हाइकांना जिंकून घेण्याचं जन्मजात कसब. ''तुम्हाला सांगताना मला विलक्षण संकोच वाटतोय, पण माझाही नाइलाज होतोय. बन्सीलालला आम्ही करू शकायचो ते कुठलंही काम जमायचंच नाही. गिऱ्हाइकांची मनं जिंकून घेण्यासाठी जे वातावरण निर्माण करावं लागतं, त्याबद्दलची समजही त्याला नव्हती. तसा तो कष्टाळू होता. १९७१ची माझ्यासाठी घालण्यात आलेली कालमर्यादा पार पडण्यापूर्वी त्याला दुकानाची जबाबदारी स्वीकारण्याइतपत तयार करायचंच, असा निर्धार मी माझ्या मनाशी केलाच होता; पण काही वेळा आपल्याला आयुष्यात सगळ्या गोष्टी मिळतातच असं नाही. आपण मनाशी योजतो एक अन् घडतं भलतंच.'' ते खिन्नपणे उद्गारले. शिवकिशननी कोलकात्याला परत जायची वेळ उगवायच्या आधीच अगरवाल कुटुंबावर दुर्दैवाचा घाला पडला आणि त्या धक्क्यातून सावरणं सगळ्यांनाच कठीण होऊन बसलं.

भारतात विद्युतदाबामध्ये वारंवार बदल होणं ही अगदी सर्वसामान्य बाब असते. स्वातंत्र्यप्राप्तीनंतरच्या काही दशकांच्या काळात तर लोकांना या गोष्टीची सवयच झाली होती. लिफ्ट, वातानुकूलित यंत्रं आणि रेफ्रिजरेटरसारख्या वस्तू चालू-बंद करताना बऱ्याच जास्त प्रमाणात विद्युतशक्तीचा वापर केला जातो. कॉम्प्रेसर किंवा इलेक्ट्रिकल मोटर काही वेळा अचानकपणे जास्त विद्युतशक्तीची मागणी करतात. यामुळे काही वेळा त्या यंत्रांमधल्या काही भागांमध्ये बिघाडही होऊ शकतो. कालांतरानं ती यंत्रं वापरणं धोक्याचं ठरू शकतं, अतिदाबाची परिस्थिती निर्माण झाली तर यंत्र हाताळणाऱ्या माणसाला विजेचा जोरदार धक्का बसू शकतो, त्याच्या प्राणावरही ते बेतू शकतं. अशाच प्रकारच्या एका भयंकर अपघातानंतर एकदा बन्सीलाल दुकानाच्या जमिनीवर कोसळलेला लोकांनी पाहिला. रेफ्रिजरेटरला हात लावल्यानंतर बसलेल्या विजेच्या प्रचंड धक्क्यामुळे त्याला तत्काळ मृत्यू आला असं म्हटलं जात; पण नक्की काय घडलं हे कुणालाच खात्रीपूर्वक सांगता येत नाही.

नवऱ्याच्या मृत्यूनंतर काही काळ सरस्वतीची जगण्याची उमेदच नष्ट झाली, क्षणार्धात तिचं आयुष्य पार बदलून गेलं– तिचं सर्वस्व हरपल्यासारखं झालं, ती शोकसागरात बुडाल्यासारखी झाली. आपण कोण, कुठे राहतोय या प्रश्नांची उत्तरं तिला मिळेनात, अशी तिची दारुण अवस्था झाली. शून्यात नजर लावून ती तास

न् तास बसून राहत असे. “ती खिन्न, अस्वस्थ झाली; धंद्यातला तिचा रस पार हरपल्यासारखा झाला. भोवतालच्या परिस्थितीत बदल झाला तर कदाचित तिला दुःख विसरायला मदत होईल, या हेतूनं आम्ही तिला ‘आठवडाभरासाठी बिकानेरला जाऊन ये’ असं सुचवून पाहिलं,” शिवकिशन त्या काळची आठवण काढताना सांगतात. “ती बिकानेरला गेली, पण तेव्हा माझ्या वडिलांच्या असं मनात आलं की केवळ जागा बदलून फारसा उपयोग होणार नाही. तिच्या दुःखावर काळ हेच एक औषध आहे, असं त्यांच्या मनानं घेतलं. तेवढ्यासाठीच त्यांनी मला नागपुरात राहण्याची अन् तिथला व्यवसाय सांभाळण्याची आज्ञा दिली.”

स्वभावतःच महत्त्वाकांक्षी असलेले शिवकिशन तसेही नागपूरचं साम्राज्य स्वतःच्या मालकीचं असल्यासारखं समजू लागले होते. बन्सीलालच्या अपघाती मृत्यूनंतर त्यांनी नव्या जोमानं, पूर्ण लक्ष घालून विकासाच्या नव्या संधी धुंडाळायला सुरुवात केली. कोणत्या नव्या क्षेत्रात शिरकाव करता येईल याचा अभ्यास त्यांनी सुरू केला. आता ते पहिल्यासारखे फक्त कष्टच करून थांबले नाहीत, तर त्यांनी स्वतःच्या महत्त्वाकांक्षेचा वारू चौफेर दौडवायला सुरुवात केली. अगदी झपाटल्यासारखं त्यांनी स्वतःला या कामी झोकून दिलं. दुकान हेच त्यांचं सर्वस्व बनलं अन् नव्यानं कष्टांना जुंपून घेतानाच त्यांच्या मनात धंद्याच्या मूल्यमापनाचे विचारही फिरत असायचेच. मनातल्या दुःखाला ते कामात बुडवून टाकत होते, असं त्यांच्याकडे पाहिल्यावर लोकांना वाटत असे. धंद्याची आकस्मिकपणे आलेली जबाबदारी पेलण्यासाठी त्यांना कुठून तरी वेगळीच ऊर्जा प्राप्त झाली. बन्सीलालच्या मृत्यूनंतर धंदा पूर्णतया सांभाळण्याची जी जबाबदारी त्यांच्या खांद्यावर पडली, त्यामुळे प्रेरित झालेले शिवकिशन आता आणखी एका मोठ्या क्षेत्रात उडी मारायला सिद्ध झाले. ते क्षेत्र होतं उपाहारगृहाचं.

“मी कीर्ती नाव असलेल्या एका उपाहारगृहात अनेक वेळा जात असे. माझा तिथला अनुभव डोळे उघडवणारा ठरला. त्यांच्याकडे गिऱ्हाइकांना फारच मर्यादित संख्येत खाद्यपदार्थ मिळत असत. अन् त्यांचं खास आकर्षण म्हणजे ते बनवत असलेले डोसे आणि लस्सी. उपाहारगृहात नेहमीच पुष्कळ गर्दी असायची. ते पाहून माझ्या मनातल्या प्रेरणेनं डोकं वर काढलं. ‘हे लोक जर इतका छान व्यवसाय करू शकतात, तर मी नक्कीच जास्ती चांगल्या प्रकारे करू शकेन-’ माझ्या मनात आलं,” शिवकिशन म्हणाले. “मी शहरातल्या इतर काही उपाहारगृहांचं सर्वेक्षण केलं. अन् माझ्या असं ध्यानात आलं की नागपूरकरांना डोसा आणि इडलीसारखे दाक्षिणात्य खाद्य पदार्थ मनापासून आवडतात. खरं तर माझ्या मनातला सुरुवातीचा विचार मराठी मंडळींना बिकानेरी खाद्य पदार्थ खिलवायचे, असा होता; पण मी थोडासा द्राविडी प्राणायाम करायचं ठरवलं– जे खाद्य पदार्थ आधीच प्रचंड लोकप्रिय

आहेत, त्यापासूनच सुरुवात करावी, असा बेत आखला.'' त्यांनी तीस माणसं बसू शकतील एवढं मोठं उपाहारगृह आपल्या साई चौकातील दुकानाशेजारीच सुरू केलं. ''आम्ही सुरुवात केली इडली-डोश्यांनीच; पण तुम्हाला सांगतो, तेच खाद्य पदार्थ लोकांना देणाऱ्या उपाहारगृहांना आम्ही टक्कर देऊ शकलो!'' गालातल्या गालात हसत शिवकिशन तो काळ आठवतात. ''गंमत आहे की नाही? जे पदार्थ आम्ही पूर्वी कधीच बनवले नव्हते, त्यातसुद्धा आम्हाला भरघोस यश मिळालं होतं. ही बाब नेहमीच लोकांना तोंडात बोटं घालायला लावणारी ठरते. उदाहरणार्थ, एखाद्या इटालियन माणसानं आशियाई पदार्थ देऊ करणारं उपाहारगृह यशस्वीपणे चालवून दाखवावं!''

''लवकरच उपाहारगृहातली लोकांची गर्दी वाढली, एकही खुर्ची रिकामी राहिनाशी झाली, तेव्हा आम्हाला उपाहारगृहाचा आकार वाढवावा लागला. मोठ्या जागेत आमचं बस्तान हलवावं लागलं.'' आता, त्यांनी त्यांचे मूळचे पदार्थ– सामोसे आणि कचोरी– करून गिऱ्हाइकांना खाऊ घालायला सुरुवात केली. हे पदार्थ त्यांच्यासाठी हातखंडा पदार्थ होते. त्यांचा धंदा दिसामासांनी वाढू लागला, पण प्रसिद्धीपाठोपाठ शेजाऱ्यांचा दुस्वासही आलाच. कुणी दाता, मदतकर्ता नसलेल्या तरुण उद्योजकांना ज्याप्रमाणे यशाचा मार्ग सुलभ नसतो, त्याप्रमाणे, शिवकिशननादेखील या काळात बराच मानसिक त्रास सहन करावा लागला.

कुठेतरी साधर्म्य शोधण्याची गरज अडचणीच्या काळात माणसाला भासतेच. एकीकडे धंद्याचा विस्तार करण्याचं आव्हान पेलत असताना, त्यांना तिथल्या प्रतिकूल हवामानाशी, स्थानिकतेशीही सामना करायचा होता. कोलकात्यामध्ये अनुभवायला आलेला मारवाडी समाजाचा निकट आधार इथे नव्हता. स्थानिक भाषांचं, प्रथापरंपरांचंही ज्ञान नव्हतं. अशा परिस्थितीत नागपूरचं विषम हवामान, कोलकात्याच्या तुलनेत त्याचा छोटा आकार यामध्ये त्यांना कुठेतरी बिकानेरशी साधर्म्य आढळलं असावं आणि तेवढ्यानंही त्यांच्या मनाला एक प्रकारचा आधार वाटला असावा. सुरुवातीपासून यशाची चढती कमानच पाहिलेल्या शिवकिशनना अडचणींना तोंड देण्याचा फारसा अनुभव नव्हता. त्यामुळे नागपूरच्या वास्तव्यात त्यांच्यावर जो दुर्धर प्रसंग ओढवला, त्यासाठी आवश्यक असलेली मानसिकता, धैर्य त्यांच्यापाशी नव्हतं.

आपलं पहिलं उपाहारगृह चालू केल्यानंतर सुरुवातीच्या काही महिन्यांतच शिवकिशनना अनेक गुंडांचा सामना करावा लागला. खाद्य पदार्थांवर ताव मारल्यानंतर ही मंडळी बिलाचे पैसे द्यायला नकार देत, कर्मचाऱ्यांना धमकावत आणि विध्वंस, नासधूस करायलाही कमी करत नसत. काही वेळा तर हे गुंड सामान्य गिऱ्हाइकांनाही उपाहारगृहात प्रवेश करायला बंदी करत असत. शिवकिशनच्या कर्मचाऱ्यांना त्यांनी

पार भेदरवून सोडलं, कारण काही वेळा गुंड लोक हातात चाकू आणि सायकलींच्या साखळ्या परजतच उपाहारगृहात प्रवेश करत. 'तुमच्या कर्मचाऱ्यांना खंबीर भूमिका घेणं का जमलं नाही?' असा प्रश्न मी विचारला तेव्हा ते म्हणाले, 'गुंडाच्या टोळीतला एक जण त्या काळच्या नागपूरच्या उपमहापौरांचा मुलगा होता ना! त्या काळी तरुण उद्योजकांना घाबरवण्यासाठी अशा प्रकारच्या दहशत तंत्रांचा वापर करण्यात येत असे, पण आम्ही अगरवाल मंडळीही सामना दिल्याशिवाय माघार घेत नसतो.''

एखाद्या भ्रष्ट, लाचलुचपतखोर राजकारण्याविरुद्ध बंडाचं निशाण उभं करणं हे आपल्याकडील बॉलिवूडच्या चित्रपटांत दाखवलेलं सर्वांत कठीण आव्हान असतं. शिवाय, असंही म्हणतातच ना, आग असल्याशिवाय धूर निघूच शकत नाही. भारतातल्या सर्वसामान्य नागरिकांकरिता याहून मोठी परवड असूच शकणार नाही, खास करून जेव्हा अनेक भ्रष्ट पोलीस अधिकारी इथल्या राजकारण्यांनी आपल्या दरबारात पाळीव कुत्र्यांप्रमाणे पाळलेले असतात. शिवकिशननी मात्र एक वेगळाच मार्ग चोखाळला. त्यांनी एका पोलीस अधिकाऱ्याबरोबर मैत्रीचे संबंध जोडले. इन्स्पेक्टर अजिज प्रामाणिक तर होतेच, पण ते कणखर स्वभावाचेही होते.

एक दिवस, संध्याकाळच्या सुमारास ते गुंड दुकानात आले आणि त्यांनी चहा अन् काही खाद्य पदार्थ मागवले. त्यांच्यापैकी एकानं केसांची बट खेचून काढली अन् कुणी बघत नाहीये असं पाहून चहाच्या कपात टाकली; पण एका वेटरनं त्याचं ते कृत्य पाहिलं. त्या गुंडानं चहाच्या कपात केस सापडला एवढ्यावरून उपाहारगृहातील अस्वच्छतेसंबंधात मोठा गाजावाजा केला. आचाऱ्यांना गिऱ्हाइकांच्या आरोग्याची, हिताची किंचितही पर्वा नाही, असा कांगावाही केला. बिलातील कुठल्याही पदार्थाचे पैसे देण्यास त्यानं सपशेल नकार दिला. एवढंच नव्हे तर उपाहारगृहातल्या सेवक वर्गाला शिव्याही घातल्या, त्यामुळे उपाहारगृहात बसलेले इतर लोकही घाबरले. संतापलेल्या शिवकिशननी पोलीस इन्स्पेक्टर अजिजला फोन केला आणि तक्रार नोंदवली. ''मी माझ्या मतावर ठाम राहिलो अन् त्या गिऱ्हाइकांना बिलाचे पैसे चुकते केल्याशिवाय बाहेर जाण्यास नकार दिला,'' शिवकिशननी मोठ्या रुबाबात अन् नाटकीपणे सांगितलं.

''पण समजा, ते हिंसक बनले असते अन् त्यांनी तुम्हाला इजाबिजा केली असती तर?'' मी विचारलं असता ते पटकन म्हणाले, ''तरुणपणी मी सध्या दिसतोय त्यापेक्षा बराच धडधाकट होतो. त्या काळी मला शरीर कमावण्याचं वेडच लागलं होतं. मी आणि माझा एक मित्र सतत वजन उचलण्याचा व्यायाम करत असू. मी दोन्ही हातांत तेलाचे डबे उचलायचो अन् घड्याळात पाहून किती वेळ डबे हातात धरू शकतो, हे पाहत असे. हातांना रग लागेपर्यंत मी तेलाचे डबे हातांत

धरून उभा राहत असे. प्रत्येक डब्याचं वजन ३० किलो असायचं!'

त्या काळी दणकट शरीरयष्टीच्या शिवकिशनचा आत्मविश्वास ओसंडून वाहत असायचा. ते आपल्या नोकर वर्गाला घेऊन दार अडवून उभे राहिले. इन्स्पेक्टर येईपर्यंत त्यांनी गुंडांचा मार्ग अडवून धरला. आपल्या प्रतिष्ठेला साजेशा धीटपणानं इन्स्पेक्टर अजिजनी उपनगराध्यक्षांच्या मुलाला क्षणभराची चलबिचल न करता अटक केली. आपल्या धाडसी कृतीचे किती गंभीर परिणाम होतील याचीही त्यांनी क्षिती बाळगली नाही. खरं पाहता, त्यांच्यावर वरिष्ठ अधिकाऱ्यांनी प्रचंड दबाव आणला असेल; पण त्यापुढे त्या सद्वर्तनी पोलीस अधिकाऱ्यानं नमतं घेतलं नाही. तब्बल तीन दिवस त्यांनी त्या बेजबाबदार तरुणाला पोलीसकोठडीत ठेवलं, त्याच्या कृत्याचे किती गंभीर परिणाम होऊ शकतात याची समज त्याला दिली अन् सोडून दिलं. "इतर गुंडांनाही या घटनेपासून जो संदेश मिळायचा होता तो मिळाला," शांत स्वरात शिवकिशन म्हणाले. पुन्हा त्यांच्या वाटेला न जाण्याचा धडा स्थानिक लोकांनी घेतला. या माणसाचे योग्य माणसाबरोबर संबंध आहेत याची जाण त्यांना आली. "त्यानंतर साई चौक म्हणजे जणू काही माझं घरच झाल्यासारखं झालं. लोक माझा आदर करू लागले. आमच्या सर्व दुकानांमध्ये, उपाहारगृहामध्ये त्यानंतर काही अनुचित घटना घडली नाही, याचं सारं श्रेय इन्स्पेक्टर अजिजकडे जातं," शिवकिशननी मोठ्या मनानं कबुली दिली.

हल्दिराम भुजियावाला नावाचा बोलबाला वाढतच गेला. काही काळानंतर शिवकिशनची दुकानं अन् उपाहारगृहं म्हणजे तिखटमिठाचे खाद्यपदार्थ अन् मिठाई मिळण्याची खात्रीलायक ठिकाणं असं समीकरण बनून गेलं. झटपट मिळणाऱ्या खाद्य पदार्थांच्या सेवनासाठी लोक नागपुरात त्यांच्या उपाहारगृहाला पसंती देऊ लागले. "आता माझ्या स्वप्नांची झेप वाढली. माझ्या महत्त्वाकांक्षेला जणू पंख फुटल्यासारखे झाले. नागपुरातल्या खाद्य पदार्थांच्या अन् मिठायांच्या जगावर आपला अंमल बसवायचा ध्यास माझ्या मनानं घेतला, आणि मग देशाची राजधानी काबीज करायचा विचारही माझ्या मनात मूळ धरू लागला. दिल्लीनं माझ्या मनाचा असा काही ताबा घेतला की मला दुसरं काही सुचेनासं झालं," शिव किशननी मोकळेपणानं सांगितलं. "नागपुरातल्या प्रत्येक यशस्वी कामगिरीमुळे तर माझा दिल्लीला जाण्याचा निश्चय अधिकाधिक दृढ होत गेला." आपण दिल्लीत आपलं दुकान काढू शकतो, तिथल्या बाजारपेठेशी टक्कर घेऊ शकतो, असा आत्मविश्वास त्यांच्या ठायी निर्माण झाला. त्या वेळी बिकानेरमध्ये राहणारा आपला लहान भाऊ, मनोहरलाल याच्यापाशी आपले विचार बोलून दाखवावेत, त्याला आपल्या विश्वासात घ्यावं, अशी इच्छा त्यांच्या मनात निर्माण झाली.

१९७७ मध्ये त्यांच्या खाद्य पदार्थांना सतत मागणी येत राहिली, तेव्हा त्यांनी

नागपुरातील धरमपेठ भागात नवं दुकान उघडलं. त्यानंतर लवकरच म्हणजे १९८० मध्ये बर्डी भागातही त्यांनी आणखी एक शाखा सुरू केली. एकीकडे भावाची अशी घोडदौड सुरू असताना सरस्वतीदेवीही नागपूरला परतल्या. एक ना एक दिवस या साम्राज्याचा वारसा शिवकिशनच्या मुलांकडेच जाणार आहे, हे त्या चाणाक्ष स्त्रीनं ओळखलं. व्यवसायात काहीही सक्रिय सहभाग नसूनही त्यांनी आपल्या कुटुंबालाही काहीतरी लाभ मिळायला हवा, अशी मागणी केली. आपल्या मुलाला धंद्यात काहीच महत्त्वपूर्ण स्थान मिळणार नाही, या विचारानं त्यांच्या मनाला मत्सरानं आणि अस्वस्थतेनं घेरलं. त्यांना एक मुलगा आणि दोन मुली होत्या. पतीच्या पश्चात आपल्या मुलांची काहीतरी सोय निश्चितपणे व्हायला हवी, याची गरज त्यांना प्रकर्षानं जाणवली. त्यांच्या कुटुंबाच्या भल्यासाठी शिवकिशननी स्वतःच्या कुटुंबाला कोलकात्याहून उचलून नागपुरात आणलं होतं, बहिणीच्या नवऱ्याच्या धंद्याला तगवण्यासाठी अपार कष्ट घेतले होते. जेणेकरून बहिणीच्या कुटुंबालाही व्यवसायात एक हिस्सा मिळेल, असा विचार मनात बाळगला होता. तसं करताना त्यांनी जे प्रेम, जी कर्तव्यभावना दाखवली होती ती लक्षात ठेवून सरस्वतीदेवींनी खरं तर भावाबरोबरच राहायला हवं होतं; पण तो विचारही त्यांच्या मनाला स्पर्शला नाही.

ज्या वर्षी शिवकिशननी बर्डीतलं दुकान सुरू केलं, त्याच वर्षी सरस्वतीदेवींनी आपल्या मागण्यांचा प्रस्ताव पुढे केला. त्यांना आपल्या मुलांसाठी नागपुरातल्या धंद्याचा हिस्सा हवा होता. त्यासाठी त्यांनी आपल्या वडिलांकडे आणि आजोबांकडे मला योग्य असा वारसा मिळावा, अशी बोलणी करायला सुरुवात केली. वास्तविक पाहता, मारवाडी कुटुंबांमध्ये साधारणपणे परंपरांचं पालन केलं जात असल्यामुळे स्त्रियांना धंदाव्यवसायात दुय्यम स्थानच दिलं जातं; पण मूलचंद अगरवालांचं आपल्या मुलीवर अतिशय प्रेम असल्यामुळे त्यांनी तिच्या मागण्यांना मंजुरी दिली आणि लगेचच धंद्याची विभागणी करण्यात आली.

"माझ्या वडिलांनी माझ्याकडे अशी मागणी केली की साई चौकातील दुकान आणि उपाहारगृह आणखी काही रोख रकमेसह मी माझ्या बहिणीला द्यावं, ज्यातून तिच्या मुलांना व्यवसायात स्थिर होता येईल; अन् मी तसंच केलं," शिवकिशननी वडिलांच्या मताला शिरोधार्य मानलं. त्यांच्या या कृतीतून मारवाडी समाजात अस्तित्वात असलेल्या वडिलांच्या इच्छेचा आदर करण्याच्या परंपरेला पुष्टीच मिळते. शिवाय कुटुंबातील ज्येष्ठ व्यक्तींचा मान राखण्याची परंपराही या उदाहरणानं अधोरेखित होते. स्वतः वयानं मोठे झालेले असूनही, धंदाव्यवसायाच्या शिरोभागी असूनही त्यांना घरातील वडीलधाऱ्यांच्या शब्दाचा, वाडवडिलांच्या अनुभवसिद्ध शहाणपणाचा मान राखावाच लागत होता. मौजेचा भाग असा की, अगदी विसाव्या

शतकातही शिवकिशनना आणि त्यांच्या भावांना परंपरांचं पालन करावं लागलं, वडीलधाऱ्यांच्या इच्छेपुढे मान तुकवावी लागली.

कौटुंबिक धंद्यांमधल्या वाटण्या, विभागण्या बहुतेक वेळा शांतपणे, गुपचूपपणे घरातल्या घरातच घडत असतात. या वेळीही तसंच झालं. शाब्दिक अभिवचनं बंधनकारक मानली जातात. त्यामुळे कुटुंबाला कोर्टकचेऱ्यांना सामोरं जाण्याची नामुष्की किंवा डोकेदुखी टळते. १९८० साल उजाडलं तोपर्यंत कुटुंबाचा पसारा बिकानेर, कोलकाता, नागपूर अशा ठिकाणी पसरला होता; तरी अजूनही त्यांनी कायदेशीर वारसखतं करण्याचा, कायदेशीर करारमदार करण्याचा विचारही सुरू केला नव्हता. हल्दिरामांपासून अगरवाल कुटुंबाचा विचार केला तर शिवकिशन यांची तिसरी पिढी होती. त्यांच्या पिढीपर्यंत कुटुंबात वा धंद्यातही कुठलीही महत्त्वाची अशी विभागणी झालेली नव्हती. त्यामुळेही असेल कदाचित की परस्परांच्या संमतीनं करण्यात आलेले मौखिक करार धंद्याच्या विभागणीच्या संदर्भात शिवकिशनच्या नजरेत सुरक्षित समजले जात होते.

आपल्या नागपुरातील धंद्यातली एक सर्वांत महत्त्वाची समजली जाणारी शाखा द्यावी लागल्यानंतरही शिवकिशन आणि त्यांच्या कुटुंबाची भरभराट होतच राहिली. धंद्यात बरकत होत राहिली, नवनवीन उत्पादनांचे प्रकार, ते बाजारात आणत राहिले, त्यामुळेही विक्रीचे आकडे वरवर चढत गेले. १९८०पर्यंत नागपुरात त्यांची चार दुकानं उघडण्यात आली होती, अन् पाचव्या दुकानाची तयारीही चालू होती. शिवकिशन आपल्या कमाईतला नफा आपल्या वडिलांबरोबर आणि बिकानेरमधील भावांबरोबर वाटून घेत होते. एकीकडे नागपूरमधील धंद्याची घोडदौड चालू होती, तर बिकानेरमधल्या धंद्यातलं उत्पन्न आणि नफा त्या तुलनेत बेतास बातच होता. त्याउलट, कोलकातामधील व्यवसाय सगळ्यात आघाडीवर होता. हल्दिरामांचा तो सर्वांत मोठा कारभार गणला जात होता. त्याचा नफा सर्वांत जास्त होता आणि नागपूरप्रमाणेच तिथला नफादेखील बिकानेरमधल्या भागीदारांमध्ये वाटला जात होता.

यातला गमतीचा भाग हा होता की, कुटुंबाचं प्रमुख व्यवसायकेंद्र असलेल्या बिकानेरला नागपूर आणि कोलकात्यामधल्या दोन्ही व्यवसायकेंद्रातील नफ्यातला वाटा मिळत होता, त्याप्रमाणे नागपूर केंद्रालाही कोलकात्यामधील व्यवसायाच्या नफ्यातला हिस्सा मिळत होता; पण कोलकाता केंद्राला मात्र नागपूर केंद्रातल्या नफ्यातला हिस्सा कुणी देत नव्हतं. याच प्रकारे, वयातली, अधिकारांमधली उतरंड काम करत असते. मुलांनी आपल्या नफ्यातला हिस्सा वडिलांना द्यायचा परिपाठ पाळला जातो, अन् हल्दिराम कुटुंबातही तेच घडत होतं. बिकानेरमधल्या व्यवसायातला नफा अगदीच नगण्य असल्यामुळे कोलकात्यामधल्या व्यवसायाला कुठूनच फारसं

काही मिळत नव्हतं. त्यामुळे वरकरणी दिसत नसलं तरी कोलकात्यामधील भागीदारांचं आतल्या आत धुमसणं चालूच होतं. कधी ना कधी तरी स्फोट होणार होताच. फक्त ती वेळ उगवण्याचाच अवकाश होता. १९७५च्या आसपास कोलकात्यामधला धंदाव्यवसाय सांभाळणाऱ्या रामेश्वरलालनी मूलचंदांकडे त्या संबंधात सूचकपणे बोलायला सुरुवात केली. त्यांचा सूर साधारणपणे असा असायचा. 'माझी मुलं अजून लहान असल्यामुळे पुढची काही वर्षं तरी मला त्यांच्याकडून मदतीची अपेक्षा ठेवता येणार नाही. सध्या माझ्यावर कामाचा अन् जबाबदारीचा वाढता बोजा पडतोय. तेव्हा तुम्ही कुणाला तरी माझ्या मदतीसाठी पाठवावं, असं मला वाटतं.'

संवेदनशील स्वभाव असलेले मूलचंद 'ता'वरून ताकभात ओळखण्याइतपत हुशार होते. आपल्या भावाला नक्की काय हवंय याचा अंदाज त्यांना लगेचच आला. रामेश्वलालना प्रच्छन्नपणे असं सुचवायचं होतं की माझ्या फायद्यात सगळे वाटेकरी होऊ पाहताहेत; पण कामाचा बोजा कुणालाच वाहायला नकोय! मूलचंदांनी आपल्या भावाला सरळच विचारलं, 'तुला वेगळं व्हायचंय का?' त्यावर रामेश्वरलाल आणि त्यांची पत्नी कमला देवी, पडत्या फळाची आज्ञा घ्यावी तितक्या तत्परतेनं 'हो' म्हणाले. मग असं ठरवण्यात आलं की दोघांनी परस्परांना आपापल्या धंद्यातला दुसऱ्याचा वाटा द्यावा आणि प्रेमानं, सलोखा टिकवून वेगळं व्हावं. त्याच करारनाम्याचा पुढचा भाग म्हणून त्यांनी असं ठरवलं की हल्दिराम, मूलचंद आणि शिवकिशननी पश्चिम बंगालच्या हद्दीत प्रवेश करायचा नाही, कारण यापुढे तो प्रदेश रामेश्वरलाल यांचा असणार होता. पुढे एकविसाव्या शतकात 'विभागवार वितरणपद्धती'चा अवलंब करणाऱ्यांमध्ये हल्दिरामांचं कुटुंब एकमेव ठरलं, त्याची ही विभागणी म्हणजे नांदीच ठरली जणू.

तसं पाहिलं तर या विभागणीनंतरही कुटुंबातील नातेसंबंध सलोख्याचेच राहिले; परंतु व्यवसायाची विभागणी करण्याच्या मुळाशी निश्चितपणे गर्व आणि हेवेदावे या हीन समजल्या जाणाऱ्या मानवी भावना होत्या. तीव्र भावभावना आणि हळवेपणा या दोन गोष्टी नेहमीच धंदाव्यवसायाला मारक ठरू शकतात. वास्तविक पाहता, हीच वेळ होती जेव्हा न्यायी बुद्धीचा वापर करण्याची उत्तम संधी हाताशी आली होती – शिवकिशननी आपल्या उद्योगधंद्यातल्या नफ्याचा काही हिस्सा कोलकात्यामधील उद्योग सांभाळणाऱ्या रामेश्वरलालांना देऊ केला असता, तर वाटणीचा मूळ मुद्दाच निकालात निघाला असता. पण त्यांच्या बाजूनं विचार करायचा झाला तर स्वकर्तृत्वावर त्यांनी नागपुरात जो धंदा सुरू केला होता, त्याविषयी त्यांच्या मनात अभिमानाची आणि मालकीहक्काची जाणीव निर्माण होणंही स्वाभाविकच होतं. नागपुरातला धंदा त्यांनी एकट्यानं कुणाच्याही मदतीशिवाय

स्वतःच्या हिमतीवर उभा केला होता. अन् भूतकाळात त्यांच्यावर रामेश्वरलालांनी आणि त्यांच्या पत्नीनं – खुद्द त्यांच्या काका-काकींनी – जे आरोप केले होते, तो राग कदाचित अजूनही त्यांच्या मनाच्या तळाशी साचून राहिला असेल. त्या वेळी आलेल्या सात्त्विक संतापामुळेच त्यांना काका-काकींशी काही देणंघेणं उरलं नसेल. आजमितीला, शिवकिशनचे भाऊ, मनोहरलाल असं सुचवतात की, बदलाची मागणी कोलकात्यामधील धंद्यातून केली गेली आणि प्रच्छन्नपणे त्यांनी असंही सुचवलं की काकांच्या मनातील महत्त्वाकांक्षाच विभागणीच्या मुळाशी होती.

हल्दिराम कुटुंबातील तिसऱ्या पिढीतील दोन भाऊ, शिवकिशन आणि मनोहरलाल, सध्या त्यांच्या कोलकात्यामधील चुलत भावंडांबरोबरच्या कटू भांडणात गुंतले आहेत. या लढाईची बीजं त्यांच्या आधीच्या पिढीतच पेरली गेली होती. तसं पाहिलं तर, वडिलांच्या लढाया, युद्धं त्यांच्या मुलांनी लढायची ही तर जगरहाटीच आहे. अमेरिकेतील *वॉल स्ट्रीट जर्नलनं* तर लिहूनच ठेवलंय, 'फक्त १५ टक्के कौटुंबिक धंदाव्यवसायच तिसऱ्या पिढीनंतरही टिकून राहतात.' जॉन्सन अँड जॉन्सन आणि मेयो क्लिनिकसारखे जगभरात नावाजलेले कौटुंबिक उपक्रम काळाच्या ओघात टिकून राहिले; कारण सुरुवातीच्या काळापासूनच त्यांनी काही जोमदार धोरणं आणि प्रक्रिया विकसित करण्याचा निर्णय घेतला. त्यामुळे वारसाव्यवस्थापन आणि मानवी नातेसंबंधांमुळे आणि भावविवशतेमुळे निर्माण होणाऱ्या समस्या याबाबत त्यांनी अतिशय खंबीरपणे निर्णय घेतले. करोडोंची उलाढाल करणारे जे काही बलाढ्य धंदेव्यवसाय गेल्या अनेक दशकांमध्ये भरभराटीला आलेत, यशस्वीपणे वाटचाल करत आलेत, त्यांच्या मुळाशी हाच धोरणविषयक खंबीरपणा दिसून येतो; दुसरं कुठलंही सयुक्तिक कारण दिसत नाही.

रामेश्वरलालांनी मूलचंदांबरोबर व्यावसायिक फारकत घेतली, त्यामागचं कारण नफ्यातील विभागणी, हे होतं. त्यामुळे एका नव्या कालखंडाची सुरुवात झाली. आता प्रत्येक मालक आपापला व्यवसाय स्वतंत्रपणे, दुसऱ्या कुणाच्याही हस्तक्षेपाशिवाय सांभाळू लागला. जणू काही त्यांचा धंदा ही त्यांनी स्वतः निर्माण केलेली एक स्वतंत्र कंपनी होती. या घटनेमुळे एक नवा पायंडा उदयाला आला : प्रत्येक भावाला त्याच्या स्वतःच्या मालकीचा स्वतंत्र व्यवसाय हवा होता. परिणामी, एका हल्दिराम साम्राज्याची अनेक शकलं झाली हे खरं असलं, तरी त्यामुळेच प्रत्येकाची स्वतंत्रपणे काहीतरी करून दाखवण्याची आंतरिक गरजही भागल्यासारखी झाली आणि प्रत्येकाची महत्त्वाकांक्षाही जोपासली गेली. आता, ते सगळे धंदे आपापल्या पायावर जास्त समर्थपणे उभे राहिलेत की काय, ते काळच ठरवेल.

कोलकाताबरोबरचे व्यवसायसंबंध तोडल्यामुळे अधिक स्वायत्तता मिळाल्यानंतर शिवकिशनना राजधानीत धंद्याचा विस्तार करण्याची गरज खास करून वाटू

लागली. अखेर, त्यांना 'मोठी चाल' खेळण्याचा आत्मविश्वास वाटू लागला होता, किंवा ते एक प्रकारचं बंड करू पाहत होते; कारण त्यांना कोलकात्यामध्ये धंदा सुरू करायला परवानगी दिली जाणार नव्हती. तरीही दिल्लीला जाण्याची त्यांची चाल धंद्याच्या यशाच्या दृष्टीनं महत्त्वाची ठरली, कारण त्यामुळेच हल्दिराम हा ब्रँड देशाच्या आणि जागतिक स्तरावर पोहोचला.

भाग ३

राजधानीत

मोहकतेची झलक

दिल्लीत आपला व्यवसाय सुरू करायचा ही माझ्या मनातली महत्त्वाकांक्षा होती,' शिवकिशन म्हणाले.

स्वतःविषयी सार्थ अभिमान बाळगणारे, महत्त्वाकांक्षी आणि दृढनिश्चयी असलेले शिवकिशन दिल्ली जिंकून घ्यायचं स्वप्न पाहत होते. उत्कृष्ट दर्जा अन् प्रचंड लोकप्रिय स्वाद आणि चव ही वैशिष्ट्यं असलेले आपले खाद्य पदार्थ दिल्लीकरांची मनं केव्हाच जिंकून घेतील, अशी खात्री त्यांना वाटत होती. पण काही झालं तरी शिवकिशन एक कुटुंबवत्सल माणूस होते आणि कुटुंबाच्या धंद्याचा ते स्वतःही एक भाग असल्यामुळे सर्वप्रथम नागपुरात एक दुकान सुरू करणं आणि ते स्थिरस्थावर होण्याची काळजी घेणं, हे त्यांचं कर्तव्य होतं. त्यांच्या मेव्हण्याच्या मृत्यूनंतर व्यवसायाच्या जबाबदारीचं ओझं त्यांच्याच खांद्यांवर पडलं होतं अन् किंचितही न कुरकुरता त्यांनी ते पेललंही होतं.

वर्षागणिक नागपुरातला धंदा वाढत होता अन् त्याबरोबरच त्यांची विस्तार करण्याची इच्छादेखील. तरीही एक सत्य उघड होतं : नागपुरातला व्यवसाय उत्तम चालू असला तरी, त्याची बरोबरी कोलकात्यामधील व्यवसायाबरोबर करणं शक्य नव्हतं, कारण त्या काळी कोलकाता हे व्यापाराचं केंद्र होतं. नफ्यामध्ये वाढ होत असली तरी शिवकिशनपाशी अजूनही दुसऱ्या व्यवसायाची सुरुवात करण्यासाठी आवश्यक असलेला, बाजूला काढण्याइतका पैसा नव्हता किंवा त्यांची गंगाजळीही तितकी भक्कम नव्हती की राजधानीसारख्या ठिकाणी जाऊन नव्यानं दुकान सुरू करता येईल. मात्र, नागपुरातल्या वास्तव्यात रात्री उशिरापर्यंत कष्ट उपसत असतानादेखील त्यांनी दिल्ली काबीज करण्याच्या स्वप्नाचा स्फुल्लिंग मनात धगधगत ठेवला; योग्य क्षणाची, योग्य वेळेची वाट पाहत ते काम करत राहिले.

१९७०च्या दशकाच्या उत्तरार्धात त्यांचा धाकटा भाऊ मनोहरलाल विशीत होता; इतर भावंडांहून वेगळा असलेला मनोहर महत्त्वाकांक्षी आहे, हे शिवकिशनच्या चाणाक्ष नजरेनं हेरलं. शिवकिशनहून तो चांगला पंधरा वर्षांनी लहान होता. वडील मूलचंद आणि आजोबा हल्दिरामांच्या देखरेखीखाली बिकानेरमधल्या व्यवसायाचं ज्ञान तो नुकताच ग्रहण करू लागला होता, तेव्हा तिकडे नागपुरात त्याचा थोरला भाऊ व्यवसायात दमदार पावलं टाकत प्रगती करत होता.

कौटुंबिक भेटीगाठींमध्ये, प्रसंगानुरूप घडलेल्या समारंभांमध्ये आणि सुट्टीच्या काळात दोघे भाऊ एकत्र आले की बोलणीचालणी होत असत. दोघांच्या वयात मोठं अंतर असूनही त्यांच्यामध्ये सौहार्दाचे (म्दर्रींग) आणि मित्रत्वाचे धागे जुळू लागले. दोघं जण आता मिळून काही योजना आखू लागले, दिल्लीवर स्वारी करण्याचे मनसुबे बाळगू लागले. महत्त्वाकांक्षेचं स्फुल्लिंग शिवकिशन होते असं मानलं, तर पुढे जाऊन असं म्हणता येईल की, त्यातून पेटवलेली मशाल हातात धरून धावण्याचं काम मनोहरलालनं केलं. त्यानंच घराण्याचा धंदा दिल्लीत चालू केला. त्यासाठी आवश्यक असलेली हुशारी, निर्मितिक्षमता आणि काम करण्याची शैली त्याच्यामध्ये पुरेपूर प्रमाणात होती हे त्यानं सिद्ध केलं.

पुढच्या काही वर्षांमध्ये शिवकिशननी आणि त्यांच्या भावांनी आपल्या कुटुंबाच्या धंद्याची विभागणी एका अशा विशिष्ट प्रकारे प्रदेशवार केली की ज्यामुळे कोणीही आपल्या भावाच्या प्रदेशात लुडबूड करत नाही, की आक्रमणही करत नाही. आज, भावंडांमधले ज्येष्ठ असलेले शिवकिशन नागपुरातल्या संपूर्ण धंद्याचे– दुकानं, उपाहारगृहं वगैर– सर्वेसर्वा आहेत अन् दिल्लीतला व्यवसाय सुरू करण्याचं श्रेयही त्यांच्याकडेच जातं. त्यांच्या पाठचे भाऊ शिवरतन, यांच्याकडे बिकानेरमधील बिकाजी ब्रँडची मालकी आहे. त्यांच्या नंतरचे मनोहरलाल दिल्लीतील हल्दिराम्स व्यवसायाचे मालक आहेत, तर सर्वांत लहान असलेले मधुसूदन मनोहरलालांचे भागीदार आहेत.

* * *

दिल्लीच्या रोजनिशीतील पानं

बिकानेर, नागपूर आणि कोलकाता या शहरांना दिलेल्या माझ्या भेटींमधून एक इतिहास पुन्हा जिवंत झाला. या कुटुंबाविषयी माझ्या मनातली आदराची, कौतुकाची भावना त्यानं अधिकच गडद केली. वाळवंटी प्रदेशातल्या एका छोट्याशा कुटुंबानं आपल्यातील धमक आणि अदम्य महत्त्वाकांक्षा या गुणांच्या जोरावर यशश्रीचा पाठलाग केला. उत्पादनाचा उत्कृष्ट दर्जा आणि गिऱ्हाइकांना दिलेली दर्जेदार सेवा या दुहेरी भांडवलाच्या बळावर त्यांनी व्यवसाय वाढवला. या तिन्ही शहरांमधलं हवामान तसं गरमच, पण त्यांनी मोठ्या धैर्यानं, नितान्त श्रद्धेनं आणि अविचल निश्चयानं सर्व अडचणींना तोंड दिलं. त्यांच्याशी झालेल्या ओळखीतून, बोलण्यातून मला मनुष्यस्वभावाचा एक गमतीदार पैलू जाणवला. हल्दिराम कुटुंबीयांच्या स्वभावातच मला एक प्रकारचं द्वैत आढळलं. त्यांच्यातल्या धैर्यवंतांच्या स्वभावाला

काही नकोशा वाटणाऱ्या गडद राखाडी छटा होत्या, तर त्यांच्यातील गुंड, बदमाश वृत्तीच्या लोकांमध्ये मला क्वचित प्रसंगी सद्‌गुणांची झलकही जाणवली. धंद्याला भक्कम पाठबळ मिळालं ते कुटुंबाचं, पण गेल्या काही वर्षांतील कौटुंबिक हेव्यादाव्यांमुळेच धंद्याची अनेक शकलंही झाली, हे कटू सत्य नाकारता येत नाही.

बिकानेर, नागपूर आणि कोलकात्यामध्ये हल्दिराम या ब्रँडभोवती एक विलक्षण कथा रचली गेली. ती घडवणाऱ्या व्यक्तींच्या घामातून, अश्रूंतून त्या प्रचंड वृक्षाचं शिंपण झालं, पण दिल्लीनं त्या कथेला असा एक आवाज दिला जो मनामनातून घराघरात जाऊन पोहोचला. तसं पाहिलं तर हल्दिराम, शिवकिशन आणि रामेश्वरलाल हे सगळेच जण कष्टाळू होते. तिघांच्याही मनात महत्त्वाकांक्षेचे स्फुल्लिंग धगधगत होते. तिघांनीही आपापल्या कुवतीनुसार भविष्याविषयी एक चित्रही डोळ्यांसमोर रेखाटलेलं होतं. पण मूलचंदांचे धाकटे चिरंजीव, मनोहरलाल यांच्यापाशी दोन्ही गोष्टी होत्या– साचा मोडून बाहेर पडण्यासाठी लागणारी आवश्यक ती साधनसामग्री आणि महत्त्वाकांक्षेचा धगधगणारा अंगार. त्या वैशिष्ट्यांच्या जोरावर त्यांनी जागतिक पातळीवर नाव कमावण्याचा चंगच बांधला.

त्यांना भेटण्यासाठी मला नॉयडातल्या नागमोडी वळणाच्या रस्त्यांवरून प्रवास करावा लागला. माझ्या समजुतीनुसार रस्त्याच्या दोन्ही बाजूंना धुळीचं आवरण ल्यालेल्या दोन मजली इमारती असणार होत्या. कारण बिकानेर, नागपूर आणि कोलकात्यामध्ये मला तसंच दृश्य दिसलं होतं. तोपर्यंत माझ्या मनानं अगरवाल कुटुंबीयांचे काही स्वभावविशेषही टिपले होते : त्यांना संपत्तीची वाढ करण्यात, तिच्यात भर घालण्यात रस होता, पण दिखाऊपणा त्यांच्या स्वभावात उतरला नव्हता. तशी त्यांची बहुतेक सगळी ऑफिसं अभिरुचीपूर्ण पद्धतीनं सजवली असली तरी कुठल्याही ऑफिसात पाय ठेवल्यावर मला उच्च दर्जा, प्रतिष्ठा किंवा मोठ्या संस्थेच्या ऑफिसचा दर्जा जाणवला नव्हता. नॉयडातील सेक्टर ६३ मधल्या हल्दिरामांच्या ऑफिसच्या फाटकापाशी मी थांबले, तेव्हा माझा श्वास क्षणभर थांबल्यासारखा झाला. माझ्या डोळ्यांसमोर एक अत्याधुनिक पद्धतीची धातू अन् काचेची वास्तू होती. या पाचमजली इमारतीकडे पाहताच कुणाच्याही लक्षात येतं की, हे आहे उत्तुंग यशाचं जितजागतं स्वरूप, ज्याच्या शोधात मी आत्तापर्यंत हल्दिराम ब्रँडच्या वेगवेगळ्या ऑफिसांना भेटी दिल्या होत्या!

स्वागतकक्षाकडे पावलं टाकत असताना माझ्या नजरेत भरलं ते तिथलं सौम्य छटांचं रुबाबदार आधुनिक फर्निचर. स्वागतकक्षाच्या सौंदर्यात आणखी भर घालत होती भिंतींवर लावलेली मोजकीच, पण उच्च अभिरुची दर्शवणारी चित्रं आणि पुष्पपात्रं. व्यावसायिकतेचं भान असलेल्या, पण मैत्रीपूर्ण स्वभावाच्या स्वागतिकेनं मला अत्याधुनिक प्रकारच्या बैठकीच्या खोलीत बसायला सांगितलं. दोन छटांच्या

काचेच्या भिंती असलेल्या त्या खोलीत बसलेल्या व्यक्तीला आपलं खासगीपण जपणं शक्य होतं अन् तरीही काचेपलीकडच्या बाजूला असलेल्या ऑफिसचा भागही पाहणं शक्य होतं. ऑफिस विभागात बरीच हालचाल दिसत होता– हातात फायली धरलेले कर्मचारी आपल्या टेबलावर किंवा खुर्च्यांवर बसून सहकाऱ्यांबरोबर चर्चामसलत करताना दिसत होते. सेवक वर्ग महत्त्वाचे निरोप पोहोचवण्यासाठी इकडून तिकडे लगबगीनं जात होता, फोन वाजत होते. असं असूनही एक प्रकारची शिस्त आणि योग्य पद्धतीनं वागणं माझ्यासारख्या भेट देणाऱ्याच्या सहज लक्षात येत होतं. मी बसलेल्या खोलीतही दृक्श्राव्य पद्धतीनं मीटिंग्जमध्ये सहभाग करण्याची यंत्रणा बसवलेली होती, त्यामुळे आपापल्या खोलीत बसूनही व्यवस्थापक मंडळी चर्चेत भाग घेऊ शकत होती. माझ्यासाठी आणलेला चहा पीत असताना माझ्या मनात एक प्रश्न उमटलाच, हे दिल्लीवाले हल्दिराम माझ्या खोचक प्रश्नांना कितपत मोकळेपणानं उत्तरं देतील? काही वेळा मला खोलात शिरूनही जास्तीची माहिती मिळवावी लागत असे. बिकानेर आणि नागपुरातील अगरवाल मंडळींनी प्रसारमाध्यमांविषयी फारशी माहिती नसावी अशा प्रकारचा निष्पापपणा दाखवला होता. त्यांच्या निरागसपणाचा गैरफायदा मी घेणार नाही, अशी प्रतिज्ञा मी स्वतःशीच केली होती. त्यांनी मला त्यांच्या घरात येण्याचं निमंत्रण दिलं होतं, थोडा वेळ टेकायला आलेल्या एखाद्या नातेवाइकाबरोबर घरातल्या खासगी गोष्टींविषयी बोलावं, त्यांच्या कुटुंबात घडलेल्या काही धाडसी उपक्रमांना उजाळा देण्याची गरज ती व्यक्ती बाहेर पडण्यापूर्वी भागवली जावी, अशा पद्धतीनं ते माझ्याशी वागले होते. पण मोठ्या, अधिक सुनियोजित व्यवस्थापन असलेल्या कंपनीत स्वहिताच्या दृष्टिकोनातूनही असेल, पण काही प्रमाणात तरी खुलेपणानं उत्तरं देण्यासंबंधात नाखुशी दर्शवली जाते, हे मला अनुभवानं ठाऊक होतं. तरीही मला आशा वाटत होती की मला त्यांच्या उद्योगधंद्याची माहिती त्याच्या सर्व वैभवासहित सांगता येईल.

महत्त्वाच्या जागांवर काम करणाऱ्या व्यक्तींच्या मुलाखती घेऊन झाल्यानंतर मला मनोहरलालांच्या सर्वांत वरच्या मजल्यावरील ऑफिसकक्षात जाण्याचं बोलावणं आलं. त्यांच्या ऑफिसबाहेरच्या अत्याधुनिक प्रकारे सजवलेल्या स्वागतकक्षात मी त्यांच्या पाचारणाची वाट पाहत बसले असताना अचानकपणे माझी गाठ त्यांच्या जुन्या, जानी दोस्त अन् सहकाऱ्याशी– प्रमोद तापडियांशी पडली. त्यांनी दिलखुलासपणे अन् प्रेमळपणे माझ्याशी बोलायला सुरुवात केली तेव्हा मला आश्चर्यच वाटलं. आम्ही लवकरच मनमोकळेपणानं गप्पा मारू लागलो. त्यातून मला समजलं की हे दोघे मित्र जवळजवळ रोजच रात्रीचं भोजन एकत्र घेत असत. दिवसभराचं काम संपवून श्री. तापडिया मनोहरलालना त्यांच्या ऑफिसात भेटत. दोघे जण दिवसभरातल्या

धंद्याविषयीची चर्चा, घरगुती गप्पा करत असताना मनोहरलालचे कर्मचारी त्यांना आरोग्यास हितकारक अन् चविष्ट जेवण वाढत असत.

मी ऑफिसातल्या देखण्या सजावटीविषयी कौतुकोद्‌गार काढले तेव्हा, 'काही महिन्यांपूर्वीच इमारतीचं बांधकाम पुरं झालं,' असं तापडियांनी मला सांगितलं. खरोखरच, उच्च अभिरुचीचं प्रत्यंतर पावलापावलागणिक येत होतं, इतकी देखणी सजावट होती त्या ऑफिसची.

"श्री. मनोहरलाल इथल्या ऑफिसमध्ये आपल्या खुर्चीत स्थानापन्न झाले तेव्हा त्यांचं अभिनंदन पहिल्यांदा मीच केलं." श्री. तापडियांनी कौतुकाच्या स्वरात त्या दिवसाची आठवण सांगितली. 'पुष्कळ मोठा पल्ला गाठलाय तुम्ही,' असं मी त्यांना म्हटलं तेव्हा मनोहरलाल कृतज्ञतापूर्वक उत्तरले होते, "त्याचं सगळं श्रेय तुम्हालाच आहे. तुमच्यामुळेच मी इथवर येऊ शकलो."

मनोहरलालांच्या विनम्रतेविषयीच्या गोष्टी मी ऐकलेल्या होत्याच. किती सहजपणे ते इतक्या मोठ्या संख्येनं त्यांच्या हाताखाली काम करणाऱ्यांना, सहकाऱ्यांना आणि समवयस्कांना हाताळत होते. त्या सगळ्यांची स्वामिनिष्ठा त्यांनी कमावलेली होती. तापडियांचं हे मत माझ्या कहाण्यांच्या पोतडीतलं एक अस्त्र झालं खरं, पण मला मात्र त्याचा प्रत्यक्ष अनुभव घ्यायचा होता. आपल्या भावंडांप्रमाणेच बुटके आणि गोल गरगरीत बांध्याचे मनोहरलाल आता साठीला आले होते. त्यांनी माझं स्वागत केलं तेव्हा त्यांच्या चेहऱ्यावर स्मित विलसत होतं. त्यांची भेट मला लगेच घेता आली नाही, वाट पाहत थांबावं लागलं, याबद्दल त्यांनी माझी क्षमा मागितली. मी खुर्चीत बसल्यानंतर मृदू स्वरात त्यांनी मला विचारलं, "माझ्या बंधूंनी तुम्हाला सांगितलेली नाही अशी कोणती माहिती मी तुम्हाला सांगावी अशी तुमची अपेक्षा आहे?" त्यांच्या आवाजात एक प्रकारचा आदरभाव होता. त्यावरूनच माझ्या ध्यानात आलं की माझ्या समोर बसलेल्या या व्यक्तीनं इथे देशाच्या राजधानीत आपल्या साम्राज्याचा झेंडा रोवला आहे अन् तरीही ते मला असं सुचवू पाहत आहेत की धंदाव्यवसायाचं अधिक सखोल ज्ञान त्यांच्या भावांनाच आहे. त्यांच्या मनात त्याच वेळी आणखी एक प्रश्न उमटला असावा. "तुम्ही आमच्याबद्दल पुस्तक लिहायचा विचार करताहात?" त्यांनी खऱ्या उत्सुकतेनं मला विचारलं. त्यांचा जणू त्यावर विश्वासच बसत नसावा, असा त्यांचा आविर्भाव दिसला मला. मग काही क्षण कसल्यातरी विचारात बुडाल्यासारखे ते बोलायचे थांबले. पुन्हा एकदा त्यांनी मला प्रश्न केला, "आमच्याबद्दलच का लिहावंसं वाटलं तुम्हाला? बालाजीबद्दल किंवा गेल्या दशकात बाजारात आलेल्या, सगळ्यांना अवाक् करून सोडणाऱ्या दुसऱ्या एखाद्या ब्रँडबद्दल का नाही लिहावंसं वाटत तुम्हाला?"

अशी सुरुवात झाली या मुलाखतीची. पुढे तास न् तास आम्ही बोलत राहिलो.

मिनिटामिनिटागणिक ते अधिक मोकळे होत गेले. त्यांनी अशा काही साहसकथा मला ऐकवल्या की त्यांतून मला त्यांच्या धैर्याचं, धाडसाचं जे दर्शन घडलं त्यानं मी अवाक् झाले. त्यांच्या कहाण्यांमधून मला त्यांच्यातील बंडखोरीची झलक दिसली, योग्य तेच करायचा दृढनिश्चय जाणवला, आपण जाणीवपूर्वक घेतलेल्या निर्णयांच्या बऱ्या-वाईट परिणामांना सामोरं जाण्याची त्यांची जिद्द जाणवली. अन् हे सर्व त्यांनी मला अशा काही खुसखुशीत, विनोदप्रचुर शैलीत सांगितलं की, त्यातून माझ्या डोळ्यांसमोर एक असा माणूस उभा राहिला की ज्यानं जीवनानं समोर उभ्या केलेल्या पर्वतप्राय आव्हानांना हसतहसत तोंड दिलंय, ती लीलया पेलून दाखवली आहेत.

* * *

आम्ही दोघं त्यांच्या ऑफिसमध्ये बसलो होतो. रात्रीचे साडेआठ वाजले होते. कानांवर पडणारे गायत्री मंत्रांचे मंदमधुर स्वर, वातावरणातल्या तणावरहित शांतपणात भरच टाकत होते. मनोहरलाल आपल्या टेबलापाशी बसून समोरच्या महत्त्वाच्या कागदपत्रांवर धावती नजर फिरवत होते. ज्या प्रश्नांकडे त्यांनी लगेच लक्ष देणं जरुरीचं होतं, त्यांचं निराकरण करून झाल्यानंतर ते माझ्याकडे वळले. श्री. तापडिया आपल्या मित्राचं काम संपायची वाट पाहत शांतपणे बसून राहिले होते. नोकरानं फळांचा रस आणून ठेवला, फुलके आणि भाजी असं साधंसंच जेवणही आणलं. दोघे मित्र रोज संध्याकाळी असंच साधंसं जेवण घेत असत. आज त्यामध्ये माझाही सहभाग असणार होता. आम्ही बोलायला सुरुवात करणार एवढ्यात त्यांच्या पत्नीचा फोन आला. त्यांनी 'नेहमीची औषधं घेतली का,' 'भोजन केलं का,' अशी चौकशी केली. मनोहरलालांनी सौम्यपणे तिच्या प्रश्नांची उत्तरं दिली. त्यांच्यामधील संवादामध्ये पती-पत्नीमधील प्रेमळ नात्याचं प्रतिबिंब पडलेलं मला जाणवलं. माझ्या चेहऱ्यावर नकळत स्मित उमटलं.

"या सगळ्याची सुरुवात शिवकिशन यांच्यापासून झाली," ते म्हणाले. "त्यांना आमचा व्यवसाय दिल्लीला नेण्याची महत्त्वाकांक्षा होती. आम्ही फोनवर त्यासंबंधी बोलायचो, योजना कशी अमलात आणायची याविषयी सविस्तर चर्चाही करायचो. कोलकाता आता आमच्या काकांच्या वाट्याला गेलं होतं. आमच्या कुटुंबातल्या एका सदस्यानं पूर्वेकडील भागात आपलं दुकान टाकलं असल्यामुळे बाबांनी शिवकिशनना तिकडे जाण्यास मज्जाव केला. नागपुरातला व्यवसाय यशस्वीपणे वाढवल्यामुळे तर शिवकिशनचे बाहू दिल्लीवर स्वारी करण्यासाठी जणू काही फुरफुरत होते. मी फक्त त्यांची महत्त्वाकांक्षा मूर्त स्वरूपात आणणारं आणि व्यवसाय सांभाळण्याचं एक साधन होतो. शिवकिशनच्या स्वप्नामुळे आम्हाला

पुढे जाण्याची प्रेरणा मिळाली. आम्हाला त्याची गरजही होतीच.''

दिल्लीतल्या चांदनी चौकातील पहिल्या दुकानाचं उद्घाटन त्यांनी १९८३च्या फेब्रुवारी महिन्यात केलं. मनोहरलाल दिल्लीत १९८२च्या उत्तरार्धात आले, त्या वेळी चांदनी चौकात घांटेवाला, कंवरलालजी, छैनाराम सिंधी, अन्नपूर्णा तसंच बिकानेरवाला हे उपाहारविक्रेते प्रसिद्ध होते. ''यापूर्वी इतकी स्पर्धा आम्ही कधीच पाहिली नव्हती. प्रत्येक नावाचे स्वतःचे असे निष्ठावंत ग्राहक होते. दिल्लीत जशी मालाला मागणी होती, तशी मागणी तर यापूर्वी आम्ही कधीच पाहिली नव्हती. पण इथली बाजारपेठ प्रचंड मोठी होती, त्यामुळे लवकरच आमच्या लक्षात आलं की आमच्यासाठी अन् आमच्या मालासाठीही इथे भरपूर वाव होता!'' दिल्लीतली सगळी उच्च दर्जाची उपाहारगृहं त्या काळी चांदनी चौकात होती. राजधानीत आपलं वर्चस्व प्रस्थापित करण्यासाठी त्यांना मोठ्या प्रमाणात हिंमत दाखवावी लागणार होती, कौशल्य आणि हुशारीचीही गरज भासणार होतीच.

मनोहरलाल मागे वळून अगदी सुरुवातीपासूनच्या प्रवासाकडे पाहतात तेव्हा त्यांच्या लक्षात येतं की, कष्टाळू वृत्ती, तनमनधन वाहून काम करण्याची तयारी आणि ईश्वराची कृपा या तिन्हींचा संगम जुळून आल्यामुळेच त्यांना यश प्राप्त झालं होतं. शिवकिशन आणि मनोहरलाल या दोघा भावांनी १९८२ मध्ये एक जागा विकत घेऊन ठेवली होती आणि १९८३ साल उजाडलं तोपर्यंत मनोहरलाल आणि मधुसूदन या दोघांनी तिच्यावर धंदा सुरू करण्यासाठी आवश्यक असं वर्कशॉप बांधून ती साधनसामग्रीनं सुसज्जही केली होती. एक वर्ष पुरं व्हायच्या आतच त्यांचा धंदा स्थिरावला होता; एवढंच नव्हे तर, त्यांनी स्वतःच्या उत्कृष्ट दर्जाबद्दल नाव कमावलं होतं. त्यानंतर १९८४ मध्ये घडलेल्या शिखांविरुद्धच्या दंगलीमुळे सर्वनाश होणार, अशी वेळ येऊन ठेपली. त्यांच्या इमारतीतील त्यांच्याहून आणखी दोन मजले खाली असलेल्या एका शिखांच्या बेकरीला आग लावून ते बेचिराख करण्यात आलं, अन् त्याबरोबरच अगरवाल बंधूंचं घर, दुकान आणि जगण्याचं एकमेव साधनही नष्ट झालं.

काही क्षणांच्या आत दिल्लीतलं दुकान अन् उपाहारगृह उभं करण्यासाठी त्यांनी घेतलेले परिश्रम, गाळलेला घाम हे सगळं धुळीला मिळालं, मातीमोल ठरलं.

'प्रचंड भीती वाटणं तसाच सगळ्यावरचा विश्वास उडून जाणं अगदी स्वाभाविकच होतं. त्या वेळी आग लागली होती हे तर खरंच होतं; पण त्यानंतर आमच्या लक्षात आलं की आमचं बहुतेक सगळं घर अन् कारखाना दोन्हीही जळून खाक झाले होते. आमचा भविष्यकाळ डोळ्यांदेखत नष्ट होत असताना आमच्या काळजाला जणू घरं पडत असल्याची भावना आम्ही अनुभवली तेव्हा!'' ते दृश्य आत्ताही त्यांच्या

नजरेसमोर उभं ठाकलं असावं, असा भास मला झाला.

१९८४ मध्ये ऑपरेशन ब्ल्यू स्टारनंतर पंतप्रधान इंदिरा गांधींनी शीख दहशतवाद्यांना अमृतसर येथील सुवर्णमंदिरातून बाहेर काढण्यासाठी भारतीय सेनेला आदेश दिल्यानंतर काही काळातच म्हणजे ३१ ऑक्टोबर रोजी दोन शीख सैनिकांनी त्यांची हत्या केली होती. त्या घटनेनंतर दिल्लीत एकच गोंधळ उडाला होता. संतप्त लोकांचे जमाव शिखांवर सूड उगवण्याची प्रतिज्ञा करत रस्त्यारस्त्यांवर उतरले होते. हिंसाचाराचा एकच उद्रेक उसळला होता. दिल्लीतल्या सर्वाधिक गजबजलेल्या भागांपैकी एक असलेल्या चांदनी चौकातल्या रहिवाशांची आयुष्यं धोक्यात आली. शहरात संचारबंदीचा हुकूम काढण्यात आला, त्यामुळे दिवस मावळल्यानंतर लोकांना घराबाहेर पडण्यास मज्जाव करण्यात आला. हत्येनंतर सुमारे आठवडाभर संचारबंदीचा अंमल जारी राहिला, त्यामुळे चांदनी चौकातल्या एकूणच धंदाव्यवसायावर गंभीर परिणाम झाला. अशा वेळी बाजारपेठेतील केंद्रस्थानी असलेलं हल्दिरामांचं दुकान त्याला कसं अपवाद ठरणार?

मनोहरलालांचं घर आणि त्याच्या वरच्या दोन मजल्यांवर असलेला कारखाना आगीच्या भक्ष्यस्थानी पडले; पण सुदैवानं त्यांच्या दुकानाला आगीच्या झळा लागल्या नाहीत. कसलीच हानी पोहोचली नाही. तरीही, संचारबंदी असल्यामुळे हत्येनंतर आठवडाभर त्यांच्या दुकानात साठवलेला तयार माल विकला जाऊ शकला नाही. कुठल्याही लहानशा व्यवसायाचं अस्तित्व दुकानातल्या दैनंदिन उलाढालींवर अवलंबून असतं. आठवडाभर विक्री न झाल्यामुळे त्यांच्या धंद्याला मोठा फटका बसला. मनोहरलालनी आणि मधुसूदननी आपल्या कुटुंबीयांसह जवळपासच्या लहानशा हॉटेलात काही दिवसांपुरता निवारा शोधला. आव्हानांना तोंड देत पुरुषमंडळी काम करत राहिली. मात्र, आर्थिक आणि सुरक्षिततेच्या कारणांस्तव घरातल्या बायकामुलांना त्यांनी घरी बिकानेरला पाठवून दिलं.

भांडवलाचा तुटवडा जाणवू लागला. बिकानेर आणि नागपुरातील शाखांकडून मदत तसंच पाठिंबा मिळाला. त्यातून मूलचंदांच्या या सर्वांत धाकट्या दोन मुलांनी चांदनी चौकातील आधीच्या घरापासून जवळच दुसरी ३००-४०० चौरस फुटांची जागा कारखान्यासाठी विकत घेतली. त्यांचं आधीचं दुकान ८ फूट × ११ फूट क्षेत्रफळाचं होतं. जवळच मिळालेल्या नव्या कारखान्यामुळे दुकानाला एक प्रकारचा फायदाच झाला.

प्रचंड मोठं संकट कोसळल्यानंतर दोन महिने त्यांना घर दुरुस्त करायला अन् पुन्हा बांधायला लागले. दोघा भावांनी नव्या कारखान्यात रात्रंदिवस काम करून उत्पादन वाढवलं आणि आगीमुळे झालेल्या नुकसानातून ते बाहेर पडले. त्यांनी

त्यांच्या आचाऱ्यांना जुन्या कारखान्यातून नव्या कारखान्याच्या जागी हलवलं, त्यांना कामाच्या पाळ्या ठरवून दिल्या. रात्रपाळीत त्यांनी मिष्टान्नाचा साठा पूर्वस्थितीला आणला आणि दिवसपाळीत त्यांनी खाऱ्या पदार्थांचं उत्पादन चालू ठेवलं. पुढील काही महिन्यांच्या अवधीत दोघा भावांनी मूळच्या ३०० फूट जागेवर आणखी दोन मजले बांधले, त्यामुळे त्यांच्याकडे आता उत्पादनासाठी एकूण ६०० फूट जागा झाली. "दुरुस्तीनंतर आमची इमारत तयार झाली तेव्हा आमच्याकडे एकाच वेळी उत्पादन करणारे दोन कारखाने होते. नव्या कारखान्यात आम्ही फक्त मिठाया बनवण्याचं ठरवलं आणि जुन्या कारखान्यात आम्ही खारे पदार्थ बनवू लागलो."

यथावकाश मनोहरलाल धक्क्यातून सावरले. आता त्यांच्या अंतःकरणात महत्त्वाकांक्षेचं नवं स्फुल्लिंग धगधगू लागलं; यश त्यांच्यासाठी केवळ एक स्वप्न उरलं नाही, तर ती गरज बनली. आगीमुळे त्यांच्यातल्या तग धरून राहण्याच्या क्षमतेलाच आव्हान मिळाल्यासारखं झालं होतं. संकटातून सहीसलामत बाहेर पडण्याच्या प्रयत्नांत त्यांनी मनाशी निश्चय केला होता की, आपला ब्रँड आता अशा उंचीवर नेऊन ठेवायचा, ज्याची कुणी कधी कल्पनाच केली नसेल. एखाद्या मुरब्बी धंदेवाल्यालासुद्धा दिल्ली हे मोठं आव्हान ठरलं असतं. मग एखाद्या २८ वर्षीय नवशिक्या तरुणाला हे धाडस करायचा पाठ कुणी गिरवला असेल? मनोहरलालनी राजधानीत प्रवेश करण्यापूर्वी त्यांचा प्रवास कसा झाला असेल?

कुणाचंही न ऐकणारा मुलगा

मनोहरलाल अगरवालांचा जन्म ३० ऑक्टोबर, १९५४ ला झाला. त्यापूर्वी वर्षदोन वर्षं त्याच्या आजोबांनी आणि चुलते रामेश्वरलालनी कोलकात्याला प्रयाण केलेलं होतं. त्यांचे थोरले भाऊ, शिवकिशन कोलकात्यात आपली छाप पाडू पाहत होते, तेव्हा दुडुदुडु धावण्याच्या वयातल्या मनोहरलालना बालपणीचा सुखाचा काळ छान अनुभवायला मिळाला होता. त्यांच्या आधी कुणालाही बालपणाचं सुख इतक्या चांगल्या प्रकारे उपभोगता आलं नव्हतं. आरामात जगण्याची संधी त्यांना मिळाली आणि धंद्याची किंवा कुटुंबाची जबाबदारीही त्यांच्यावर तशी लवकर न पडल्यामुळे तारुण्यसुलभ निरागसता इतरांच्या तुलनेत जास्त काळ त्यांच्या वाट्याला आली.

अभ्यासात चांगली गती असल्यामुळे त्यांचं शालेय शिक्षण आठव्या इयत्तेनंतर खंडित झालं नाही. आठव्या इयत्तेपर्यंत ते अग्रसेन स्कूलमध्ये शिकले आणि त्यानंतर त्यांनी जैन स्कूलमध्ये प्रवेश घेतला. इतकंच नव्हे, तर पुढे जैन कॉलेजमधून त्यांनी बी.कॉम.ची पदवीही संपादन केली. पुढच्या पिढीतली मुलं, विशेषतः त्यांची

हल्दिराम – तैलचित्राच्या स्वरूपातील एकमेव.
शिवकिशन यांच्या नागपुरातील ऑफिसमध्ये दिमाखानं विराजमान.

चंपादेवी – हल्दिराम यांच्या पत्नी

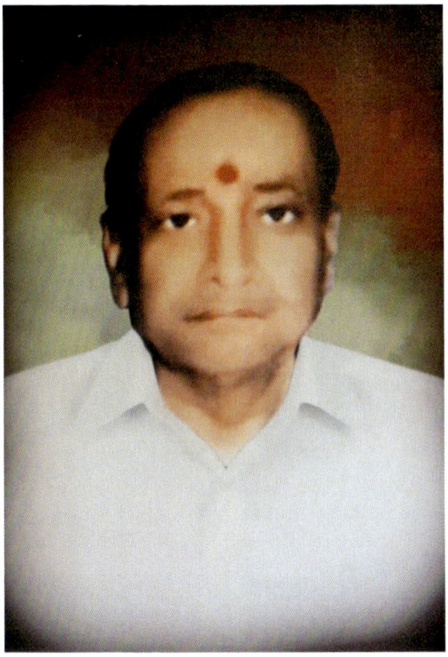

मूलचंद अगरवाल –
हल्दिराम यांचे ज्येष्ठ सुपुत्र. हे तैलचित्रही
शिवकिशनजींच्या नागपुरातील ऑफिसमध्ये आहे.

शिवकिशन अगरवाल – मूलचंद यांचे
ज्येष्ठ चिरंजीव – खास मारवाडी पेहरावात.

शिवकिशन आणि त्यांची पत्नी,
नागपुरातील वास्तव्याच्या सुरुवातीच्या काळात.

सुरुवातीचा कठीण काळ – कामगार हातांनी पीठ मळत आहेत –
१९७० च्या दशकातील छायाचित्र.

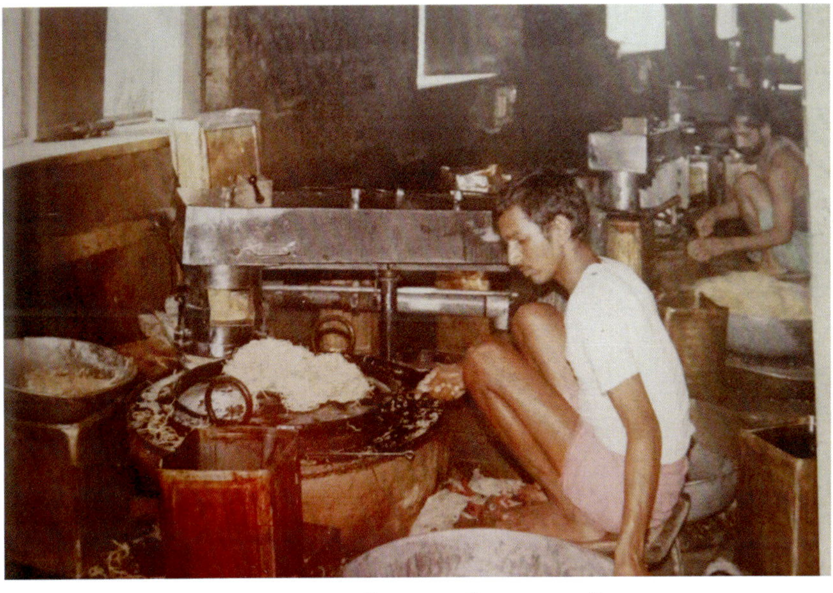

१९७०च्या दशकातील आणखी एक छायाचित्र –
प्राथमिक स्वरूपाच्या चुलीवर एक आचारी शेव (भुजिया) तळत आहे.

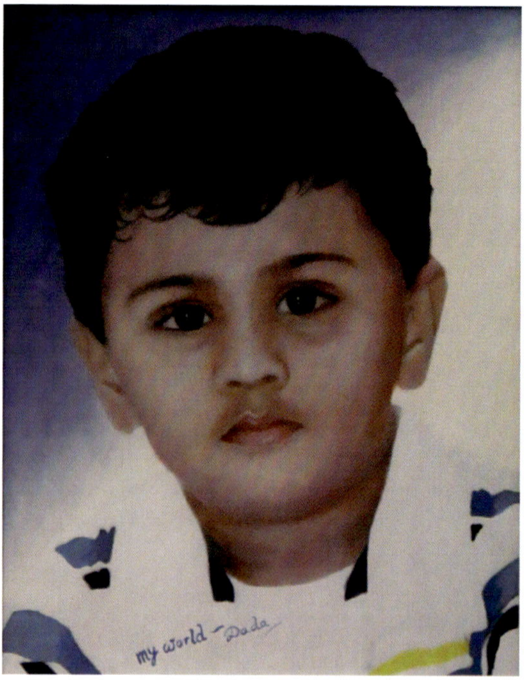

कारागृहातील वास्तव्यात प्रभू अगरवालांनी आपल्या आठ वर्षांच्या नातवाचं हे छायाचित्र रंगवलं होतं.

कोलकात्या नजीकच्या सिंगूर कारखान्यात कामगार शेवयांची पाकिटं बनवत आहेत.

अचूकपणा, सराव आणि सहनशीलता यांच्या बळावर साध्य केलेली किमया!

प्रभूंच्या सिंगूर कारखान्यातील कामगार गव्हाच्या कोंड्यापासून
ऊर्जेची निर्मिती करून वातावरणातील प्रदूषण कमी करण्यास हातभार लावत आहे.

प्रतीक फूड्सचे मालक, महेश अगरवाल, आपल्या ऑफिसमध्ये विराजमान.

शिवरतन अगरवाल (बसलेले) आणि
त्यांचे सुपुत्र दीपक अगरवाल – बिकानेरस्थित बिकाजी ऑफिसात.

बिकानेरस्थित बिकाजी कारखान्यात कामगार शेवेचे ढीग रचत असताना

अत्याधुनिक यंत्रसामग्रीनं सुसज्ज अशा वातानुकूलित बिकाजी कारखान्यात आरोग्य आणि सुरक्षाविषयक नियमांचं पालन करून शेव बनवली जाते.

१९८३ मध्ये सुरू केलेल्या दिल्लीतील पहिल्या दुकानाचं नव्या भव्य शोभादालनात रूपांतर.

हल्दिराम्सच्या नॉयडातील ऑफिसात आशिष अगरवाल –
अगरवाल कुटुंबाच्या तिसऱ्या पिढीतील तरुण वारसदार.

स्वतःची मुलं उच्च शिक्षणाकडे वळेपर्यंत मनोहरलाल हे एकमेव अगरवाल होते, ज्यांनी पदवीपर्यंतचं शिक्षण घेतलं होतं. घरातल्या व्यवसायाची तोंडओळख बऱ्याच प्रमाणात झाली असली तरी, त्यात पडायचं की नाही याबद्दल त्यांना खात्री वाटत नव्हती. १९७३ मध्ये बिकानेरमधील कॉलेजातून ते बी.कॉम. झाले, अन् त्यांनी वडिलांना सांगितलं, "मला कुटुंबाच्या व्यवसायात पडायची इच्छा नाही." त्या काळच्या मानानं मूलचंदांनी बराच संयम दाखवला, मुलाच्या निर्णयाचा स्वीकार करण्याचा मनाचा मोकळेपणाही दाखवला. 'तुला जे योग्य वाटेल ते तू कर, तुझ्या आयुष्याचा निर्णय घेण्यास तू मुखत्यार आहेस,' असं त्यांनी म्हटलं. त्या काळी सर्वसाधारणपणे जे व्हायचं त्याप्रमाणे मनोहरलालवर कसल्याही प्रकारचं दडपण त्यांनी आणलं नाही. कदाचित, त्या पिता-पुत्राच्या आयुष्यातली ही एकमेव वेळ असावी, जेव्हा दोघांचं एखाद्या विषयाबाबत एकमत झालं असावं. त्यामागचं कारण असं असू शकेल की मूलचंदना स्वतःच्या तरुणपणीचे दिवस आठवले असतील – त्या काळी ते मनापासून धंद्यात लक्ष घालत नसत, पण नशिबात होतं आणि कर्तव्यभावना जागृत होती म्हणून ते त्यात ओढले गेले होते.

वडिलांचा आशीर्वाद घेऊन चार्टर्ड अकाउंटंटचं शिक्षण घेण्यासाठी त्यांनी कोलकात्याला प्रयाण केलं. पहिल्या सहा महिन्यांतच त्यांना धंदेवाईक माणसाच्या अन् व्यावसायिक माणसाच्या आयुष्यातला जमीनअस्मानाचा फरक लक्षात आला. कुणाच्याही पाठिंब्याशिवाय या नव्या क्षेत्रात जम बसवण्यासाठी त्यांना किती कष्ट करावे लागतील हे त्यांनी जाणलं. शिवाय, एक लेखापाल म्हणून स्वतःमधल्या गुणांची– स्वतंत्रपणे विचार करण्याची क्षमता– त्यांना जाणीव झाल्यावर त्यांचं त्यांनाच कळून चुकलं की, हेच गुण जर त्यांनी स्वतःच्या कुटुंबातल्या धंद्यासाठी वापरले तर त्यामुळे ते घरचा धंदा कुठल्या कुठे नेऊन ठेवू शकतील. नाही म्हटलं तरी धंदा आधीच प्रस्थापित केलेला होता; आता त्यांना स्वतःचं अधिक शिक्षण आणि निर्मितिक्षमता यांच्या बळावर त्यात योग्य त्या सुधारणा करायच्या होत्या, पूर्वीपेक्षा एका वेगळ्याच उंचीवर त्याला न्यायचं होतं, इतकंच. त्यांना आपल्या आयुष्यासाठीचं निश्चित उद्दिष्ट गवसलं, तेव्हा मग कॉलेजला रामराम ठोकणं अन् घरच्या धंद्यात पदार्पण करणंही अवघड गेलं नाही.

१९७५ मध्ये हल्दिरामांनी सुरू केलेल्या दुकानाचा दर्शनी भाग लहान होता. "आम्ही महिन्याला पाचशे ते सहाशे किलो शेव बनवत असू अन् आमच्या नफ्याचं प्रमाणही कोलकात्याच्या तुलनेत बरंच कमी होतं, कारण बिकानेरमधल्या लोकांची आर्थिक क्षमता बऱ्याच खालच्या पातळीची असल्यामुळे तयार मालाच्या किमतीत फार वाढ करणं शक्य नव्हतं," मनोहरलालनी मला परिस्थितीचं विश्लेषण करून सांगितलं.

प्रत्यक्ष शेव तयार करण्याच्या कामाचा मूलचंदांना मनापासून तिटकारा वाटत असे. कारण ते कष्टांचं काम होतं, शारीरिक मेहनत करावी लागत असे, त्यासाठी हात बरबटून घ्यावे लागत असत. पण मनोहरलाल त्यांच्या वडिलांपेक्षा वेगळे होते, त्यांना मैदानात उतरण्याची आवड होती. वडिलांप्रमाणे गल्ल्यावर बसायचं आणि येणाऱ्याजाणाऱ्या गिऱ्हाइकांबरोबर गप्पा मारायच्या, यावर त्यांच्या मनाचं समाधान होणार नव्हतं; त्यापेक्षा धंद्यात खरोखरीच्या सुधारणा कशा करता येतील या विषयात त्यांना जास्त रस होता. एकदा मार्ग सापडल्यानंतर या तरुण माणसानं आपल्या कामात स्वतःला पूर्णपणे झोकून दिलं. "जागेपणीचा सगळा वेळ मी कारखान्यात काढत असे. सकाळी सहाच्या ठोक्याला मी आंघोळ किंवा नाश्ता न करताच कारखान्यात हजर व्हायचो," मनोहरलाल म्हणाले. मी थोडंसं तोंड वाकडं केलं तेव्हा ते हसले अन् म्हणाले, "त्याआधी मी प्रातर्विधी वगैरे उरकत असे!"

कारखाना त्यांच्या घराला लागूनच होता. प्रत्यक्ष पदार्थ बनवायला सुरुवात करण्यापूर्वी त्यांनी खाद्यप्रक्रियांचं निरीक्षण केलं, त्या शिकून घेतल्या. कुशल बल्लवाचार्यांकडून माहिती करून घेतल्यानंतर त्यांनी कुठल्याही उत्पादनाविषयीची संपूर्ण माहिती मिळवायला सुरुवात केली. कुठलाही पदार्थ कसा बनवतात, त्यात कोणकोणते घटकपदार्थ घातले जातात, या विषयात त्यांना रस असल्यामुळे ते दिवसाचे तास न् तास शेवेसंबंधात नवीन प्रयोग करण्यात, चवी पारखण्यात आणि शेव हाताळण्यात खर्च करत. धंद्यात पडल्यानंतरच्या सुरुवातीच्या काळात त्यांना उत्पादनाच्या वजन करण्याच्या आणि आवरणात गुंडाळण्याच्या प्रक्रियांमध्ये काही तफावती आढळल्या. प्रत्येक पाकिटाचं वजन थोड्याफार प्रमाणात वेगळं असायचं, त्यामुळे अनेक डझनावारी पाकिटांचा, किलोंनी विकल्या जाणाऱ्या मालाचा हिशोब धरला तर दुकानाचा तोटा होत होता.

"आम्ही वेगवेगळ्या तुकड्यांमध्ये (बॅचेसमध्ये) खाद्य पदार्थांचं उत्पादन करायचो, त्यांच्या दर्जामध्ये सुसूत्रता किंवा मेळ नसायचा, असं माझ्या ध्यानात आलं. तो मेळ साधण्याचा तसंच प्रक्रियांमध्ये सुधारणा घडवून आणण्याचा, उत्पादनातील वेळोवेळी होणारे फरक कमी करून अंतिम वस्तूंचा उत्पादनखर्च कमी करायचा मी सतत प्रयत्न करत असे. त्यासाठी श्रमांचं, वेळेचं सुयोग्य नियंत्रण करायचं हा माझा मुख्य उद्देश असायचा. जमाखर्चाचं, ताळेबंदाचं शास्त्रशुद्ध ज्ञान असल्यामुळे नफा वाढवण्याच्या कामी त्याची मदत झाली." महत्त्वाची खर्चाची केंद्रं कोणती ते शोधून काढण्याचं कसब त्यांच्या ठायी होतं. मात्र, यापूर्वी कधीही त्यांनी हेन्री फोर्डनी सुरू केलेली उत्पादनप्रक्रिया (प्रॉडक्शन लाइन) ही संकल्पना ऐकलेली नव्हती किंवा टोयोटा कंपनीमध्ये वापरण्यात येत असलेली उत्पादनातील सुधारणांविषयीची संकल्पनाही त्यांना माहीत नव्हती. त्यामुळे या छोट्या-छोट्या वाटणाऱ्या बदलांमुळेही एकूण

कार्यक्षमतेमध्ये आणि पर्यायानं धंद्याच्या यशामध्ये किती बदल होऊ शकतात याची पुरेशी जाण त्यांना नव्हती. तरीही एक गोष्ट निश्चित होती : या एकवीस वर्षांच्या कोवळ्या, धंदाव्यवसायातील खाचाखोचांबाबत पूर्णपणे अनभिज्ञ असलेल्या तरुणानं अतिशय उत्साहानं, घरच्या वडीलधाऱ्या मंडळींचा विरोध पत्करूनही मनातील कल्पनांचा पाठपुरावा केला. हल्दिराम उत्पादनांमध्ये प्रमाणबद्धता यावी आणि त्याच्या नावाला एक प्रकारचा दर्जा प्राप्त व्हावा, त्याद्वारा मोठ्या प्रमाणावर उत्पादन करण्याचा आनंद घेता यावा, अशी त्यांची इच्छा होती.

दुखावलेला अभिमान आणि जिव्हारी लागलेला बाण यामुळे निर्माण झालेली चीड, संताप या गोष्टींचा काही वेळा फायदा होऊ शकतो. त्यांच्या जोडीला होतं त्यांना नव्यानं गवसलेलं उद्दिष्ट– कुटुंबाच्या पिढ्या न् पिढ्यांच्या धंद्यात सुधारणा घडवून आणणं. या दोन्ही कारणांमुळे मनोहरलालांची इतरांहून उत्तम कामगिरी दाखवण्याची इच्छा अधिक तीव्र झाली. बिकानेरमधलं मूळचं दुकान हल्दिरामांचे आजोबा- भिखाराम चांदमल यांच्या मालकीचं होतं. ते दुकान हल्दिरामांच्या दुकानाच्या अगदी समोर– रस्त्याच्या दुसऱ्या कडेला होतं. केव्हा तरी एकदा मनोहरलालांच्या कानावर कुणा गिऱ्हाइकाचे शब्द पडले, 'भिखाराम चांदमलची शेव जास्त चविष्ट असते.'

''माझ्या मनाला ती गोष्ट फार लागली. कुणीतरी आपल्याला फालतू किंवा सामान्य दर्जाचं लेखावं या विचारानं माझ्या अंगाचा तीळपापड झाला. माझी अशी तीव्र इच्छा होती की, इतर कुणाच्याही उत्पादनापेक्षा आमचं उत्पादन ११० टक्के अधिक चांगलं, सरस असावं.'' हे सांगत असताना मनोहरलालांचे डोळे संतापानं चमकत होते. साठाव्या वर्षी, ती घटना होऊन गेल्याला इतकी वर्षं झाल्यानंतरही, केवळ त्या आठवणींनी त्यांच्या मनातला संताप जागा झाला होता अन् त्यांच्या डोळ्यांतून तो व्यक्तही होत होता. गिऱ्हाइकांनी केलेल्या अशा प्रकारच्या तुलनेनं मनोहरलालांचं रक्त खवळून उठलं अन् त्यामुळे त्यांच्या मनात काहीतरी नवीन निर्माण करण्याची, धंदा पुढे वाढवण्याची ईर्षा पेटून उठली. त्यांच्या अंगी असलेल्या स्पर्धात्मक वृत्तीचं, तळमळीचं दर्शन त्यामुळेच घडलं. कॉलेजशिक्षण घेतलेला एक तरुण मारवाडी, एक व्यापारी, काहीतरी करून दाखवण्याची पिपासा मनात बाळगणारा मनोहरलाल आता एक नवा मार्ग धुंडाळण्यास सिद्ध झाला होता. स्वतःमधलं सुप्त कर्तृत्व शोधून काढण्यासाठी त्याचे बाहू स्फुरण पावत होते.

अधिक चांगली चव आणि दर्जा अशा दुहेरी कारणांवर मनोहरलालांचं मन केंद्रित झालं. त्यामुळे अगदी मनापासून त्यांनी बाजारात उपलब्ध असलेल्या सर्व प्रकारांमधले फरक जाणून घेण्याचा जणू चंगच बांधला. त्यासाठी त्यांनी शेवेमध्ये काही नवे घटकपदार्थ घातले, तर काही वगळले. त्यांच्या लक्षात आलं की

लवंगांचा स्वाद पदार्थाला अधिक स्वादिष्ट बनवतो. त्यानुसार बनवलेली शेव चाखल्यानंतर काही गिऱ्हाइकांनी त्यांच्या मताला दुजोरा दिला. नवी शेव अधिक चविष्ट वाटत होती. मनोहरलालांनी त्यानंतर लवंगांचा वापर शेवेत करायला सुरुवात केली, पण इतर मसाल्यांच्या तुलनेत लवंगा बऱ्याच महागही असतात. साहजिकच, शेवेची किंमत वाढणार होती अन् ते त्यांना परवडण्यासारखं नव्हतं. कारण नफ्याचं प्रमाण अगदीच बेताचं असायचं. "माझे वडील कुठलाही बदल करताना का कू करायचे. ते माझ्या नव्या शेवेच्या महागड्या दरावरून चिडले अन् मला म्हणाले, इतका कमी नफा झाला, तर आपण आपली पोटं कशी भरायची?" हे सांगत असताना मनोहरलाल छद्मीपणे हसले. "गोल्डन रिट्रीव्हर जातीच्या कुत्र्यांना पाण्याचा जितका तिटकारा वाटतो, तसाच तिटकारा माझ्या वडिलांना कुठल्याही नवीन कल्पनांविषयी वाटत असे. जुन्या सवयींना चिकटून राहणाऱ्यांपैकी ते एक असल्यामुळे कुठलाही नवा बदल त्यांना मुळापासून हादरवत असे." त्यामुळेच की काय, पिता-पुत्रामध्ये अशा वेळी बरीच मोठी खडाजंगी होत असे. त्या वेळी मी त्यांच्याकडून थोडा वेळ मागून घेतला. मी त्यांना म्हटलं, "थोडे दिवस थांबा आणि वाट पाहा. मी सुचवलेला बदल फायद्याचा ठरला नाही तर मी माघार घेईन. आपण जुनी पद्धत परत वापरायला लागू, मग तर झालं?" या घटनेतून त्यांचा एक ठळक स्वभावविशेष अधोरेखित झाला. लोकांशी व्यवहार करताना ते संवेदनशीलता दाखवत. त्यांना इतपत शहाणपणही होतं की, व्यवहारचातुर्य आणि वागण्या-बोलण्यातल्या हुशारीनं तुम्ही अवघडातला अवघड ग्राहकही आपल्या बाजूला वळवू शकता. लोकांनी मोठ्या उत्साहानं, खुल्या दिलानं लवंगांचा स्वाद असलेल्या शेवेचं स्वागत केलं अन् नव्या शेवेची मागणी वाढल्यामुळे कमी नफा असूनही, विक्री वाढल्यामुळे निव्वळ नफा फारसा कमी झाला नाही.

उत्पादनाचा दर्जा वाढवण्यासाठी महत्त्वाची गोष्ट ही असते, की तुम्ही जो कच्चा माल त्यासाठी वापरता त्याच्यावर बारीक लक्ष ठेवायला लागतं. एक प्रकारच्या शेवेसाठी बेसनाचा– हरभऱ्याच्या डाळीच्या पिठाचा वापर केला जातो. हल्दिरामांच्या धंद्यात बेसनाची– दळलेल्या डाळीचा– खरेदी मोठ्या प्रमाणात होत असे. दोघा कामगारांनी एक छोटीशी पिठाची गिरणी विकत घेतली होती आणि त्यांनी हल्दिरामांच्या दुकानाशेजारीच आपला व्यवसाय सुरू केला होता. त्या काळी व्यवहार इतक्या सोप्या पद्धतीनं होत असत, याचं ते जितंजागतं उदाहरण होतं. हल्दिराम आणि त्यांच्या मुलांकडे धान्य दळण्याचं यंत्र– ग्राइंडरही नव्हता. ते पीठ सरळ विकत घेत आणि त्यापासून शेव व तत्सम पदार्थ बनवत असत. "आता, हे पीठ उत्तम दर्जाचं आहे की त्यात काही भेसळ आहे, हेदेखील आम्हाला सांगता येत नसे. वर्षानुवर्षं आम्ही हीच पद्धत वापरत आलो होतो," मनोहरलालांनी विशद

करून सांगितलं. "पुढे, काही वर्षांनी आम्ही हरभरे विकत घेऊन ते गिरणीतून दळून घेऊन त्या बेसनापासून शेव बनवण्याचा उद्योग सुरू केला. तरीही त्यात कुणी स्वस्तातला माल मिसळून पैसे वाचवायचा प्रयत्न केला का याची आम्हाला खात्री नसायची.

"आम्ही १००-२०० किलो हरभरे पिठाच्या गिरणीवाल्याकडे पोहोचते करायचो आणि त्याच्याकडून आमच्याकडे पीठ यायचं. आमची पद्धत अशी असायची की माझे वडील त्याच्या गिरणीत हरभरे नेऊन टाकत अन् त्याला विचारत, 'भाऊ, माल कसा आहे?' त्यावर त्याचं उत्तर असायचं, 'हे काय विचारणं झालं, उत्तमच आहे.' माझे वडील त्याच्यावर विश्वास टाकून परत यायचे आणि आपल्या कामात गढून जायचे." ते सांगत असताना मनोहरलालांच्या आवाजात मला वैताग ठासून भरलेला जाणवला.

अनेक महिने हा प्रकार खपवून घेतल्यानंतर शेवटी मनोहरलालनी ही पद्धत बदलायला हवी, असा आग्रह धरला. त्यांचं म्हणणं असायचं की आपल्याकडे येणाऱ्या कच्च्या मालाच्या दर्जावर आपलं नियंत्रण हवं आणि तयार मालाच्या दर्जातही सातत्य असायला हवं. कच्च्या मालाची खरेदी आणि तिचा पुरवठा ही त्यांची संकल्पना बिकानेरमधील त्यांच्या व्यवसायबंधूंच्या तुलनेत कितीतरी वर्षांनी पुढे होती. उत्पादनप्रक्रियेत कच्चा माल विकत घेण्याच्या क्रियेला द्यावयाचं महत्त्व, तसंच कच्च्या मालाचा पुरवठा सुरळीत व्हावा म्हणून तयार करावयाची एक पुरवठाशृंखला या गोष्टी त्या काळी कुणी विचारातही घेत नव्हतं. मनोहरलालच्या मते पाकीटबंद वस्तूंच्या क्षेत्रात हल्दिराम ब्रँडनं जी जोरदार झेप घेतली होती, इतर उत्पादकांना मागे टाकलं होतं, त्यामागचं एक कारण म्हणजे त्यांनी त्याबाबत धरलेला जोरदार आग्रह, हे होय. अगदी एकविसाव्या शतकात पदार्पण केल्यानंतरही हीच वस्तुस्थिती थोड्याफार फरकानं इतर उत्पादकांच्या तुलनेत अजूनही दिसून येते.

त्यांच्या या कल्पनेला प्रचंड विरोध केला गेला. पिठाचा पुरवठा करणाऱ्या विक्रेत्यांबरोबर हल्दिराम कुटुंबाचे पुष्कळ वर्षांचे जुने संबंध होते. ते संबंध, नातं तोडून टाकायची कल्पनादेखील इतरांना सहन होण्यासारखी नव्हती, त्याची तुलना धर्मबुडवेपणाशी करण्यासारखंच होतं. त्यांच्या मनात तर एक अशीही शक्यता निर्माण झाली की, त्यांनी उत्पादनाच्या इतर जबाबदाऱ्यांबरोबरच स्वतःचं पीठ स्वतःच दळून घ्यावं. ती सूचना ऐकल्यावर तर मूलचंदांनी बराच थयथयाट केला असं म्हणतात. 'आपले शेजाऱ्यांबरोबरचे संबंध बिघडतील, आपल्याच कारखान्याच्या परिसरात टाकलेल्या पिठाच्या गिरणीमुळे आवाजाची पातळी वाढेल अन् त्याचं पर्यवसान भांडणात होईल,' अशी भीती त्यांना वाटत होती. त्यांच्या मुलानं त्यांना वचन दिलं की एखाद्या शेजाऱ्याला काही त्रास जाणवला तर आम्ही दोघं मिळून

त्यावरचा तोडगा काढू. ''मी माझ्या वडिलांना म्हटलं, आपण आपल्या जागेवर पिठाची गिरणी बसवली अन् केवळ तेवढ्यानंच त्याला पोटशूळ उठला, तर ती त्याची समस्या होईल! पण जर आवाजामुळे किंवा हादरे बसल्यामुळे त्याला काही खरोखरीची अडचण भासू लागली तर आपण बघू ना, प्रश्न कसा सोडवता येईल ते. मग आपण त्याच्याबरोबर बोलू, दिवसाचे काही ठरावीक तासच गिरणी चालवण्यासंबंधी तडजोड करू.'' त्यानंतर वडिलांचा राग थोडा शांत होईपर्यंत मनोहरलाल गप्प बसले; मग मात्र त्यांनी वडिलांना ठामपणे सांगितलं, ''वेळ येईल तेव्हा पाहू काय करायचं ते!''

''लोक काय म्हणतील या विचारानं तुम्ही आधीच स्वतःवर निर्बंध का घालून घेता? ते खरोखरच आक्षेप घेणार आहेत का नाही याची शहानिशा करण्याआधीच कशाला आपण आपला निर्णय त्यांच्यावर अवलंबून ठेवायचा?'' हे सांगताना मला मनोहरलालच्या आवाजातली वैतागाची भावना स्पष्ट जाणवली. त्यांचा व्यावहारिकपणा आणि सामाजिक बंधनांविषयीची बेफिकिरी (पूर्वीच्या पिढ्या त्यामुळेच मागे राहिल्या होत्या, असं त्यांचं स्पष्ट मत होतं) या स्वभाववैशिष्ट्यांमुळे घरातल्या मंडळींपेक्षा ते वेगळे वाटत असत. हजारो वर्षांपूर्वीपासून भारतीयांना समाजाची पारंपरिक जोखडं झुगारणं दुष्प्राप्य वाटत आलंय आणि जोखडं झुगारण्याचा प्रघात समाजात रूढ होण्यापूर्वी किमान एका तरी पिढीची वाटचाल मनोहरलालनी त्या मार्गावरून सुरू केली होती.

ते काहीही असलं तरी त्यांच्या शेजाऱ्यांनी कटकटी सुरू केल्याच. बिकानेरसारख्या लहानशा गावात तर त्या समस्येनं मोठं रूप धारण केलं. त्यांचा शेजारी संतापानं लालबुंद झाला. मूलचंदांनी मूग गिळून स्वस्थ बसण्याचं धोरण अंगीकारलं; पण मनोहरलाल पहिल्यासारखेच आपल्या मुद्द्याला घट्ट धरून बसले. शेजाऱ्याच्या रागाला आणि वडिलांच्या विरोधाला न जुमानता मनोहरलालनी आपल्या छोट्याशा कारखान्यात औद्योगिक क्षेत्रात वापरतात त्या प्रकारचं पीठ बनवण्याचं यंत्र बसवलंच. त्यांच्या एका मित्रानं त्यांना पूर्वीच सुचवलं होतं की, या प्रकारचं यंत्र वापरणं सोयीचं असतं आणि वापरायलाही सुरक्षित असतं. सर्वांत महत्त्वाची बाब म्हणजे खरोखरीच्या पिठाच्या गिरणीपेक्षा ते यंत्र खूपच कमी आवाज करत असे. दळणाला सुरुवात झाली आणि शेवटी एकदाची अगरवाल मंडळी आपल्याच कारखान्यात तयार केलेलं उच्च दर्जाचं शुद्ध बेसन वापरून शेव बनवू लागली. त्यांच्या मनातला शुद्धतेविषयीचा किंतू आता साफ दूर झाला होता. गिरण्यांमधून आणलेल्या बेसनापेक्षा स्वतःच्या कारखान्यात तयार केलेलं बेसन स्वस्तातही पडू लागलं. धंद्याच्या दृष्टीनं ही बाब किफायतशीर ठरली खरी, पण शेजाऱ्याचं तोंड वाकडं झालं ते झालंच. नित्यनेम असल्याप्रमाणे तो त्यांच्या कारखान्याच्या दारात येऊन

उभा राहायचा आणि मग पिता-पुत्रामध्ये आणि शेजाऱ्यामध्ये भांडणाला सुरुवात व्हायची. आपल्या शेजाऱ्याची बाजू घेत मूलचंद मनोहरलालना म्हणायचे, 'हे यंत्र तू आधी हटव बरं.' "आमच्या शेजाऱ्याच्या तक्रारींमध्ये काही अर्थच नसायचा, निव्वळ बाष्कळपण; दुसरं काही नाही. त्याचं काय म्हणणं असायचं तर म्हणे त्याच्या घरातली सगळी भांडी आमचं यंत्र सुरू झाल्यावर खणखणू लागतात. आता मला सांगा, आमच्या कारखान्यातली अगदी त्याच खोलीत असलेली घडवंचीवरची भांडी खडखडत नसताना, याच्या स्वयंपाकघरातली भांडी कशी खडखडतील हो? पुढचा गमतीचा भाग ऐकायचाय? त्याचं घर आमच्या कारखान्यापासून चांगलं पन्नास फूट अंतरावर होतं. आता बोला!"

मनोहरलालनी आपला हेका सोडला नाही. त्यांच्या वडिलांना त्यामुळे कात्रीत सापडल्यासारखं झालं, पण मनोहरलालनी दर वेळी शेजाऱ्याच्या आरोप-प्रत्यारोपाला खणखणीतपणे तोंड दिलं. असेच काही आठवडे गेल्यानंतर शेवटी त्यांनी एक तोडगा काढला. मनोहरलाल शेजाऱ्याला म्हणाले, "तुम्ही म्हणता त्याप्रमाणे मी हे यंत्र काढून टाकेन, पण मग मी माझ्या जागेत पिठाची गिरणी घालेन." केवढा मोठा विरोधाभास होता तो! त्या प्रसंगाची आठवण सांगताना स्वतःच्या विजयाचंच त्यांना कौतुक वाटत होतं, अन् त्यामुळे त्यांच्या चेहऱ्यावर हसू उमटलं.

"आम्हा पिता-पुत्राचे पावलापावलागणिक खटके उडत राहायचे," हे शब्द मनोहरलालांच्या तोंडून बाहेर पडले, तेव्हा त्यातून मला त्यांच्या मनातला खेद स्पष्टपणे जाणवला. "कुठल्याही मुद्द्यावर आमचं एकमत म्हणून व्हायचं नाही." एका बाजूला मनोहरलालसारखा स्वतःच्या मतांवर ठाम असणारा भडक डोक्याचा तरुण, तर दुसरीकडे त्याचा बाप- आपल्या विचारांबाबत, विश्वासांबाबत हट्टी, अविचल, एक पाऊलही मागे हटायला तयार नाही असा. जुन्या जमान्यातली मूल्यं हृदयाशी कवटाळून बसणाऱ्या लोकांच्या पिढीतले मूलचंद अशा काळात लहानाचे मोठे झाले, जेव्हा काही झालं तरी वडीलधाऱ्यांचा शब्द मुलांनी मोडायचा नाही, हीच सर्वसाधारण प्रथा होती. हल्दिरामांच्या इच्छा-अपेक्षांना प्रमाण मानण्यात उभं आयुष्य घालवल्यानंतर आता मूलचंद त्यांच्याच पावलावर पावलं टाकून चालू लागले होते. धंदा वाढवण्यासाठी कर्ज काढायचं या विचाराचा त्यांना मनापासून तिटकारा वाटू लागला होता. डोक्यावर कर्जाचा बोजा नसणं, हीच ताणतणाव नसण्यासाठीची गुरुकिल्ली आहे, असं त्यांना वाटायचं. त्यांच्या विचारात अजिबातच तथ्य नव्हतं, अशातला भाग नव्हता. तरीही कधीकधी त्यामुळे धंद्याची वाढ खुंटत असे, हेही तितकंच खरं होतं. त्यांच्या मुलांमध्ये असलेली पात्रता त्यांना पुरेपूर वापरता येत नव्हती; पण त्यांच्या बाजूनं विचार केला तर त्यांचं जीवनविषयक तत्त्वज्ञान अगदीच चुकीचं म्हणता आलं नसतं. जात्याच त्यांच्या ठायी एक

विलक्षण समाधानी वृत्ती होती. त्यामुळे त्यांना ना कसली महत्त्वाकांक्षा होती, ना धंद्यात फार मोठी वाढ करण्याची इच्छा होती. साहजिकच, मुलांमध्ये असलेली यश मिळवण्याची प्रबळ इच्छा समजण्याची वा त्यांच्याविषयी सहानुभूती बाळगण्याची मानसिक क्षमताच त्यांच्यापाशी नव्हती. ते नेहमी म्हणत, 'आपल्याकडे खाऊनपिऊन सुखी राहण्यापुरता पैसा असला की आणखी काय हवं?' मनोहरलालना त्यांचे हेच विचार अजिबात पटत नसत. मूलचंद त्यांना प्रश्न विचारत, 'बाबा रे, नको त्या जबाबदाऱ्या शिरावर घ्यायच्या, डोक्यावरचा ताण आपल्या हातांनी वाढवायचा आणि जीवनसागरात वादळं आणायची; हे सगळं कशाला हवं? चाललंय ते काय वाईट आहे?' विशेष बाब ही की रोजच्या रोज संघर्षाला तोंड देऊनही मनोहरलाल या घटनांकडे नुसते खांदे उडवून किंवा खेदजनक स्मित करून दुर्लक्ष करू शकायचे; पण शिवकिशनची गोष्ट निराळीच होती. माझ्याबरोबरच्या दुसऱ्या एका संभाषणात त्यांच्या मनातला वडिलांच्या 'बिगरमहत्त्वाकांक्षी' स्वभावाविषयीचा क्षोभ त्यांच्याही नकळत बाहेर पडलाच.

मनोहरलालच्या मते प्रत्येक बाबतीत अंतिम निर्णय हल्दिरामांचाच असे. हल्दिराम आणि मूलचंद हे बापलेक तरुण मनोहरलालनं मांडलेल्या प्रत्येक नव्या विचाराला विरोध करत, मोडता घालत असत. त्यामुळे बंड करण्यावाचून दुसरा मार्गच त्यांच्यासमोर उरत नसे. शेवटी, मनोहरलालनी 'घडलेल्या चुकीबद्दल नंतर माफी मागा, पण परवानगी मागण्याच्या फंदात पडू नका,' या तत्त्वज्ञानाचा स्वीकार केला आणि मोठ्या जिद्दीनं ते प्रत्यक्षातही आणलं.

तसं पाहिलं तर नवे पंख फुटलेल्या पक्ष्यानं आपली पिसं जोरदारपणे हलवावीत, फुलवावीत, लादलेल्या बंधनांविरुद्ध संघर्ष करावा आणि बक्षीस– कीटकरूपी विकासाचं बक्षीस– मिळवण्यासाठी जोरदार झेप घ्यावी, हे स्वाभाविकच होतं. वाचकांनीही सत्तरीच्या दशकातल्या मनोहरलालच्या संघर्षाचं चित्र डोळ्यांसमोर उभं करून पाहावं. बिकानेरमधील दुकान त्या काळी दर महिन्याला ५००-६०० किलो शेवेचं उत्पादन करत होतं. कोलकात्याच्या तुलनेत हा आकडा अगदीच नगण्य म्हणावा असा होता. खर्च आणि विक्रीतून मिळणारा पैसा यांतला फरक बेताचा असल्यामुळे नफ्याचं प्रमाणही बेतास बातच होतं. त्याच्यातही पाच भागीदार– हल्दिराम, मूलचंद, मूलचंदांचा दुसऱ्या क्रमांकाचा मुलगा– शिवरतन अगरवाल, स्वतः मनोहरलाल आणि त्यांचा सगळ्यात धाकटा मुलगा मधुसूदन– होते. एका भाकरीत पाच वाटेकरी अन् त्यांची मुलंबाळं म्हटल्यावर प्रत्येकाच्या तोंडचा घास लहानच होणार, अशातली गत होती. मनोहरलालचा सगळा भर त्या भाकरीचा आकार वाढवण्याकडे होता, ज्यायोगे प्रत्येकाचा हिस्सा वाढावा अन् अंतिमतः सगळ्या कुटुंबाला जास्त मिळकत व्हावी.

मनोहरलालनी घरच्या व्यवसायात लक्ष घातल्यानंतर काही वर्षांतच हल्दिरामनी कारखान्यात जाणं बंद केलं. सकाळी दुकान उघडायचं कर्तव्य ते न चुकता पार पाडत असत, पण सकाळ अर्धी उलटली की ते घरी परतत असत. मूलचंदनी धंद्यातल्या मागील बाजूस घडणाऱ्या उत्पादनविषयक बाबींमध्ये कधीच रस दाखवला नव्हता. त्यामुळे कारखान्यातल्या सगळ्या कामाची जबाबदारी शिवरतन आणि मनोहरलाल यांच्यावर सोपवल्यासारखी झाली होती. मात्र, प्रत्यक्ष कामकाजातून अंग काढून घेतलं असलं तरी, हल्दिरामना दुकानाशी निगडित सगळ्या लहान-मोठ्या निर्णयात लक्ष घालायचं असे. थोडक्यात सांगायचं, तर जुन्या पिढीला हातात असलेल्या कुठल्याही अधिकाराला सोडचिठ्ठी देणं मंजूर नव्हतं. वेगळ्या शब्दांत सांगायचं झालं तर असं म्हणता येईल की त्यांना सामाजिक-आर्थिक संपत्तीच्या नाड्या आपल्याच हातांत ठेवायच्या होत्या. आता, धंद्यात वाढ करायची म्हणजे धोका पत्करणं आलं. उतारवयातल्या हल्दिरामना कुठलाही सकारात्मक बदलही करावासा वाटत नव्हता, कारण बदलाबरोबरच त्यांचा 'लाडका धंदा बुडीत गेला तर?' ही भीतीही जोडलेली होतीच. बाकी काहीही असलं तरी तरुण, निग्रही नातवाच्या रूपात त्यांना खंदा प्रतिस्पर्धी लाभला होता, यात काही संशय नाही.

व्यापारधंद्याचा प्रत्यक्ष विस्तार करण्यासाठी मनोहरलालनी काही पावलं उचलली असली, तरी त्यांच्या दुसऱ्या एका प्रयत्नाला हल्दिरामनी आणि मूलचंदनी अगदी पहिल्या पावलापासून निकराचा विरोध केला, तो होता मालाच्या वेष्टणासंबंधी. अखेरीस हा मुद्दा हल्दिराम कुटुंबासाठी खेळाचे रंग पालटणारा ठरला. रामेश्वरलालचे पुत्र प्रभुशंकर अगरवाल, सध्याचे कोलकात्यातील धंद्याचे मालक असं म्हणतात, "आमच्या सर्व प्रकारच्या यशांच्या मागचं मुख्य कारण म्हणजे आमच्या उत्पादनांचं वेष्टण, असं मी स्पष्टपणे म्हणतोय याची कृपा करून नोंद करा." वेष्टणाला दिलेलं इतकं महत्त्व ऐकायला जरा फारच साधं सोपं वाटतं. पण खरी बाब हीच आहे की, हल्दिराम उत्पादनं त्याच्या आकर्षक वेष्टणांमुळेच लोकांच्या नजरेत भरली. त्याविषयी लोकांचं ज्ञान, सजगता वाढल्यामुळे त्याला नकाशावर स्थान मिळालं. किती हुशारीची चाल होती ही! कुशल वितरण व्यवस्थेमुळे त्याला मोठमोठी बाजारपेठ काबीज करता आली. पुढे जाऊन हल्दिराम उत्पादनांनी उच्च दर्जाची उत्पादनं असा जागतिक पातळीवरील विश्वासही संपादन केला.

मनोहरलालनी असं सांगितलं की, १९४१ पासून त्यांच्या आजोबांनी हल्दिराम भुजियावाला या नावानं धंदा केला होता. त्याच वर्षी ते त्यांच्या आजोबांच्या धंद्यातून बाहेर पडले होते. त्यानंतरही त्यांनी ते नाव वापरायला सुरुवात केली होती. असं खात्रीपूर्वक सांगितलं जातं की, कोलकात्यामधील धंद्याला त्यांनी १९५७ - ५८मध्ये त्याच नावानं सुरुवात केली होती. या बारीकसारीक नोंदी लक्षात घेतल्या

म्हणजे पुढील प्रकरणांमध्ये उल्लेखिलेल्या कोलकाता आणि दिल्लीतील ब्रँडविषयक मारलेल्या लढाया समजणं सोपं जाईल. हल्दिराम भुजियावाला हे नाव वेष्टणासंबंधीच्या कहाणीसाठी महत्त्वाचं ठरतं, कारण जोपर्यंत भडक माथ्याच्या मनोहरलालनी चालू स्थितीत काही बदल घडवले नव्हते, तोपर्यंत बिकानेरबाहेरील कुणालाही हे खरोखर ठाऊकच नव्हतं की, त्यांनी त्यांची आवडती चविष्ट शेव बिकानेरमधील 'हल्दिराम भुजियावाला' या दुकानातून खरेदी केली होती!

सत्तरीच्या दशकात गिऱ्हाइकांना शेव बांधून देण्याच्या जुन्या पद्धतीत बदल घडले होते. तोपर्यंत जुन्या रद्दीच्या कागदाच्या सुरळीपासून ते स्वस्तातल्या प्लॅस्टिकच्या पिशवीपर्यंत त्यांनी मजल मारली होती. एका साध्याशा पारदर्शक पिशवीत शेव भरली जात असे आणि पिशवीचं तोंड धातूच्या पिना मारून बंद करण्यात येत असे. काही काळानंतर या प्रकारच्या प्लॅस्टिकच्या पिशवीवर हल्दिराम भुजियावाला हे ब्रँडचं नाव साध्याशा यंत्राद्वारा छापून घेऊन त्यांचा वापर केला जाऊ लागला. छपाईचं हे तंत्र अगदी बाबा आदमच्या जमान्यापासून म्हणजे पंधराव्या शतकाच्या मध्यापासून वापरात होतं, जे भारतात अनेक ठिकाणी अजूनही वापरलं जात होतं, असं म्हटलं तर ती अतिशयोक्ती ठरू नये. अक्षरछपाईच्या असल्या प्राथमिक स्वरूपाच्या यंत्राच्या साहाय्यानं एकाच प्रकारची शाई घेऊन तिच्याद्वारा कागदावर छपाई केली जात असे, अन् ती शाई कागद शोषून घेत असे. त्यामध्ये मूळ अक्षरं काहीशी उंचावलेली असत आणि त्यांचे ठसे कागदावर उमटवले जात असत. प्लॅस्टिकवर शाईनं अक्षरं उमटवण्यात आली तरी बोटांनी सारवल्यासारखं केल्यावर अक्षरं पुसट होत अन् हल्दिराम भुजियावाला हे ब्रँडचं नाव गडप होऊन त्या ठिकाणी फक्त एक काळसर डाग उरत असे.

''या असल्या वेष्टणानं काय साध्य होणार होतं?'' कुणालाही न उद्देशून मनोहरलालनी तो प्रश्न विचारला, तेव्हा आपण असल्या प्रकारच्या पिशव्या आपला माल विकण्यासाठी वापरत होतो, याचा बसलेला धक्का त्यातून स्पष्ट जाणवत होता. ''आम्ही बनवलेली शेव बहुतेकदा बिकानेरबाहेरील व्यापारी आणि बाहेरगावाहून आलेली प्रवासी मंडळी– उदाहरणार्थ कोलकात्यामधील– विकत घेत असत. महिन्याला साधारणपणे सहाशे किलो शेवेचं उत्पादन आम्ही करत असू अन् त्यांपैकी ५५० किलो माल हे व्यापारीच खरेदी करत असत. स्थानिक लोकांमध्ये बहुतेकांना ही शेव हल्दिराम भुजियावालांकडची आहे हे ठाऊक असे, पण ज्या पिशव्यांवरची छापील अक्षरं इतक्या सहजपणे पुसली जाऊ शकत असत, त्या पिशव्यांच्या आत भरलेला चविष्ट माल– आमची खारी शेव– आपण कुठून आणि कुणाकडून विकत घेतलीये हे त्या व्यापाऱ्यांच्या कसं लक्षात राहणार होतं?''

''त्या काळी, बिकानेरमध्ये शेकडो मारवाडी व्यापारी कुठून कुठून म्हणजे

अगदी आसाम आणि पश्चिम बंगालमधून राजस्थानात येत असत. ते आमच्या कुटुंबाला भेट देत असत, खरेदीचा व्यवहार करत आणि काम झालं की आल्या पावली परत जात असत. ज्या व्यापाऱ्यांची आमच्या कुटुंबाशी जुनी ओळख असायची आणि ज्यांना आमच्या शेवेचं मनापासून कौतुक वाटत असे, ते येण्याआधी पत्रानं आगाऊ सूचना देत आणि शेवेची मागणी नोंदवत असत. आम्हाला ते बँकांचे डिमांड ड्राफ्ट देऊन मालाचे पैसे देत असत,'' मनोहरलालनी खरेदी-विक्रीच्या व्यवहाराची माहिती दिली. ''इतरही अनेक शेवउत्पादक बिकानेरमध्ये होतेच, ज्यांच्याकडून त्यांचे त्यांचे आश्रयदाते आगाऊ नोंदणीद्वारा माल खरेदी करत. आता मला सांगा, जर वेगवेगळ्या नावाची शेव बिकानेरमधून बाहेर जात असेल, तर छपाईयंत्रानं नाव छापलेल्या पिशव्यांवरचं नावच मुळात पुसलं गेलं, तर लोकांना आमच्या शेवेबद्दल काही न समजण्याची शक्यताच जास्त होती की नाही? तेव्हा माझा मुद्दा हा होता, की आपलं नाव लोकांना ओळखता, स्पष्टपणे वाचता येण्यासारखं असायला हवं आणि त्यावर मी अगदी ठाम होतो.''

''माझा पुढचा मुद्दा हा होता की वेष्टणाची ही पद्धत अगदी प्राथमिक स्वरूपाची अन् अनारोग्यकारक होती. आमचे कामगार हातांनी शेव पिशव्यांमध्ये भरत असत. प्रत्येक वेळी त्यांच्या हातांनीच पिशवीवरचं नाव पुसलं जात असे. खरं सांगायचं तर ही पद्धत म्हणजेच एक मोठा विनोद होता. पिशव्या हाताळून हाताळून कामगारांचे हात शाईमुळे घाण होत असत आणि संपूर्ण प्रक्रिया हातांनी पार पाडली जात असल्यामुळे हातावरच्या शाईमुळे शेवही दूषित होत असे. शाईनं माखलेली शेव हीच आमची खासीयत होती, म्हणा ना त्या काळी!''

त्या मुद्द्यावरून अस्वस्थ झालेल्या मनोहरलालनी हा विषय हळुवारपणे आपल्या वडिलांजवळ काढला. त्यांनी सद्यःस्थितीतल्या पद्धतीविषयी रास्त प्रश्न उपस्थित केले अन् मग म्हटलं, ''विचार करा बाबा, जर आपला माल आपण याहून चांगल्या वेष्टणात बांधून विकला तर त्याचा किती उत्कृष्ट परिणाम होईल! आपल्या ब्रँडचं नाव सर्वतोमुखी होईल, त्यामुळे आपल्या विक्रीत भरघोस वाढ होईल. मालाची मागणी वाढेलच, शिवाय इतर उत्पादनांच्या तुलनेत आपला माल किती उठून दिसेल! पिशव्यांवरचे शाईचे काळसर डाग आपण नाहीसे करू शकलो तर आपली शेव किती चमकदारपणे सगळ्यांच्या डोळ्यांत भरेल!''

आता, मूलचंदची ख्याती अशी होती की त्यांना कुठल्याही प्रकारच्या बदलाचं वावडं होतं आणि म्हणूनच त्या स्वभावाला अनुसरून त्यांनी लगेच बचावाचा पवित्रा घेतला. ते म्हणाले, 'सगळे जण तीच पद्धत तर अनुसरत आहेत, म्हणजे ती लोकांच्या दृष्टीनं स्वीकारार्हच आहे. मग आपणच वेष्टणात बदल करून उत्पादनखर्चात वाढ कशाला करायची?' संतापलेल्या, वैतागलेल्या मनोहरलालनी

वडिलांवर भावनिक बाण मारत वाद घातला, 'तुम्हाला आपला धंदा वाढायला नकोय का? तुमच्या कामाचं श्रेय तुम्हाला मिळावं, लोकांनी तुमचं कौतुक करावं असं नाही का वाटत तुम्हाला?' अशा प्रकारे पिता-पुत्रामधल्या आणखी एका पर्वाला– वादपर्वाला– सुरुवात झाली.

या वेळेपर्यंत अशी परिस्थिती निर्माण झाली होती की, दोघांनाही परस्परांबद्दल मनापासून प्रेम वाटत असलं तरी आता त्यांच्यामध्ये अनेक बचावात्मक भिंतीही त्यांनी उभारल्या होत्या. त्यामुळे नेहमीसारखा संवाद आता अवघड होऊन बसला होता. कुणीही दुसऱ्याची बाजू स्वीकारायला किंवा जाणून घ्यायलाही तयार नसायचा. एकीकडे, मूलचंदनी आपल्या मुलाला बेशरम, बेजबाबदार अशी शेलकी दूषणं लावून टाकली होती, तर दुसरीकडे मनोहरलालच्या मते, त्यांचे वडील इतके बुरसटलेल्या विचारांचे होते की त्यांच्याबरोबर काही चर्चा करणं, किंवा त्यांचं मतपरिवर्तन घडवून आणणं म्हणजे पालथ्या घड्यावर पाणी ओतण्यासारखं होतं. त्यांच्या मनाची भूक वाढत होती अन् कृतिशील माणूस असल्यामुळे त्यांना आपल्या मनातल्या कल्पना पारखून घ्यायच्या होत्या. त्यांचं दुर्दैव हे होतं की महत्त्वाकांक्षेला मोल देण्याच्या वृत्तीचा मूलचंदमध्ये पूर्णपणे अभाव होता. त्यामुळे मनोहरलालसमोर दोनच मार्ग होते– काहीतरी हुशारीची पळवाट शोधायची आणि वडिलांना आपली स्वप्नं कळणार नाहीत यासंबंधी गुप्तता पाळायची.

"मी तसा शांतपणे माघार घेणाऱ्यांपैकी कधीच नव्हतो," स्वतःबद्दलचं मत व्यक्त करताना मनोहरलालच्या डोळ्यांत मला खट्याळपणाची चमक जाणवली. चित्रपटातल्या एखाद्या हीरोसारखं त्यांचं वागणं वाटलं मला त्या क्षणी. त्यांनी वडिलांच्या नकळत छपाई क्षेत्रातल्या कलाकारांना भेटायला सुरुवात केली आणि वडिलांच्या परोक्ष अशा पुरोगामी व्यापाऱ्यांशी बोलणी केली, ज्यांना अधिक चांगल्या वेष्टणांमध्ये त्यांच्यासारखाच रस होता. आपल्या प्रश्नांची उत्तरं मिळवण्यासाठी त्यांनी वडिलांच्या नकळत दिल्लीच्या काही वाऱ्यादेखील केल्या. त्या काळी आंतरजालाची सुविधा नसल्यामुळे प्रत्यक्ष बोलूनच सर्व प्रश्नांची उकल केली जात असे. एखाद्या 'नव्या आणि आधुनिक' छपाईकंपनीची माहिती देऊ शकणाऱ्या माणसाला शोधून काढणंसुद्धा वेळेच्या दृष्टीनं खर्चिक काम असायचं. अतिशय काळजीपूर्वक ते करावं लागायचं, ही गोष्ट वेगळीच! मनोहरलालना अल्फाफ्लेक्स प्रिंटिंग नावाच्या दिल्लीतील कंपनीत काही लोक असे भेटले, जे 'फ्लेक्सो प्रिंटिंग'ची बहुरंगी सुविधा देऊ शकणार होते. अक्षरछपाईचा हा एक आधुनिक प्रकार होता; आणि त्यामध्ये काही बदल केल्यानं ती प्रक्रिया प्लॅस्टिकसह सर्व प्रकारच्या पृष्ठभागांवर करणं शक्य होतं. १९७०च्या दशकाच्या अखेरीस तरी हे छपाईतंत्र फारच छान परिणाम देत होतं. सर्वांत महत्त्वाचा फायदा हा होता, की या

छपाईत वापरलेली शाई पुसट होत नव्हती. मनोहरलालनी त्यांच्या इंग्रजी व्ही अक्षराच्या आकारातील हल्दिराम भुजियावालांचा सुप्रसिद्ध ट्रेडमार्क ठशाचा लाल अन् पांढऱ्या रंगांमध्ये साचा करून देण्याची विनंती केली. आपल्या वडिलांना आश्चर्याचा धक्का देण्यासाठी त्यांनी जो धाडसी अन् चित्तथरारक उद्योग केला होता त्यानं त्यांचं मन हरखून गेलं. या प्रयोगादरम्यान त्यांना कोणत्याही प्रकारची कुरबुर नको होती, त्यामुळेच वडिलांच्या नकळतच त्यांना हा उद्योग करून टाकायचा होता. यातली छपाई गुंतागुंतीची अन् उच्च दर्जाची होता; सुंदर परिणाम देणारी होती हे जरी खरं असलं तरी, त्यातही एक गोम होतीच- पारंपरिक अक्षरछपाई यंत्रावर छपाई केलेल्या प्लॅस्टिक पिशव्यांपेक्षा नव्या छपाईतंत्राचा खर्च बराच जास्त होता. या नव्या फ्लेक्सो छपाईच्या करारात मनोहरलालना दर पिशवीमागे पैसे द्यावे लागणार होते, तर जुन्या पद्धतीनुसार पैसे किलोच्या दरात दिले जात असत. ''त्या काळच्या मानानं हा खर्च फारच जास्त होता. पूर्वी स्थानिक छपाईवाल्याला आम्हाला किलोमागे १० पैसे द्यावे लागत, तर नव्या तंत्रामुळे आम्हाला प्रत्येक किलोमागे १५-१६ पैसे मोजावे लागणार होते!''

आपल्या वडिलांकडून आणि आजोबांकडून आपल्याला मोठाच विरोध होणार आहे हे त्यांना ठाऊक होतंच. आपल्याला हा निर्णय अतिशय सावधगिरीनं, काळजीपूर्वक घ्यावा लागणार आहे याची जाणही त्यांना होतीच. कारण त्याचे परिणाम सगळ्यांच्याच आयुष्यावर होणार होते. ते काही कुणी बिर्ला वगैरे लागून गेले नव्हते. बरंच विचारमंथन केल्यानंतर आणि जुन्या पद्धतीला अनुसरून रुमालाच्या घडीवर गणितं मांडून झाल्यानंतर मनोहरलालच्या मनानं निर्णय घेतला की दूरगामी विचार केला तर धंद्याच्या दृष्टीनं त्यांचा निर्णय लाभदायकच ठरणार होता. लगेचच्या लगेच त्यांना काही खर्चांसाठीची तजवीज करावी लागली असती, तो भाग वेगळा. नुकतेच छापून घेतलेले वेष्टणांचे गठ्ठे हातात घेऊन मनोहरलालनी आजोबांपुढे आणि वडिलांपुढे आपल्या नव्या संकल्पनेला– वेष्टणाद्वारा ब्रँडची ओळख निर्माण करणं– काहीसं भीतभीतच सादर केलं.

काहीही वेगळं घडलं नाही, सगळ्यांनी अपेक्षित असाच प्रतिसाद दिला. शाब्दिक आतषबाजी झाली. त्यापाठोपाठ भारतीय पद्धतीची भावनांना हात घालून जी रडारडी होते, अश्रू ढाळले जातात तो प्रकारही घडला. विरोधी पक्षाला नामोहरम करण्यासाठी या अस्त्राचा वापर पिढ्या न् पिढ्या होत आला आहे. नेहमीच्या नाटकी पद्धतीनं आपलं ठेवणीतलं अस्त्र काढत मूलचंदनी मुलाला विचारलं, ''आणि आपल्याला सुटणाऱ्या नफ्याचं काय होईल? आपण खायचं काय? जगायचं कसं?'' या नाटकीपणाची सवय झाली असल्यामुळे मनोहरलालची कातडीही आता गेंड्याची बनली होती. असल्या वादळाला तोंड द्यायला ते समर्थ होते.

अर्थात, मूलचंदनी काढलेला मुद्दा बरोब्बर लक्ष्यस्थानी बसण्यासारखाच होता. फ्लेक्सोतंत्रामुळे त्यांच्या नफ्यावर निश्चितपणे परिणाम होणार होता. त्या काळी अगरवाल कुटुंबाला किलोमागे १०-२० पैसे फायदा होत असे. याआधी उल्लेख केल्याप्रमाणे शेवेचा विक्रीचा दर ४-५ रुपये किलो होता, म्हणजेच त्यांना मिळणारा नफा फारच बेताचा होता. मूलचंदच्या हिशेबानुसार आणखी काही पैसे वेष्टणावर खर्चले गेले तर कुटुंबाची मिळकत अगदीच तुटपुंजी राहील.

मनोहरलालपाशी एकच अस्त्र होतं. त्यांचा असा गाढ विश्वास होता आणि जोडीला त्यांना खात्रीही वाटत होती की, नव्या छपाईतंत्रामुळे अन् अधिक आरोग्यकारक शेवेमुळे बाजारातली मागणी वाढेल. त्यामुळे त्यांना किमती वाढवण्याची संधी मिळेल अन् त्याचा एकत्रित परिणाम असा होईल की त्यांचं वाढलेलं उत्पन्न त्यांना एका वेगळ्याच स्तरावर नेऊन ठेवेल. त्यांच्या मनातली भावना हल्लीच्या जमान्यातल्या बहुतेक विक्रीतंत्रज्ञांच्या मनात घुमत असतेच– कितीही भावी योजना तुम्ही आखल्यात, विकासाचे कितीही अंदाज बांधलेत तरी त्यामुळे यशाची खात्री देता येत नाही, फक्त कृतीतूनच तुम्ही तुम्हाला हवे असलेले परिणाम साधू शकता.

मी त्यांना म्हटलं, ''मला माझा प्रयोग करण्यासाठी थोडा वेळ द्या, मी बघतो प्रयत्न करून.'' माझा युक्तिवाद एकच होता : वाइटातलं वाईट असं काय घडू शकतं? मी त्यांना एक वचन दिलं : 'जर काही महिन्यांच्या आत मी वर्तवलेल्या अंदाजानुसार धंदा वाढला नाही, तर मग आपण पुन्हा एकदा जुन्या पद्धतीनं आपली उत्पादनं विकू.' त्यांचा असा गाढ विश्वास होता की कुठल्याही नव्या उपक्रमाला पुरेसा वेळ देऊन त्यातील सामर्थ्य बाहेर पडायला वाव दिला पाहिजे.

त्यांच्या सुदैवानं धंद्यानं मोठी झेप घेतली. आता दुकानदार खास करून हल्दिराम भुजियावालाच्या उत्पादनांची मागणी करू लागले. त्यांच्या उत्पादनानं जनमानसात आपलं वेगळं स्थान निर्माण केलं. छोट्या दुकानदारांचे आश्रयदाते आता हल्दिरामच्या उत्पादनांकडे वळले. मागणी इतकी वाढली की हल्दिराम भुजियावाला दुकानाला पुरवठा करणं जमेना, मागण्या पडून राहू लागल्या. त्यांच्या उत्पादनक्षमतेपेक्षा मागणी कितीतरी प्रमाणात वाढली. अर्थातच, कुटुंबात आनंदाचं वातावरण निर्माण झालं. हातात थोडा अधिक पैसा खुळखुळू लागला. आता नवीनच प्रश्न समोर उभा ठाकला- क्षमतेचा. मनोहरलाल म्हणाले होते त्याप्रमाणे अधिक मागणीची समस्या कमी मागणीपेक्षा नक्कीच चांगली होती.

हल्दिराम कुटुंबाचा इतिहास पाहिला की असं लक्षात येतं की, प्रत्येक पिढीनं एक असा अतिशय हुशार किंवा बंडखोर माणूस निर्माण केलाय ज्यानं अनवट मार्ग चोखाळायचा हट्ट धरलाय. त्यानं कुटुंबाच्या विचार करण्याच्या पद्धतीला धक्का दिला आहे. नवीन काहीतरी निर्माण करायची जबरदस्ती त्यांच्यावर केलीये. यशाची

नवीनवी शिखरं सर करण्याची क्षमता त्यांच्यात निर्माण केलीये. विसाव्या शतकाच्या उत्तरार्धात मनोहरलालच्या रूपानं धडाडीनं पुढे जाण्याची शक्ती अगरवाल कुटुंबाला लाभली. त्यांनी प्रस्थापित नियमांनी स्वतःला जखडून घेणं नाकारलं, समोर उभ्या ठाकलेल्या प्रत्येक संधीवर त्यांनी अधीरतेनं झेप घेतली; नव्हे, झडप घातली. आपले आजोबा हल्दिराम आणि थोरले बंधू शिवकिशनपेक्षा त्यांचं वेगळेपण मनावर ठसतं, ते या स्वभाववैशिष्ट्यामुळे– त्यांनी वैयक्तिक तळमळीला आपल्या पारंपरिक संस्कृतीशी जोडण्याचा प्रयत्न केला नाही. त्यांनी पंख पसरून गगनभरारी घेतली अन् कुटुंबाच्या काचकूच करण्याच्या सवयीवर मात करून स्वतःचा वेगळा मार्ग निर्माण केला. त्यामुळे त्यांच्या धंद्याला एक वेगळीच धार चढल्यासारखी झाली. हा एक असा तरुण उद्योजक होता, ज्यानं सीमारेषा विस्तारल्या आणि बेधडकपणे नवख्या प्रदेशात आपल्या धंद्याला प्रवेश मिळवून दिला. त्याच्या मनाला नुकसानीच्या किंवा अपयशाच्या भीतीनं स्पर्शही केला नाही.

जगभरात असे मूठभर पुरुष जन्माला आलेत, ज्यांनी आपल्या दृष्टिकोनाच्या बळावर आपल्या कंपन्यांना, शहरांना इतकंच नव्हे तर राष्ट्रांनासुद्धा वेगळा आकार दिलाय. हल्दिराम कुटुंबानं प्रत्येक पिढीत असा एक महत्त्वाकांक्षी पुरुष जन्माला घातलाय, ज्यानं त्याच्या कुटुंबीयांना यशाचे सोपान चढायला मदत केली आहे.

वेगाची धमाल

आपल्या कुटुंबाच्या व्यवसायात काम करायला लागल्यानंतरच्या दोन वर्षांच्या काळात–१९७५-७७- मनोहरलालनी मोठा परिणाम घडवून आणणारे लक्षणीय बदल केले होते. नवीन वेष्टणामुळे त्यांच्या उत्पादनाचं वेगळेपण लोकांच्या नजरेत भरू लागलं होतं. स्थानिक तसेच दूरदूरचे व्यापारी हल्दिरामांच्या शेवेचे आगळेवेगळे स्वाद ओळखू लागले होते. अमुक स्वाद असलेली शेव म्हणजे हल्दिराम भुजियावालांचीच, असं समीकरण त्यांच्या मनात बसू लागलं होतं. मनोहरलालनी प्रत्यक्ष उत्पादनाचा दर्जाही सुधारला होता. त्यासाठी त्यांनी कच्चा माल विकत घेण्याच्या प्रक्रियेवर आणि त्याचा वापर करण्यापूर्वी त्याच्या दर्जाची वेळोवेळी खात्री पटवून घेण्यासाठी निरीक्षकही नेमले होते.

मागणीचा जोर वाढू लागला तेव्हाही मनोहरलालना खात्री वाटत होती की, आपण विक्री वाढवू शकू. त्यांना असं वाटत होतं की, त्यांच्या दुकानाच्या भौगोलिक परिस्थितीमुळे त्यांना बऱ्याच विक्रेत्यांपर्यंत पोहोचता येत नव्हतं. त्यांचं सध्याचं दुकान बाजाराच्या मध्यभागी होतं. बिकानेरला येणारेजाणारे बहुतेक प्रवासी केवळ खाद्य पदार्थ खरेदी करण्यासाठी दूरवरच्या बाजारात जायला नाखूश असत.

रेल्वे स्थानकाबाहेरील शेवगाठी बाजारातून फेरफटका मारत असताना, मनोहरलालना अनेक छोटी दुकानं प्रवाशांच्या खरेदीच्या जोरावर मोठा धंदा करताना आढळली. आपण रेल्वे स्थानकाच्या जवळ दुकान हलवलं नाही, तर मोठा फायदा मिळवण्याची संधी मुकल्यासारखं होईल. त्यांचं उत्पादन बाजारात नाव कमावून होतं, त्यांच्या स्पर्धकांपेक्षा त्यांनी कितीतरी पुढे मजल मारलेली होती. स्थानकाच्या नजीक दुकान थाटल्यास हल्दिराम भुजियावालाची उत्पादनं कधी नव्हे इतका मोठा धंदा करतील, याबद्दल त्यांच्या मनात मुळीच शंका नव्हती.

या नव्या संधीवर स्वार होऊन तिचे लगाम हाती धरण्याची इतकी अधीरता त्यांच्या मनाला वाटू लागली की, त्यांनी आपल्या काही मित्रांजवळ गुपचूपपणे तो विषय काढला– रेल्वे स्थानकानजीकच्या कोलगेट परिसरात एखादं दुकान त्यांना मिळालं तर हवं होतं. अनुभवानं शहाणपण कमावलेल्या मनोहरलालनी या वेळी घरच्या मंडळींपैकी एकाबरोबरही या योजनेबद्दल चर्चा केली नाही. त्याऐवजी त्यांनी गुपचूपपणे सर्व योजना आखली, तिचं नियोजन केलं आणि वडिलांच्या नाकावर टिच्चून ती अमलातही आणली.

१९७७ मध्ये, त्यांनी मनातल्या विचाराची मित्रांपाशी वाच्यता केल्यानंतर काही आठवड्यांच्या आतच त्यांचा मोतीलाल नावाचा एक जवळचा मित्र चांगली बातमी घेऊन त्यांच्याकडे आला. स्थानिक व्यापारी असलेल्या मोतीलालबरोबर मनोहरलालची नाळ जुळली असल्यामुळे दोघांनी एकमेकांबरोबर व्यापारी संबंध प्रस्थापित केले होते. दोघांना परस्परांबद्दल आदरही वाटत असे. मोतीलालनी कोलगेटमधल्या एका दुकानाविषयी नुकतंच असं ऐकलं होतं की, ते खाली होणार होतं. तो सर्व भाग व्यापाराच्या दृष्टीनं लोकप्रिय असल्यामुळे बातमी मिळताच मनोहरलालना घेऊन ते दुकानमालकाकडे गेले. जागा पाहून झाल्यानंतर आणि तिच्या मालकाशी बोलणी झाल्यानंतर मनोहरलालांची खात्री पटली की, दुकानाची जागा अगदी त्यांना हवी तशीच होती. जागेला भरपूर मागणी असल्यामुळे विकणाऱ्याची बाजू वरचढ होती. त्यानं मनोहरलालना बजावलं, "आत्ताच्या आत्ता सौदा करून टाका नाहीतर पस्तावाल." मनोहरलालना धोका पत्करायचा नव्हता. त्यांनी पैसे भरायचं कबूल केलं. दुकानाची किंमत २५,००० रुपये होती, पण मेख अशी होती की, केवळ दोन महिन्यांत सध्याचा दुकानदार जागा सोडणार होता आणि तेवढ्या काळात त्यांना पूर्ण रक्कम चुकती करावी लागणार होती. इतकी मोठी रक्कम ते उभी करू शकणार नव्हते. तेव्हा त्यांच्या मदतीला त्यांचा मित्र मोतीलाल धावून आला. मनोहरलालनी त्यांना दोन महिन्यांत पैसे चुकते करण्याचं आश्वासन देताच, त्यांनी जागामालकाला एकरकमी व्यवहारानं दुकानाची किंमत आगाऊ दिली. मित्राचे वडील आणि आजोबा दोघेही त्यांच्या या निर्णयानं संतापतील याची पूर्ण

कल्पना असल्यामुळे मोतीलालनी मित्राला मदत केली. दोन महिन्यांनंतर आपले पैसे परत मिळणार आहेत याविषयी ते निश्चिंत होते.

आगाऊ रक्कम भरून झाल्यानंतर मनोहरलाल घरी परतले आणि जणू काही घडलंच नाही अशा आविर्भावात नेहमीच्या कामकाजात गढून गेले. गुप्तता पाळून केलेल्या या आर्थिक व्यवहारामुळे मनोहरलालच्या मनावरचा ताण कमालीचा वाढला. हे दोन महिने कधी सरताहेत असं त्यांना झालं. आपण बातमी फोडताच आपल्यावर टीकेचा भडिमार होणार याची कल्पना असल्यामुळे त्यांनी वडिलांना आणि आजोबांना तिच्याविषयी सांगण्याचं शक्य तितक्या लांबणीवर टाकलं. त्या आठ आठवड्यांदरम्यानच्या काळात ते अतिशय संवेदनशील, हळवे बनले होते. त्याचं एक कारण होतं त्यांच्या मनाला बोचणारी अपराधित्वाची तीव्र जाणीव. त्यामुळे अगदी साध्याशा प्रश्नानं किंवा चौकशीनंदेखील त्यांच्या अंगावर भीतीनं काटा उभा राहत असे.

ते दोन महिने त्या मानानं फारच लवकर सरले. आता मनात दडवून ठेवलेलं गुपित फोडण्याची वेळ येऊन ठेपली. त्यासाठी लागणारं धैर्य एकवटण्यासाठी, वडील आणि आजोबांविरुद्ध पटावरची खेळी खेळण्यासाठी त्यांना अनेक आठवडे मिळाले होते. प्रत्यक्ष समरप्रसंगाला सामोरं जाताना त्यांनी कमालीचा शांतपणा, व्यवहारचतुराई आणि त्याहून महत्त्वाचा गुण म्हणजे वडीलधाऱ्यांना आपल्या बाजूला वळवून घेण्यासाठी आवश्यक ते कसब दाखवलं. फार विलक्षण होता तो प्रसंग.

एक दिवस ते मूलचंदपाशी गेले आणि उत्साहभरल्या आवाजात त्यांनी दुकान रेल्वे स्थानकाच्या जवळपास हलवण्याची कल्पना बोलून दाखवली. त्यातील फायदे विशद करून सांगितले. वडिलांनी तत्त्वतः ती कल्पना स्वीकारलीये असं त्यांना वाटलं, तेव्हा त्यांनी हळूच बातमी कानावर घातली, 'मी स्टेशनपरिसरात एक दुकान नोंदवून ठेवलंय.' ते शब्द कानांवर पडताच मूलचंदना धक्का बसला अन् त्यांच्या रागाचा पारा वर चढला. 'एवढा मोठा निर्णय घेतलास त्याआधी माझा सल्लाही घ्यावासा वाटला नाही का तुला?'

'तेव्हा मी त्यांना म्हटलं, बाबा, मी दुकानाची किंमतही आगाऊ चुकती केलीये.' त्या प्रसंगाची आठवण सांगत ते बोलू लागतात, 'त्यांनी मला लगेच प्रश्न केला, 'त्यासाठी पैसे कुठून मिळवलेस तू?'

'माझ्या एका मित्राकडून उसने घेतले अन् दिले जागामालकाला.' झालं, ते शब्द ऐकताच जणू आगीचा डोंब उसळला!

''बाबांनी आमच्या घरातील तळमजल्यावरच्या खोलीत जोरजोरात मागेपुढे फेऱ्या मारायला सुरुवात केली. त्यांच्या तोंडाचा पट्टा चालूच होता, पण काही

वेळानं त्याचा जोर ओसरला.'' वडील संतापानं वेडेपिसे झाले होते ते मनोहरलालना दिसतच होतं, पण आजोबांच्या रागाची तऱ्हा काही वेगळीच असेल याची त्यांना कल्पना होतीच. इथे अडचण ही होती की, मूलचंदना घरात घडलेली प्रत्येक गोष्ट वडिलांच्या कानांवर घातल्याखेरीज चैनच पडत नसे. संधी मिळताच ते मनोहरलालविषयी कागाळी करणार हे उघड होतं. मनोहरलालच्या शब्दांत सांगायचं तर त्यांचे वडील अगदी पितृपरायण होते, 'श्रावणबाळाचाच आधुनिक अवतार' होते. रामायणात श्रावणकुमाराची कथा येते. तो आपल्या आई-वडिलांवर भक्तियुक्त प्रेम करत असे. वृद्ध माता-पित्यानी चाळीस तीर्थक्षेत्रांना जाण्याची इच्छा व्यक्त केली. त्या काळी वाहनं उपलब्ध नसायची, तेव्हा या तरुणानं एका मोठ्या बांबूच्या दोन टोकांना कावड्या बांधल्या आणि त्यात माता-पित्याला बसवून, तो बांबू खांद्यावरून पेलून नेत तो चालत राहिला व त्यानं दोघांच्या इच्छा पूर्ण करण्याचे यथाशक्ती प्रयत्न केले. मूलचंदांच्या हृदयातही वडिलांच्या ठायी तितकीच पराकोटीची आज्ञापालनाची वृत्ती होती.

''आमच्या आजोबांपाशी चालताना वापरायची एक लाकडाची काठी होती. तिची मूठ काहीशी वळवलेली होती. ती कायम त्यांच्यापाशी असे. तिचा वापर ते अनेक प्रकारे करत असत – काही वेळा आधार म्हणून तर काही वेळा आम्हाला सरळ करण्यासाठीसुद्धा!'' त्या आठवणीनंसुद्धा त्यांच्या चेहऱ्यावर हसू फुललं. ''तर, त्या दिवशी सकाळी सहा वाजता मी झोपून उठलो आणि खाली आलो तर माझी वाट पाहत आमचे वडील आणि आमचे आजोबा त्यांच्या काठीसह हजर! अर्थात, हे काही नवीन नव्हतं मला– आमचे पिताजी माझ्याविरुद्ध आजोबांजवळ कागाळ्या करत की आजोबांच्या छडीचा प्रसाद मला मिळालाच म्हणून समजा!''

''बहुतेक दुष्टचक्रं ज्या एका विशिष्ट गतीनं फिरतात तीच गत आमच्या घरीही झाली होती. तो एक पायंडाच पडून गेला होता, म्हणा ना!'' वाचकांचा विश्वास बसणार नाही कदाचित; पण मनोहरलालांना मार बसायचा, शिव्या खाव्या लागायच्या आणि बऱ्याच बोलाचालीनंतर, वाटाघाटींनंतर त्यांना क्षमाही केली जायची. तोपर्यंत तर हा सगळा प्रकार त्यांच्यापुरता अंगवळणी पडल्यासारखा झाला होता. मारहाणीची त्यांना अजिबात भीती वाटेनाशी झाली होती. खरं सांगायचं तर अधूनमधून थपडांचा प्रसाद मिळाला नाही तर त्यांनाच वाटू लागायचं, आपण खूप दिवसांत काहीच नवं, जगावेगळं केलं नाही की काय?

तर त्या दिवशी सकाळी मनाची पुरेपूर तयारी केलेल्या मनोहरलालनी छडीचा प्रसाद तर मिळवलाच, पण त्याच्या जोडीला त्यांना शिव्यांची लाखोलीही मिळाली. शेवटी, म्हणजे वादळाच्या पूर्वीच्या शांततेचे काही क्षण त्यांना मिळाले तेव्हा त्यांनी विचारलं, ''ठीक आहे, मग आता मला तुम्ही पैसे देणार ना?''

'या तरुणाचं धाडस तर पाहा!' हल्दिराम पुढच्याच क्षणी कडाडले, "मुळीच नाही. आपण काही दुकानबिकान विकत घेणार नाही आहोत. मला बिलकूल गरज वाटत नाही दुकानाची." धूर्त मनोहरलालनी गरीबपणे माघार घेतल्याचं नाटक केलं आणि मग म्हणाले, "ठीक आहे तर. मग मी दुकान खरेदी करायला नकार देतो... मी त्यांना कळवून टाकतो की आम्हाला दुकान नकोय, तेव्हा त्यांनी आम्ही दिलेली आगाऊ रक्कम आम्हाला परत करावी."

या वेळी हल्दिराम संतापून गरजले, "पण आता आपण नकार कसा काय देऊ शकतो? आपण आपला शब्द दिलाय ना? लोक काय म्हणतील? हल्दिराम दिल्या शब्दाला जागत नाहीत; माझ्या अब्रूचे धिंडवडे काढायचेत की काय?"

"हेदेखील माझ्या अपेक्षेनुसारच घडत होतं. हल्दिराम धंद्यासाठी कर्ज काढण्याच्या जितके विरोधात होते तितकेच किंवा त्याहूनही जास्त ते दिल्या शब्दाला पक्के होते. माझी योजना यशस्वी ठरली होती! आपल्या अब्रूचे धिंडवडे निघालेले हल्दिरामना कधीच आवडले नसते. आपण शब्दाला पक्के आहोत याचा त्यांना कमालीचा अभिमान होता." आपण काहीतरी कमावलंय, असा विश्वास मनोहरलालच्या शब्दांतून प्रकट होत होता.

मनोहरलालनी हल्दिरामच्या तत्त्वांचा त्यांच्यावरच प्रयोग केला होता. त्यांना पक्कं ठाऊक होतं की, हल्दिराम कोणत्या तत्त्वांशी कधीही तडजोड करणार नाहीत; आपण वा आपल्या वतीनं दिलेला शब्द ते कधीही मागे घेणार नाहीत. अर्थात, मनोहरलालांचा हेतू शुद्धच होता– त्यांना धंद्यात वाढ व्हायला हवी होती आणि तो यशस्वी व्हायला हवा होता. आपण धंद्यावरच्या मर्यादा विस्तारल्या नाहीत तर दुसरं कुणीही ते करणार नाही, हेदेखील त्यांना पक्कं ठाऊक होतं. "मी जर नेहमी त्यांच्या नियमांचं पालन करतच जगलो असतो, तर मला कधीच प्रगती करता आली नसती."

हल्दिरामना घडलेल्या गोष्टीचं अतिशय दुःख झालं खरं, पण कोंडीत पकडले गेले असले तरी नव्या दुकानासाठी त्यांना नातवाला पैसे देण्यासाठी परवानगी देणं तर भागच होतं. त्यांनी परवानगी दिली खरी; पण आपल्या भावनांचा विचार न केल्याबद्दल त्याच्यावर टीकाही करतच राहिले.

दुसऱ्या दिवशी हल्दिराम, मूलचंद, शिवरतन आणि मनोहरलालना कोलगेट परिसरात नव्या दुकानाची मालकी मिळाली अन् त्यांना या गोष्टीचा अभिमानही वाटला. बिकानेरमधलेच रहिवासी असल्यामुळे त्यांना 'बछौत का मोहल्ला'मधल्या जुन्या दुकानातले काही नोकर कोलगेटमधल्या दुकानात पाठवता आले. जवळजवळ पहिल्या दिवसापासूनच त्यांनी दणादण विक्री सुरू केली. अनेक प्रवासी लोक गाडी पकडण्यापूर्वी त्यांच्या दुकानात खरेदीसाठी येऊ लागले. लवकरच व्यापाऱ्यांचे

नातेवाईक आणि मित्रसुद्धा त्यांची उत्पादनं मागवू लागले. अशा प्रकारे त्यांची कीर्ती वाढतच राहिली. मालाचा टिकण्याचा कालावधी थोडा म्हणजे एकाच आठवड्याचा असूनही मागणीचा आकार वाढत गेला. एकाच वेळी लोक पाच-पाच, दहा-दहा किलो शेव खरेदी करू लागले. धंद्यात दिवसेंदिवस वाढ होत गेल्यामुळे तो काळ अगरवाल कुटुंबासाठी वैभवाचा ठरला. विक्रीतली वाढ, धंद्यातली उलाढाल वाढतच होती.

बिकानेरबाहेरील गिऱ्हाइकांना त्यांच्या शेवेचं नाव माहीत झाल्यानंतर त्यांनी आणखी थोडे प्रकार बनवायला सुरुवात केली. उत्पादनाच्या विस्ताराचं सुरुवातीचं काम अतिशय सोपं होतं. मूळच्या शेवेतच त्यांनी एक-दोन नवीन प्रकारच्या शेवेची भर टाकली. त्यांची सुप्रसिद्ध शेव बारीक आणि मसालेदार होती. त्याशिवाय त्यांनी मोटी शेव– तिला ते '३ नंबरची शेव' असं म्हणू लागले आणि एक कडक प्रकारची शेव – सुक्या परतून करायच्या भाजीत वापरायची शेव – 'सब्जीवाली भुजिया' असे दोन नवे प्रकार ते विकू लागले. या नव्या उत्पादनांचं यश अनुभवल्यानंतर त्यांनी फरसाणांचे काही प्रकार बाजारात आणले, पण त्यांना बेताच्या प्रमाणात मागणी येत गेली. एका वर्षाच्या आत तिन्ही प्रकारच्या शेवेचं एकूण उत्पादन महिन्याला १२०० किलोपर्यंत वर गेलं.

व्यवसायाच्या जागेवरून ठरवलेल्या धोरणांना बऱ्याच वेळा योग्य ते महत्त्व दिलं जात नाही. कोलगेट परिसरात आल्यानंतर हल्दिराम भुजियाचं नाव पूर्वीपेक्षा अधिक सर्वतोमुखी झालं, स्थानिक तसंच बाहेरून आलेल्या गिऱ्हाइकांमध्ये त्याचं नाव अधिक झालं. हल्दिराम हे नाव आणि त्याच्या जोडीला वाढलेली विक्री या दोन्हींमुळे एकूणच त्याच्या जनमानसातल्या प्रतिमेवर चांगला प्रभाव पडला. साहजिकच, कुटुंबाला आपल्या उत्पादनाबद्दल अधिकाधिक अभिमान वाटू लागला. त्यांना जसजशी प्रसिद्धी मिळत गेली, तसतसं ब्रँडच्या मालकी हक्कासंबंधीचा हव्यास वाढला अन् धंद्याबाबतची जबाबदारीची भावनाही वाढत गेली. यशाचा आलेख जसजसा उंचावत गेला, तसतशी धंदा वाढवत नेण्याची तळमळ वाढत गेली आणि व्यवसायातलं स्थान टिकवून ठेवण्यासाठीची धडपडही.

१९७८ मध्ये पिता-पुत्रामधील नात्यानं एक सकारात्मक वळण घेतलं. मनोहरलालांनी घेतलेल्या कष्टांची फळं मूलचंदना स्पष्टपणे दिसत असल्यामुळे त्यांना मुलाला स्वायत्तता नाकारणं जमेनासं झालं. "कोलगेटमध्ये दुकान सुरू केल्यानंतर माझ्या वडिलांचा माझ्या कर्तृत्वाविषयीचा विश्वास वाढू लागला. त्यांनी मला विरोध करणं थांबवलं. आता त्यांच्या लक्षात आलं की मी केवळ उत्पादनामध्ये सुधारणा घडवून आणून त्याचा दर्जा सुधारला नव्हता, तर त्याची विक्रीही दुपटीनं, तिपटीनं वाढवली होती." उशिरा का होईना, पण मनोहरलालनी वडिलांचा आदर

संपादन केला. मात्र त्यांचा खंबीर पाठिंबा आपल्याला अजूनही मिळालेला नाही, हे त्यांना दिल्लीला जाण्याचा विचार करेपर्यंत कळलं नाही.

ते काहीही असलं तरी वेष्टणासंबंधात केलेले बदल मूलचंदना आवडले, त्याचा सुधारलेला दर्जा त्यांच्या पसंतीस उतरला आणि आणखी एका जागी दुकान उघडण्याचा निर्णयही. आपल्या मुलाला उपजत हुशारीची देणगी मिळाली आहे, धंदा चालवण्याची अक्कलहुशारीही त्याच्या ठायी देवानं घातलीये, याविषयीची खात्री त्यांना पटली. दुसरं दुकान उघडल्यानंतर वर्षभरानं लोक त्यांना त्यांच्या मालाच्या उत्कृष्ट दर्जावरून ओळखू लागले. बाजारात मिळणाऱ्या इतर शेवप्रकारांपेक्षा हल्दिराम शेव काही आगळीच आहे हे जेव्हा लोकांनी स्वीकारलं, तेव्हा शेवेच्या दर किलोमागे १०-२० पैसे किंमत वाढवणं त्यांना शक्य झालं. जेव्हा बाजारात एखादं उत्पादन त्याच्या नावावरून ओळखलं जातं तेव्हा त्याला अनेक फायदे मिळतात.

धंद्याची वाढ अशी वेगानं होत राहिली असली तरी कुटुंबावर काही मोठी संकटंही कोसळली. सगळ्यांनाच असं वाटत राहिलं की, अनेक गोष्टी एकाच वेळी घडताहेत. १९७८ मध्ये मूलचंदना हृदयविकारानं ग्रासलं तेव्हा त्यांनी धंद्यातलं लक्ष कमी केलं, दैनंदिन कामाच्या जबाबदाऱ्या त्यांनी मुलांवर सोपवल्या. मग, १९८० मध्ये हल्दिरामच्या मृत्यूची कुऱ्हाड कुटुंबावर कोसळली. हा धक्का पचवणं सगळ्यांनाच फार कठीण गेलं, कारण कुटुंबाचा आधारवडच कोसळला होता. गेली कित्येक वर्षं ते सल्ला देत आले होते, पाठबळ देत आले होते आणि मार्गदर्शनही करत आले होते. त्यांचा मृत्यू पचवणं घरच्यांना जास्त कठीण गेलं कारण तो फार आकस्मिक रीतीनं आला. अगदी शेवटच्या दिवसापर्यंत ते स्वतःच्या पायांवर उभे होते. मात्र, उतारवयात हल्दिराम पूर्णपणे समाधानी होते असंही त्यांच्याविषयी सगळे जण बोलतात. तसं पाहिलं तर देदीप्यमान कर्तृत्व दाखवण्याची प्रेरणा मुलांमध्ये निर्माण करणं मूलचंदना कधी जमलंच नाही. ती जबाबदारी नेहमीच हल्दिरामनी पार पाडली. उत्तमातली उत्तम शेव बनवण्याची तीव्र इच्छा आपल्या नातवांमध्ये निर्माण करण्याचं मोठं कर्तव्य त्यांनी पार पाडलं. आजोबांनी दिलेला वारसा त्यांच्या नातवंडांनी आणखी उंचावर नेला, हे तर सर्वश्रुत आहेच.

१९८१-८२ सालापर्यंत उत्पादनानं महिन्याला ३००० किलोंची पातळी गाठली होती. पाच वर्षांच्या कालावधीत ४०० टक्क्यांची विलक्षण वाढ झाली होती. "मला अजूनही आठवतंय, मी जेव्हा १९८२ सालाचं नफ्या-तोट्याचं विवरणपत्र तयार केलं अन् माझ्या वडिलांना दाखवलं, तेव्हा त्यांनी आश्चर्यानं तोंडात बोटं घालायचंच ठेवलं होतं. ते म्हणाले होते, 'इतका मोठा फायदा होऊ शकतो का कधी? आपण इतकी कमाई करू शकू, असा विचार मी स्वप्नातही

कधी करू शकलो नसतो.' ती विवरणपत्रं पाहिल्यानंतरच त्यांना आमच्या धंद्याच्या बळाविषयी विश्वास वाटू लागला.''

खरं पाहिलं तर मनोहरलालनी आपल्या वडिलांकडे एक 'यशस्वी व्यावसायिक' या दृष्टीनं कधीच पाहिलेलं नव्हतं. त्यांच्यापुढे आदर्श उदाहरण म्हणून वडिलांची प्रतिमा कधीच नव्हती, तरीही वडिलांनी आपल्याला वाखाणावं असं त्यांना नेहमीच वाटायचं, असं त्यांच्या आठवणींवरून सहजपणे लक्षात येतं. ते बंडखोर होते यात शंकाच नव्हती; पण त्यांच्या मनात वडिलांचा विश्वास संपादन करण्याची तीव्र आस होती, हेही निर्विवाद सत्य होतंच. वडिलांनी आपलं कर्तृत्व मान्य करावं, आपल्या दूरदृष्टीची, आपल्या स्वप्नांची दखल घ्यावा, असं त्यांना खोलवर कुठे तरी वाटत होतंच. पुढे, त्यांनी वडिलांचा विश्वास संपादन केला, स्वकष्टांच्या बळावर यशाची चव चाखली तेव्हा त्यांच्या मनानं घेतलं, आता मैदानात उतरून मोठ्या खेळियांबरोबर लढा द्यायची वेळ आलीये. राजधानी काबीज करण्याचे वेध त्यांच्या मनाला लागले.

भांडवली नफा

आपल्या प्राथमिक गरजा भागवण्याची इच्छा मनात बाळगणाऱ्या समस्त मानव जमातीनं गेल्या काही सहस्रकांमध्ये स्वतःमध्ये अनेक बदल घडवत आणले आहेत. गुहेत राहणाऱ्या, शिकार करत जगणाऱ्या आदिमानवापासून प्रगती करत शेती करून धान्याची साठवण करणाऱ्या शेतकऱ्यापर्यंत अन् पुढे जाऊन आजच्या प्रगत, उच्च तंत्रज्ञानविभूषित, बँक व्यावसायिक, तंत्रज्ञ, डॉक्टर इत्यादींपर्यंत मजल त्यानं मारली आहे. जसजशा त्याच्या साध्यासाध्या, प्राथमिक स्वरूपाच्या गरजा भागवण्यात तो यशस्वी ठरला, तसतसा माणूस मॅस्लोने विशद करून सांगितलेल्या 'गरजांचा पिरॅमिड' या संकल्पनेपर्यंत जाऊन पोहोचला. त्याच्या गरजांमध्ये मोजदाद न करता येण्यासारख्या आत्मप्रतिष्ठा, अभिमान यांसारख्या गरजांचा अंतर्भाव होऊ लागला. फार फार पूर्वी त्याच्या दृष्टीनं सुरक्षा या शब्दाचा अर्थ पावसापाण्यापासून, वादळवाऱ्यापासून सुरक्षा, नैसर्गिक आपत्तींपासून संरक्षण इतकाच मर्यादित होता. भूक भागवण्यासाठी पुरेसं अन्न मिळालं आणि आपलं कुटुंब सुरक्षित ठेवता आलं की तो संतुष्ट व्हायचा. गरजा भागवण्यासाठी शोधांचा जन्म झाला अन् माणसानं परस्परविनिमय पद्धतीच्या (barter system) पुढची पायरी गाठली. कागदी चलनाचा वापर करणारा आधुनिक समाज उत्क्रांत झाला. सर्वांत महत्त्वाची गोष्ट म्हणजे स्वसंरक्षणाच्या उपजत जाणिवेतून माणूस स्वतःच्या घराचं आणि मालमत्तेचं संरक्षण करायला शिकला.

मूलचंद लहान होते तेव्हा अगरवाल कुटुंब गरिबीतून वर आलं होतं. त्यांच्या कुटुंबाच्या यशस्वी धंद्याच्या कमाईतून 'डोक्यावर छप्पर, रात्री झोपताना अंथरापांघरायला पुरेसं पांघरूण आणि दोन वेळच्या भुकेसाठी पोटभर अन्न' या गरजा भागत होत्या; पण तेवढ्यानं हल्दिरामांच्या नातवंडांचं समाधान होण्यासारखं नव्हतं. त्यांच्या गरजा, त्यांची भूक वाढली होती. त्यांना अधिक सत्ता, अधिक सुरक्षितता आणि अधिक यश हवं होतं. हे सगळं साध्य होण्यासारखं आहे हे त्यांच्या ध्यानात आलं, तेव्हा वाढत्या गरजांमुळे आलेली अस्वस्थता त्यांना अधिक प्रेरणा पुरवू लागली. तिच्यामुळे आता त्यांनी खबरदारीच्या भावनेला, विचाराला वाऱ्यावर उधळून लावलं आणि आपल्या अंतःकरणाचा कौल स्वीकारत ते यशोमंदिराच्या दिशेनं पावलं टाकत निघाले. दिल्ली सर करायचीच अशी भावना, दृष्टी शिवकिशन आणि मनोहरलाल या दोघा भावांनी एकदिलानं मनात जोपासली आणि ते ईप्सित साध्य करण्यासाठी दोघंही दमदार पावलं टाकत मार्गक्रमण करत राहिले.

एकीकडे, मनोहरलाल बिकानेरमधील धंदाव्यवसायाला एक विशिष्ट दर्जा देण्याचा प्रयत्न करत होते, तर दुसरीकडे त्यांचा सर्वांत मोठा भाऊ शिवकिशनचाही नागपूरमध्ये स्वतःचं नाव कमावण्याचा प्रवास सुरू होता. नागपुरात यशस्वी उद्योजक म्हणून प्रस्थापित झाल्यानंतर त्यांच्या मनालाही स्वतःतील सामर्थ्य पारखण्याची आणि हल्दिराम हे नाव आणखी वरच्या स्थानावर नेऊन ठेवण्याची आस लागली होती. तसेही १९७५ पासूनच दोघं भाऊ हवेत इमले बांधायची स्वप्नं पाहू लागले होते. बऱ्याच वेळा फोनवरून संभाषण झाल्यानंतर दोघं जण काही मनसुबे मनात राखून स्वतःजवळची पुंजी घेऊन दिल्लीत डेरेदाखल झाले.

१९७६ मध्ये त्यांनी दिल्लीबाहेरील फतेहपूर नावाच्या लहानशा गावाची निवड केली. त्यांना फारसा धोका पत्करायचा नव्हता. जे. बी. मंघाराम नावाच्या ग्वाल्हेरमधील सुप्रसिद्ध मिठाईवाल्याच्या मालकीचं एक दुकान रिकामं होणार आहे, असं त्यांच्या कानावर आलं होतं. त्या काळी एखादं दुकान खरेदी करणं ही मोठीच झेप होती, पण जमेची बाजू ही होती की दुकानामध्ये खाद्य पदार्थासारखा माल ठेवण्यासाठी फळ्या आदी सोय आधीच केलेली होती. सगळा व्यवहार फारच सुलभपणे होतोय असं दिसलं, तेव्हा तर त्यांचा आपल्या सुदैवावर विश्वासच बसेना. मनोहरलालनी आगाऊ रक्कम म्हणून रुपये ३०,००० दुकानदाराला दिले; पण त्यानंतर ना दुकान मिळालं ना आगाऊ दिलेली रक्कम. दोघा भावांना त्या माणसानं चांगलंच गंडवलं होतं!

''दोन वेळा आम्ही दिल्लीला बस्तान हलवण्याचा प्रयत्न केला; पण दोन्ही वेळा आम्हाला आगाऊ भरलेल्या रकमांबाबत आमचे हात पोळून घ्यावे लागले!'' मनोहरलालांच्या चेहऱ्यावर मला स्मित दिसलं. आपल्याच भोळसटपणाचं त्यांना

हसू आलं असावं. आजच्या जमान्यातल्या एखाद्या वजनदार उद्योगपतीसाठी ३०,००० रुपये ही रक्कम मामुली असेल, पण त्या काळी तरी अगरवाल बंधूंसाठी ती मोठीच होती. पण या टप्प्यावर आल्यानंतर ते माघार घेऊ शकत नव्हते. दिल्लीला जाण्याचे त्यांचे मनसुबे त्यांनी आपल्या वडिलांपासून दडवून ठेवले, पण स्वप्नं पाहायचं सोडलं नाही. एक ना एक दिवस ते दिल्लीत थाटामाटात प्रवेश करणारच होते अन् तो नाद त्यांनी सोडला नाही. त्याबाबत डाव रचणं चालूच ठेवलं.

१९८२ मध्ये दोघाही भावांना एक दुकान आढळलं जे पाहताच त्यांच्या ह्रदयातली तार जणू झंकारून उठली. ती एक लहानशी आठ फूट रुंद आणि अकरा फूट लांबीची खोली होती. चांदणीचौकसारख्या गजबजलेल्या वस्तीत असल्यामुळे त्यांच्या मनात भरण्यासारखंच होतं ते दुकान. जागेसाठीची अनामत रक्कम २,१०० रुपये अगदी योग्य होती; पण जागा विकत घेण्यासाठी त्यांना दहा लाख रुपये मोजावे लागले असते, अन् ती रक्कम मात्र खरोखरच मोठी होती. पण दोघा भावांना वाटलं, आपण काही ना काही करून तेवढे पैसे जमवू शकू.

त्यांनी वडिलांना त्यासंबंधी कुणकुण लागू दिली नाही. त्यांची एका बाबतीत एकवाक्यता झाली : जर त्यांच्या वडिलांनी ही बाब फारच मनाला लावून घेतली, मान्यता द्यायला काहीही करून नकारच दिला, तर ते तो विचार सोडून देणार होते आणि दिल्लीला जाण्याच्या विचारावर पाणी सोडायची त्यांची तयारी होती. नाही म्हटलं तरी आगाऊ देण्याची रक्कम अगदीच मामुली असल्यामुळे तेवढा धोका पत्करणं हे सहज परवडण्यासारखं होतं. त्यांनी दुकानाविषयीची पाहिलेली सगळी स्वप्नं ते दुकान पुरं करू शकत होतं. 'कोलगेटमधल्या खरेदीच्या वेळी जेवढं रण उभं राहिलं होतं, त्या तुलनेत दिल्लीतल्या दुकानासाठी दिलेली अनामत रक्कम मामुली असल्यामुळे, आमचे वडील त्याचा फार मोठा तमाशा करणार नाहीत, अशी आशा आम्हाला वाटली. बिकानेरमध्ये जे घडलं होतं त्याच्या मुळाशी दुखावलेला अभिमान होता, विश्‍वासाला तडा गेल्याची भावना होती, तसंच शब्द मागे घेतला असता, तर आमच्या इभ्रतीचे बारा वाजले असते हा विचार होता. पण दिल्लीमध्ये आम्हाला कुणी ओळखत नव्हतं, त्यामुळे आमचं नाव खराब होण्याचा प्रश्‍नच नव्हता. मी कोलगेटमध्ये दुकान घेतलं होतं त्या वेळेपेक्षा या वेळी सगळ्या प्रकरणातून बाहेर पडताना मानसिक त्रास झाला नसता,'' मनोहरलाल म्हणाले. त्यांना अशीही आशा वाटली की बाहेर पडायची खेळी विशेष धोक्याची नसल्यामुळे कदाचित मूलचंद कडवा विरोध करणारही नाहीत, त्यांच्या गळी दिल्लीतल्या दुकानाचा विचार उतरवणं सोपं ठरेल.

आपली महत्त्वाकांक्षा मूलचंद यांच्या कानी घालण्याची एक सविस्तर योजना दोघा भावांनी मनाशी आखली. आई-वडिलांविषयी भीती वाटत असली की, त्यांची

परवानगी मिळवण्यासाठी मुलं किती कल्पनाशक्ती लढवतात हे पाहिलं, की मन थक्क होतं. त्याच वर्षीच्या मे महिन्यात शिवकिशनचा मोठा मुलगा राजेंद्र अगरवालचा विवाह होणार होता. बिकानेरमधली सर्व अगरवाल मंडळी त्यासाठी नागपूरला गेली. दोघा भावांनी असा बेत रचला की विवाहानंतर मंडळी बिकानेरला परत जायला निघतील, तेव्हा शिवकिशनने आपल्या वडिलांना आणि मनोहरलालना घेऊन 'आमच्याबरोबर तुम्ही आणखी थोडा वेळ घालवावा,' या बनावाखाली घराच्या वाटेवर मध्ये दिल्लीला जायचं. मूलचंदना मुलांच्या उद्योगाविषयी काही खबरबात नसली, तरी दोघांच्या मनात काहीतरी योजना खदखदतेय याची शंका त्यांना नक्कीच आली. दुर्दैवानं दोघाही भावांमध्ये चाणाक्षतेची उणीवच होती.

दिल्लीला पोहोचताच त्यांनी लगेच हॉटेलमध्ये खोलीत बस्तान ठोकलं अन् मुलांनी वडिलांना विचारलं, "बाबुजी, इथल्या सुप्रसिद्ध चांदणी चौकातली बाजारपेठ बघायचीय का तुम्हाला?" ते ऐकताच मूलचंदांच्या मनातली धोक्याची घंटा खणखणली. आपल्या मुलांच्या मनात काहीतरी कट शिजतोय हे जाणण्याइतपत हुशार ते नक्कीच होते; पण वरकरणी अगदी भोळेपणानं ते म्हणाले, "कशाला? मला इथल्या बाजारात काय काम असणार?"

मग त्यांच्यातल्या संभाषणानं काहीसं असं वळण घेतलं असावं.

"असाच फेरफटका मारून येऊ या, बाबुजी."

"पण कशाला?" मूलचंदही आपला हेका सोडायला तयार होईनात.

"चला की, जरा गंमत येईल. तिथे खाण्यापिण्याची इतकी दुकानं आहेत. काहीतरी नवीन शिकायला मिळेल कदाचित."

"दिल्लीतल्या दुकानांमध्ये आपल्याला काय शिकण्यासारखं असणार? बिकानेरमध्ये छान चाललंय आपलं."

अशी बरीच रस्सीखेच झाल्यानंतर मनोहरलालना राहवलं नाही. त्यांनी शरणागती पत्करत कबूल करून टाकलं. "मी एका दुकानासाठी आगाऊ रक्कम दिलीये..."

थोडा वेळ शांतता पसरली. दोघांच्या मनातला अस्वस्थपणा वाढला. तेवढ्यात मूलचंदनी विचारलं, "दुकान केवढ्याला आहे?"

"दहा लाख," नम्रपणे उत्तर तोंडातून बाहेर पडलं.

मग जो भडका उडाला त्याची दोघा भावांना अपेक्षा होतीच.

"आणि हे दहा लाख येणार आहेत कुठून?" तारस्वरात मूलचंदांनी विचारलं.

मनोहरलालांनी आणि शिवकिशनने लगेच वडिलांना आश्वासन द्यायला सुरुवात केली. ते म्हणाले, "आम्ही दोघं पाचपाच लाख घालायचा बेत करतोय. आमच्या आवाक्यात आहे."

"मला माहीत आहे तुम्ही जमवू शकाल, पण मला जाणून घ्यायचंय तुमच्याकडे

पैसे किती आहेत?'' मूलचंदनी कठोर आवाजात विचारलं.

शिवकिशननी आता बोलण्यात आघाडी घेतली. ''सध्या माझ्याकडे चार लाख आहेत आणि पैसे द्यायची वेळ येईल तोपर्यंत मी बाकीच्या पैशांची तजवीज करू शकेन.''

मग मूलचंदनी प्रश्नार्थक मुद्रेनं मनोहरलालकडे पाहिलं. ते म्हणाले, ''माझ्याकडे साडेतीन ते चार लाख आहेत. जे कमी पडतील त्यांची सोय मीसुद्धा करेन.''

तरीही मूलचंदनी निष्ठुरपणे प्रश्नांचा भडिमार चालूच ठेवला. ''हो हो. तुला सगळं काही जमू शकेल हे मला कळतंय, पण मला निश्चित शब्दांत जाणून घ्यायचंय की तू ते उभे कसे करणार आहेस?'' त्यानंतर त्यांनी वस्तुस्थितीसंबंधात काही अगदी समर्पक मुद्दे उभे केले– त्यांना असं सुचवायचं होतं की दहा लाख रुपयांवरच खर्च थांबणार नाही. धंद्याचा जम बसवायचा, फर्निचरची खरेदी करायची, उत्पादन सुरू करायचं यासाठी तुम्हाला कमीत कमी १५-१६ लाखांची गरज तर लागेलच.

त्यानंतर त्यांनी काहीशा खवचटपणे मुलांना विचारलं, ''या सगळ्याचा तुम्ही विचार तरी केलाय का कधी?''

आपल्या योजनेचं समर्थन करण्यासाठी मनोहरलाल तत्परतेनं म्हणाले, ''सध्या दुकानाची जागा तर विकत घेऊन ठेवू. दुकानाची बाजारातील जागाच इतकी मोक्याची आहे की अशी संधी परतपरत मिळणार नाही. उत्पादन सुरू करायला लागणारे पैसे साठवण्यासाठी आपल्याला सहा महिने ते वर्ष लागेल. एकदा जागा हातात आली की त्यामुळे पैशांची तजवीज करण्यासाठी आपल्याला पुरेशी प्रेरणा मिळेल.''

त्यांच्या बोलण्याचा मूलचंदांवर फारसा प्रभाव पडला नाही. त्यांनी पुनःपुन्हा एकच धोशा लावला, ''घिसाडघाईनं काहीतरी योजना आखण्यापूर्वी तुम्ही पैसे कसे जमवणार, त्यांची खर्चामध्ये विभागणी कशी करणार, ते आधी मला सांगा.'' तो प्रसंग आठवून मनोहरलाल हसतात. ''मी त्यांना अगदी रुपयारुपयाचा हिशोब सांगितला खरा, पण कितीही वाढवून, फुगवून सांगितलं तरी मला ४ लाखांच्या वर पैसे उभे करता येईनात. आपण या खात्यातून पन्नास हजार काढू अन् आणखी थोडे पैसे त्या खात्यातून काढू, पण व्यर्थ! खरंच, आमच्याकडे पैशाची परिस्थिती त्या वेळी खरोखरच किती कठीण होती!''

शिवकिशनची परिस्थिती त्या मानानं बरी होती. त्यांच्यापाशी चार लाख होते, हे त्यांना कागदावर मांडून दाखवता आलं. बाकीचे एक लाख रुपये ते सहजपणे उभे करू शकणार होते.

''पण तू ते कसे जमवणार आहेस?'' वैतागलेल्या बाबुजींनी गर्जना केली.

"त्या क्षणी आम्हा दोघांची मती गुंग झाल्यासारखी झाली," मनोहरलाल हसत म्हणाले. "मी मूर्खासारखा बरळलो, ओढाताण, खेचाखेच करूनही आम्हाला अखेरचे लाख-दीड लाख जमवता आले नाहीत, तर आपण कोलकात्यामधल्या रामेश्वरलालांकडे मदतीसाठी हात पसरू शकतो. माझा तर्कवाद साधा होता– त्यांचा धंदा आम्हा सर्वांपेक्षा अधिक जोरात चालला होता. नाही म्हटलं तरी संपूर्ण पश्चिम बंगाल त्यांच्याकडे गेला होता ना? पण तिथेच माझा मूर्खपणा होत होता."

मूलचंद अगदी त्या क्षणी बोलायचे थांबले. आमचा एक शब्दही ऐकून घ्यायची त्यांची तयारी नव्हती. कर्जसदृश कुठलाही शब्द त्यांना आमच्या तोंडून निघायला नको होता. 'काही कुणी दिल्लीत दुकानबिकान घेणार नाहीये, सांगून ठेवतोय.' दोघा भावांना आपली घोडचूक तत्क्षणी कळून चुकली : आम्ही नकळत त्यांच्या मर्मस्थानी घाव घातला होता. कर्ज घेण्यासंबंधात मूलचंद तत्त्वाला धरून वागणाऱ्यांपैकी होते आणि भावाकडून कर्ज घ्यायचं हा विचार तर त्यांच्या कधीच पचनी पडणार नव्हता. त्या विचारानंही त्यांच्या अंगावर जणू काही काटा उभा राहिला असावा.

शिवकिशननी आणि मनोहरलालनी माघार घेतली आणि वडिलांना वचन दिलं की ते कुणाकडूनही उधारउसनवार करणार नाहीत; आम्ही ते पैसे स्वतः कमावू आणि धंद्यात घालू. दोघे जण एकसुरानं म्हणाले, "बाबुजी, आमच्यावर विश्वास ठेवा, ज्या वेळी आमच्यात आमच्या स्वतःच्या पायांवर उभे राहाण्याची धमक येईल तेव्हाच आम्ही दिल्लीत पाय ठेवू, असं वचन आम्ही तुम्हाला देतो."

त्यांच्या लक्षात आलं, मूलचंदना त्या दोघांनी पाहिलेलं स्वप्न दिसणारच नसेल तर तास न् तास त्यांच्याशी त्या विषयावर बोलूनही काही फायदा होणार नव्हता. त्यांनी वडिलांना एकच विनवणी केली, 'पण एकवार दुकान नजरेखालून घालायला तरी काय हरकत आहे तुमची?' आणि त्या विनवणीनं काहीतरी जादू घडवली. मूलचंदांनी एक क्षणभर दुकानावर नजर टाकली अन् त्यांच्या चाणाक्ष नजरेनं त्याची पारख केली– दुकान एखाद्या चौथऱ्यावर असावं तसं काहीसं उंचावर, एका कारंज्याशेजारी होतं, भर बाजारात होतं. त्यांच्या दुकानासाठी ती अगदी योग्य जागा होती हे सत्य नाकारणं त्यांना शक्य नव्हतं. त्यांचं मन पाघळलं अन् शेवटी त्यांनी दयाळूपणे संमती दिली, पण एका अटीवर– 'कर्ज न काढता स्वतःच्या हिमतीवर जमणार असेल तुम्हाला तर माझी ना नाही. तुम्ही चांदणी चौकात दुकान विकत घेऊ शकता.' सांगायचं तात्पर्य हेच की अशा पद्धतीनं आमच्या व्यवसायाच्या दीर्घ कहाणीतला दिल्ली अध्याय सुरू झाला.

त्यांच्या दिल्लीतल्या उपक्रमाला साधेपणाची, लहान गावातून आलेल्या माणसांच्या मानसिकतेची किनार होती. त्यांची उद्दिष्टे 'अंथरूण पाहून पाय पसरावेत' या

म्हणीला साजेशी होती हे जरी खरं असलं तरी, त्यांच्या स्वप्नांचे रंग, त्यांची झळाळी कॅनॉट प्लेसमधल्या दुकानांमधल्या लखलखणाऱ्या दिव्यांसारखी चमकदार होती, यात शंकाच नव्हती. मनातल्या आशा खूप मोठ्या होत्या; पण अधूनमधून बसणारे धक्के पचवण्यासाठी अन् त्यांतून सावरण्यासाठी त्यांना खडतर कष्टही सोसावे लागले. त्यांच्या मार्गात अजूनही अनेक अडथळे त्यांच्या येण्याची वाट पाहत उभे असणारच होते. त्यामुळे त्यांच्या उत्साहावर पाणी पडणार होतं. त्याच्या सळसळत्या आदर्शवादावर दोषैकवृत्तीच्या काजळीची पुटं चढणार होती. त्या सगळ्याची सुरुवात १९८४ च्या शिखांच्या दंगलींनी झाली.

ते काहीही असलं तरी दिल्लीतल्या दुकानाचा जम बसवण्याच्या काळात त्यांची मनं दुर्दम्य श्रद्धेनं भारलेली असायची. "ज्या दिवशी आम्ही दुकानाची किंमत चुकती केली त्याच दिवशी आम्ही आमच्या विक्रेत्याला 'आमच्या कारखान्यासाठी जागा बघ,' अशी घाई केली. आमच्या दिल्ली साहसकथेला सुरुवात झाली नाही तोच आमच्यातल्या उतावीळपणाला उधाण येऊ लागलं," मनोहरलाल त्या वैभवशाली भूतकाळाच्या आठवणीत रमतात. 'त्याला बरंच सतावल्यानंतर त्यानं आम्हाला स्पष्टच सांगितलं, 'तुम्हाला परवडेल अशी एकच जागा मी तुम्हाला देऊ शकतो– इथल्या बेकरीवाल्याच्या दुकानाच्या वर असलेली मोकळी जागा. त्या छपरावर तुम्ही तुमचा कारखाना सुरू करा.' 'ठीक आहे, छप्पर तर छप्पर, द्या म्हणजे झालं,' अन् मी सौदा पक्का केला."

अगरवालांनी विक्रेत्याच्या हातात एक छोटी रक्कम आगाऊ व्यवहार म्हणून ठेवली आणि तीन महिन्यांच्या आत उर्वरित पैसे देण्याचं कबूल केलं.

"दिवाळीच्या दिवसांत नागपुरातले विक्रीचे आकडे नेहमीच कमालीचे उंचावर असत. वडिलांनी घातलेल्या मर्यादा असूनही मी छपरासाठी आवश्यक असलेले दोन लाख वाचवू शकलो. उरलेले दीड लाख जमवण्यासाठी मनोहरलाल जुळवाजुळव करू लागला. आमच्या दृष्टीनं तो मोठाच विजय होता. आमच्या मनातली अभिमानाची भावना उचंबळून वर आली, कारण वडिलांनी अविश्वास दाखवल्यानंतरही आम्हाला आमचं स्वप्न पुरं करता येणार होतं," शिव किशन म्हणाले. मोठी खरेदी झाल्यानंतर ते नागपूरला परतले आणि त्यांनी तिथल्या कारभारात लक्ष घातलं तर मनोहरलालनी उरलेली खेळी खेळण्यासाठी आवश्यक ती जमवाजमव चालू ठेवली.

छताची रक्कम देऊन झाल्यानंतर मनोहरलाल दिल्लीला गेले आणि त्यांनी त्यावर तीन मजले बांधता येतील अशी व्यवस्था केली. त्यामुळे त्यांच्या राहण्याची तसंच कारखान्याचीही सोय होणार होती. पुढे १९८४ च्या दंगलीत ते सगळं आगीच्या भक्ष्यस्थानी पडलं.

१९८५ साल उजाडलं. दुसऱ्यांदा कारखाना उभा केला गेला, बेकरीवाल्याच्या

छतावरच्या मजल्यांची दुरुस्ती करण्यात आली, तोपर्यंत मनोहरलालना कामाचं व्यसनच जडल्यासारखं झालं होतं. कारण धंद्याची स्थिती सुधारायला हवी होती आणि पुन्हा कधी जरी एखादं संकट वा आपत्ती कोसळली, तरीही कुटुंबावर त्याचा परिणाम व्हायला नको होता. १९८६ मध्ये, त्यांच्या इमारतीमागच्या कटारा लच्छू सिंग मार्गावरची एक इमारत रिकामी झाली. या वेळी मनोहरलाल आणि त्यांचा धाकटा भाऊ मधुसूदन अगरवाल या दोघांनी मिळून ती जागा विकत घेतली. मालाचं उत्पादन वाढलं आणि हळूहळू पण नियमित वेगानं त्यांच्या कारखान्यांच्या संख्येतही भर पडत गेली. लवकरच, घंटेवाली गल्लीमध्ये त्यांनी आणखी एक इमारत विकत घेतली आणि तिथे खाद्य पदार्थांचं उत्पादनही सुरू केलं. मनोहरलालच्या प्रगतीचा वारू त्यांच्या घराण्यातल्या कुणाही पूर्वजानं कधी पाहिला नव्हता अशा वेगानं दौडू लागला. धंद्याला सुरक्षितता द्यायची या एकाच विचारानं ते पछाडल्यासारखे झाले. अत्यंत तळमळीनं त्यांनी स्वतःला कामात झोकून दिलं. उत्पादनात सतत वाढ होत असूनही त्यांना साठवणीच्या जागेसंबंधात कधीही चिंता करावी लागली नाही, कारण तयार केलेला माल शिल्लकच राहत नव्हता. त्यांच्या तिखटमिठाच्या खाद्य पदार्थांना आणि मिठायांनाही वेड्यासारखी मागणी होती. धंद्याच्या वाढीला सतत चालनाच मिळत होती. उत्पादनाची मागणी पुरी करणं शक्य व्हावं म्हणून ८०चं दशक संपायच्या सुमारास मनोहरलालांनी मथुरा रोडवर २००० चौरस फुटांची जागा विकत घेतली. चांदणी चौक परिसरातून बाहेर पडण्याच्या त्यांच्या ज्या अनेक योजना त्यांनी पुढे राबवल्या, त्यातली ही पहिली योजना होती. आता त्यांना पूर्ण दिल्लीच काबीज करायची होती. त्यांनी रिकाम्या जागेवर कारखाना उभारला आणि पहिल्यांदाच घाऊक प्रमाणात उत्पादनाला सुरुवात केली. त्यांच्या वितरणामुळे ते आता नकाशावर स्थानापन्न झाले. गिऱ्हाइकांनी त्यांच्या दुकानात जाऊन माल खरेदी करण्याची गरज त्यांना आता वाटेनाशी झाली. किरकोळ दुकानांचं आणि त्याहून छोट्या दुकानांचं जाळं तयार झाल्यामुळे त्यांना आता लाखो गिऱ्हाइकांपर्यंत पोहोचणं शक्य झालं. लोकांमधल्या हल्दिरामांच्या नावाचा प्रचंड बोलबाला झाला.

उत्तर भारतातला सर्वांत मोठा भारतीय खाद्य पदार्थ उत्पादक अशी हल्दिराम ब्रँडची ख्याती १९९०च्या दशकात झालेलीच होती. पी अँड जी आणि पेप्सीसारखे आंतरराष्ट्रीय स्तरावरील ब्रँड आता हल्दिरामवर लक्ष ठेवू लागले, कारण हल्दिराममुळे त्यांना मोठ्या स्पर्धकाला तोंड द्यावं लागत होतं. उदारीकरणाची लाट भारताच्या किनाऱ्यावर येऊन आदळली, तेव्हा पेप्सिकोनं हल्दिराम ब्रँड विकत घ्यायची तयारी दाखवली होती, अशी एक वदंता त्या काळी उठली होती. द *एलिफंट पॅरडाइम* नावाच्या आपल्या पुस्तकात पी अँड जीचे अध्यक्ष आणि अनेक पुस्तकांचे लेखक

असलेल्या गुरचरणदासनी असा उल्लेख केला आहे की, त्या काळी बाजारात फक्त दोनच नवीन ब्रँड होते, ज्यामध्ये जागतिक स्तरावरचं कौशल्य आणि कामगिरी दिसून यायची. अन् त्या दोघांमधला एक ब्रँड होता हल्दिराम. आपला धंदा टिकून राहावा आणि जनमानसातलं आपलं स्थान, आपली किंमत टिकवून ठेवण्यासाठी हल्दिरामनं 'दमदार लढत' दिली, असे गौरवोद्गारही त्यांनी काढले होते.

प्रमोद तापडियांनी आपल्या सर्वांत जिवलग मित्राचं कौतुक, स्वतःवरचा गाढ विश्वास आणि पेप्सिकोसारख्या बलाढ्य स्पर्धकापुढे न झुकण्याचं मनोधैर्य या गुणांसाठी केलं, तेव्हा अगदी तत्परतेनं मनोहरलालनी "त्यात काय एवढं!" अशा शब्दांत आपली विनम्रता व्यक्त केली. मी त्यांना त्याविषयी सांगण्याची हळुवारपणे विनंती केली, तेव्हा त्यांनी तापडियांच्या सांगण्याला दुजोरा दिला. "हल्दिराम ब्रँड विकत घेण्याची विनंती करण्यासाठी पेप्सिको माझ्याकडे आली होती. आम्ही त्यांच्या पेप्सिको ब्रँडसाठी आमचे खारे खाद्य पदार्थ बनवून द्यावेत असं त्यांचं म्हणणं होतं; पण त्याबरोबरच त्यांची अशीही अट होती की आम्ही आमच्या ब्रँडच्या नावाखाली आमचं उत्पादन विकणं थांबवलं पाहिजे. वेगळ्या शब्दांत सांगायचं झालं तर हल्दिराम हे नावच सोडून द्यायचं! आमचा ब्रँड, आमचं आयुष्यभराचं स्वप्न यांवर तिलांजली सोडायला मी बिलकूल तयार नव्हतो."

मागे वळून पाहिल्यावर असं लक्षात येतं की, या परदेशी कंपन्यांपाशी भरपूर पैसा होता. वाटाघाटी करण्यासाठी लागणारं बळही होतं. त्याच्या विरोधात एखाद्या नव्यानं उदयाला येणाऱ्या कुटुंबाजवळ पैशाचं फार मोठं पाठबळ नसतानाही शड्डू ठोकून उभं राहणं, हेच एक मोठं धाडस होतं. "विरोधाभास हा होता की मग पेप्सिको लेहर या कंपनीनं स्वतःच भारतातील पारंपरिक खारे खाद्य पदार्थ बनवायला सुरुवात केली, पण त्यांना बाजारपेठेत आमच्या जवळपासही फिरकता आलं नाही." मनोहरलालचा मित्र आणि सहकारी असलेल्या तापडियांनी अभिमानाच्या सुरात सांगितलं.

या मोठ्या आंतरराष्ट्रीय कंपन्यांकडे असलेल्या साधनसामग्रीच्या तुलनेत हल्दिराम फारच छोटे उत्पादक होते, पण त्यांची आर्थिक कमतरता त्यांनी स्थानिक गिऱ्हाइकांविषयीच्या सखोल ज्ञानावाटे भरून काढली. त्याहूनही महत्त्वाची गोष्ट म्हणजे बाजारातील पुरवठादारांबरोबर आणि कारागिरांबरोबर त्यांचे घनिष्ठ नातेसंबंध होते. त्यावर अधिक माहिती देताना तापडिया म्हणाले, "गुरचरणदासांनी एकदा स्वतःच उल्लेख केला होता की, हल्दिरामला यश मिळालं त्यामागचं एक कारण अगरवालांचे बाजारपेठेतील लोकांबरोबर असलेले दृढ नातेसंबंध हे होतं – आणि ते बरोबर बोलले होते."

हल्दिराम कंपनीत काम करणारे बहुतेक सगळे कारागीर त्यांच्याबरोबर थेट

बिकानेरहून आले होते. धंदा वाढू लागला तशी स्थानिक कारागिरांच्या संख्येतही वाढ झाली. खरं सांगायचं झालं, तर त्यांनी चांदणी चौकातलं पहिलं दुकान सुरू केलं तेव्हा त्यांना मदत करणारे तेव्हापासूनचे अनेक कारागीर आजमितीला त्यांच्या उत्तरेकडील अनेक दुकानांमध्ये आणि उपाहारगृहांमध्ये व्यवस्थापक पदांवर इमानेइतबारे काम करत आहेत. मनोहरलालनी स्वतःच हे मान्य केलंय की, हल्दिराम ब्रँडला आणि अगरवाल कुटुंबाला एकनिष्ठ असणाऱ्या नोकर वर्गामुळे त्यांच्या धंद्याला एक जोरदार पायाभूत मांडणी लाभली आहे; तिच्याच आधारावर हल्दिराम प्रगतीचे नवेनवे टप्पे गाठत आहेत. "पाठीशी एकनिष्ठ नोकर वर्ग असणं, ही एक ईश्वरी कृपाच आहे. त्यांनी इतक्या निष्ठेनं आणि विश्वासानं आम्हाला साथ दिलीये म्हणूनच आम्ही एवढा मोठा पल्ला गाठू शकलो, हे आमचं भाग्यच नाही तर दुसरं काय?" मनोहरलाल शांत सुरात म्हणाले. त्याबरोबर मित्राला सार्थ श्रेय देण्यासाठी तापडिया तत्परतेनं पुढे सरसावले. "तुम्हाला सांगतो, माझ्या या मित्राचा सर्वोत्तम अन् तितकाच वाईट स्वभावविशेष म्हणजे ते स्वतःकडे कुठल्याच यशाचं श्रेय घेत नाहीत, पाहावं तेव्हा ते अगदी उदारहस्ते सगळं श्रेय इतरांना देऊन मोकळे होतात." यावर मनोहरलालकडे पुटपुटण्याचा पर्यायच शिल्लक राहिला. "मुळात जे माझ्या हातांत नव्हतंच, त्याचं श्रेय मी स्वतःला कसं देऊ, तुम्हीच सांगा?"

दोघां मित्रांचा हा प्रेमळ सुखसंवाद ऐकणारी एक तिसरी व्यक्ती हजर आहे, हे ध्यानात येताच मनोहरलालच्या चेहऱ्यावर एक विचित्र स्मित उमटलं. त्यात त्यांना वाटणारी अस्वस्थता प्रतिबिंबित होत होती. त्यांच्या मित्रानंही ते ताडलं. मनोहरलालनी एक निःश्वास टाकला अन् तापडियांकडे पाहत मान डोलावत ते म्हणाले, "आम्ही आमच्या नोकर वर्गाला नेहमीच आमच्या कुटुंबीयांसारखं वागवलंय. शिपायापासून ते वयानं ज्येष्ठ असलेल्या कारागिरांपर्यंत एकजात सगळ्यांसाठी माझ्या घराचे, ऑफिसचे दरवाजे कायम खुले असतात. त्यांना भेटायला, त्यांच्या अडचणी जाणून घ्यायला मी नेहमीच तयार असतो. खरं सांगायचं तर, माझ्या काही उच्चस्तरीय व्यवस्थापकांची माझ्या विरोधात अशी तक्रार असते की, माझ्या अशा वागण्यामुळे मी संस्थेतल्या अधिकाराच्या उतरंडीमध्ये समस्या निर्माण करतो. कुठलाही कामगार थेट मला येऊन आपलं गाऱ्हाणं सांगतो. तो त्याच्या वरिष्ठाकडे न जाता एकदम माझ्याकडे येतो तेव्हा ते म्हणतात, 'मग आमची गरजच काय?' त्यावर माझं म्हणणं इतकंच असतं, 'कुणा कामगाराला माझ्याकडे का यावंसं वाटेल? दुसरा कुणी त्याच्या समस्या सोडवू शकणार नाही असं त्याला वाटतं तेव्हाच तो माझ्याकडे येतो ना?' अशा वेळी त्याची भेट घेणं हे माझं कर्तव्यच ठरतं."

त्या क्षणी, स्वतःच्याही नकळत मनोहरलालनी त्यांच्या धंद्यातील सध्याच्या कार्यपद्धतींवर प्रकाश टाकला होता. पूर्वीच्या त्यांच्या कुटुंबाच्या धंद्यात मालक

आणि कारागीर यामध्ये आणखी कुठलेही स्तर नव्हते. दोघांमधील नातं सरळसोट होतं, मजबूत होतं, त्याचमुळे कामगार वर्ग आपल्या मालकांशी नेहमीच इतका निष्ठावंत राहिला होता. मालकमंडळी त्यांना मित्रासारखी, सहकाऱ्यांसारखी किंवा भागीदारांसारखी वागणूक देत होती. धंद्याच्या वृद्धीत आपलाही सहभाग आहे असं त्यांना वाटत असे. पण, आज जेव्हा धंद्याचं आधुनिकीकरण होतंय तेव्हा त्यांच्यापुढे विविध स्तरांवर परस्परांना भेटता यावं यासाठी स्पर्शबिंदू (टच पॉइंट्स) निर्माण करण्याचं आव्हान उभं ठाकलंय, कारण मध्ये अनेक स्तर निर्माण करावे लागले आहेत. कर्मचारी वर्ग, तसंच त्यांच्या मुलांशी झालेल्या अनेक संभाषणांमधून मला असं जाणवलं की, नव्या आणि जुन्या नोकर वर्गाला एकत्र बांधून कसं ठेवता येईल हे एक दुर्लंघ्य आव्हान मालकमंडळींना भेडसावत आहे. पुढे येणाऱ्या एका प्रकरणात, मनोहरलालचे सर्वांत थोरले चिरंजीव पंकज अगरवाल यांच्याशी बोलल्यानंतर आपल्याला त्याचं महत्त्व पटणार आहे.

१९९० या दशकाच्या आरंभीचा काळ दिल्लीस्थित अगरवाल कुटुंबाच्या दृष्टीनं वैभवसंपन्नतेचा होता, मजल दरमजल करत पुढे जाण्याचा होता. मालाचा उत्कृष्ट दर्जा, दृढ नातेसंबंध आणि वितरणाचं जाळं या बलस्थानांच्या जोरावर अगरवाल कुटुंबाच्या तरुण कुलदीपकानं धंद्याचा कणखर पाया रचला होता खरा, पण याच दशकात मनोहरलालना आणि त्यांच्या भावांना त्यांच्या आयुष्यातल्या सर्वांत खडतर अशा परीक्षेला सामोरं जावं लागलं अन् तो धक्का बसला तो त्यांच्या कुटुंबातील व्यक्तींमुळेच. गेली चोवीस वर्षं अव्याहतपणे चालू असलेला कोलकाता आणि दिल्ली येथील अगरवालांमधला कौटुंबिक कलह इतका शिगेला जाऊन पोहोचला आहे की त्यामुळे दोन्ही कुटुंबांच्या व्यावसायिक प्रगतीत त्यानं अडथळे निर्माण केले. १९९१ मध्ये दिल्लीतील धंद्यानं आपलं पारंपरिक नाव, हल्दिराम भुजियावाला टाकून दिलं आणि त्याचं नामकरण हल्दिराम्स असं केलं. आपण याच नावानं आता त्यांना ओळखतो. आम जनतेच्या दृष्टीनं तो केवळ नावातला बदल होता, लोकांचं त्यांच्यावरचं प्रेम काही त्यामुळे कमी झालं नाही, कदाचित वाढलंच असेल. पण कुटुंबाला प्रचंड मनस्ताप– संताप, फसवणूक आणि वेगवेगळ्या अहंमधला संघर्ष – सोसावा लागला. दोन्ही पक्ष समोरच्याला दूषणं देतात, आपलीच बाजू बरोबर आहे असं त्यांना वाटतं. कौटुंबिक संघर्ष मात्र चालूच आहे, कोर्टकचेऱ्यांच्या खर्चापायी, तासागणिक आकारल्या जाणाऱ्या वकिलांच्या मानधनापायी लाखो, करोडो रुपयांचा चुराडा होत राहिलाय. तरीही, कोणत्या बाजूचं म्हणणं सदसद्विवेकबुद्धीला धरून आहे याचा निर्णय करणं, म्हणजे दोन महासागरांमधील पाणी वेगळं करण्यासारखंच महाकर्मकठीण काम आहे!

भाग ४

वाट चुकलेलं कोकरू

दंतकथेमागे असलेला माणूस

हिंदी चित्रपटांमध्ये लाचलुचपत, बदनामीविषयक धमक्या आणि धाकदपटशा यांना फार मोठं स्थान आहे. व्यावसायिकांच्या वर्तुळांमध्येही असल्या

रसभरित गावगप्पा चघळल्या जातात. पण बहुजनसमाज त्यापासून दूरच असतो, त्याविषयी अनभिज्ञही असतो. पण बहुतेकांना उद्योगपतींविषयी वाचायला मनापासून आवडतं. ही मंडळी आपलं उद्दिष्ट गाठण्यासाठी कुठल्याही थराला जाऊ शकतात, यासंबंधीही त्यांना कुतूहलमिश्रित आकर्षण असतं. एखादी अवघड गोष्ट ते साध्य करून दाखवतात, तेव्हा आपण आश्चर्यानं तोंडात बोटं घालतो. लाचलुचपतीसारख्या किंवा त्याहून गंभीर गुन्ह्यांमधून ते सहीसलामत बाहेर पडतात, तेव्हा आपल्याला त्यांचा तिरस्कार वाटू लागतो. त्यांच्या मनात असली कृत्यं करण्याचा विचार येऊ शकला आणि त्यांनी तो प्रत्यक्षात उतरविण्याचं अचाट साहस केलं, या विचारानं आपल्याला कधी त्यांच्याबद्दल तिरस्कार तर कधी आदरही वाटू लागतो. प्रभुशंकर अगरवाल या सगळ्या वर्णनात चपखल बसणारे उद्योजक होते. गेल्या काही वर्षांमध्ये अनेक कारणांस्तव त्यांच्यावर वृत्तपत्रांमधून चिखलफेक करण्यात आली आहे. वर्तमानपत्रांनी त्यांची भरपूर निंदानालस्ती केली आहे. अशा वर्णनाच्या प्रभुशंकर अगरवालांन– रामेश्वरलालांचे ज्येष्ठ चिरंजीव– भेटायला मी निघाले होते अन् कोलकात्यात त्यांना भेटायचं ठरलं होतं. सबंध प्रवासभर माझ्या मनावर भीतीचा आणि अस्वस्थतेचा अंमल होता. कोलकात्यात ते त्यांच्या उच्छृंखल वागण्याबद्दल आणि स्वतःचं ईप्सित साध्य करण्यासाठी कायदा वाकवण्याची तमा न बाळगणारा माणूस म्हणून ओळखले जात असत. राज्यात त्यांचा बराच वचक असल्यासारखा होता. अशा माणसाला आमनेसामने भेटायचं अन् माहिती मिळवण्यासाठी प्रश्न विचारायचे, एवढंच नव्हे तर त्यांच्या जीवनाबद्दल, धंद्याबद्दल अप्रिय वाटणाऱ्या चौकश्या करायच्या, हे काम भलतंच अवघड होतं.

इथे माझ्या मनात अगरवाल कुटुंबाची तुलना मारिओ पुझो लिखित *गॉडफादर* कादंबरीतल्या कुटुंबाशी करायचा विचार डोकं वर काढतोय. हे लोक स्वतःच्या डोळ्यांसमोर असलेल्या ध्येयांनी आणि हेतूनं पछाडलेले असतात आणि ती साध्य करण्यासाठी कोणत्याही मार्गांचा अवलंब करण्यास मागेपुढे पाहत नाहीत. कल्पना

करा, तुम्ही माइकेल कॉर्लिओनला भेटायला चालला आहात. प्रभुशंकर अगरवालांबरोबर गप्पागोष्टी करण्यासाठी आपण निघालो आहोत, हा विचारच माझ्या मनातली असुरक्षिततेची भावना जागवणारा होता. ते एक अत्यंत सामर्थ्यशाली व्यक्ती तर होतेच– त्यांच्या मनाला कधीही कसल्याही सदसद्विवेकबुद्धीची बोच म्हणून लागत नाही, असं त्यांच्याविषयी लोक बोलत असत. छप्पन वर्षांचे प्रभुशंकर अगरवाल कोलकात्यामधील हल्दिराम भुजियावाला व्यवसायाचे मालक होते. कोलकात्यामध्येच नव्हे तर देशपातळीवरही त्यांच्या नावाचा बराच बोलबाला झालेला होता. ५ जून, २००५ला प्रभूंना एका चहाच्या दुकानमालकाचा खून केल्याच्या कारणावरून अटक करण्यात आली होती. त्याचं दुकान ते बांधत असलेल्या खाद्य पदार्थांच्या दुकानाच्या अगदी समोरच्या बाजूला होतं. त्यांच्या दुकानाचा मार्ग त्या माणसाच्या दुकानामुळे अडवला जात होता. वर्षभरानंतर त्यांच्यावर आरोपपत्र दाखल करण्यात आलं. २०१० मध्ये प्रभूंचा खटला जलदगती न्यायालयात चालवला गेला, त्यांना दोषी ठरवलं गेलं आणि २९ जानेवारी, २०१० रोजी तपन सेन नावाच्या न्यायाधीश महाशयांनी त्यांना जन्मठेपेची शिक्षा सुनावली.[३] त्यांनी अनेक महिने तुरुंगात घालवल्यानंतरही त्यांचा धंदा पहिल्यासारखाच जोरात चालू होता. उत्साहानं सळसळणाऱ्या या माणसानं अशा प्रकारे धंद्याची सूत्रं हलवली आहेत, की त्यांचा धंदा प्रगतीची घोडदौड करतच राहिला आहे.

प्रभुशंकर अगरवालांची तुलना सर्वतोमुखी असलेल्या कहाणीतल्या त्या खोलीतील हत्तीशी करावीशी वाटते. हल्दिराम कुटुंबातल्या व्यक्तींबरोबर झालेल्या माझ्या प्रत्येक संभाषणामध्ये त्यांचा विषय निघतच असे. वास्तविक पाहता, बिकानेर आणि दिल्लीपासून हजारो मैल अंतरावर असलेल्या कोलकात्यामध्ये त्यांचं वास्तव्य होतं तरीही, अदृश्य रूपानं का होईना, पण ते तिथे हजर असायचेच. त्यांच्या नावाचा उल्लेख कधी प्रकट शब्दांमधून तर कधी अनुच्चारितपणे व्हायचाच. वृत्तपत्रांनी या उद्योजकाचं वर्णन 'सदसद्विवेकबुद्धीचा लवलेशही नसलेला एक खुनी माणूस' अशा शब्दांत केलेलं होतं. साहजिकच माझी अशी कल्पना होती की त्यांचे कुटुंबीय त्यांच्या कृत्याचं समर्थन करतील, त्यांना पाठीशी घालतील. पण तसं घडलं नव्हतं. खरं सांगायचं झालं तर दिल्ली आणि बिकानेरमधल्या हल्दिराम कुटुंबीयांना प्रभूंबद्दल प्रश्न विचारले असता अगदी अस्वस्थ व्हायला झालं होतं.

---

३. 'हलदीरामचे मालक, चार अन्य आरोपींना खुनाच्या प्रकरणात जन्मठेपेची शिक्षा', टाइम्स ऑफ इंडिया, २९ जानेवारी, २०१० http://timesofindia.indiatimes.com/city/kolkata/Haldiram-owner-4-others-get-life-imprisonment-in-murder-case/articleshow/5513634.cms.

त्यांच्यापैकी कुणीही त्यांच्या कृत्यांचं समर्थन केलं नाही की त्यांची बाजू घेतली नाही. आधीच अनेक वावड्या उठल्या होत्या, त्यातच माझ्या कानांनी मी त्यांच्याविषयीच्या बऱ्याच गोष्टी ऐकलेल्या असल्यामुळे त्यांच्याबद्दल पूर्वग्रह करून घेणं अगदी स्वाभाविकच म्हटलं गेलं असतं. मात्र, कोलकात्याच्या भूमीवर पाय ठेवतानाच मला एका विचाराची जाणीव झाली– त्या क्षणापर्यंत तरी प्रभुशंकर अगरवाल माझ्या नजरेत एक कोडं होते– अत्यंत हुशार, कणखर वृत्तीचा एक उद्योजक, धंदा वाढविण्यासाठी मोठ्या सीमा पार करू शकणारा माणूस, अगदी खून करण्याची मजलही गाठू शकणारा! त्यांच्याविषयीच्या या विविध वर्णनांमध्ये ते स्वतः नक्की कुठे बसतात हे ठरवणं कठीण होतं, हे निश्चित!

प्रभुशंकर अगरवाल त्यांच्या कुटुंबीयांच्या मनात एक प्रकारची अस्वस्थता, भीती आणि अप्रीती निर्माण करतात हे जितकं खरं होतं, तितकंच हेदेखील खरं होतं की त्यांच्या व्यक्तिमत्त्वाविषयी, त्यांच्या धाडसी कृत्यांविषयी त्यांना एक प्रकारचा दबदबाही वाटत असावा. त्यांच्याविषयी काही बोलताना बहुतेकांनी धोरणीपणाचा वापर केला. तरीही स्वतःच्या मनातल्या या कोलकात्याच्या हल्दिराम भुजियावाल्याच्या मालकाबद्दलच्या खऱ्या भावना दडवून ठेवणं त्यांना जवळजवळ अशक्य झालं असावं. 'हाव', 'स्वार्थीपणा', 'बेभरवशाचा' (अनप्रेडिक्टेबल), 'शीघ्रकोपी', 'महत्त्वाकांक्षी' आणि 'आतल्या गाठीचा' असे शब्द त्यांचं वर्णन करत असताना अनेक वेळा मला ऐकू आले. पण जसजसं संभाषण खोलवर जायला लागलं, मंडळी सैलावल्यासारखी झाली, तसतसे काहीशा नाखुशीनं का होईना; पण प्रभुशंकरांविषयी स्तुतिपर शब्दांचा वापर त्यांच्याही नकळत होऊ लागला. उदाहरणार्थ, 'तडफदार', 'धंद्याविषयीची तीक्ष्ण बुद्धिमत्ता', 'कणखर' आणि 'अशक्यप्राय कल्पना मनात बाळगणारा'....थोडक्यात सांगायचं तर या माणसात अनेक विरोधाभास होते – ते कुप्रसिद्ध होते तसेच खासगीपण जपणारे होते. त्यांच्या बाबतीत असंही बोललं जायचं की अमुक एका दिवशी तुम्हाला त्यांचं कोणतं रूप दिसेल हे कुणालाही सांगता येणार नाही.

ठरलेल्या दिवशी बरोब्बर अकराच्या ठोक्याला मी त्यांच्या काझी नझरुल इस्लाम ॲव्हेन्यू पथावरील दुकानात त्यांच्या स्वागतिकेची गाठ घेतली, तेव्हा प्रभुशंकर अगरवालांना आपण भेटणार आहोत या विचारानं माझे हातपाय कापत होते. हल्दिरामांची कोलाकात्यामधली ती सर्वांत मोठी शोरूम होती आणि याच ठिकाणी त्यांच्या कंपनीचं प्रमुख कार्यालयही होतं. खालच्या मजल्यावरील देखण्या, सजवलेल्या शोरूममध्ये 'मालक' रोजचा फेरफटका मारत होते, तेव्हा स्वागतकक्षात बसलेल्या मला, स्वागतिकेच्या टेबलामागील भिंतीवर लावलेलं सुंदर चित्र समोरच दिसत होतं. मनोमन मी त्याला दाद दिली. पहाटेच्या गुलाबी सूर्यकिरणांत न्हाऊन

निघालेल्या त्यांच्या दिमाखदार, वैभवशाली इमारतीचं चित्र होतं ते. दर्शनी भागावर फक्त 'हल्दिराम भुजियावाला' ही अक्षरं देखण्या शैलीत लिहिलेला एक फलक होता. हे दुकान हल्दिरामांच्या इतर कुठल्याही दुकानापेक्षा, अगदी दिल्लीतील दुकानापेक्षाही, अधिक देखणं, सढळ हातांनी सजवलेलं असं वाटत होतं. बघताक्षणी त्याचं वेगळेपण, त्याचा उच्च स्तर नजरेत भरत होता. एका वेगळ्याच, अभिरुचीसंपन्न पद्धतीनं मिष्टान्नांचे आणि खाऱ्या खाद्य पदार्थांचे ट्रे ठिकठिकाणी कोनाड्यासारख्या वाटणाऱ्या जागी मांडून ठेवले होते. त्यांच्यावर योग्य पद्धतीनं दिव्यांचा प्रकाशझोत टाकला असल्यामुळे त्यांचे मूळचे देखणे रंग डोळ्यांत भरत होते, आकर्षक वाटत होते. दुकानाची शोरूम प्रशस्त होतीच, शिवाय तिला जोडून एक प्रचंड मोठी खोली होती, जिचा उपयोग उपाहारगृह म्हणून केला जात होता. त्यांच्या नागपूर आणि दिल्लीतील उपाहारगृहांच्या तुलनेत या ठिकाणी अधिक उच्चस्तरीय ग्राहकांचं येणंजाणं असावं, त्यांची आवडनिवड अधिक अभिरुचीसंपन्न असावी असं वाटत होतं. पण माझ्या या मताला प्रभूंनी जोरदार आक्षेप घेतला. ''छे छे! तसं काही नाही. आमचे खाद्य पदार्थांचे दर पाहा ना, किती रास्त आहेत ते.'' त्यांच्या म्हणण्यानुसार त्यांच्याकडे येणारे बहुसंख्य ग्राहक मध्यमवर्गीय भारतीय होते. ''आमच्या ग्राहकांची आवडनिवड उच्च प्रकारात मोडणारी आहे, असं मला वाटतं.''

माझ्या मनानं एका गोष्टीची नोंद केली– दुकानाची एकूण रचना किंवा दुकानातल्या वस्तूंची मांडणी यामध्ये कुठलीही फार मोठी डावपेचांची खेळी वापरलेली नसली तरी त्यामधून प्रभू अगरवालांची सौंदर्यविषयक उच्च अभिरुची, त्याविषयीचं सखोल ज्ञान प्रतिबिंबित होत होतं. दुकानातील सर्व वस्तू उत्तम प्रकारे, डोळ्यांत भरतील अशा पद्धतीनं मांडल्या होत्या, हे निश्चित. इतक्यात माणसांचा एक जथा स्वागतकक्षात शिरला. त्यांच्या अग्रभागी असलेल्या बुटक्या, तुंदिलतनु माणसाच्या अंगातला सळसळता उत्साह मार्गातल्या प्रत्येक व्यक्तीला जणू बाजूला सारत होता. पाणीदार तेजस्वी डोळे आणि वागण्याची मैत्रीपूर्ण पद्धत यामुळे प्रभू अगरवालांच्या आजूबाजूला एक आनंदाचं वातावरण जाणवत होतं. त्यांनी माझ्याशी हस्तांदोलन केलं आणि प्रसन्न स्मितहास्यानं स्वतःची ओळख करून दिली, मला वाट पाहत बसून राहावं लागलं त्याबद्दल दिलगिरी व्यक्त केली आणि त्यांच्या मागोमाग ऑफिसात प्रवेश करायला सांगितलं. त्याच वेळी त्यांनी आपल्या कर्मचाऱ्यांना अनेक आज्ञाही दिल्या. आपल्या व्यवसायाच्या सगळ्या बारीकसारीक तपशिलांमध्ये ते लक्ष घालत होते, नव्या कारखान्याच्या रचनेविषयी त्यांनी चर्चा केली, त्यांना हव्या असलेल्या एका यंत्राच्या आकाराविषयी त्यांच्या इंजिनिअरबरोबर वाद घातला आणि पुढचे काही तास त्यांना मोकळे हवे होते, त्यासाठी त्यांच्या सेक्रेटरीशी ते थोडा वेळ बोलले. त्यानंतर ते माझ्याकडे वळले. आता त्यांना आणि

मला निर्विघ्नपणे गप्पा मारणं शक्य होणार होतं.

प्रभूंची माझ्या मनावर पडलेली छाप म्हणजे ते एक उतावळ्या स्वभावाची, पण लोकांकडून परिपूर्णतेची अपेक्षा ठेवणारी अशी व्यक्ती होती. त्यांच्या अंगी भरपूर उत्साह होता आणि त्याच्या जोडीला वागण्याबोलण्यात एक प्रकारचा डौलदारपणाही होता. त्यांना सतत कामात राहायला आवडत असावं. एकीकडे माझ्या प्रश्नांची उत्तरं देत असतानाच दुसरीकडे ते इतरही अनेक कामं पार पाडत होते. त्यांच्या दिल्लीतील किंवा नागपूरमधील चुलत भावंडांच्या तुलनेत त्यांचा प्रसारमाध्यमांविषयीचा जागरुकपणा जास्त धारदार होता. त्यामुळे नवख्या लोकांवर ते सतत चांगली छाप पाडण्याचा प्रयत्न करत होते. माझी उत्सुकता ताणली गेली ती त्यांच्या वागण्यातील दुहेरीपणामुळे– एकीकडे ते मला मित्रत्वाची वागणूक देत होते आणि त्याच वेळी ते अनोळखी व्यक्तींशी बोलत असताना एक प्रकारची सावधगिरी बाळगत असल्यासारखेही वाटत होते. संभाषणाच्या ओघात त्यांनी हे मान्य केलं की स्वागतकक्षात प्रवेश करण्यापूर्वी मी दुकानात वावरत होते, तेव्हा त्यांनी शांतपणे मला न्याहाळलं होतं. 'तुम्ही आमचे खाद्य पदार्थांचे चौथरे कौतुकानं पाहत होतात, आमच्या कर्मचाऱ्यांशी बातचीत करत होतात, माझ्याविषयी तुमचं स्वतःचं मत बनवत होतात,' वगैरे गोष्टींचा त्यांनी उल्लेख केला. मला नीटपणे न्याहाळून झाल्यानंतरच ते मला शांत चित्तानं भेटायला आले होते. त्यांच्या बोलण्यातून मला एक प्रकारची अविश्वासाची भावना जाणवली, जी त्यांच्यासारख्या व्यक्तींना बहुतेकांबद्दल वाटत असावी. त्यांच्या याच वागण्यातून असंही जाणवलं की प्रभू अगरवाल नेहमीच लढाईच्या पवित्र्यात असावेत. आपण साधेभोळे आहोत, असं ते वरकरणी दाखवत होते; पण तो त्यांचा नेहमीचा पवित्रा नसावा.

काहीसे दक्ष असलेले प्रभू अगरवाल माझ्या सुरुवातीच्या प्रत्येक प्रश्नाचं थेट उत्तर देण्याऐवजी मलाच उलट प्रश्न विचारत राहिले. आपल्या तोंडून एखादाही चुकीचा शब्द बाहेर पडणार नाही याची मनोमन तयारी करूनच ते आले असावेत. हल्दिरामांच्या बाकी बहुतेक कुलदीपकांनी विनम्रतेचा आविर्भाव धारण करून संभाषणाची सुरुवात केली होती. मला विचारलं होतं, 'मी आपल्याला अशी कोणती माहिती देऊ जी तुम्हाला याआधीच इतरांनी दिलेली नाही?' बरोब्बर त्याउलट पवित्रा घेत दर वेळी प्रभू अगरवालांनी मलाच विचारलं, 'नागपुरात आणि बिकानेरमध्ये त्यांनी तुम्हाला काय सांगितलं? ते मला कळलं की मग मी तुमच्याशी अधिक मोकळेपणानं बोलू शकेन.'

प्रभू अगरवालांचा जन्म १९५९ मध्ये कोलकात्याला झाला आणि त्यांचं अवघं आयुष्य त्यांनी ब्रिटिशांची एकेकाळी राजधानी असलेल्या याच गजबजलेल्या शहरात घालवलं आहे. त्यांचे चुलतभाऊ मनोहरलाल यांच्यापेक्षासुद्धा काही वर्षांनी

लहान असलेल्या प्रभूंनी कोलकात्यामधला धंद्याचा सुरुवातीचा धडपडीचा काळ कधीच अनुभवला नाही. १९७०च्या दशकाच्या सुरुवातीच्या काही वर्षांतच त्यांनी वडिलांच्या दुकानात मदत करायला अन् धंद्याचे पाठ गिरवायला सुरुवात केली. त्या काळीसुद्धा ते हल्दिरामच्या सर्वांत मोठ्या दुकानाचे वारसदार गणले जात असत, कारण कोलकात्यामधील शाखा सर्वांत जास्त नफा कमवत असे आणि बिकानेर व नागपूरच्या तुलनेत त्यांची विक्रीसुद्धा प्रचंड होती. धंद्यासंबंधीचे तसंच शेव बनवण्याचे सर्व पाठ त्यांनी आपल्या वडिलांच्या, रामेश्वरलालच्या हाताखाली गिरवले होते. अगरवाल कुटुंबातल्या त्यांच्या पिढीतल्या किंवा त्यांच्या आधीच्या पिढीतल्या सर्व पुरुषांनी बिकानेरमध्ये राहण्याचा अनुभव घेतलेला होता, पण प्रभू अगरवालांचं सर्व आयुष्य कोलकात्यातच गेलेलं होतं. तरीही, मसाल्यांची पारख करण्याचं कौशल्य आणि तऱ्हेतऱ्हेचे खाद्य पदार्थ अगदी सुरुवातीपासून बनवण्याची हुशारी त्यांनीही उचलली होतीच.

खरं सांगायचं झालं तर लहान वयातच त्यांना कुटुंबाच्या व्यवसायाबद्दल इतकं प्रेम वाटू लागलं की, त्या पायी त्यांचं शालेय शिक्षणाकडे दुर्लक्षच झालं. बडा बाजार भागातील श्री. दिदू माहेश्वरी पंचायत विद्यालयात त्यांनी उच्च माध्यमिक शालेय शिक्षण घेतलं. शाळेला दांडी मारण्यासाठी अन् दुकानाच्या भटारखान्यात मदत करण्यासाठी ते जणू काही निमित्तच शोधत असत; पण त्यांच्या वडिलांनी त्यांचं त्या बाबतीत कधीच कौतुक केलं नाही वा शाबासकीदेखील दिली नाही. "इतक्या लहान वयात काम करायला सुरुवात केल्यावरून मला बऱ्याच वेळा कानपिचक्या मिळाल्या आहेत. माझ्या वडिलांना माझं वागणं मुळीच पसंत नव्हतं; कारण त्यांनी उच्च शिक्षण घेतलेलं नसलं तरी मी पुढे शिकावं, शिकून हुशार व्हावं, अशी त्यांची इच्छा होती. पण अस्मादिक नेहमीच खालून पहिला नंबर मिळवणाऱ्यातले!" मोठ्यानं हसून प्रभू म्हणाले. "अभ्यासात मला मुळीच रस नव्हता; पण आमच्या हिंदीच्या प्राध्यापकांचे (मुलं त्यांना प्रेमानं आरडी म्हणत) शब्द माझ्या हृदयावर जणू कोरले गेलेत. आरडी नेहमी म्हणायचे, 'जो माणूस कष्ट करतो तो कधीही हरत नाही. बक्षीस त्याला शोधत त्याच्याकडे येतं.' त्यांचे हे शब्द माझ्या मन:पटलावर जणू कायमचे कोरले गेले आहेत. माझ्यापुरतं बोलायचं तर ते खरेही ठरले आहेत."

त्यांनी कामाची सुरुवात (कामाचा श्रीगणेशा) गल्ल्यावर बसून केली. बिलं बनवायची आणि हिशोब ठेवायचे, यांत त्यांना मनापासून रस वाटत असे. त्यांना आकडेमोडीची कला जात्याच अवगत होती. मालाचा जलद उठाव होण्यासाठी, लवकर नफा कमावण्यासाठी गिऱ्हाइकांना आकर्षून घेणं, त्यासाठी मालाच्या दरात सूट देणं, हे त्यांचे गुण इतरांच्या नजरेत भरू लागले. खरं तर, अगदी आजही ते

मोकळेपणानं मान्य करतात की गल्ल्यावर बसून त्यांनी जे काम केलं, त्यातून मिळालेलं व्यावहारिक ज्ञान, अनुभव, शाळा-कॉलेजातून मिळवलेल्या रचनाबद्ध ज्ञानापेक्षा तुम्हाला लांबचा पल्ला गाठायला पुष्कळ मदत करतो.

थोड्या अधिक गंभीरपणे ते स्वतःविषयी सांगू लागतात. ते म्हणाले, "घटक खाद्य पदार्थांची पारख करण्याची पात्रता, धंदा सांभाळण्याचं ज्ञान आणि मार्गात उभ्या ठाकलेल्या आव्हानांना कणखरपणे तोंड देणं या गोष्टी मी माझ्या वडिलांकडून शिकलो हे जरी खरं असलं, तरी यश मिळवण्याची तीव्र आस मी माझ्या वडिलांकडून नाही शिकलो. उलट, कुटुंबातल्या इतर अनेक पुरुषांपेक्षा माझ्या महत्त्वाकांक्षेची झेप बरीच मोठी होती. माझं तर असं प्रामाणिक मत आहे की, माझ्या वडिलांच्या पिढीतल्या पुरुषांमध्ये भविष्याचा वेध घेण्याची क्षमताच नव्हती." अर्थात, प्रभूंना वडिलांच्या खारे खाद्य पदार्थ बनवण्याच्या कौशल्याबाबत सार्थ अभिमान वाटत होता, हे त्यांच्या बोलण्यातून मला स्पष्ट जाणवलं.

एके काळी हल्दिराम कुटुंबात रामेश्वरलालांचं नाव चवीच्या बाबतीतले सर्वांत उत्कृष्ट पारखदार म्हणून घेतलं जायचं. एखाद्या पदार्थाच्या तळणासाठी कुठलं तेल वापरलं आहे हे तर ते सांगू शकतच, पण त्यातल्या इतर पदार्थांविषयी अगदी वेडगळ वाटावी इतकी माहिती ते पुरवू शकत असत. उदाहरणार्थ, त्यांनी असं म्हटलं, 'शेंगदाण्याचं तेल तळणासाठी वापरलंय', तर पुढे जाऊन ते असंही अगदी अचूकपणे सांगत की मूळ शेंगदाण्यांमध्ये किती टक्के पाणी आहे. "त्यांचं नावच 'प्रयोगशाळा' असं ठेवलं होतं," महेश अगरवाल- प्रभूंचे धाकटे बंधू- प्रतीक फूड्स लिमिटेडचे मालक, अभिमानाच्या सुरात म्हणाले. रामेश्वरलालना बंगाली बाजारपेठेविषयीही आणि त्यांच्या गिऱ्हाइकांच्या चवींविषयीचं सखोल ज्ञान होतं. त्यांच्या शांत, अविचल स्वभावाबद्दल लोक त्यांना वाखाणत असत. दोघंही भाऊ कौतुकाच्या सुरात वडिलांच्या या स्वभाववैशिष्ट्याची आठवण सांगतात. "कामाच्या ठिकाणी परिस्थितीमुळे कितीही तणाव निर्माण झाला तरी बाबुजींच्या चेहऱ्यावरची रेषही हलत नसे." महेश सांगू लागले, "बाबा नेहमी म्हणत असत, 'एखादी आगगाडी दिल्लीहून कोलकात्याला निघाली असेल, तर आपल्या देशाची लोकसंख्या विचारात घेता, कुठल्याही स्थानकावर कितीही लोक गाडीतून खाली उतरले, तरी त्यांच्या तिप्पट संख्येनं प्रवासी गाडीत शिरत असतात!' " दैवगतीवर रामेश्वरलाल यांचा गाढ विश्वास होता. आयुष्यात भलेही अनेक चढउतार येवोत, शेवटी सगळ्याची गोळाबेरीज साधारणपणे एकच असते.

मूलचंदांपेक्षा रामेश्वरलाल खूप वेगळे होते; ते कष्टाळू होते. त्यांच्यामध्ये महत्त्वाकांक्षा होती, निदान आपला उद्योगधंदा फायद्यात चालावा, त्यात वाढ होत राहावी, असं त्यांना वाटायचं; मात्र, त्यांच्यामध्ये डावपेच आखण्याची दूरदृष्टी

नव्हती किंवा व्यवसायात गगनभरारी घेण्याची इच्छाही नव्हती, असं त्यांच्या मुलांचं मत होतं. ''त्या काळच्या पुरुषांना स्वप्नं बघायची सवयच नव्हती. धंद्यात कसाबसा जीव तगवायचा, इतपतच त्यांची मजल जात असे. दैनंदिन जबाबदाऱ्या पार पाडण्यातच त्यांची इतकी दमछाक होत असे की, भविष्यासंबंधात योजना आखण्याची क्षमताच त्यांच्यात उरत नसे. माझ्या वडिलांच्या बाबत वाढ व्हायची ती एक अधिक एक अधिक एक या सजीवांच्या पुढे जाण्याच्या पद्धतीनुसार किंवा काही वेळा योगायोगानं खेळलेल्या खेळ्यांमुळे,'' प्रभूंनी आपलं मत व्यक्त केलं. रामेश्वरलालना रोजच्या धबडग्यातून बाकी काही करायला उसंत मिळत नसे, तर प्रभू आणि त्यांचे मुलगे निर्धास्तपणे भविष्याविषयी स्वप्नं बघत असत आणि आपलं साम्राज्य विस्तारण्याच्या क्षमतांचं चित्र डोळ्यांसमोर उभं करत असत. प्रभूंपेक्षा थोड्या वेगळ्या दृष्टिकोनातून महेश बघत असावेत. ''आमच्या वडिलांना धंदा वाढवायचा होता, नाही असं नाही; पण तेवढं एकच मर्यादेबाहेरचं वेड नसावं, असंही त्यांना वाटत असेल. सुखानं, आरामात जगण्यासाठी कष्ट करा; ते पुरेसं आहे, असा सल्ला ते आम्हाला नेहमी देत असत.'' दोघाही मुलांना आपल्या वडिलांच्या शांत जीवनपद्धतीचं कौतुक होतं; पण त्यांना असंही वाटतं की नव्वदीच्या दशकाच्या सुरुवातीला ब्रँडसंदर्भात ज्या कोर्टकचेऱ्या, न्यायालयीन लढतींच्या रूपात झाल्या, त्यामागचं एक कारण त्यांचा शांतताप्रिय स्वभाव असावा. त्याविषयी आपण पुढे जाणणारच आहोत.

रामेश्वरलालची अशी मनोधारणा होती की, कुठलीही समस्या न सोडवता येण्यासारखी नसते. कर्मचाऱ्यांच्या संघटनांनी दिलेले मोठे लढे आणि व्यावसायिक चढउतार यांसारखी आव्हानंही ते समतोलपणा आणि मनोधैर्याच्या बळावर सहज पार करून जात असत. कुठल्याही अवघड प्रसंगी भावनिक न होता ते त्यातून बाहेर कसं पडता येईल याचा विचार करू लागत. त्यांचा हा स्वभावविशेष त्यांच्या थोरल्या चिरंजीवात उतरला नव्हता, असं सकृद्दर्शनी तरी वाटत होतं. तरीही त्यांनी मुलासमोर असं उदाहरण ठेवलं की, काहीही झालं तरी धैर्यानं समस्या सोडवायच्या, कितीही शकलं पडोत, ती उचलायची आणि धीरानं वाटचाल करत राहायचं.

लहान असताना प्रभू आणि महेश अगदी रोजच दुकानात हजेरी लावत असत; अपवाद असायचा तो आणीबाणीसदृश परिस्थितीचा. अर्थात, त्यांना काम करण्यासाठी पैशाचा मोबदला हे आमिष दाखवलं जात असे! रामेश्वरलाल मुलांना म्हणत, 'दिवसातून एकदा, अगदी अर्धा ताससुद्धा तुम्ही दुकानात गेलात, तर तुम्हाला पन्नास पैसे ते एक रुपया मिळेल.' अशा पद्धतीनं मुलांनी हातखर्चासाठी लागणारे पैसे तर कमावलेच, शिवाय दुकान चालवण्याचं, गिऱ्हाइकांच्या गरजा समजून घेण्याचं ज्ञानही त्यांना अप्रत्यक्षपणे संपादन करता आलं. ''आम्ही त्या आमदनीला

'गल्ले का पैसा'– चिल्लर ठेवलेल्या खणातले पैसे– असं नाव दिलं होतं. दुकानात गेलो नाही तर आम्हाला काही मिळत नसे. त्या वयात पैसा हे एक मोठंच आमिष वाटत असे. दुकानात आम्ही पाच मिनिटं मदत केली काय किंवा तासभर मदत केली काय, आम्हाला तेवढेच पैसे मिळत असत. तसं पाहिलं तर आमच्या वडिलांच्या डोक्यातून आलेली ती एक मोठी हुशारीची शक्कल होती. त्यांना अशी आशा वाटत असेल की आमच्यातील नैसर्गिक कुतूहल कधीतरी जागं होईल, अन् खरंच सांगतो, की आमच्या बाबतीत तसंच घडलं, हे त्यांचं सुदैवच होतं!'' महेश म्हणाले. महेश हातखर्चासाठी दिलेल्या पैशांविषयी सांगत होते, तर प्रभूंनी सांगितलेल्या आठवणींवरून रामेश्वरलाल कोणत्या प्रकारची व्यक्ती आहेत ते समजण्यास मदत झाली. ''आमच्या दुकानातला नोकर वर्ग आम्हाला आमच्या कोवळ्या वयात 'मालिक' म्हणून संबोधायचा, तेव्हा आम्हाला कोण आनंद व्हायचा! सगळे जण आम्हाला मोठ्या मालकाशी वागतात तशाच प्रचंड आदरानं वागवायचे. आपण कुणीतरी महत्त्वाची व्यक्ती आहोत असं आम्हाला वाटत असे. मला वाटतं त्या सगळ्या अनुभवातून आम्हाला पैशाचं मोल समजत गेलं. आम्हाला ही उमज आली की वास्तवात पैसा नेहमीच कशा ना कशाशी तरी जोडलेला असतो,'' ते गंभीरपणे उद्गारले. मला वाटतं, त्याच वेळी त्यांना मनावर मोहिनी घालणारं एक सत्यही उमगलं असावं– पैशाचा थेट संबंध ताकदीशी असतो.

तरीही एक गोष्ट आवर्जून सांगायला हवी : जोपर्यंत रामेश्वरलाल हयात होते तोपर्यंत त्यांनी आपल्या मुलांना त्यांच्या वाढत्या वडिलोपार्जित संपत्तीच्या बळाचा गैरवापर करायची परवानगी दिली नाही. त्यांच्या वडिलांप्रमाणे आणि थोरल्या भावांप्रमाणे रामेश्वरलालनीही उपजतच एक ज्ञान मिळवलं होतं– धंद्यात मिळालेला नफा पुन्हा धंद्यातच गुंतवायचा. व्यापारधंद्यात मिळवलेला पैसा कधीच चैनबाजीवर उधळायचा नसतो, तर धंद्याची वाढ करण्यासाठी त्यातच घालायचा असतो. हल्दिरामच्या सर्व मुलांनी या स्वभाववैशिष्ट्याचा फार अभिमान बाळगला आहे. त्यांचं म्हणणं हेच आहे की, इतर अनेक व्यापाऱ्यांमध्ये आणि हल्दिराममध्ये हाच मोठा फरक होता. सर्व हल्दिराम कुटुंबीयांचं एक समान सूत्र होतं- माणसाचा आपल्या पैशावर अंकुश असायला हवा. पैशाचा अंकुश माणसावर असता कामा नये. तरीही एक गोष्ट खरीच – काही भावांनी या शपथेनुसार जगायचं ठरवलं, तर काही जण आपल्या निरंकुश महत्त्वाकांक्षेच्या स्वाधीन होत त्या लाटेत वाहत गेले.

''मला आठवतंय, माझ्या लहानपणी एकदा मी आणि माझे वडील रस्त्यानं चालत कुठेतरी निघालो होतो. मला एके ठिकाणी लॉटरीसदृश तिकिटांची विक्री चाललेली दिसली. तुम्ही काढलेला नंबर भाग्यवान अंक निघाला तर तुम्हाला काहीतरी बक्षीस मिळतं, असा प्रकार होता तो,'' महेश बालपणीच्या आठवणीत

रंगून गेल्यासारखे दिसले. "मला खूप मजा वाटली त्या प्रकाराची, म्हणून मी वडिलांच्या अगदी मागेच लागलो, 'मला तिकीट घ्यायचंय' म्हणून. पण ते म्हणाले, 'तू तिकीट काढशील, पण तुला नक्की काहीच माहीत नसणार की तुला काय मिळणार आहे. त्यापेक्षा तुला लॉटरी पेटीतलं कोणतं खेळणं हवंय ते तू मला सांगितलंस तर तेच मी तुला घेऊन देऊ नाही का शकणार? तुला काय हवंय ते मिळण्याची त्यामुळे खात्री तरी असेल ना? नक्की काय हवंय ते मिळवण्याची खात्री असताना उगीच जुगार कशाला खेळायचा?' त्यांचे ते शब्द कितीतरी दिवस माझ्या आठवणीत पक्के राहिले. आपलं नशीब घडवणं आपल्याच हातात असतं, दैवाचा काही भाग नसतो त्यात."

दोघाही भावांना हे तत्त्वज्ञान मंजूर होतं. प्रभूंनी त्याविषयी आणखी काही कल्पना मला सांगितल्या. "तुम्ही एखादे वेळी १०० रुपये जिंकता किंवा तुम्हाला कुणीतरी ते बक्षीस म्हणून देतात तेव्हा होणारा आनंद क्षणिक असतो; तो कायम टिकणारा नसतो. तुमच्या मनात एक विचारचक्र फिरत राहतं, मला आणखी ५० रुपये मिळाले असते तर किती छान झालं असतं! त्याच्या उलट, तुम्ही एखादा रुपया जरी गमावला तरी तुम्हाला फार वाईट वाटतं. त्यामागचं कारण असं की तुमच्या जवळ जे असतं ते तुम्ही स्वकष्टांनी मिळवलं असल्यामुळे त्याला पुष्कळ मोल असतं." हा सगळा आदर्शवाद त्यांच्या काही गैरव्यवहारांचं समर्थन करणारा नसला तरीही त्यामुळे त्यांच्या मनात खोलवर घर करून बसलेल्या त्यांच्या तात्त्विक बैठकीवर त्यामुळे निश्चितपणे प्रकाश पडू शकतो. याच माणसानं आपला धंदा वाढवण्यासाठी आणि टिकवण्यासाठी मार्गात अडचण म्हणून ठाकलेल्या माणसाचा खून करायचा प्रयत्न केला होता, असा आरोप त्याच्यावर ठेवला गेला होता.

शोकांतिका आणि विजय

लोकसंख्येच्या दृष्टीनं विचार केला तर कोलकाता हे भारतातील दुसरं सर्वाधिक मोठं शहर गणलं जातं; परंतु ते खऱ्या अर्थानं दिल्ली किंवा मुंबईप्रमाणे कधीच विश्वबंधुत्वाचं उदाहरण समजलं जात नाही. तिथला समाज बऱ्याच प्रमाणात एकसंध आहे; तिथे बहुसंख्येनं असलेले बंगाली लोक प्रेमळ स्वभावाचे आहेत, शैक्षणिक गुणवत्तेला महत्त्व देणारे असूनही त्यांना कला आणि संस्कृतींबद्दल खास प्रेम, आदर वाटतो. मात्र अनेक पिढ्यांपासून कोलकात्यात वास्तव्य करून राहिलेले मारवाडी लोक अजूनही बंगाली लोकांना परके, उपरेच वाटतात. बंगाल्यांनी त्यांचं कधीच खुल्या दिलानं आपल्या राज्यात स्वागत केलेलं नाही किंवा त्यांना आपलं

मानलेलं नाही. इतिहासाकडे नजर टाकली असता असं लक्षात येतं की, ब्रिटिशांनी नेहमीच कोलकात्याला लाडावलेल्या मुलाप्रमाणे वागवलंय. ब्रिटिश साम्राज्याला या शहराचा एके काळी अभिमान वाटायचा. एडन आणि सिंगापूरच्या दरम्यान असलेलं सर्वांत गजबजलेलं शहर म्हणून कोलकात्याकडे पाहिलं जात असे. ब्रिटिश साम्राज्यात त्याला लंडनखालोखाल महत्त्वाचा दर्जा देण्यात आला होता. ब्रिटिशांनी भारत सोडल्यानंतर मारवाडी लोकांनीच कोलकात्याची अर्थव्यवस्था खऱ्या अर्थानं सांभाळली आहे. ब्रिटिश लोक भारतातून परत मायदेशी गेल्यानंतर आजच्या काळातलं एक वैभवसंपन्न नागरी रूप ही या शहराची ओळख त्याला मारवाडी समाजाच्या अर्थविषयक उलाढालींमुळेच प्राप्त झालीये.

मारवाडी लोकांनी शहराच्या संपन्नतेच्या दृष्टीनं जरी फार मोठं योगदान दिलं असलं, तरी बंगाली लोकांचं आजही कुठल्याच बाबतीत त्यांच्याबरोबर जुळत नाही, असं अनेकांचं मत आहे. दोन्ही समाजांची राहण्या-वागण्याची शैली, त्यांचे आचार-विचार इतके भिन्न आहेत की, त्यांचं एकमेकांत मिसळून जाणं अशक्यप्रायच आहे; अगदी पाणी आणि तेलाचं एकजीव होणं जितकं अशक्य आहे तितकंच. बंगाल्यांना मासे म्हणजे जीव की प्राण; तर बहुतेक मारवाडी कडक शाकाहारी. पारंपरिकदृष्ट्या पाहिलं तर मारवाडी लोक व्यापारउदीम सांभाळणारे असल्यामुळे त्यांचा कल उजव्या विचारसरणीकडे. वेगळ्या शब्दांत सांगायचं तर ते डाव्या विचारसरणीला विरोध करणारे अन् बहुसंख्य बंगाली कडवे डावे. साहजिकच, सरकार कसं चालवावं या मुद्द्यावर दोन्ही समाजांमध्ये पूर्ण विचारभिन्नता. याच नव्हे तर मुलांना किती शिक्षण दिलं जावं, दैनंदिन साधनसुविधांचे दर काय असावेत, इतकंच नाही; तर कामाबद्दलची नीतिमूल्यं अशा सर्व विषयांवर दोन्ही समाजांमध्ये मतभिन्नता दिसते. सर्वांत कहर म्हणजे, अतिशय सुसंस्कृत आणि उच्चशिक्षित असल्यामुळे फार पूर्वीपासून बंगाल्यांनी व्यापारी मंडळींकडे पाहून नाकं मुरडली आहेत, त्यांना तुच्छ लेखलं आहे. पण म्हणूनच आश्चर्याची बाब ही की, दोन्ही समाजांनी कोलकात्यामध्ये आपलं एक विशिष्ट असं स्थान निर्माण केलंय आणि आपापल्या क्षेत्रात राहूनही समाजातल्या मर्यादा सांभाळण्यात ते यशस्वी ठरले आहेत. खरं सांगायचं तर बहुतेक मारवाडी लोक बंगाली भाषा बोलत नाहीत, तरीही बाजारात गेल्यानंतर असं दिसून येतं की जेव्हा त्यांच्यामध्ये आर्थिक व्यवहार होतात, तेव्हा मारवाडी व्यापारी शुद्ध हिंदी भाषेत वस्तूंचे दर, वैशिष्ट्यं सांगताना दिसतात; तर बंगाली लोक त्यांच्याशी दराविषयी हुज्जत घालताना शुद्ध बंगाली भाषेचा वापर करताना दिसतात आणि तरीही त्यांच्यामध्ये व्यवस्थितपणे आर्थिक उलाढाली होतातच!

हल्दिराम कुटुंबानं आयुष्यातली पन्नास वर्षं कोलकात्यामध्ये व्यापारधंदा करत

काढली आहेत, तरीही त्यांना स्थानिक लोक उपरेच समजतात. याच भेदभावामुळे प्रभूंचं व्यक्तिमत्त्व आणि त्यांची वैचारिक बैठक एका विशिष्ट प्रकारे घडली आहे असं त्यांचं मत आहे. "आम्हा लोकांना इथे स्थायिक होणं फार अवघड गेलं. इथले कामगार संघटनांचे संप म्हणू नका, की इथले जमीनधारणेसंबंधीचे कायदे म्हणू नका– अगदी पावला-पावलागणिक आम्हाला अडचणींना सामोरं जावं लागलं. एखादा पर्वत चढून जाण्यासारखंच होतं ते आमच्यासाठी." थोड्या वेळानं काहीसं चाचरत बोलल्यासारखं करत, पण मनातलं एखादं गुपित सांगावं तसे ते दुःखानं मला म्हणाले, "इथे येण्यात आपण फार मोठी चूक केली, असं माझे वडील एकदा मला म्हणाले होते. प्रत्येक पायरीवर आम्हाला प्रगती करण्यापासून अडवण्यात आलं. तुम्हाला सांगतो, कोलकात्याला येऊन तब्बल चाळीस वर्षं लोटल्यानंतर म्हणजे नव्वदीच्या दशकात आम्हाला बऱ्यापैकी वेगानं प्रगती करणं शक्य झालं."

पश्चिम बंगालचा इतिहास हे राज्य प्रामुख्यानं कम्युनिस्ट पक्षाचं असल्याचं सांगतो आणि म्हणूनच की काय, कामगारांच्या स्थितीला इथे बरंच महत्त्व देण्यात आलं आहे. एखादं फुसकं कारण सापडलं तरी कामगारसंघटना दीर्घ काळचे संप सुरू करते. उद्योजकांना वेठीस धरून वेतनवाढ करण्याची सक्ती करते किंवा कामाचे तास कमी करायला भाग पाडते. आमच्या मागण्या मान्य केल्या नाहीत तर कारखान्यावर बहिष्कार टाकू अशी धमकी देतात. "तसं झालं की कुठल्याही धंद्याचे बारा वाजतात," प्रभूंनी भावाच्या बोलण्याला दुजोरा देत म्हटलं. "फार वाईट परिस्थिती असायची. कामगारसंघटना संप पुकारायच्या आणि अव्वाच्या सव्वा मागण्या करत व्यापाऱ्यांच्या घराला वेढा द्यायच्या. शेकडो कामगार घराला वेढून टाकत आणि बिचारा मालक आपल्याच घरात कोंडला जात असे. फार घाबरवून टाकणारा प्रसंग असायचा तो– काहीतरी हिंसक प्रकार घडणार आता अशी धास्ती वाटत राहायची मनाला. जोडीला एक प्रकारची असहायताही वाटायची, की आपण आपला पोटापाण्याचा व्यवसाय गमावून बसतोय की काय!" त्यांच्या एका जवळच्या मित्रानं अशी पुस्ती जोडली, "घरात कोंडले गेलेल्यांच्या सुटकेसाठी पोलीस लोक कधीच मध्ये पडत नसत. अगदी आजही कामगारसंघटनांच्या ठायी इतकी ताकद आहे, सत्ता आहे, की ते एखाद्या उद्योजकाचं घर पेटवून देऊ शकतात आणि तरीही कुणी त्यांच्या केसालाही धक्का लावू शकत नाही."

अगरवाल कुटुंबीयांना त्यांच्या आयुष्यातल्या पहिल्या मोठ्या संपाचा अनुभव १९७५ मध्ये आला. त्या जीवघेण्या प्रसंगाचा ओरखडा प्रभूंच्या आयुष्यावर कायमचा उठला. त्या दिवसापासून त्यांचा कामगारांवर कधीही विश्वास बसू शकला नाही. आपल्या कामगारांबरोबर कणखरपणे वागण्याचं धोरण त्यांनी त्या दिवसापासून पुढे कायमचं अंगीकारलं. आता त्यांना अगदी ठामपणे वाटतं की,

पायात रुतलेला काटा काढण्यासाठी काटाच वापरावा लागतो.

"त्या वर्षी कामगारांनी आमचं घर दोन संपूर्ण दिवस बंद करून ठेवलं. कानांनी ऐकताना हा काळ छोटा वाटतो, पण विचार करून पाहा, विजेचा पुरवठा बंद करण्यात आलाय, टेलिफोनच्या तारा उचकटून काढल्याहेत आणि बाह्य जगाशी तुम्हाला कोणताही संपर्क ठेवण्याची मुभा ठेवलेली नाहीये," महेश माझ्या नजरेसमोर त्या परिस्थितीचं वास्तव चित्र उभं करतात. "आपल्या मागण्यांच्या घोषणा करत कामगारांनी आमच्या घराला वेढा घातला, मोठमोठ्या आवाजात ते आम्हाला धमक्या देत राहिले आणि तात्पुरते का होईना, त्यांच्या तुरुंगात अडकवल्या गेलेल्या आमच्या मनात त्यांनी भीतीची एक खोलखोल विहीर खणली होती. रात्रीच्या निःशब्द वातावरणात त्यांच्या बंगाली भाषेतल्या घोषणा आमची हृदयं चिरत गेल्या. काहीतरी भयानक घडणार आहे, आपला अंतकाल जवळ आला आहे, अशी भावना त्यांनी आमच्या मनात निर्माण केली."

"मालक लोक आपल्या रक्ताचं शोषण करतात."

"ते आपल्याला निढळाचा घाम गाळायला लावतात आणि स्वत: मात्र आयुष्यातल्या सगळ्या चैनींचा उपभोग घेत असतात!"

"ते आमच्यावर घनघोर अन्याय करतात, जुलूमजबरदस्ती करतात."

"त्यांना ठार मारा, त्यांना आमच्या इच्छेनुसार वाकायला लावा."

"आम्हाला आमचा पैसा द्या, आमचे कामाचे तास कमी करा."

कल्पना करा, क्षणाक्षणाला वाढत जाणाऱ्या जमावानं तुम्हाला तुमच्याच घरात कोंडून घातलंय, हातांत जळते पलिते घेऊन ते घोषणा देताहेत, मिनिटा-मिनिटाला त्यांच्या घोषणांमधला आवेग वाढत चाललाय. पुढचे कित्येक महिने, नव्हे वर्षं, अगरवालांच्या कुटुंबाला त्या हतबल करणाऱ्या अनुभवानं भेडसावून टाकलं.

"पोलिसांनी मदत करावी म्हणून आम्ही ओरडलो, किंचाळलो तर नुसत्या माना हलवत ते शांतपणे उभे राहिले. मी त्या वेळी फक्त सतरा वर्षांचा होतो. त्या अनुभवानं मला खडबडून जागं केलं. अशा परिस्थितीत कुणीही, अगदी कायदाही तुमच्या मदतीला धावून येत नाही, हे कटू सत्य मी अनुभवलं."

त्या घटनेनं रामेश्वरलाल आणि त्यांचे मुलगे पारच हबकून गेले, कारण तोपर्यंतच्या आयुष्यात त्यांनी धंद्याची फक्त चढती कमानच अनुभवली होती. त्यांची मालमत्ता, सामाजिक दर्जा उंचावतच राहिला होता. त्यामुळे जे स्थैर्य आलं होतं त्याची तुलना मनातल्या मनात ते एक प्रकारच्या शक्तीशी करू लागले होते. ज्या

क्षणी त्यांना कळून चुकलं की आपण आपल्या कामगारांना हवं तसं वाकवू शकत नाही. त्या क्षणी जणू खेळाचे नियमच पालटल्यासारखे झाले. या नव्या आव्हानांना सामोरं जाण्यासाठी नवा दृष्टिकोन, नवी कौशल्यं वापरायला लागणार होती, हे त्यांच्या ध्यानात आलं. रामेश्वरलाल शांत स्वभावाचे असल्यामुळे त्यांनी वाटाघाटी करून प्रश्न सोडवण्याची गरज ओळखली आणि स्वतःमध्ये आवश्यक ते बदल घडवले, पण त्यांच्या भडक डोक्याच्या मुलाला– प्रभूंना ते अवघड गेलं, कारण काही काही वेळा त्यांच्या मनाचा तोल ढळतो, असं बोललं जातं. महेश अशाच एका प्रसंगाची आठवण सांगतात, "एका रात्री सगळे कामगार कारखान्यातून बाहेर पडले आणि कामावर परत यायला त्यांनी नकार दिला. काही प्रसंगी प्रभू डोक्यात राख घालून घेतो, हे सर्वांनाच ठाऊक होतं. त्या दिवशी संध्याकाळी त्यानं एका कामगाराच्या अंगावर हात उगारला आणि दोघांमध्ये भांडण जुंपलं. कामगारांनी आमच्यावर बहिष्कार टाकला तरीदेखील बाबुजी शांत, अविचल राहिले. त्यांनी दादाला त्याबद्दल दोष दिल्याचं मला आठवत नाही."

तरीही एक गोष्ट मान्य करायलाच हवी – संतापी स्वभाव असूनही प्रभूंनी स्वतःमध्ये बदल घडवलेत. आता ते बरेच शांत, परिपक्व स्वभावाचे नेता झालेत, हे सिंगूरमधील त्यांच्या कारखान्याला दिलेल्या भेटीत मला जाणवलं. आपल्या कर्मचाऱ्यांशी अन् कामगारलोकांशी ते शांतपणे बोलत होते, सर्वांना योग्य तो आदर देत होते. थोडक्यात सांगायचं, तर त्यांच्या वागण्याबोलण्यात एक प्रकारचा व्यावसायिक दृष्टिकोन मला स्पष्ट जाणवला. आपल्या कामगारांना खूश राखण्यासाठी त्यांनी अनेक क्लृप्त्या वापरात आणल्या आहेत. सत्तावन्न वर्षांच्या या उद्योजकानं आपल्या कामगारांसाठी कारखान्याच्या इमारतीतच, पण वरच्या मजल्यांवर निवासस्थानं बांधली आहेत. तळमजल्यावरचा भटारखाना वातानुकूलित करण्यात आला आहे. सर्वांना दिवसातून तीन वेळा मोफत जेवण देण्याची व्यवस्था करण्यात आली आहे. कोलकात्यातील कामगारसंघटना अतिशय प्रबळ असल्यामुळे इतर राज्यांपेक्षा तिथले मजुरीचे दर चढे आहेत. त्यातच कामगारांच्या संख्येत जर सतत घट होत राहिली, तर कंपनीला ते महागात पडतं– नवीन कामगार मिळवणं, त्यांना प्रशिक्षण देण्यात वेळ वाया घालवणं, कमी कामगार असले तर उत्पादन घटतं अन् नुकसान होतं, असे अनेक प्रकारचे तोटे सहन करावे लागतात. कधी प्रलोभनाचं गाजर दाखवून तर कधी छडीचा प्रसाद देऊन कार्यभाग साधण्याचं कौशल्य प्रभूंनी संपादन केलंय. आज ते कामगारांना आठ तासांच्या पाळीत काम करायला लावतात, उत्तम प्रकारची वैद्यकीय सेवासुविधा पुरवतात आणि त्याच वेळी उत्पादनखर्च कमी होईल या दृष्टीनं नव्यानव्या मार्गांचा अवलंब करण्यावरही त्यांचं बारीक लक्ष असतं.

प्रभूंचं मन वाचणं ही जवळजवळ अशक्यकोटीतली गोष्ट होती माझ्यासाठी.

त्यांच्याबद्दल मी ज्या काही कथा ऐकल्या त्या बऱ्याच वेळा मला परस्परविरोधी वाटल्या, त्यामुळे त्यांना नीटपणे पारखणं, माणूस म्हणून ते नक्की कसे आहेत हे जाणणं, हे फार अवघड काम होतं माझ्यासाठी. उदाहरणार्थ, त्यांच्या एका जवळच्या नातेवाइकानं त्यांचं वर्णन सत्तरीच्या दशकातला बॉलिवूडच्या चित्रपटातील खलनायकसदृश नायक असं केलं. कुणीतरी मला असं ठामपणे सांगितलं की एकदा त्यांच्या दुकानात शिरलेल्या गुंडांनी भरपूर मिठाया खाल्ल्या अन् त्यांचे पैसे चुकते करायला नकार दिला. शिवकिशनना अशाच आव्हानांना नागपूरमध्ये तोंड द्यावं लागलं होतं, त्या कहाण्या तुम्हाला आठवतच असतील ना? कोलकात्यातही तसे प्रकार घडले, पण त्या कहाण्यांचा शेवट मात्र पूर्णपणे वेगळा होता. प्रभूंनी पुढच्याच क्षणी आपल्या कारखान्यातल्या ३००-३५० कामगारांना बोलावून घेतलं आणि दुकानाला वेढा द्यायला लावला. गुंड लोक दुकानात अडकले. प्रभूंनी कामगारांना आश्वासन दिलं की होणाऱ्या परिणामांची संपूर्ण जबाबदारी ते स्वतः आपल्या शिरावर घेणार होते. त्यांनी गुंडांना धाकधपटशा दाखवत दुकानाबाहेर पडायला लावलं. थोडीफार हाणामारी झाली असावी असंही माझ्या कानावर आलं, पण या प्रकरणाचा शेवट पोलिसांनी प्रभूंची बाजू घेण्यात केला, कारण त्या प्रसंगी लोकांच्या भावना प्रभूंच्या बाजूनं होत्या. त्यांनी धाडसीपणा दाखवला, शेजारीपाजारी पाहत असतील या भीतीनंही माघार घेण्यास किंवा सौम्य कृती करण्यास त्यांनी साफ नकार दिला. प्रसंगाला तोंड देण्यासाठी त्यांनी रणांगणात झेप घेतली आणि आपला धंदा सुरक्षित राहावा म्हणून परिस्थितीचा ताबा घेतला. पोलिसांची मदत घ्यावी, त्यांना पाचारण करावं, हा विचारही त्यांच्या मनाला शिवला नाही. १९७५ मध्ये घडलेल्या कामगारसंघटनांशी संबंधित घटनेमुळे त्यांच्या मनात पोलिसांविषयीचा जो अविश्वास निर्माण झाला होता, त्यामुळे त्यांना आयुष्यात पुढेही काही अत्यंत दुर्धर प्रसंगांना तोंड द्यावं लागलं.

एका दृष्टीनं विचार केला तर प्रभूंना दंगाधोपा, मारहाण वगैरेची अजिबात भीती वाटत नाही. अन् दुसऱ्या बाजूनं विचार केला तर असं लक्षात येतं की कधीकधी ते खूप शांतपणा आणि नेतृत्वगुण दाखवू शकतात. माझ्या सिंगूरभेटीत एका कामगारानं त्याच्या नोकरीवर बेतू शकेल अशी घोडचूक केली! हल्दिरामसच्या प्रभूजींची सर्वाधिक खपाची प्रिय मिठाई म्हणजे काजूकतली. सुप्रसिद्ध काजूबर्फीचंच एक भावंडं असं काजूकतलीबाबत म्हटलं जातं. त्यांच्या नेहमीच्या काजूकतलीमध्ये वेलदोड्याचा वापर स्वादासाठी केला जातो, पण प्रभूंच्या असं लक्षात आलं होतं की वेलदोड्याऐवजी केशराचा वापर केला तर मिठाईची चव पुष्कळच सुधारते. केशर हे हिंदुस्थानी मसाल्यांमध्ये अतिशय महाग समजलं जातं. केवळ एक घटकपदार्थ वाढवल्यामुळे त्यांच्या काजूकतलीची श्रेणी एकदम उच्च प्रतीची ठरली

जाणार होती. त्यांनी आपल्या कामगारांना नवा बदल करायला सांगितला. उत्पादन बाजारात आणलं गेलं. पण एकदा त्यांच्या एका कामगारानं चुकून दोन्ही स्वाद काजूकतलीत घातले, कारण दोन्हीचे डबे त्यांच्या काम करण्याच्या ठिकाणी जवळजवळ ठेवलेले होते अन् नवीन पाककृतीविषयीची सूचना त्याच्यापर्यंत पोहोचली नसावी, हेही उघड झालं. शेकडो टनांचं उत्पादन बिघडलं, फेकून द्यायची वेळ आली. प्रभूंनी सगळ्यांना त्याबद्दल सांगताच कारखान्यात काही क्षण भयाण शांतता पसरली. आता प्रचंड मोठा उद्रेक होणार अशी भीती मला वाटली; पण प्रभूंनी त्याला चूक कशी घडली त्यासंबंधी काही प्रश्न विचारले आणि थोडीशी समज दिली. गोंधळामागचं कारण लक्षात येताच त्यांनी पर्यवेक्षकाला शांतपणे सूचना दिली की भविष्यात असा प्रकार टाळण्यासाठी काजूकतली बनवण्याच्या जागी वेलदोड्याच्या पिशव्या कधीही ठेवल्या जाणार नाहीत, याची खबरदारी घ्यावी. बस्स! त्यांचा व्यवस्थापकीय अधिकार आणि शांतपणे विचार करण्याची पद्धत मला अतिशय परिणामकारक वाटली. त्यामुळे कामगारही सकारात्मक विचारसरणीनं काम करू शकले. पण दुसरा मुद्दाही विचारात घेण्यासारखा आहेच. प्रभूंनी स्वतःच्या रागावर नियंत्रण मिळवलं आणि कामगारांबरोबर वागायच्या आपल्या पद्धतीत बदल केले यामागचं आणखी एक कारण म्हणजे, त्यांच्या संतापी स्वभावामुळे कामगारांनी अनेक वेळा कामावर बहिष्कार टाकला होता आणि काम सोडून ते चालतेही झाले होते. थोडक्यात, अनुभवानं प्रभू शहाणे झाले होते. तथापि, वृत्तपत्रातल्या बातम्यांवरून असंही समजतं की अनेक वेळा त्यांच्या अपमानास्पद बोलण्यामुळे आणि वर्तणुकीमुळे त्यांच्याविरुद्ध कायदेशीर तक्रारी नोंदवण्यात आल्या होत्या. एकदा तर एका गिऱ्हाइकावर हल्ला केल्याच्या कारणावरून त्यांना अटकही करण्यात आली होती, असं म्हटलं जातं.[४] बलिष्ठ कामगारसंघटना आणि त्याच्या जोडीला प्रभूंची पसरणारी अपकीर्ती, या दोन्ही कारणांमुळे त्यांना आपल्या वागणुकीत बदल करावेच लागले. नाहीतर कोलकात्यासारख्या विशिष्ट सामाजिक-आर्थिक परिस्थितीत त्यांचा निभाव लागणं कठीणच होतं, असं त्यांच्या अनेक नातेवाइकांचं मत पडलं.

"१९७५ मध्ये, कामगारसंघटनांच्या कामगारांनी आमच्याशी जे वर्तन केलं, त्यामुळे आमच्या प्रगतीचा वेग मंदावला. १९७० मध्ये आम्ही ब्रामन पथावर एक लहानसा कारखाना सुरू केला होता, पण १९७५ च्या गंभीर घटनेनंतर पुढची २५ वर्षं आम्ही त्याचाही विस्तार केला नाही. आम्ही मनुष्यबळाचा वापर करून आणखी

४. 'बडा बाजारमध्ये काही वाईट पाहू नका', तेहेलका, २० फेब्रुवारी,२०१०, http://www. tehelka.com/2010/02/see-no-evil-in-burrabazar/.

काही दुकानं उघडली; पण खऱ्या अर्थानं प्रगती करणं शक्य झालं ते १९९१ मध्येच. त्या वर्षी कम्युनिस्ट सरकारचा पाडाव झाला आणि देशभरात उदारीकरणाची लाट उसळली. तेव्हापासून कामगारांनी आमच्याशी अधिक चांगलं सहकार्य केलंय," प्रभू म्हणाले.

अर्थात, विस्तारीकरणाच्या लाटेवर स्वार होण्यापूर्वी अगरवाल कुटुंबावर दुर्दैव आणि विनाश अशा दुहेरी संकटांचा घाला झाला. रामेश्वरलालना एकूण चार मुलगे – त्यांपैकी सर्वांत थोरला मुलगा म्हणजे प्रभू आणि त्यांच्या पाठचे तीन भाऊ म्हणजे रवी अगरवाल, महेश अगरवाल आणि अशोक अगरवाल. २१ मे, १९९१ रोजी जेव्हा देशावर त्या वेळचे लाडके पंतप्रधान राजीव गांधींच्या मृत्यूच्या रूपानं कुऱ्हाड कोसळली, त्याच दिवशी कोलकात्यातील अगरवाल कुटुंबही शोकसागरात बुडालं होतं. रवी अगरवाल आणि त्यांची पत्नी बिकानेरमध्ये एका भीषण मोटार अपघातात ठार झाले. ते शिवरतन अगरवालांना भेटायला त्यांच्या घरी बिकानेरला गेले असताना, आपल्या दोन्ही मुलांसह ते जवळच्याच एका मंदिरात देवदर्शनासाठी गेले, तेव्हा वरील अपघात घडला आणि त्यांना मृत्यू आला होता. अपघात कसा घडला याविषयीची सविस्तर माहिती अजूनही कुणाला पूर्णपणे माहीत नाही; पण गाडी कशाला तरी धडकली, उलटीपालटी झाली आणि अपघाताच्या जागेपासून कित्येक फूट अंतरावर इतक्या जोरात आदळली की होत्याचं नव्हतं झालं. अगरवाल पतिपत्नी गाडीत पुढच्या बाजूला बसले होते; त्यांना तत्काळ मृत्यू आला असं समजलं. त्यांची दोन मुलं आणि गाडीचा चालक मागच्या सीटवर बसले होते. ते गाडीतून बाहेर फेकले गेले, रस्त्यावरून उचलले जाऊन दूर अंतरावरच्या झुडपात आदळले, त्यामुळे त्यांचे जीव वाचले.

रामेश्वर अगरवालांच्या चारही मुलांमध्ये घनिष्ठ प्रेमसंबंध होते. एका मुलाच्या अकाली मृत्यूमुळे कुटुंबाची अपरिमित हानी झाली. पण प्रभूंचे एक मामा- पूनमचंद यांच्या सांगण्यानुसार, मृत्यूपूर्वी काही आठवडेच रवींनी दिल्लीतल्या चुलत भावाला – मनोहरलालना गाठलं होतं आणि दिल्लीत स्वतःचं वेगळं दुकान थाटायचा विचार बोलून दाखवला होता. प्रभू आणि रवी यांच्यामध्ये वैमनस्य निर्माण झालं होतं, अशा अफवा उठल्या. आपण वेगळं होऊन आपलं स्वतंत्र स्थान निर्माण करावं, असा विचार रवींच्या मनात आला असावा. तशा आणखीही काही अफवा उठल्या होत्या की, रवींनी वेगळं होण्याच्या निर्णयाला रामेश्वरलालच्या सगळ्या मुलांनी संमती दिली होती. मनोहरलालनी त्यांना दुकान विकत घेण्यात मदत केली होता; पण त्याच वेळी अशी विनंतीही केली होती की, त्यांनी दिल्लीत व्यवसाय सुरू करताना काहीतरी वेगळं नाव– हल्दिराम, कोलकाता– लावावं म्हणजे त्यांच्या स्वतःच्या व रवींनी नव्यानं उघडलेल्या दुकानांमध्ये ब्रँडवरून लोकांच्या

मनात गोंधळ निर्माण झाला नसता. रवींनी त्या विचाराला संमती दिल्यामुळे त्यांचं दिल्लीला जाणं हे जवळजवळ निश्चित झाल्यात जमा होतं; पण त्यानंतर केवळ काही दिवसांच्या आतच विशीतल्या या तरुणाचा दुर्दैवी मृत्यू झाला होता अन् प्रभूंच्या खांद्यांवर पुढच्या सगळ्या वाटाघाटी करण्याची जबाबदारी येऊन पडली होती.

रवी आणि त्याची पत्नी यांच्या दुर्दैवी मृत्यूचा शोक त्यांच्या भावांच्या पचनी पडण्याआधीच रामेश्वरलालना– त्यांच्या मार्गदर्शकांना– दोनच दिवसांनी २३ मे, १९९१ रोजी नैसर्गिकरीत्या मृत्यू आला. त्यानंतरचे काही महिने या अगरवाल कुटुंबानं दुःखाच्या आणि गोंधळलेल्या मनःस्थितीत काढले. भावनांचे कढ येत राहिले. कुटुंबावर दुःखाचं दाट सावट पसरल्यासारखं झालं. रामेश्वरलाल कुटुंबाचा प्रमुख आधार होते, त्यांच्या भक्कम आधाराच्या बळावर कुटुंब एकसंध उभं होतं. तो खांब कोसळताच बाकीची इमारत ढासळायला सुरुवात झाली. वडिलांच्या मृत्यूनंतर भावांनी निर्णय घेतला की प्रत्येकानं आपापला स्वतंत्र व्यवसाय करणंच सर्वांच्या भल्याचं ठरेल. संपूर्ण उद्योगसमूहाचे पाच हिस्से करण्यात आले– चार भावांसाठी चार हिस्से आणि पाचवा वाटा त्यांच्या आईसाठी, कमलादेवींसाठी.

"माझ्या भावाचा आणि वडिलांचा मृत्यू एकाच वर्षी झाला. भावनिकदृष्ट्या आम्ही सगळ्यांनीच खूप भोगलं. त्यानंतर आम्ही विभक्त झालो आणि आपापला धंदाव्यवसाय आपल्या स्वतंत्र पद्धतीनं सांभाळू लागलो," महेश म्हणाले. त्यानंतर लगेचच जणू काही माझ्या मनातला प्रश्न जाणावा त्याप्रमाणे ते बोलू लागले, "सर्वांनी एकत्र राहण्यामध्ये काही फायदे असतात, तसेच काही तोटेही असतातच. सर्वांचे विचार एकसारखे असतील तर एकत्र राहण्यात तथ्य असतं, गोडी असते. पण जर मुळातच तुमच्यात मतभिन्नता असेल तर मग वेगळं होणंच सर्वांच्या दृष्टीनं श्रेयस्कर ठरतं." त्यानंतर ते अधिकच तात्त्विक पद्धतीनं विचार मांडत म्हणाले, "एखाद्या देशानं प्रगती करण्यासाठी वेगवेगळी राज्यं असणं महत्त्वाचं असतं. प्रत्येक विभागाला अधिक केंद्रित लक्ष मिळाल्यामुळे सर्व विभागांची प्रगती जलद होते."

एकमेकांपासून विभक्त होण्याचा, स्वतःचा वेगळा धंदा चालवण्याचा निर्णय का घेतला याचं कारण सांगताना रामेश्वरलालचे मुलगे एक प्रकारची बचावात्मक भूमिका घेताना दिसतात. कदाचित असं असेल की एकत्र काम करण्यासाठी त्यांना एखादं विशिष्ट कारण सापडलं नसेल किंवा व्यवसाय करताना त्यांचे अहम् आड आले असतील, तेव्हा त्यांनी 'स्वतंत्र होण्यानं आमच्यापैकी प्रत्येकाला पूर्ण लक्ष केंद्रित करून प्रगती करणं शक्य झालं असतं,' असा पवित्रा धारण केला असेल. उलट बाजूनं विचार केला तर असं दिसतं की, या विभक्तीकरणामुळेच त्यांना

कधीच आपल्या व्यवसायासाठी भांडवल मिळवण्यासाठी सार्वजनिक भांडवलबाजारात नवा समभाग आणता आलेला नाही, कारण कोणत्याही कंपनीला सार्वजनिक कंपनीचा दर्जा प्राप्त होण्यापूर्वी आपल्या मालमत्ता आणि वित्तीय स्थिती (असेट्स आणि फाइनान्सेस) व्यवस्थित स्वरूपात जाहीर कराव्या लागतात. त्यातच भर पडली आहे ती त्यांच्या हल्दिराम या ब्रँडच्या नावाच्या मालकीहक्काविषयीची– प्रत्येक भावानं आपला वेगळा ट्रेडमार्क घेणं गरजेचं ठरतं, कारण त्यानंतरच जनतेला वेगवेगळ्या कंपन्यांमधला फरक निश्चितपणे समजू शकेल. सध्या, ब्रँडमधल्या विभागण्या तोंडीच असल्यासारख्या आहेत, कागदोपत्री त्यांची ठाम नोंद नसावी. त्यामुळे प्रत्येक भावाची मालमत्ता निश्चित करण्याबाबतीतही गोंधळ माजू शकतो. आता एक अनुच्चारित प्रश्नही मनात येतो– समजा, त्या सर्वांनी खरोखरच एकाच ब्रँडच्या छत्राखाली राहून धंदा केला असता, भांडवल आणि उत्पन्नाचे स्रोत सामायिकपणे वापरले असते, तर जागतिक स्तरावर तो अधिक शक्तिशाली ब्रँड ठरला असता का?

महेश अगरवाल जरी अगदी ठामपणे म्हणत असले की, भाऊभाऊ विभक्त झाले कारण त्यातच सर्वांचं भलं होतं, तरी त्यांच्या एका जवळच्या विश्वासू माणसानं मात्र वेगळंच मत व्यक्त केलं. १० फेब्रुवारी, २०१०च्या टेलिग्राफच्या अंकात त्यानं स्पष्टपणे नमूद केलं आहे की, 'नव्वदीच्या दशकाच्या उत्तरार्धात आम्ही विभक्त झालो, कारण प्रभूंनी मालमत्तेसारख्या धोका असलेल्या क्षेत्राकडे कुटुंबाचा पैसा वळवायला सुरुवात केली.'[५] तेव्हा असं दिसतं की जरी हे भाऊभाऊ तोंडानं आम्ही सगळे एकच आहोत असं जाहीरपणे म्हणत असले, तरीही कुटुंबातले जवळचे लोक मात्र असं मानतात की त्यांच्यातले मालमत्तेतील गुंतवणुकीवरून होत असलेले वादविवाद गेल्या काही वर्षांत विकोपाला गेले आहेत.

अखेर १९९१ मध्ये भावाभावांमधील विभक्तपणावर शिक्कामोर्तब झालं आणि चारही भाऊ आपापला धंदा स्वतःच्या इच्छेनुसार चालवण्यास मोकळे झाले आणि त्यांनी तो मार्ग अनुसरला. प्रभूंनी कोलकात्यातला आपला व्यवसाय वाढवण्यासाठी काही योजना कार्यान्वित केल्या. त्यांचे वडील जिवंत होते तेव्हापासूनच त्यांनी आपले तिखटमिठाचे खाद्य पदार्थ लहान लहान पाकिटांच्या रूपात किरकोळ विक्रेत्यांना विकायला आणि लहान दुकानांमध्ये ठेवायला सुरुवात केली होती. आता त्यांना मधले दलाल (कॅरिंग आणि फॉरवर्डिंग एजंट्स), मालाची गोदामांमध्ये

५. भुजिया साम्राज्याला पडलेले तडे दृश्य स्वरूपात' टेलिग्राफ १० फेब्रुवारी, २०१० http://www.telegraphindia.com/1100210/jsp/calcutta/story_12086326.jsp

साठवण करून ठेवणारे लोक आणि भिन्न मार्गांवरील वितरक यांच्याबरोबरचे संबंध घनिष्ठ करणं गरजेचं झालं. जोपर्यंत वितरक किंवा घाऊक विक्रेते मालाची मागणी नोंदवत नाहीत, तोपर्यंत मालाचं रक्षण करण्याची जबाबदारी सी अँड एफ दलालांवर असते. विकल्या गेलेल्या मालावर त्यांना काही रक्कम दलालीच्या रूपात मिळते. त्यांचं आणखी एक काम म्हणजे मालाचे उत्पादक आणि वितरकांची साखळी यामध्ये मध्यस्थी करणं. मोठ्या प्रमाणावर माल साठवून ठेवणारा माणूस एक प्रकारचा सी अँड एफ दलालच असतो. त्याच्याकडे स्वतःची गोदामं असतात, मालाची ने-आण करण्यासाठी मनुष्यबळ असतं आणि वितरकांकडे मागणीनुसार माल पाठवण्यासाठी वाहनंही असतात. प्रत्यक्ष उत्पादक आणि ज्यांच्याकडून ग्राहकलोक माल विकत घेतात ते किरकोळ विक्रेते, दुकानदार यांच्या दरम्यान इतके टप्पे असतात. वितरण व्यवस्था जितक्या प्रमाणात प्रभावशाली असते, तितक्या प्रमाणात मधल्या माणसांना द्यावी लागणारी दलाली कमी होते. किरकोळ दुकानांमधली सामान साठवून ठेवण्याची क्षमताही कमी असली तरी भागू शकतं. थोडक्यात सांगायचं तर, ब्रँडच्या लोकप्रियतेइतकंच वितरणव्यवस्थेलाही महत्त्व असतं. वितरकांबरोबरचे संबंध वाढवण्यासाठी, घनिष्ठ करण्यासाठी प्रभूंनी कित्येक वर्षं खर्चली होती आणि एकूण वितरण व्यवस्थेचं जाळं विस्तारत नेलं होतं. आज त्यांच्यामधील वाटाघाटी करण्याच्या कौशल्यामुळेच ते त्यांच्या क्षेत्रातले कमीत कमी दलाली देणारे उत्पादक ठरले आहेत : २ टक्के दलाली सी अँड एफ दलालांना आणि साखळी वितरकांना ७ टक्के दलाली प्रभू देतात. याच प्रभावी वितरण व्यवस्थेमुळे ते देशभरात आणि परदेशांमध्येही माल पाठवण्याची मोठी क्षमता बाळगतात.

जसजशी वितरण व्यवस्था सुधारली, तसतशी त्यांच्या मालाला येणारी मागणीही प्रचंड प्रमाणात वाढली. रामेश्वरलालचा सर्वांत धाकटा मुलगा अशोक दिल्लीला गेल्यानंतर प्रभूंचा प्रमुख स्पर्धक त्यांच्या पाठचा भाऊ, शांतपणे काम करणारा महेशच ठरला. प्रभूंनी स्वतःचं असं आणखी एक वेगळं ब्रँडनाव– हल्दिराम्स प्रभुजी – निर्माण केलं आणि दोन्ही ब्रँडनावांखाली त्यांनी माल विकणं चालू केलं तर महेशनी हल्दिराम हे नाव असलेल्या एकाच दुकानात विक्री चालू ठेवली. भाऊभाऊ एकमेकांचे व्यावसायिक स्पर्धक बनल्यानंतर त्यांच्यामध्ये अनेक वेळा मालाच्या किमतीवरून युद्धं खेळली गेली, अशा बातम्या वृत्तपत्रांतून रंगवल्या गेल्या हे जरी खरं असलं, तरी त्यांनी कौटुंबिक संबंधही चांगले राखले; व्यावसायिक स्पर्धेनं नातेसंबंधांना ग्रहण लागलं नाही. कोलकात्यातच पूनमचंद आणि त्यांचा मुलगा आशिष अगरवाल भिखाराम चांदमल या कुटुंबाच्या नावाचा समावेश असलेल्या ब्रँडच्या छत्राखाली व्यवसाय करत होते. हल्दिराम ब्रँडमध्ये ते बरेच

खालच्या स्तरावर; पण तिसऱ्या क्रमांकावर होते. महेश अगरवालांची सर्वांत थोरली मुलगी, आँचल अगरवाल, सध्या अमेरिकेतील सँता बार्बरा येथील युनिव्हर्सिटी ऑफ कॅलिफोर्नियामध्ये इलेक्ट्रॉनिक्स विषयात पदव्युत्तर संशोधन करत आहे. तिनं असं म्हटलं, ''माझ्या आईच्या मते चारही भावांमध्ये प्रभूंची व्यावसायिक गुणवत्ता अव्वल दर्जाची आहे. त्यांच्या स्वभावामध्ये खात्रीशीर वर्तणुकीचा अभाव असला तरी फायदा कुठे होऊ शकेल, हे त्यांना फार पटकन समजायचं. धंद्याची वाढ करण्यात ते सतत प्रयत्नशील असत.''

१९९४ मध्ये प्रभू अगरवालांनी कोलकात्यातील नेताजी सुभाषचंद्र बोस विमानतळानजीकची एक इमारत विकत घेतली, जिथे त्यांनी स्वतःचं प्रमुख कार्यालय हलवलं आहे. त्याचा विकास करताना प्रभूंनी त्यांच्यातील अंगभूत कलात्मकतेचा पुरेपूर उपयोग करून घेतला आहे. ही जागा व्यवसायाच्या दृष्टीनं लाखमोलाची होती, कारण शेकडो प्रवासी प्रवासाला जाण्यापूर्वी वा प्रवासानंतर त्यांच्या दुकानात भोजन घेत असत, दुकानातून मिठायांचे किंवा खाऱ्या पदार्थांचे पुडे भेट देण्याखातर विकत घेत, त्यामुळे त्यांच्या उत्पादनांची मागणी अक्षरशः गगनाला भिडू लागली. २००५ मध्ये, मागणीला पुरेसा पुरवठा व्हावा म्हणून त्यांनी कोलकात्याच्या बाहेरील आलमपूर नावाच्या भागात जागा खरेदी केली आणि तिथे त्यांचं लोकप्रिय मिष्टान्न सोनपापडी, तसेच इतर काही खाद्य पदार्थ बनवण्यासाठी कारखाने बांधले. ''कारखान्यांमध्ये उत्पादन सुरू झाल्यानंतर पुढच्याच वर्षी आमच्या उत्पादनात वीस पट वाढ झाली,'' प्रभूंनी अभिमानपूर्वक सांगितलं. ते पुढे म्हणाले, ''मालाची साठवण करून ठेवण्याची समस्या आम्हाला कधीच अनुभवाला आली नाही किंवा गोदामांमध्ये माल पडून राहिलाय, नुकसान झालंय असंही कधी घडलं नाही. कारण आमच्या मालाला मागणीच प्रचंड असते. आमचं कुठलंही उत्पादन विकायला आम्हाला जास्तीत जास्त दोन महिने लागतात आणि जे पदार्थ ताबडतोब विकले जात नाहीत ते दसरा-दिवाळीसारख्या मोठ्या सणासुदीच्या दरम्यान हातोहात विकले जातात.'' दोघेही भाऊ कौतुकानं सांगतात की काही महिने विक्रीच्या दृष्टीनं दुष्काळाचे असतात, पण त्याची भरपाई दिवाळी, होळीसारख्या सणांच्या काळात पुरेपूर होते. या काळातल्या जास्तीच्या मागणीचा विचार मनात ठेवूनच आम्ही उत्पादनाचं आयोजन करतो. उदाहरणार्थ, वसंत ऋतूत येणाऱ्या बैसाखीच्या सणाच्या वेळी दर दिवसाला ५००० किलो मिठाईची विक्री होते, तर अन्य वेळी आठवड्याला आम्ही २००० किलो मिठाई विकू शकतो. मागणीचं प्रमाण किती वाढत असेल असं वाटतं तुम्हाला? आठवड्याला पस्तीसहजार किलोंवरून जवळजवळ २ लाख किलोंवर!

हाच युक्तिवाद एकाच विभागात, सारख्याच वाटणाऱ्या ब्रँडखाली व्यवसाय

करणाऱ्या भावांमधील स्पर्धेलाही लागू पडतो. पूनमचंद यांच्या म्हणण्यानुसार "एकमेकांचे लचके तोडण्याच्या घटना काही प्रमाणात घडतात; परंतु इथली एकूण बाजारपेठ इतकी प्रचंड मोठी आहे, की त्यामुळे अजूनही आमच्यावर परस्परांच्या हिश्श्यावर हात मारायची वेळ आलेली नाही. अर्थात, जेव्हा बाजारपेठ उत्पादकांनी ओथंबल्यासारखी होईल आणि सध्या कोणताही ब्रँड नावावर नसलेले उत्पादक स्वतःचे ब्रँड तयार करून माल विकायला लागतील, तेव्हा ब्रँडच्या नावाचं मूल्य कमालीचं वाढेल. सध्याही काही शहरांमध्ये नावाजलेल्या ब्रँडमध्ये लढाया सुरू आहेत."

हल्दिराम्स प्रभुजी या ब्रँडनं पश्चिम बंगालमधील गिऱ्हाइकांच्या मनावर, हृदयांवर आपला अंमल बसवला आहे. सतत वाढत्या मागणीचा पुरेसा पुरवठा करण्यासाठी प्रभूंनी व्यवसायाचा विस्तार करण्याचा आणि नवे कारखाने उघडण्याचा सपाटा चालवला आहे. २०१० मध्ये सिंगूरमधील कारखान्यात मालाचं उत्पादन सुरू झालं, तेव्हा उत्पादनात आणि विक्रीत तिप्पट वाढ झाली. वितरणामुळे ब्रँडचं नाव अधिकच दमदार झालं. पश्चिम बंगालमध्ये इतर सगळ्या खाद्य पदार्थांच्या ब्रँडच्या पुढे त्यांच्या ब्रँडनं मुसंडी मारली. "आमच्या ब्रँडनं लोकांची मनं काबीज केली आहेत. आमच्या दर्जावर, आमच्या शब्दांवर ते डोळे झाकून विश्वास ठेवतात. मी स्वतः माझ्या डोळ्यांनी पाहिलंय की, इतर उत्पादकांचे अंडीविरहित केक विकणारे दुकानदार संशयाच्या नजरेनं पाहणाऱ्या गिऱ्हाइकांपुढे पार ढेपाळतात. पण जेव्हा हल्दिराम्स प्रभुजींचे अंडीविरहित केक बाजारात येतात, तेव्हा त्याच मावश्या-काक्या, शिक्षक आणि सगळे शाकाहारी ग्राहक आमचे केक विकत घेण्यासाठी दुकानांमध्ये घोळक्यानं येतात अन् बिनधास्तपणे खरेदी करतात. अशा प्रकारचा वारसा आम्ही कमावला आहे."

त्यांच्या या आत्मविश्वासाची मला वेगळ्या प्रकारे प्रचिती आली. त्याच रात्री मी अमेरिकेला जाणाऱ्या एका तरुण जोडप्याला तयार छोल्यांची किलोंमध्ये गणती करता येईल इतकी हवाबंद पाकिटं विकत घेताना पाहिलं. त्यांनी मला मोठ्या खात्रीपूर्वक सांगितलं, "हे हल्दिरामचं उत्पादन आहे, रस्त्याकडेला असलेल्या कुठल्या तरी येरागबाळ्याच्या दुकानातला माल नाहीये हा. त्यांचा दर्जा नेहमीच उत्तम आणि खात्रीशीर असतो. त्यांची पाकिटं हवाबंद असतात, सबंध प्रवासात ते व्यवस्थित राहील. दर वर्षी आम्ही भारतात येतो तेव्हा त्यांचाच माल विकत घेतो."

प्रभूंच्या एकूण विक्रीमध्ये दहा टक्के वाटा निर्यातीचा आहे. भारतातले सध्या वयस्कर गणले जाणारे लोक हल्दिरामांच्या उत्पादनांवरच लहानाचे मोठे झाले, ते दुसऱ्या कुठल्याही ब्रँडकडे वळत नाहीत, पण आता बाजारपेठेत मोठ्या आंतरराष्ट्रीय स्तरावरील पेप्सिको, ब्रिटानिया आणि आयटीसी कंपन्यांनी प्रवेश केल्यामुळे प्रभूंना

तीव्र स्पर्धेला तोंड द्यावं लागत आहे, कारण तरुण वयाच्या गिऱ्हाइकांवर त्यांच्या तिखटमिठाच्या चटपटीत आणि वेफरसदृश कुरकुरीत खाद्यपदार्थांनी मोहिनी टाकली आहे. हे आंतरराष्ट्रीय ब्रँड नुकतेच पारंपरिक खाद्य पदार्थांच्या बाजारपेठेत शिरले आहेत, तिथला त्यांचा हिस्सा लहानसा आहे, पण पाश्चिमात्य स्वाद असलेले त्यांचे कुरकुरे (क्रिस्प्स) लोकप्रिय होत आहेत. अर्थात, प्रभूंनी त्यावरही विचार केलाय आणि म्हणूनच जागतिक स्तरावरच्या ब्रँडबरोबर थेट स्पर्धा करण्यासाठी ते अशा प्रकारचे खाद्यपदार्थ बाजारात आणण्याचा विचार करत आहेत. भारतातल्या मुलांसाठी त्यांच्या आवडत्या भारतीय स्वादांचे खाद्य पदार्थ ते आता बनवणार आहेत. कुरकुरेंसारखे नव्या प्रकारचे वेफर्स आणि खाद्य पदार्थ बाजारात आणायचे, पारंपरिक भारतीय खाद्य पदार्थांमध्येच या नव्या चवीच्या, नव्या स्वादाच्या पदार्थांना स्थान मिळवून द्यायचं आणि तरुणाईच्या मनावर मोहिनी टाकायची, असा त्यांचा मानस आहे. चव पारखणारे कुशल लोक नव्या वेगळ्या उत्पादनांची पारख करण्यात मग्न आहेत आणि आता भारतातील खास तरुण वर्गासाठी आगळ्यावेगळ्या खाद्य पदार्थांची एक मालिकाच ते बाजारात आणण्यासाठी सज्ज झाले आहेत.

बिकानेर आणि नागपुरातील हल्दिरामांच्या व्यवसायांहून प्रभूंचा धंद्याविषयीचा दृष्टिकोन वेगळा, अधिक प्रगत स्वरूपाचा आहे. त्यांनी आधुनिक विक्रीतंत्राचा वापर करताना खुल्या मनानं आणि त्याहूनही सढळ हातानं पावलं उचलली आहेत. २०१६ मध्ये त्यांनी केवळ जाहिरातखर्च आणि विक्रीतील वाढीसाठी १०० कोटी रुपयांचं अंदाजपत्रक तयार केलं, तेव्हाच त्यांच्या म्हणण्यानुसार त्यांनी अधिकाधिक लोकांपर्यंत पोहोचण्याच्या दृष्टीनं मोठं पाऊल उचललं होतं. त्यांच्या हातातील पुढचं शस्त्र प्रसारमाध्यमांचा योग्य पद्धतीनं उपयोग करणं, हे असणार आहे. त्यांच्याच कुटुंबातल्या दिल्ली ब्रँडच्या नियोजनपद्धतीहून प्रभूंची पद्धत पूर्णपणे वेगळी आहे असं मनात येतं; कारण दिल्लीतील कंपनी सध्या एकीकडे विविध डावपेचांच्या साहाय्यानं वितरण व्यवस्थेचं जाळं मजबूत करत आहे, तर दुसरीकडे खाद्य पदार्थ बनवणाऱ्या इतर कंपन्या विकत घेऊन नवनवीन लोकसंख्या विभागांपर्यंत पोहोचण्याचा प्रयत्न करत आहे. अजूनपर्यंत तरी दिल्ली आणि कोलकात्यातील दोन्ही हल्दिराम कंपन्या मौखिक जाहिरातींवर आणि वितरणावरच जास्त प्रमाणात अवलंबून आहेत. खरं सांगायचं झालं तर त्यांच्या स्वतःच्या कंपन्यांमधले विक्री विभाग हाताळणारे लोकच वितरणविषयक कामंही सांभाळत आहेत, असं दिसतं! मात्र, विक्री वाढवण्यासाठी प्रसारमाध्यमांद्वारा मोहिमा आखणं, हे प्रभूंसाठी नवं धाडसी पाऊल ठरेल. त्यामुळे एका वेगळ्या स्तरावरून लोकांमधील सजगता वाढेल आणि मोठ्या संख्येनं नवे ग्राहकही त्यांना मिळू शकतील. पण दिल्लीतल्या हल्दिराम कुटुंबीयांच्या मते, हल्दिराम हे नाव सध्याही भारतभरात लोकांच्या

ओळखीचं आहेच. पंकज अगरवालांचं मत सांगायचं तर, "लोक आम्हाला ओळखतात की नाही हा मुद्दा उपस्थितच होऊ शकत नाही. खरा प्रश्न हा आहे की, देशातल्या दूरदूरच्या, अगदी कानाकोपऱ्यातल्या गिऱ्हाइकांपर्यंत आम्हाला कसं पोहोचता येईल?'' यशप्राप्तीसाठी तऱ्हेतऱ्हेचे डावपेच रचता येऊ शकतात, हे त्यांच्यामधल्या लहानमोठ्या विभिन्न मतांमधून समजून येतं.

जसजसे उत्पादनाचे आकडे गगनाला भिडू लागले, तसतसं प्रभूंनी मोठमोठी गोदामं स्थापण्याचा सपाटा सुरू केला. त्यांची साठवणक्षमता १०-१५ लाख किलो इतकी आहे. त्यांच्यापैकी बरीच गोदामं वातानुकूलित आहेत कारण वितरणापूर्वी खाद्य पदार्थ ताजे आणि आरोग्यास हितकारक स्थितीत राहणं गरजेचं असतं. वितरणक्षमता मोठ्या प्रमाणात वाढवल्यानंतर प्रभूंच्या आणखी एक गोष्ट लक्षात आली– विक्रीदालनांवर होणारा अतिरिक्त खर्च. रामेश्वरलाल हयात होते तेव्हाही प्रभूंनी त्यांच्याबरोबर मक्तेदारी पद्धतीनं (फ्रँचाइझी) धंदा करण्याचा विचार करून पाहिला होता– एखाद्या दुकानात ते हल्दिरामची उत्पादनं विकायला ठेवणार होते आणि दुकानदारानी त्यांच्या उत्पादनांच्या विक्रीवर त्यांना काही रक्कम शुल्क (फी) म्हणून द्यायची होती. त्यांची उत्पादनक्षमता वाढल्याबरोबर शहरामध्ये अशा पद्धतीची दुकानं वसंत ऋतूत जागोजागी फुलांची रोपटी उगवावीत त्याप्रमाणे फोफावली! आता दोघा भावांची शहराच्या या टोकापासून त्या टोकापर्यंत एकूण पन्नास फ्रँचाइझी दुकानं आहेत. अशा दुकानांमध्ये प्रामुख्यानं कोरडे खाद्य पदार्थ आणि मिठाया मिळतात हे जरी खरं असलं, तरी प्रभू आपल्या विक्रीदालनातला खर्च कमी करण्यासाठी सतत प्रयत्न करत असतात अन् तेही दर्जाबाबत कुठेही तडजोड न करता!

वेळेला किंमत असते आणि उत्पादन प्रक्रियांसंबंधी कामांच्या बाबतीत तर ते फारच प्रकर्षानं जाणवतं. एखाद्या ग्राहकानं खाद्य पदार्थाची मागणी केल्यानंतर तो तयार करून त्याच्यापुढे ठेवण्यासाठी लागणारा वेळ वाचवल्यास, तेवढ्याच वेळात आणखी एका ग्राहकाला उपाहारगृहात बसायला जागा मिळू शकते. कामकाजाचा वेग मंदावल्यामुळे जी अडथळ्यासारखी परिस्थिती निर्माण होते, त्यावर तोडगा काढण्याच्या दृष्टीनं प्रभूंनी गोठवलेले पदार्थ वापरण्यासंबंधी प्रयोग करायला सुरुवात केली. माझ्या सुदैवानं अशा प्रकारचे पदार्थ बाजारात आणण्याच्या साधारणपणे एक महिना आधी मी त्यांना भेटू शकले. या उद्योजकानं अशी कल्पना लढवली की, जर अर्धवट शिजवलेले पदार्थ व्यवस्थितपणे वेष्टणबद्ध करून कारखान्यातच गोठवले आणि मग उपाहारगृहांना पुरवले तर उपाहारगृहातील आचाऱ्यांना जेवढे हवे असतील तेवढे पदार्थ गरम करण्याचंच काम करावं लागेल, त्यामुळे प्रत्यक्ष शिजवण्याचा वेळ वाचू शकेल आणि परिणामतः उपाहारगृहाच्या दालनात अधिक

लोकांच्या बसण्याची सोय होऊ शकेल. महिनोंमहिने प्रयोग केलेले असल्यामुळे गोठवलेल्या पदार्थांचा दर्जा मूळचाच राहील याची खातरजमा त्यांना करता आली होती. पाश्चिमात्य देशांमध्येही या प्रकारच्या पदार्थांबाबत अभ्यास केला असता लक्षात आलं होतं की शिजवण्याच्या क्रियेनंतर लगेचच ते गोठवले असता, त्यांच्यातील पोषणद्रव्यं टिकून राहतात, याबाबत प्रभूंनी मला ग्वाही दिली होती.

त्यांच्या उपाहारगृहात त्यांनी मला दुपारच्या जेवणात इडली आणि सांबार दिलं. मी त्यांचं पुढील शब्दांत कौतुक केलं – 'माझी आई घरी करते त्या इडल्यांपेक्षाही या इडल्या चांगल्या आहेत!' तेव्हा प्रभू म्हणाले, 'हा आमच्या गोठवलेल्या खाद्य पदार्थांपैकी एक पदार्थ आहे.' इथे सांगायलाच हवं की मी एक तमिळ तरुणी आहे अन् माझी आई उत्तम स्वयंपाक करते! तसं पाहिलं तर गोठवलेले खाद्य पदार्थ लोकांना खाऊ घालणारे ते एकमेव हल्दिराम नाहीत, पण त्यांच्या मनातल्या खर्च कमी करण्याच्या आणि नफा मिळवण्याच्या तीव्र इच्छेनं त्यांना इतकं पछाडलं होतं की, त्यामुळे त्यांना व्यवसायाच्या सर्वच क्षेत्रांत नवनवीन प्रयोग करण्यास प्रेरणा मिळाली. या गोठवलेल्या खाद्य पदार्थांमुळेच प्रभू बिनधास्तपणे भाडेतत्त्वावर उपाहारगृहदेखील चालवू लागले आहेत. दिल्लीतील बऱ्याच मोठ्या हल्दिराम व्यवसायाचे कुलदीपक मानले गेलेले मालक, पंकज अगरवाल फ्रँचाइझी तत्त्वावरील दुकानं उघडण्याबाबत काहीसे साशंक असले, तरी प्रभूंनी मात्र पक्की खात्री करून दिली आहे की, त्यांचे शीत पदार्थ या उपाहारगृहांतून गिऱ्हाइकांना देण्यात कसलाही धोका नाही, कारण त्यांनी मालाचा दर्जा आणि त्यांचं रंगरूप या बाबतीत सातत्य राखलं आहे. दिल्लीतील हल्दिराम मंडळींना फ्रँचाइझी माध्यमातून धंद्याचा विस्तार करण्यात सध्या तरी स्वारस्य दिसत नाही; कारण मालाच्या दर्जाच्या सातत्याबद्दल त्यांना म्हणावी तितकी खात्री वाटत नसावी. त्यांचं असं मत आहे की 'त्यांचा स्वतःचा धंदा त्यांना पूर्णपणे नियंत्रित करता आला आणि प्रक्रिया प्रस्थापित करून झाल्यानंतरच ते फ्रँचाइझी दुकानं, उपाहारगृहं उघडण्याचा विचार करतील, नोकर वर्गाला प्रक्रिया शिकवतील आणि प्रशिक्षणाचा कालावधीही वाढवतील.' त्या संबंधात पंकज म्हणतात, "आपल्या ब्रँडची विश्वासार्हता ही सर्वांत महत्त्वाची बाब ठरते. आम्हाला त्या क्षेत्रात शिरायचं नाहीये कारण अजूनपर्यंत तरी आमच्याकडे सर्व प्रक्रिया तयार नाहीयेत, ज्यांच्या आधारे आम्ही खात्रीपूर्वक म्हणू शकू की ताज्या खाद्यपदार्थांइतकेच शीतगृहातील पदार्थही चांगलेच आहेत."

कोलकात्यातल्या हल्दिराम भुजियावालांनी उपाहारगृहाच्या क्षेत्रात १९९७ नंतरच उडी घेतली. तेव्हापासून तिथल्या ग्राहकांना हल्दिराम प्रभुजी ब्रँडच्या झटपट तयार होणाऱ्या खाद्य पदार्थांनी अक्षरशः वेडं केलंय. केवळ पंधरा वर्षांमध्ये दुकानांमधील दालनात ठेवण्यात येणाऱ्या आणि उपाहारगृहात दिल्या जाणाऱ्या

खाद्य पदार्थांची संख्या चारशेच्या वर गेलीये. उपाहारगृहांच्या माध्यमामुळे त्यांच्या अनेक खाऱ्या खाद्य पदार्थांची आणि मिठायांचीही आपोआप जाहिरात होते आहे, हल्दिराम प्रभुजी हे नाव जनमानसावर अधिकच ठळकपणे कोरलं गेलंय, त्यामुळे त्यांच्या मालाच्या वितरणालाही एक गती लाभली आहे. नवनवीन सुधारणा, खाद्य पदार्थ बनवून पाहत असतानाही प्रभू आणि त्यांच्या चमूतले सहकारी सतत त्यांच्या दिवंगत वडिलांची शिकवण डोळ्यांसमोर ठेवत असतात. ती म्हणजे, 'ग्राहक हा देवासारखा असतो.' नवीन उत्पादनं ग्राहकांना नमुन्याच्या रूपात दिली जातात, त्यांची मतं विचारात घेतली जातात आणि त्यांच्या पसंतीस उतरलेले पदार्थच बाजारात विक्रीसाठी आणले जातात. उपाहारगृहांतील व्यवस्थापक तसेच तिथे काम करणारे कर्मचारी ग्राहकाला नेहमी खास व्यक्तीचा दर्जा देतात. धीरू बॅनर्जी नावाचे एक बंगाली अभिनेते, प्रभूंचे अतिशय खास जवळचे मित्र आहेत. ते म्हणतात, "उपाहारगृहातील वेटरना बजावलेलं असतं की, त्यांनी ग्राहकांच्या गरजेला शिरोधार्य मानलं पाहिजे. एखाद्या ग्राहकानं त्याच्या समोर ठेवलेल्या खाद्य पदार्थातली उणीव दाखवली तर शांतपणे वेटरनं त्याच्यापुढील थाळी उचलली पाहिजे, नवी थाळी त्याच्यासमोर ठेवली पाहिजे अन् तेदेखील तोंडातून एक अक्षरही न काढता." कदाचित हा बदल लोकांनी प्रभूंच्या उर्मट वागण्याबद्दल केलेल्या तक्रारींचा परिपाक असेल. ते काहीही असलं तरी उपाहारगृहांना उत्तम लोकाश्रय लाभला आहे. तात्पर्य इतकंच की त्यांच्या तिजोरीतली भर दिवसेंदिवस वाढतच आहे.

"पुढच्या दहा वर्षांच्या काळात दर वर्षी आम्हाला आमचा विकास दुप्पट व्हायला हवाय. तशी आमची महत्त्वाकांक्षा आहे, आमची योजना आहे," आपल्या खोलीतल्या प्रचंड मोठ्या टेबलाच्या मागे विराजमान झालेले प्रभू मला म्हणाले. त्यांच्या सर्व भावांप्रमाणे आणि चुलतभावांप्रमाणे त्यांचाही असा ठाम विश्वास आहे की त्यांच्या ब्रँडच्या यशात त्यांच्या खाद्य पदार्थांच्या वेष्टणाचा फार मोठा हात आहे. "आमच्या यशामागे ब्रँड आणि मालाचं वेष्टण या दोन्हींचा फार मोठा हात आहे– हे विधान तुम्ही माझ्या नावावर टाकू शकता, इतकी मला माझ्या मताविषयीची खात्री वाटते." हे वाक्य उच्चारताना त्यांच्या डोळ्यांत मला त्यांच्या मनातली तळमळ स्पष्टपणे प्रतिबिंबित झालेली दिसली. "बंगालमध्ये त्या काळी सोनपापडी सुटी विकली जात असे. दोन किंवा फार फार तर चार दिवस ती चांगली राहत असल्यामुळे गिऱ्हाइकंही एका वेळी थोड्याच प्रमाणात ती विकत घेत असत. जास्त प्रमाणात घेतली, तर ती खराब होण्याची भीती त्यांना वाटत असणार. एके काळी या सर्व मिठाया नाशवंत समजल्या जात असत. पण आता तीच मिठाई तीन-तीन चार-चार काही वेळा पाच-पाच अत्याधुनिक प्रकारच्या वेष्टणात बांधली जात असल्यामुळे आमची उत्पादनं अगदी सहजपणे सहा ते आठ महिने चांगल्या

स्थितीत राहू शकतात आणि अमेरिका, ऑस्ट्रेलिया, सिंगापूर आणि इंग्लंड वगैरेंसारख्या देशांमध्ये निर्यात केली जातात. जो पदार्थ दिवसाला पन्नास किलोंच्या आसपास बनवला जायचा, तो आता एक लाख किलो इतक्या प्रचंड प्रमाणावर बनवला जातो आणि जगभरात त्याचं नाव झालेलं आहे.'' दोनच दशकांपूर्वी सोनपापडी इतका दीर्घ काळ टिकणं, इतक्या प्रचंड प्रमाणावर तिची निर्मिती होणं आणि दूरदूरच्या देशांमध्ये तिची निर्यात होणं, या सर्व कल्पना हल्दिराम कुटुंबातल्या मंडळींना केवळ कपोलकल्पित वाटल्या असत्या. पण आज, तिच्या नावाभोवती सत्याचं एक तेजस्वी वलय दिमाखदारपणे झळकत आहे. एके काळी कुठे होती या कुटुंबाची सुरुवात आणि किती उत्तुंग भरारी घेतलीये त्यांच्या कुलदीपकांनी!

प्रभूंच्या व्यवसायाची वार्षिक उलाढाल आता ५०० कोटी रुपयांहूनही अधिक आहे. हल्दिरामच्या दिल्ली आणि नागपुरातील व्यवसायांच्या खालोखाल म्हणजे तृतीय क्रमांकावर ते विराजमान आहेत. केवळ एकाच राज्यातून उत्पादन करत असूनही त्यांनी सर्व प्रकारच्या सीमारेषा उल्लंघून अशा प्रकारे पुढे मुसंडी मारली आहे की, आता ते कोलकात्यातील सर्वांत यशस्वी उद्योजक मानले जातात.

त्यांचे भाऊ महेश अगरवाल यांच्या मते, महत्त्वाकांक्षा हे प्रभूंचं सर्वांत मोठं बलस्थान आहे आणि तीच त्यांची सर्वांत मोठी दुर्बलताही आहे. महत्त्वाकांक्षेपायीच त्यांनी कायद्यानं घालून दिलेल्या काळ्यापांढऱ्या चौकटी मोडून टाकत भरधाव दौड मारली, तेव्हा त्यांना एका फार मोठ्या चिरंतन सत्याचा विसर पडला– माणसाच्या महत्त्वाकांक्षेला नैतिकतेची चौकट नसेल तर तो कुठल्याही क्षणी खोल, अंधाऱ्या गर्तेत कोसळू शकतो. आपल्या नावाचा, संपत्तीचा आणि बळाचा विस्तार करण्याच्या लालसेपायी प्रभूंनी नैतिकतेच्या इतक्या मर्यादांचं कागदोपत्री उल्लंघन केलं की, त्यांच्याविरुद्ध ढळढळीत पुरावे असल्यामुळे मनात असलं तरी त्यांना मागे फिरणं शक्य नव्हतं. तरीही, एक गोष्ट इथे नमूद करायला हवी– जरी अनेक लोक अन् कायदादेखील प्रभूंना दोषी ठरवत असले, तरीही त्यांचे काही कुटुंबीय मात्र अजूनही संभ्रमावस्थेतच आहेत– प्रभूंच्या माथी मारल्या गेलेल्या सर्व पापांचे ते खरोखरच धनी आहेत का, अशी शंका त्यांच्या मनाला अजूनही कुरतडत असते. इतकी कृष्णकृत्यं करण्याइतपत दुष्टपणा प्रभूंच्या ठायी असेल, यावर त्यांचा कधीच विश्वास बसला नाही.

स्वतःच्या शाश्वततेविषयीचं भाकीत

कोलकात्याच्या सीमारेषेवर असलेला सिंगूर कारखाना प्रभूंनी तीस एकर शेतजमिनीवर बांधला. अधलेमधले लहानसे शेतजमिनींचे तुकडे वगळले तर ही सर्व मालमत्ता

प्रभूंच्या मालकीची आहे, असं ते अभिमानपूर्वक सांगतात. जून महिन्यातला प्रचंड उकाडा, चिकचिकाट वैताग आणत होता; पण प्रभूंना मला त्यांची संपूर्ण स्थावर मालमत्ता पायी फिरून दाखवायची होती, तिच्यावर त्यांनी उभे केलेले, अद्ययावत स्वयंचलित यंत्रसामग्रीनं सुसज्ज असे कारखाने दाखवायचा त्यांचा उत्साह ओसंडून वाहत होता. चेहऱ्यावरून घामाच्या धारा वाहताहेत, अशा स्थितीत हातातल्या काठीचा आधार घेत लंगडतच ते पावलं टाकत होते. आदले दिवशी त्यांच्या आठ वर्षांच्या नातवाबरोबर पकडापकडीचा खेळ खेळत असताना स्वारी धडपडली होती अन् त्यांच्या कमरेच्या खुब्याला त्यामुळे दुखापत झाली होती. म्लानसं हसून त्यांनी होणाऱ्या वेदनेकडे दुर्लक्ष केलं होतं अन् ते म्हणाले होते, ''माझ्या आयुष्यातला सर्वांत मोठा सुखाचा ठेवा म्हणजे माझ्या नातवंडांबरोबर खेळण्यात घालवलेला वेळ!''

चालता चालता आम्ही अशा जागी आलो जिथे नव्या कारखान्यांची उभारणी चालू होती. पश्चिम बंगालमधल्या उद्योजकांना लाखोवारी कायदेबाबत अडथळ्यांना तोंड द्यावं लागतं याविषयी त्यांनी तक्रार केली. त्यांच्या मालकीच्या नसलेल्या एका जमिनीच्या तुकड्याकडे बोट दाखवत ते बोलू लागले, ''त्या काळी जे सरकार इथे होतं त्याच्यावर मार्क्सवादी कम्युनिस्ट पक्षाचा प्रचंड प्रभाव असल्यामुळे लोकांच्या आयुष्यांवर, खास करून उद्योजकांच्या आयुष्यावर, फार मोठा परिणाम घडला होता. १९७७ पासून २०११ पर्यंत राज्यामध्ये मार्क्सवादी कम्युनिस्ट पक्षाच्या डाव्या आघाडीचं सरकार होतं. त्याचा कामगारसंघटनांना इतका जोरदार पाठिंबा होता की, त्यामुळे उद्योजकांचे जीवही काही वेळा धोक्यात आले. सध्याच्या तृणमूल पक्षाच्या ममता बॅनर्जींच्या सरकारनंही उद्योजकांच्या प्रती सापत्नभावच दाखवला आहे.''

''ही जमीन विकत घेण्यासाठी मला कितीतरी वर्षं खर्चावी लागली. तुकड्या-तुकड्यांनी आम्ही (माझ्या मुलांनी आणि मी) ही मालमत्ता उभी करण्यासाठी शेतकऱ्यांकडून जमिनी विकत घेतल्या. धाकदपटशाला किंवा पैशाच्या आमिषालाही मूठभर शेतकरी बळी पडले नाहीत. रोख रकमेची निकड फारच जाणवू लागली, तेव्हा कुठे ते जमिनीवरचा हक्क सोडायला तयार झाले; पण तोपर्यंत आम्हाला कारखान्यांच्या इमारतींच्या आजूबाजूच्या वापरण्यायोग्य नसलेल्या लहान-मोठ्या तुकड्यांवरच गरज भागवावी लागली,'' प्रभू बोलत असताना मला त्यांच्या चेहऱ्यावरचा त्रासिकपणा, चिडचिड स्पष्ट जाणवत होती.

आपल्या एकाकी पडलेल्या शेतजमिनीच्या टिचभर तुकड्याच्या रक्षणासाठी– तोही सर्व बाजूंनी औद्योगिक जमिनींनी वेढलेला, त्यांचे मालक तुमच्याबरोबर उघडउघड शत्रुत्व बाळगणार– लढणाऱ्या माणसापाशी मनाचा प्रचंड निर्धार तर

हवाच, पण त्याच्या जोडीला आपली बाजूच योग्य आहे अशी मनाची खात्रीही असणं गरजेचं असतं. शेतकऱ्यांना आपली जमीन– आपली काळी आई– टिकवून ठेवावीशी वाटते, त्यामागे वाडवडिलांकडून मिळालेला जमीनजुमला स्वतःकडे राहावा, अशी भावनिक गरज असते किंवा उद्योजकांच्या महत्त्वाकांक्षेपुढे मान तुकवण्यापूर्वी जितकी मोठी रक्कम मिळेल तितकी पदरात पाडून घ्यावी, अशी आशाही असते.

सरकार यापूर्वीच्या दोन मुख्यमंत्र्यांच्या– ज्योती बसू आणि बुद्धदेव भट्टाचार्य– कालखंडांमध्ये ब्रिटिश सरकारनं १८९४ मध्ये जारी केलेल्या भूसंपादन कायद्यानुसारच काम करत होतं. प्रभूंच्या म्हणण्यानुसार – "नव्वदीच्या दशकात सरकार आम्हाला जमीन मिळवून देण्यासाठी मध्यस्थी व मदतही करत असे. एखादा भूभाग शंभर शेतकऱ्यांमध्ये विभागलेला असेल आणि त्यांतले फक्त नव्वद शेतकरीच जमीन विकायला राजी असले तर सरकारला त्यांना त्यांच्या जमिनींवरून हुसकून लावण्याचा आणि त्या विकण्याचा अधिकार असे. जमिनीची भरपाई म्हणून सरकार सर्व शेतकऱ्यांना धनादेश पाठवून देत असे. काही उद्योगपती खासगी पद्धतीनं जमीन खरेदी करत. जरी शंभरातल्या एखाद्या शेतकऱ्यानंही आपली जमीन विकण्यास नकार दिला तरी सरकार मध्ये पडत असे आणि प्रक्रिया सुलभपणे पूर्ण व्हावी म्हणून प्रयत्न करत असे. पण सध्याच्या सरकारनं मात्र कसलाही हस्तक्षेप न करण्याची भूमिका घेतली आहे." हे सांगत असताना त्यांच्या नजरेत मला अपरिमित वेदना दिसली. मला आपलं उगीचच वाटलं की, त्यांनी पूर्वी जे काही बेकायदा जमीनखरेदी व्यवहार केले होते, त्यांचं समर्थन करण्याचा ते प्रयत्न करत असावेत. एका चरावरून पलीकडे पाय टाकल्यानंतर आम्ही एका शेतकऱ्याच्या जमिनीच्या सरहद्दीपाशी उभे होतो. काटेरी तारेच्या कुंपणानं वेढलेल्या त्या जमिनीवर पाच मेंढ्या रानगवत चरत उभ्या होत्या.

"आता शेतकरी एका वेळी एकच जमिनीचा तुकडा विकतात. प्रत्येक शेतकऱ्याला 'तुझी जमीन मला विकतोस का' अशा मनधरण्या करण्यात कित्येक महिने, कधीकधी तर वर्षंही जातात. मी एकूण १०० एकर जमीन विकत घेतली, पण त्यातली फक्त ३० एकर जमीन माझ्या ताब्यात आलीये. बाकीच्या शेतकऱ्यांना पटवून देईपर्यंत माझा कितीतरी वेळ जाणार आहे." त्यांचे शब्द ऐकून मला आश्चर्याचा धक्काच बसला. हा काय प्रकार आहे हे मला समजेचना. त्यावर ते म्हणाले, "सरकारकडून परवानगी घेतल्याशिवाय तुम्हाला जमीन विकत घेता येत नाही. आणि परवानगी मिळाल्यानंतरही तुम्हाला ती वेगवेगळ्या शेतकऱ्यांकडून स्वतंत्रपणे विकत घ्यावी लागते, नाही तर तुमची जमीन बळकावली जाण्याचा धोका असतो."

प्रभूंच्या अंगी असलेली आपलं साम्राज्य वाढवण्याची जबर शक्ती आणि तीव्र इच्छा या गोष्टी तुम्हाला तुमच्या नकळतच झपाटून टाकतात, पण त्याच वेळी त्यांच्या संवेदनहीनतेचंही तुम्हाला आश्चर्य वाटल्यावाचून राहत नाही. आपण एखाद्या शेतकऱ्याला भूमिहीन बनवतोय, किंवा आपण कायदा पूर्णपणे लाथाडतोय, याचं त्यांना काहीच वाटत नसेल का? त्यांच्या मते त्यांनी एकच गुन्हा केलाय– आपला धंदा वाढवण्यासाठी ते काहीही करायला तयार आहेत अन् त्याखातर काही कायदेकानून धाब्यावर बसवायचीही त्यांची तयारी आहे. त्यांची पंचवीस वर्षांची पुतणी, आँचल अगरवाल, तरुण वयाला न साजेल अशा उपहासवृत्तीनं मला नंतर म्हणाली, "आपल्या भारतासारख्या देशात, जिथे हजारो सरकारी अडथळे उद्योगपतींच्या नाकीनऊ आणतात, तिथे एखाद्यानं यश मिळवलं असेल तर उघड आहे की, त्यानं मार्गात येणाऱ्या काही नियमांची पायमल्ली केलीच असणार. त्याशिवाय धंदाव्यवसायाच्या क्षेत्रात यश मिळवणं हे जवळजवळ अशक्यप्राय आहे, ही काळ्या दगडावरची रेष, असं समजा." धंदाव्यवसाय करणाऱ्यांच्या विश्वात, खास करून कोलकात्यातील मारवाडी समाजात, या गोष्टीला लोकांनी सरळसरळ स्वीकारलंय की यश मिळवण्यासाठी वाकडी वाट चोखाळावीच लागते. म्हणूनच इतर कुठल्याही सर्वसामान्य लोकांपेक्षा उद्योगव्यवसाय करणारे लोक अधिक कणखर वृत्तीचे मानले जातात, कारण प्रसंगी मनाविरुद्ध जाऊनही काही गोष्टींचा पाठपुरावा त्यांना करावाच लागतो. ते येरागबाळ्याचे काम नोहे. तरीही जाताजाता एक ताकदवजा इशाराही आँचल देतेच, "आता प्रश्न असा आहे की आपणच आपली मर्यादा घालायला हवी ना, आणि ती कुठे घालायची तेही प्रत्येकानं स्वतःच ठरवायला हवं, खरं की नाही?"

सुमारे अडीच दशकांपूर्वी रामेश्वरलालनी आणि त्यांच्या मुलांनी व्हीआयपी मार्गावर एक भलीमोठी जागा विकत घेतली. त्या वेळी त्यांच्यावर तत्कालीन सीपीएमचे नेते, सुभाष चक्रवर्तींची कृपादृष्टी असल्यामुळेच हा सौदा अत्यंत स्वस्तात पटवण्यात आला होता, हे सर्वश्रुत आहे.[६] अशाही वावड्या उठल्या होत्या की सीपीएम आणि काँग्रेस सदस्यांमध्ये राज्य विधानसभेत त्या मुद्द्यावरून धुमश्चक्री माजली होती. असाही दावा केला गेलाय की चक्रवर्तींनी त्यानंतरही प्रभूंना अनेक जमिनी हस्तगत करण्यात मदत केली होती, त्यामध्ये त्यांच्या चौरंगी विभागातील प्रचंड दुकानासाठीच्या जमिनीचाही समावेश होता. इंडियन एक्स्प्रेसमधल्या लेखांनुसार प्रभूंची तत्कालीन मुख्यमंत्री ज्योती बसूंबरोबर घनिष्ठ मैत्री होता; पण

---

६. 'बडा बाजारमध्ये काही वाईट पाहू नका', तेहेलका, २० फेब्रुवारी, २०१०, http://www.tehelka.com/2010/02/see-no-evil-in-burrabazar/singlepage=1

त्याच लेखात असंही म्हटलं आहे की मुख्यमंत्री बुद्धदेव भट्टाचार्यांबरोबर मात्र प्रभूंचे सूर कधीच जुळले नाहीत. त्या काळी काँग्रेसमध्ये असलेले (आता तृणमूल काँग्रेसमध्ये कार्यरत) निर्वेद रॉय यांनी *तेहेलकाला* दिलेल्या मुलाखतीत एकदा असं म्हटलं होतं की ते (प्रभू) फारच क्वचित इथला कायदा पाळत असत.''[७]

लहान वयातच प्रभूंनी एक खूणगाठ मनाशी बांधली असावी– पैशाइतकी ताकद दुसऱ्या कशातच नसते. आपल्या व्यावसायिक कारकिर्दीत त्यांना इतक्या भ्रष्ट अधिकाऱ्यांचा अनुभव आला होता की, त्यांच्या या विचारसरणीला दर वेळी पुष्टीच मिळत गेली. त्यांच्या बाबतीत असं म्हटलं जातं की कुठल्याही वाटाघाटीच्या वेळी त्यांची पहिली खेळी समोरच्या माणसाला भरपूर पैसा देण्याचीच असते. ती फसली तर मग ते बळाचा आणि धाकदपटशाचाही अवलंब करायला मागे पाहत नाहीत. समोरच्याला घाबरवायचं आणि त्याला बोटचेपं धोरण स्वीकारायला भाग पाडायचं, हीच त्यांची खेळातील नीतिमत्ता असते. ते उघडपणे म्हणत, माणूस कुठल्याही पदावर काम करत असो, त्याचं पद कितीही उच्च असो, सर्व मर्त्य मानवांच्या ठायी लालसा आणि भय या दोन दुर्बलता असतातच. त्यामुळेच प्रभूंनी या कमतरतांचा पुरेपूर फायदा घेण्याची कला साध्य केली होती आणि तिचा वापर ते सदासर्वकाळ करत आले होते. पण त्यांना हे कुठे ठाऊक होतं की त्यांनी निर्मिलेल्या या महाजालात एक दिवस त्यांचाच पाय अडकणार आहे. त्यांना हेदेखील अवगत नसावं की, कधीकधी शक्तिशाली भांडवलदारांनाही तुरुंगाची हवा खावी लागते!

एकदा ते पश्चिम बंगालच्या अग्निसुरक्षा मंत्र्यांच्या, प्रतिम चॅटर्जींच्या ऑफिसात जाऊन धडकले, तेव्हा आपली पहिली चाल चालण्याचा त्यांनी निश्चय केला होता : शत्रूला आपल्या खिशात घालायचं. चॅटर्जींनी *इंडियन एक्स्प्रेसला* असं सांगितल्याची नोंद आहे, ''प्रभूंच्या हल्दिराम कारखान्यात अग्निसुरक्षेसंबंधीचे सर्व नियम धुडकावले जातात, अशा अनेक तक्रारी माझ्या कानांवर आल्या होत्या, म्हणून मी त्यांचा कारखाना बंद करायचे आदेश दिले होते. त्यांच्या व्हीआयपी मार्गावरील कारखान्याला टाळं ठोकल्यानंतर काही दिवसांनी अगरवाल माझ्या ऑफिसात येऊन उभे राहिले आणि मला म्हणाले, 'मला एका देशाकडून एक काम मिळालंय आणि ३८ कोटी रुपयांचा माल मला पुढच्या दोन आठवड्यांमध्ये इटलीला धाडायचाय.' मी त्यांना कारखान्यातील स्वयंपाकगृहं उघडायला साफ नकार दिला त्यावर ते म्हणाले, 'प्रत्येक माणसावर किंमत लावलेली असते, तर तुमची किंमत किती ते मला

---

७. 'बडा बाजारमध्ये काही वाईट पाहू नका', तेहेलका, २० फेब्रुवारी, २०१०, http://www.tehelka.com/2010/02/see-no-evil-in-burrabazar/.

सांगा.' संतापून जाऊन मी त्यांना माझ्या ऑफिसातून हाकलून लावलं!''[८]

तेहेलकांच्या वृत्तान्तानुसार, त्याच सुमारास प्रभूंनी आपल्या दांडगट माणसांच्या टोळीला पोलिसांच्या मागे धाडलं. त्या बिचाऱ्यांना त्यांच्याविषयी काहीच माहिति नव्हती. त्या लेखात असं सुचवण्यात आलंय की हे गुंड अनेक वेळा प्रभूंच्या उपाहारगृहांत जेवायला जात असत अन् प्रभूंच्या 'शत्रूंशी चार हात करायच्या' हुकमांची ते वाट बघत असत. त्या दिवशी त्यांनी पोलिसांच्या गाडीला ठोकून काढलं, पोलिसांना त्यांच्या कारखान्यांची झडती घेण्याचं काम करू दिलं नाही, खास करून, त्यांच्या कारखान्यातली जनित्रं आगीसंबंधातले सगळे नियम धाब्यावर बसवून चालवली जात होती, याची तपासणी करण्याचं पोलिसांचं काम त्यांनी झुंडशाही दाखवत बंद पाडलं. प्रभूंना त्या गुन्ह्यासाठी वीस दिवस एकान्तवास कोठडीत डांबण्यात आलं. असं म्हणतात की या काळात 'पोलिसांनी त्यांना वाट्टेल तसे प्रश्न विचारू नयेत' म्हणून त्यांनी दिवसाला १०,००० रुपये पोलिसांना चारले होते.'[९] मार्गांत इतके अडथळे आणून झाल्यानंतरही, राजकारण्यानं उघडपणे त्यांच्यावर आरोप केल्यानंतरही, अगदी तुरुंगाची हवा खाल्ल्यानंतरही प्रभूंनी या घटनेवरून काही बोध घेतला नाही, स्वतःच्या वागण्यात काडीमात्रही बदल केला नाही. आपला धंदा वाढवण्यासाठी गेली अनेक वर्षं त्यांनी रक्ताचं शिंपण केलं होतं, त्यामुळे त्यांच्यासाठी असल्या घटना म्हणजे 'किस झाड की पत्ती' होत्या – दर वेळी नियमांना, कायद्याला बगल देण्याच्या वेगवेगळ्या, अधिक डोकेबाज क्लृप्त्या त्यांनी शोधून काढल्या होत्या, एवढाच निष्कर्ष आपण काढू शकतो.

अनेक वर्षांपूर्वी त्यांच्यात आणि पूनमचंदांमध्ये एक लहानसं संभाषण घडलं होतं, ते त्यांच्या स्थितिस्थापक स्वभावाचं व्यवच्छेदक वैशिष्ट्य आहे, असं आपण म्हणू शकतो. ''एकदा दिवसभराच्या कामानंतर मी आणि प्रभू दोघंच रमचा आस्वाद घेत बसलो होतो. मला आठवतंय, मी त्यांना काहीशा तक्रारखोर आवाजात म्हणालो होतो, 'आपण इतके मरमर मरतो, पण त्या मानानं आपला माल खपत नाही.' मी त्याच सुरात पुढेही बोलत राहिलो, 'आयुष्यात आपल्यावर किती अन्याय होतोय' वगैरे, वगैरे रडगाणं गात राहिलो. शेवटी, प्रभूंनी माझ्याकडे टक लावून

८. 'मालक आणि त्याचा तडाखा देणारा माणूस', इंडियन एक्स्प्रेस, १ फेब्रुवारी, २०१० http://archive.indianexpress.com/news/the-boss---his-hitman/573839/.

९. 'बडा बाझारमध्ये काही वाईट पाहू नका', तेहेलका, २० फेब्रुवारी, २०१०, http://www.tehelka.com/2010/02/see-no-evil-in-burrabazar/singlepage=1

पाहत तळमळीच्या सुरात म्हटलं, 'एखाद्या माणसानं खरोखरच मनात आणलं तर तो दगडालाही पाझर फोडू शकतो.' (लाथ मारेल तिथे पाणी काढू शकतो.)'' त्यांच्यामधल्या या संवादावर 'रजनीकांत दंतकथा' असा शिक्का कोणीही मारू शकतो हे जरी खरं असलं, तरी ही गोष्टही तितकीच खरी आहे की त्यावरून या माणसाच्या अंतरंगाचंही दर्शन घडतं : हा माणूस 'येनकेनप्रकारेण' मार्गातले अडथळे दूर करतो, तसा त्यानं निर्धारच केलाय मनाशी!

अनादी अनंत काळापासून एक प्रश्न नेहमी विचारला जातो, त्याचं उत्तर ठामपणे देणं कुणालाही जमलेलं नाही : निसर्ग विरुद्ध संगोपन-संस्कार. कोंबडी आधी की अंडं आधी या प्रश्नासारखाच हा प्रश्न आहे. प्रभूंच्या बाबतीत बोलतानाही तो मुद्दा उपस्थित करणं भाग पडतं. कोलकात्यातील स्थावर मालमत्ता क्षेत्रातील बजबजपुरीमुळे तर प्रभूंना या मार्गावरून जायला उद्युक्त केलं नसेल ना? की आपण असं म्हणू शकतो, त्यांच्या मूळ स्वभावातच असं काही होतं की ज्यामुळे त्यांनी त्यांच्यावर लावलेल्या दोषारोपाच्या– धाकदपटशा, गुंडगिरी– मार्गाची निवड केली होती? कदाचित दोन्ही मुद्दे बऱ्याच प्रमाणात त्यांचं व्यक्तिमत्त्व घडवण्यास जबाबदार ठरले असतील, पण एक गोष्ट निर्विवाद– परिस्थितीनं त्यांना त्या मार्गावरून चालायला भाग पाडलं.

कोलकाता हे एक अस्ताव्यस्त पसरलेलं, गजबजलेलं शहर आहे. त्याची इतकी वाढ झालीय की, आता त्याची गणना भारतातल्या प्रमुख शहरांमध्ये केली जाते– कोलकात्याच्या लोकसंख्येनं १ कोटी ३० लाखांची मर्यादा ओलांडली असली तरी, शहराचा इतका विकास झालेला नाही की सर्व नागरिकांना ते योग्य प्रकारे समाविष्ट करून घेऊ शकेल. लोकसंख्येच्या वाढीच्या प्रमाणात शहराच्या उपनगरांचा विकास झालेला नाही. कोलकात्यातल्या मध्यवर्ती भागातील बडा बाजार आणि पोस्टा विभाग या ठिकाणी तर जागेच्या किमती गगनाला भिडल्या आहेत. इथल्या व्यापाऱ्यांच्या मते अगदी सहा बाय सहाच्या चिमुकल्या दुकानासाठीसुद्धा काही कोटी रुपये मोजावे लागतात.

जागेला कोलकात्यात सोन्याचे भाव आलेत त्यामुळे एखाद्या व्यापाऱ्याला व्यवसाय वाढवायचा असेल, तर त्याला जागा मिळवावी लागते अन् तिथेच खरी समस्या उभी राहते. एका स्थानिक पोलिस अधिकाऱ्याच्या मते, शारीरिक बळ आणि आर्थिक बळ या दोनच भाषा इथल्या गजबजलेल्या, एकमेकांचा गळा आवळणाऱ्या बाजारपेठेत व्यवहार पुढे नेऊ शकतात. याच भाषा वापरून प्रतिस्पर्ध्यांची दुकानं बळकावली जातात, अन् गेल्या काही दशकांमध्ये *सुपारी* देऊन ठार मारण्याचे म्हणजेच भाडोत्री गुंडांमार्फत शत्रूचा खातमा करण्याचे प्रकार वाढले आहेत. काही लोक धंद्यांमधले तंटेबखेडे सोडवण्यासाठी मध्यस्थाची भूमिका

बजावून झटपट पैसे मिळवू पाहतात आणि दुर्बल पक्षाला आपला मुद्दा स्वीकारायला भाग पाडतात. इंडियन एक्स्प्रेसमधल्या[१०] एका लेखानं पोलिसांकडील नोंदींकडे वाचकांचं लक्ष वेधून घेण्याचा प्रयत्न केला आहे. त्यावरून असं लक्षात येतं की दर महिन्याला बडा बाजार किंवा पोस्टा विभागातील सर्वसाधारणपणे १०० प्रकरणं त्यांच्याकडे नोंदवली जातात, ती सगळी आर्थिक गैरव्यवहारांसंबंधी असतात. लोक तक्रार करतात की त्यांना धमक्या दिल्या जातात किंवा त्यांची मालमत्ता हडप करण्याची भीती दाखवली जाते. पोलिसांच्या अहवालांवरून असा निष्कर्ष निघतो की, या संपूर्ण विभागात पिळवणूक आणि दहशत यांचंच वर्चस्व आहे. जमिनीवरून, स्थावर मालमत्तेवरून होणाऱ्या युद्धातूनच बडा बाझारच्याच एका महागुंडाचा– गोपाल तिवारीचा उदय झाला. या संपूर्ण विभागावर त्यानं आपली दहशत बसवली होती. अनेक मोठे व्यापारी आणि स्थावर मालमत्तेचे व्यवहार करणारे लोक यांच्याबरोबर त्याचे व्यवहार होत असत. लहानसहान दुकानदारांना तो त्यांची दुकानं विकण्यासाठी दहशत घालत असे. असं म्हटलं जातं की प्रभू अगरवालांच्या छुप्या कारवायांच्या मोहिमा गोपाल तिवारी चालवत असे, अन् दोघांमधले संबंध कित्येक वर्षांपासून चालत आले होते.[११]

या अशा सामाजिक परिस्थितीतच प्रभू अगरवालांनी आपलं साम्राज्य स्थापायचा आरंभ केला. मात्र, त्यांच्या कुटुंबीयांचा असा विश्वास आहे की, ज्या परिस्थितीत प्रभू जन्मले, त्यापेक्षा त्यांच्या एकूण प्रवासात इतर तरफांनी जास्त मोठी भूमिका बजावलेली आहे. ''प्रभू काही अंशी जुन्या पिढीतले म्हणावे लागतील. हे लोक कॉलेजची पायरीसुद्धा कधी चढले नाहीत. मी तर असंही म्हणेन की माझ्या कुठल्याही काकांनी कधीही पुस्तक हातात धरलं नसेल. त्यांचं जे काही शिक्षण झालं ते त्यांच्या दुकानातच झालं– गिऱ्हाइकांशी, विक्रेत्यांशी, कंत्राटदारांशी आणि पुरवठादारांशी बोलताना-वागताना, व्यवहार करताना ते बरंच काही शिकले असणार. वाटाघाटी यशस्वीपणे कशा कराव्यात हे त्यांना आयुष्यानंच शिकवलं, कोणत्याही परिस्थितीत आपणच विजयाचा झेंडा मिरवायचा, हे ते अनुभवातूनच शिकले. हिंसा करावी लागली तर करायची, हे त्यांचं जीवनसूत्र होतं आणि तिचा वापर करणं त्यांना कधीही गैर वाटलं नाही. ज्या गोष्टींवर त्यांचा ठाम विश्वास असे त्यासाठी लढायचं, एवढंच ते शिकले होते. लाच देणं, धाकदपटशाचा वापर करणं या त्यांच्या खेळ्या होत्या, फक्त खेळ्याच होत्या.'' आँचलच्या या शब्दांत दडलंय

१०. 'मालक आणि त्याचा तडाखा देणारा माणूस', इंडिअन एक्स्प्रेस, १ फेब्रुवारी २०१०. http://archive.indianexpress.com/news/the-boss---his-hitman/573839/.

११. तळटीप १०चाच संदर्भ.

भारतीय व्यापाऱ्यांच्या विचारसरणीचं सत्य. शिक्षणाचा फारसा गंध नसलेले, भांडवलाचा प्रचंड तुटवडा असलेले व्यापारी स्वतःचं रक्षण करायला शिकले, आपल्या दोन पायांवर खंबीरपणे उभं राहूनच त्यांनी व्यवसायाचा पाया रचला आणि कुटुंबांची पोटं भरली. पोलिस खात्याचा वचक नसल्यामुळे धिटावलेले हे व्यापारी काहीही करून दारिद्र्यातून आपली सुटका करून घेऊ पाहत होते. काहीही करून यश मिळवायचंच, अशी मनोधारणा बाळगणाऱ्या या मंडळींनी कोणताही विधिनिषेध बाळगला नाही, यात नवल काहीच नव्हतं. हीच त्यांची जीवनसरणी होती, त्याविषयी त्यांना मनापासून अभिमान वाटत असे.

शिवाय, प्रभूंवर त्यांच्या वडिलांचा मोठाच प्रभाव होता. "रामेश्वरलालनी त्यांच्यावर एक तत्त्वज्ञान चांगलंच बिंबवलं होतं, 'गणवेशाची भीती मुळीच बाळगू नकोस.' त्यांनी मुलाला पढवलं होतं, 'कुणी विरोध करायचा प्रयत्न केला तर प्रथम त्याच्या कानशिलात वाजवायची आणि मग बाकीचा मामला निपटायचा.' अनेक वेळा बाप-लेकांनी याच पद्धतीनं कठीण प्रसंगांतून स्वतःची सुटका करून घेतलेली होती. प्रभूंनी जेव्हा जेव्हा मोठा तमाशा केला तेव्हा तेव्हा पोलिस त्यांना पकडून न्यायला त्यांच्या घरी आले की, रामेश्वरलाल बापुडवाण्या हताश बापाचं सोंग धारण करत, मुलाच्या लाजिरवाण्या कृत्याबाबत पोलिसांची माफी मागत अन् एखाद्या वांड, मस्तीखोर मुलाच्या कृत्यांसारखी त्याबाबत सारवासारवी करण्याचा प्रयत्न करत. ते स्वतः त्यांच्या समाजात मान्यवर व्यक्ती असल्यामुळे बहुतेक वेळा पोलिस त्यांच्या विनंतीला मान देत असत. अशा प्रकारे बेडर आणि धीट होण्याचं बाळकडू त्यांना पाजण्यात आलेलं होतं," पूनमचंद म्हणाले. कदाचित अशाच प्रकारे, प्रभूंनी दुसऱ्यांना घाबरवायचे पाठ गिरवले असावेत अन् त्यातूनच त्यांचा असा समज झाला असावा की आपण काहीही केलं, कसेही वागलो तरी त्यातून सहीसलामत सुटू शकतो. पण शेवटी झालं असं की त्यांच्या कृत्यांमुळे आणि नियतीच्या फटकाऱ्यामुळे त्यांचा पापाचा घडा एक दिवस भरला. नाही तरी, महात्मा गांधींनी आपल्याला सर्वांना एक थोर शिकवण दिलीच आहे : तुमच्या श्रद्धा तुमची कृत्यं घडवतात, तुमची कृत्यं सवयींमध्ये रूपांतरित होतात, सवयी तुमच्या मूल्यांना आकार देतात आणि तीच तुमच्या नशिबाची व्याख्या लिहितात.

गुन्हा आणि शिक्षा

२० फेब्रुवारी, २०१०च्या *तेहलकाच्या* अंकात गौरव जैन यांचा पुढील लेख प्रसिद्ध झाला : "२९ जानेवारीला न्यायालयानं दिलेला निवाडा कुणालाच अपेक्षित नव्हता. कोलकाता खटला न्यायालयानं चोपन्नवर्षीय प्रभूंना जन्मठेपेची शिक्षा

ठोठावली होती. तुरुंगाच्या गाडीतून उतरत असलेल्या प्रभूंच्या चेहऱ्यावरील विजयी स्मितावरून असं लक्षात येत होतं की, त्यांनाही इतकी कठोर शिक्षा अपेक्षित नव्हती. जगाला कसं झुकवायचं हे या माणसानं पक्कं जाणलंय, अशीच त्यांची जनमानसातील प्रतिमा आहे.''

न्यायालयाच्या निवाड्यानं सगळ्यांनाच– व्यापारी मंडळींपासून ते पोलिस अधिकारी, राजकारणी आणि त्यांचे कुटुंबीय– जबरदस्त धक्का बसला. प्रभूंवर आरोप ठेवला जाईल अशी अपेक्षा कुणीच ठेवली नसली, तरी ज्या गुन्ह्याचा आरोप त्यांच्यावर ठेवला होता त्याबाबत कुणालाच आश्चर्य वाटलं नव्हतं. खरं तर, काही व्यापाऱ्यांना तर खरोखरच त्या गरीब बिचाऱ्याच्या 'दुर्दैवाच्या फेऱ्या'चंच वाईट वाटलं होतं. त्याच लेखात अशीही नोंद आहे की एका मारवाडी व्यापाऱ्यानं प्रभूंवर कोसळलेल्या संकटाबद्दल त्यांना सहानुभूती दाखवली होती. 'चहाच्या दुकानदारानं थोडं जुळवून घ्यायला हवं होतं,' असं तो उद्‌गारला होता. कोलकात्यातील व्यापारी मंडळींना तिथल्या संस्कृतीनं इतकं लाडावून ठेवलं होतं की त्यांना कुणाकडून 'नाही' हा शब्द ऐकण्याची सवयच राहिली नव्हती. त्यांच्या मागण्या न स्वीकारता कुणी त्यांच्या मार्गात अडथळा बनून फार काळ उभं राहिलं तर त्यांना तो त्यांचा भयानक अपमान वाटत असे. असलं वागणं त्यांना 'गैरवाजवी' वाटायचं यावरूनच आपण कल्पना करू शकतो की ही मंडळी स्वतःविषयी किती भ्रामक कल्पना मनात बाळगत होती.

२०१० मध्ये देशभरातल्या वृत्तपत्रांनी या गोष्टीचा भरपूर गाजावाजा केला. एका प्रचंड महान उपाहारपदार्थ उत्पादकाचा न्याय संस्थेनं अखेर निवाडा केला, त्याला जन्मठेपेची शिक्षा ठोठावली, या कहाणीचा जोरदार परामर्श घेतला गेला. प्रभूंच्या विरुद्धचा पुरावा इतका उघड होता की त्यामुळे या भांडवलशहाचं पितळ उघडं पडलं आणि प्रौढ वयात ते प्रथमच उघडे पडले.

प्रभू आधीच इतके बदनाम झाले होते की त्यामुळे कुणीही त्यांच्या बाजूनं उभं राहायला धजावलं नाही. त्यांच्या कुटुंबीयांच्या मतेसुद्धा ते एक 'निष्पापपणाचं ढोंग करणारा लांडगा' होते. मला आश्चर्य या गोष्टीचं वाटलं की त्यांच्या काही कुटुंबीयांनीसुद्धा अगदी स्पष्टपणे त्यांच्याबद्दलची मतं व्यक्त केली.

त्यांचे एक पुतणे आशिष अगरवाल, कोलकात्यातील भिखाराम चांदमलचे वारसदार, अतिशय फटकळपणे म्हणाले, ''ते तर एक खुनी आहेत. गुगलवर जा अन् तुम्हाला त्यांच्यावरील न्यायालयीन खटल्याची अथपासून इतिपर्यंतची माहिती मिळेल. त्यांनीच त्या चहावाल्याला जिवे मारण्याची सुपारी कुणाला तरी दिली होती.'' 'त्याबद्दल निर्विवाद पुरावा मिळाला आहे का?' असं मी त्यांना विचारलं तेव्हा क्षणाचाही विलंब न लावता ते उद्‌गारले होते, ''प्रत्येकाला ठाऊक आहे

त्यांच्या कारवायांबद्दल. ते स्वतःसुद्धा कबूल करतातच की त्यांनी गुंडांना पैसे दिले होते.'' अर्थात, कुटुंबातल्या वेगवेगळ्या माणसांची– जी माणसं गेली कित्येक वर्षं प्रभूंना जवळून ओळखत होती ती त्यांची पत्नी, त्यांचा भाऊ, त्यांचा व्यवस्थापक, त्यांचे काका वगैरे– त्यांच्यावरील आरोपांचं खंडन करताना केलेली सारवासारवी वेगवेगळ्या पातळीवरची होती. ते काहीही असलं तरी पोलिसांचे अहवाल आणि न्यायालयानं त्यांना दिलेली जन्मठेपेची शिक्षा या गोष्टी वस्तुस्थिती काय होती या विषयी पुरेशा बोलक्या असल्यामुळे त्यांच्याकडे दुर्लक्ष करणं खरोखरच अवघड होतं मला.

२००५ मध्ये प्रभूंनी आपला पहिला मोठा कारखाना उभारला होता. त्यानंतर आपली महत्त्वाकांक्षा प्रत्यक्षात उतरवण्यासाठी त्यांचे बाहू स्फुरण पावू लागले होते, त्यांचं मन अधीर झालं होतं. त्या काळी आणि आत्तासुद्धा त्यांना खाद्य पदार्थ उत्पादकांमधलं सर्वोच्च स्थान मिळवायची प्रबळ इच्छा वाटते आहे. ''भारतातला सर्वांत मोठा खाद्य पदार्थनिर्माता आणि विक्रेता हे स्थान मला मिळवायचं आहे,'' असं त्यांनी मला आमच्यातल्या २०१५च्या मुलाखतीत सांगितलं होतं. त्यापूर्वी एक दशक त्यांना हे स्वप्न सत्यात उतरवण्यासाठी कोलकात्यातील प्रमुख भागात एक व्यापारसंकुल (मॉल) बांधणं गरजेचं वाटलं होतं. कारखाना सुरू झाल्यानंतर आपलं उत्पादन गगनाला भिडणार, याची खात्री वाटत असल्यामुळे त्यांना आपली नवनवी उत्पादनं दिमाखानं लोकांसमोर सादर करण्यासाठी एक शोभादालन हवं होतं. तसं केल्यामुळे त्यांच्या धंद्याची पातळी आणखी उंचावली असती.

त्यापूर्वीच प्रभूंनी बडा बझारच्या केंद्रस्थानी असलेल्या जगमोहन मलिक पथावरच्या ७ आणि ९ क्रमांकाच्या बहुमजली इमारतींमध्ये आपली दुकानं उघडलेली होतीच. आता या दोन इमारतींच्या मध्यभागीच त्यांना आणखी भव्य असं व्यापारसंकुल उभारायचं होतं. १९९६ पासूनच त्यांनी बांधकाम क्षेत्रातील एका महारथी, अरुण खंडेलवाल यांच्याबरोबर विचारविनिमय सुरू केला होता. त्यांच्या स्वप्नाची पूर्तता होण्यासाठी त्यांना ८, जगमोहन मलिक पथ ही वास्तू हवी होती. ती इमारत जमीनदोस्त करायची, असा त्यांचा इरादा होता; पण त्यात अडथळा म्हणून उभं होतं एका चहावाल्याचं छोटंसं दुकान. प्रभूंच्या स्वप्नातील एकमेवाद्वितीय, देखण्या, उच्च अभिरुचीपूर्ण खाद्यसंकुलासमोर उभं असलेलं ते टपरीवजा दुकान जणू चिघळलेल्या अंगठ्याप्रमाणे गलिच्छ, मनाला शिसारी आणणारं होतं.

भरपूर दबाव आणि ताकद पणाला लावून प्रभूंनी त्या दुकानाच्या ७५ वर्षीय मालकाला, चंद्रावली सिंगला घाबरवायचा प्रयत्न केला. त्याच सुमारास, प्रभूंनी गोपाल तिवारीच्या बरोबर संगनमत करून आपले उद्योग करायला सुरुवात केली होती. तोपर्यंत गोपाल तिवारीनं बडा बझारमध्ये ताकदवान गुंड अशी कीर्ती

मिळवली होती. हल्दिरामचा ब्रँड जितका नावाजलेला होता, तितकाच तिवारीचा ब्रँडही- अर्थात नकारात्मक, लोकांना ठाऊक होता. असंही खात्रीशीरपणे म्हटलं जायचं की अरुण खंडेलवालांनीच त्याची गाठ प्रभूंबरोबर घालून दिली होती. बांधकाम व्यवसायात त्यांचं नाव पुष्कळच मोठं होतं, अन् अर्थातच ते काही त्यांनी धुतल्या तांदळाप्रमाणे वर्तन ठेवून मिळवलेलं नव्हतं. भारतात बांधकाम व्यवसाय असाही एक संशयास्पद व्यवसाय मानला जातो– लहान-मोठ्या रकमांच्या थैल्या लाच म्हणून वर असलेल्या राजकारण्यांपासून ते खालच्या स्तरावरील बांधकाम मजुरांपर्यंत सर्वांना दिल्या जातात. उत्तम ठिकाणच्या सोन्याचं मोल असलेल्या जमिनीवर हात मारण्यासाठी प्रथम हात चिखलात घालावे लागतात. २००५ साल उजाडलं तोपर्यंत या खंडेलवाल महाशयांविरुद्ध शस्त्र बाळगण्यासंबंधीचा कायदा उल्लंघण्याच्या कारणाखाली चार गुन्हे दाखल करण्यात आले होते.[१२] तिवारीचे खंडेलवालांशी असलेले संबंध जाहीररीत्या त्यांना बांधकाम मालाचा पुरवठा करणारा माणूस असे होते, पण खऱ्या अर्थानं तो त्यांचा भाडोत्री गुंडच होता.

या अशा लोकांबरोबर संबंध ठेवण्याचे परिणाम प्रभूंना माहीतच असणार, कारण ते काही तान्हं बाळ नव्हते. तरीही आपल्याला कुणीही हात लावू शकणार नाही अशा समजुतीखाली ते वावरत होते, मनमानी करत होते. असंही होतं प्रभूंसारख्या व्यक्तींबाबत की अनेक वेळा चुकीचं वागूनही ते सहीसलामत सुटले असल्यामुळे त्यांना एक प्रकारचा माज चढला असावा. प्रत्येक वेळी जेव्हा माणूस *लक्ष्मणरेषा* पार करून पुढे जातो, तेव्हा अनीतीच्या विश्वात पुढे योग्य काय आणि अयोग्य काय याविषयीची त्याच्या मनातली संकल्पना धूसर होत जाते अन् मग हळूहळू हे धंदेवाईक लोक आपल्या कृत्यांचं स्वतःशीच समर्थन करू लागतात. 'मी काही इतरांपेक्षा फार वाईट नाही' हा त्यांचा नेहमीचा युक्तिवाद होतो, अन् इथेच माणूस अनैतिकतेच्या निसरड्या उतारावरून वाटचाल करू लागतो, त्याची कृत्यं अशा प्रकारची होतात की जिथून मागे परत फिरणं असंभव होतं. प्रभूचं उदाहरण हाच नीतिनियम आपल्या मनावर बिंबवतं. कुमार्गावरून वाटचाल करत असताना त्यांना असंख्य वेळा धोक्याच्या खुणा दिसल्या असणा– पश्चिम बंगालचे अग्निसुरक्षामंत्री, प्रतीम चॅटर्जी यांना मनस्ताप दिल्याच्या कारणावरून त्यांना वीस दिवस तुरुंगाची हवा खावी लागली होती. एका राजकारण्यानं केलेली अवहेलना आणि खुद्द प्रभूंच्या भावांनी त्यांच्याशी जवळचे संबंध असल्याची शरम वाटल्यामुळे

---

१२. 'मालक आणि त्याचा तडाखा देणारा माणूस', इंडियन एक्स्प्रेस, १ फेब्रुवारी, २०१० http://archive.indianexpress.com/news/the-boss---his-hitman/573839

त्यांच्याबरोबरचे सगळे संबंध तोडले होते. तरीही प्रभूंना आपल्या महत्त्वाकांक्षेची इतकी जबरदस्त भुरळ पडली होती की, त्यांना चुकीच्या मार्गावरून मागे फिरण्याची सुबुद्धी झाली नाही.

या प्रकरणाची चौकशी करणारे अधिकारी, उत्तम मुखर्जींनी इंडियन एक्स्प्रेसला असं सांगितल्याची नोंद आहे की, 'बडा बाझारमधला धंदा इतक्या अटीतटीच्या स्तराला जाऊन पोहोचला होता की, प्रतिस्पर्ध्यापासून संरक्षण किंवा अभयदान मिळावं म्हणून गुंडांना दलाली तत्त्वावर आपल्या पदरी बाळगण्यावाचून व्यापाऱ्यांना गत्यंतरच नव्हतं.' मुखर्जींच्या बोलण्यावरून असं लक्षात आलं की, 'त्या भागातले बहुतेक सगळेच व्यापारी दलाली देऊन स्वसंरक्षणाची सोय करतात. अगरवालांसारख्या काळेबेरे धंदे करणाऱ्या व्यापाऱ्यांना तर गुंडांची मदत घेणं अत्यंत गरजेचं ठरतं.'

१९९६ ते २००५च्या दरम्यान प्रभूंनी त्या इमारतीतील सर्व भाडेकरूंना विकत घेतलं होतं, अपवाद फक्त त्या चहावाल्याचा होता. त्याची चहाची टपरी मध्ये येत असल्यामुळे समोरच्या रस्त्यावरून अगरवालांची इमारत दिसण्यात अडसर निर्माण झाला होता. कोलकाता पोलिसांकडील नोंदींनुसार, सुरुवातीला त्या जागेवर एकूण आठ दुकानं होती. बांधकाम सुरू होण्यापूर्वी ती दुकानं पाडणं प्रभूंना भाग होतं. आठांपैकी सात दुकानदारांना त्यांनी भाड्याच्या जागा सोडण्यास प्रवृत्त केलं. वास्तविक पाहता, दुकानं खाली केल्यानंतर त्यांच्या उपजीविकेचं साधनही ते गमावून बसणार होते. त्यासाठी त्यांना १ ते ३ लाख रुपयांइतकी भरपाई मिळणार होती. या सात दुकानांचे मालक प्रभूंच्या धाकदपटश्याच्या तंत्राला बळी पडले आणि त्यांनी दुकानाच्या जागेच्या बदल्यात क्षुल्लक रक्कम स्वीकारली, पण सत्यनारायण शर्मानं (ऊर्फ सत्यनारायण ठाकूर) आणि त्यांचा पुतण्या प्रमोद शर्मानं, या बलिष्ठ व्यापाऱ्यासमोर झुकायला नकार दिला.

त्या विभागातले एक वरिष्ठ पोलीस अधिकारी म्हणाले, "या विभागात एक चौरस फूट जागेची किंमत कमीत कमी १०,००० ते १५,००० रुपये आहे. त्या हिशोबानं प्रमोद शर्माच्या छत्तीस चौरस फूट जागेचं मूल्य किमान आठ लाख तरी होईलच.[१३] त्या चहावाल्यांच्या दुकानाखातर अगरवालांनी देऊ केलेली रक्कम बाजारभावापेक्षा पुष्कळच कमी होती, हे एक कारण असलं तरी त्यांच्या विरोधाचं ते मुख्य कारण नव्हतं. प्रमोद आणि त्याचं कुटुंब हे चहाचं दुकान गेली पन्नास वर्षं चालवत होतं, त्यामुळे त्यांच्यासाठी दुकानाचं भावनिक महत्त्व अधिक होतं,

---

१३. 'मालक आणि त्याचा तडाखा देणारा माणूस', इंडिअन एक्स्प्रेस, १ फेब्रुवारी, २०१० http://archive.indianexpress.com/news/the-boss---his-hitman/573839C

शिवाय ते त्यांचं अर्थार्जनाचं प्रमुख साधनही होतंच. गेल्या दोन पिढ्यांमधील शर्मा मंडळींनी हे एकच काम केलं असल्यामुळे तेच दुकान विकून टाकायची कल्पनाही ते करू शकत नव्हते. उत्तम मुखर्जींनी आपल्या विधानानं त्यांच्या विचाराला पुष्टीच दिली. ''प्रमोदच्या दृष्टीनं ते दुकान हा त्यांच्या कुटुंबाचा व्यवसाय होता, शिवाय त्यात त्याच्या काकांचासुद्धा हिस्सा होता.'' त्यातून त्यांना असं सुचवायचं होतं की तो एकटा दुकान विकण्याचा निर्णय घेऊ शकत नव्हता.

खुनाचा प्रयत्न करून झाल्यानंतरच्या दिवसांत *द इंडियन एक्स्प्रेसनं* प्रमोदची गाठ घेतली तेव्हा तो त्यांना म्हणाला होता, ''प्राण गेला तरी मी माझं दुकान सोडणार नाही. हे मोठे लोक तर आम्हा गरिबांना रोजच अनेक प्रकारांनी मारत असतात. असं तीळतीळ मरण्यापेक्षा एकदाच मरणं बेहत्तर नाही का?''[१४]

भावविवश, शूर अन् तितकाच हेकेखोरही असलेला प्रमोद आणि त्याचे काका, सत्यनारायण शेवटपर्यंत आपल्या मुद्द्याला चिकटून राहिले, हे विशेष. सर्वसाधारणपणे, ज्या अर्थव्यवस्थेत लहान मासे नेहमीच मोठ्या माशांना दबून असतात कारण त्यांना ठाऊक असतं की आपला कधीच टिकाव लागणार नाही, तिथे प्रमोदनं फार मोठं धाडस दाखवलं होतं. गेली दहा वर्षं प्रभू हा जमिनीचा चतकोर तुकडा घशात घालण्याचा प्रयत्न करत होते, पण व्यर्थ! आता त्यांचा सहनशीलपणा संपत चालला होता आणि धीरही सुटू लागला होता.

२००५ मध्ये, प्रभूंच्या हातांत आठांपैकी सात दुकानांचा ताबा आला आणि त्यांनी जिल्हा न्यायालयात पंचाहत्तर वर्षांच्या चंद्रावली सिंगांविरुद्ध दावा ठोकला.[१५] न्यायालयानं सिंगच्या भाडेकरूंना दुकान खाली करण्याचा आदेश दिला. म्हाताऱ्या, थकल्याभागल्या दुकानमालकानं प्रभूंच्या मागण्यांपुढे मान तुकवली. बाकी सगळ्या भाडेकरूंनी जागा सोडल्या तरीही शर्मा बधले नाहीत. त्यांनी दिवाणी न्यायालयात प्रभूंच्या मागणीचा फेरविचार व्हावा, अशी याचिका दाखल केली. न्यायालयाच्या आदेशानुसार खटला न्यायप्रविष्ट असेपर्यंत प्रमोद आणि त्याच्या काकांना दुकानाबाहेर काढता येण्याची शक्यता नव्हती.

---

१४. ''चहाचं दुकान सोडणार नाही,'' बलाढ्य उपाहारपदार्थ उत्पादकाच्या विरोधात दंड ठोकून उभ्या असलेल्या माणसाचे उद्गार. इंडियन एक्स्प्रेस, २९ जानेवारी, २०१०. http://archive.indianexpress.com/news/won-t-quit-teastall-says-man-who-stood-up-to-snacks-baron/572718/.

१५. 'बडा बाझारमध्ये काही वाईट पाहू नका', तेहलका, २० फेब्रुवारी, २०१०, http://www.tehelka.com/2010/02/see-no-evil-in-burrabazar/singlepage=1

"तुमची किंमत किती आहे?"[१६]अगदी सुरुवातीच्या काळात प्रभूंनी प्रमोदला त्याची 'किंमत' विचारली होती आणि दुकानाच्या बदल्यात ४ लाख रुपये देऊ केले होते. हे प्रसिद्ध वाक्य प्रभू नेहमीच समोरच्या व्यक्तीला विचारत आणि आपल्या मनातल्या बहुतेक इच्छा पुऱ्या करत असत. पण या सदसद्विवेक बुद्धी असलेल्या चहाच्या दुकानदारापुढे आणि त्याच्या काकांपुढे त्यांची डाळ शिजली नव्हती. न्यायालयाच्या हुकूमाचं पालन करायला त्यांनी नकार दिला, तेव्हा वैतागलेल्या प्रभूंनी मनाशी पक्कं केलं की, त्याला इमारतीबाहेर घालवण्यासाठी त्यांना आणखी मोठी कडक कारवाई करणं गरजेचं आहे. त्यानंतर गोष्टी मोठ्याच वेगानं घडल्या.

१२ फेब्रुवारी, २००५ला न्यायालयाचा एक अधिकारी बांधकाम स्थळाला भेट देऊन खात्री करून घेणार होता की, सर्व भाडेकरूंनी जागा सोडल्या आहेत. तसं झालं असतं तर मग प्रभूंना आणि त्यांच्या विकसकाला– अरुण खंडेलवालना इमारत पाडण्याची मोकळीक मिळाली असती आणि त्यांच्या स्वप्नातला प्रकल्प सत्यात उतरवता आला असता. प्रमोदला आणि त्याच्या काकांना बाहेर काढण्यासाठी उतावीळ झालेल्या प्रभूंनी साध्याभोळ्या स्वभावाच्या प्रमोदला आणि त्याच्या काकांना गुंडांकरवी इमारतीतून हुसकून लावायचा घाट घातला. "न्यायालयाचा अधिकारी बांधकामस्थळी येण्यापूर्वी प्रभूंना काहीही करून आमची टपरी तिथून हलवायची होती," पुढे प्रमोदनं म्हटलं.

त्या दिवशी सकाळी एकवीस वर्षांचा तरुण असलेल्या प्रमोदला, टपरीच्या मालकाला, पुढे बसणार असलेल्या धक्क्यांच्या मालिकेतला पहिला धक्का बसणार होता. भाडोत्री गुंडांनी त्याच्या दुकानाची पूर्णपणे उलथापालथ केली, मोडतोड करून दुकानातल्या सामानाची आणि सजावटीची पार वाट लावली. वृत्तपत्रांनुसार, जेव्हा सत्यनारायणनी आणि त्यांच्या एका नातेवाइकानं, गोपाल ठाकूरनं, त्यांना प्रतिकार करायचा प्रयत्न केला, तेव्हा गुंडांनी त्यांना विटांनी आणि लाकडी फळकुटांनी बडवून काढलं. पोलीस घटनास्थळी आले तेव्हा कुणीतरी आपल्या मदतीसाठी धावून आलंय या विचारानं साहजिकच प्रमोदनं सुटकेचा निःश्वास टाकला. त्यानं पोलिसांना विनवण्या केल्या; पण पोलिसांनी गुंडांना ताब्यात घेण्याऐवजी त्याला आणि गोपाल ठाकूरलाच सार्वजनिक शांततेचा भंग केल्याबद्दल अटक केली, तेव्हा त्याला धक्काच बसला. भारतीय पोलिस दलातील भ्रष्टाचाराच्या कहाण्या सर्वश्रुत आहेतच; पण भारतातल्या सर्वसामान्य नागरिकाला जेव्हा कळतं

---

१६. 'मालक आणि त्याचा तडाखा देणारा माणूस', इंडियन एक्स्प्रेस, १ फेब्रुवारी, २०१० http://archive.indianexpress.com/news/the-boss---his-hitman/573839/.

की त्याचा कुणीही वाली नाही, तेव्हा त्या कहाण्यांमुळे त्याचं काळीज विदीर्ण होतं, ते कटू सत्य पचवणं त्याला फार कठीण जातं. हा धडा प्रभूंनी फार लवकर आत्मसात केला होता. याच पाठानं त्यांना पुढचा पाठ गिरवायची हिंमत दिली होती – पैसा आणि बळ या साधनांचा वापर करूनच त्यांनी स्वतःचं स्थान बळकट केलं होतं, स्वतःला कधीही दुर्बल ठरू दिलं नव्हतं.

पोलिसकोठडीतल्या अनुभवानंतरही तरुण, बेडर स्वभावाचा प्रमोद नमला नाही. आपल्या धमक्यांकडे गंभीर नजरेनं पाहिलं जावं, या हेतूनं प्रभूंनी सत्यनारायणांच्या मुसक्या बांधून त्यांना पथुरिया पथावरील ८५ क्रमांकाच्या बिनानी धर्मशाळेत नेण्याचा हुकूम सोडला. चहाच्या दुकानापासून ही जागा एक किलोमीटर अंतरावर होती. इथे त्या वयोवृद्ध माणसाची प्रभू अगरवालांशी, एका मोठ्या नामांकित व्यापाऱ्याशी, पहिल्यांदाच ओळख करून देण्यात आली. चहाचं दुकान चालवणाऱ्या एका पासष्ट वर्षांच्या दीनदुबळ्या माणसाला गुंडांनी बळजबरीनं कुठल्यातरी वाहनात कोंबलं होतं आणि एका बलाढ्य, धनाढ्य व्यापाऱ्याच्या दरबारात त्याला देण्यात येणारी शिक्षा सुनावण्यासाठी हजर केलंय, हे समजल्यानंतर त्याची काय अवस्था झाली असेल याचं चित्र डोळ्यांसमोर उभं करून पाहा. आपल्याला जबरदस्तीनं पळवून आणलंय या नुसत्या विचारानंही कित्येकांच्या अंगाला भीतीनं आणि हताशपणानं कापरं सुटलं असतं. पण सत्यनारायण जराही घाबरले नाहीत. त्यांच्या मनाचा तोल ढळला नाही. असं वाटतं की शूरवीरपणा त्या कुटुंबाच्या नसानसातून वाहत असावा. प्रभूंचे विकसक, अरुण खंडेलवाल त्यांच्या वतीनं मध्यस्थी करत होते आणि त्या दरम्यान केव्हा तरी गोपाल तिवारीनं, प्रभूंच्या पाळलेल्या गुंडानं, सत्यनारायणांसमोर एक छोटी पेटी (ब्रीफकेस) काहीशा नाटकीपणानं उघडली. ती नोटांनी खच्चून भरलेली होती. एखाद्या चित्रपटात दाखवतात तसंच दृश्य होतं ते. "पेटीत ४ लाख रुपये आहेत, असं मला सांगण्यात आलं. गोपाल मला म्हणाला, 'देतोय तेवढे पैसे बऱ्या बोलानं घे, नाहीतर होणाऱ्या गंभीर परिणामांना तोंड देण्याची तयारी ठेव.' मी साफ नकार दिला."[१७] तत्त्वनिष्ठ सत्यनारायणांनी मला सांगितलं.

लोक असं म्हणतात की प्रभू अगरवालांनी त्यानंतर गोपाल तिवारीशी करार केला आणि त्यानं आपल्या विश्वासू माणसांना, मनोज शर्मा आणि राजीव सोनकार

---

१७. "चहाचं दुकान सोडणार नाही," बलाढ्य उपाहारपदार्थ उत्पादकाच्या विरोधात दंड ठोकून उभ्या असलेल्या माणसाचे उद्गार. इंडियन एक्स्प्रेस, २९ जानेवारी, २०१०. http://archive.indianexpress.com/news/won-t-quit-teastall-says-man-who-stood-up-to-snacks-baron/572718/.

या दोघांना चहावाल्याला बाहेर घेऊन जाण्याचा आदेश दिला. सत्यनारायणांना पळवून नेल्यानंतर तीन दिवसांनी दारूच्या नशेत असलेले तीन गुंड ह्युंदाई ॲक्सेंट गाडीतून चहाच्या दुकानापाशी आले आणि त्यांनी ते पेटवून दिलं. या घटनेचा उल्लेख वृत्तपत्रवाल्यांनी 'सुपारी देऊन किंवा भाडोत्री गुंडांतर्फे केलेला हत्येचा प्रकार अंगलट आला,' अशा मथळ्यासह केला. त्या गुंडांचं वर्णन इतर काही लेखांमध्ये 'कुशल नेमबाज' असं करण्यात आलं असलं तरी त्यांना त्यांचं लक्ष्य काही अचूकपणे टिपता आलं नाही. त्यामुळे सत्यनारायणांचा पुतण्या किंवा इतर नातेवाईक जिवानिशी गेले नाहीत. मामुली म्हणाव्यात अशा दुखापती मात्र झाल्या असाव्यात. प्रमोद शर्माच्या मांडीला गोळी लागली त्यामुळे तो गंभीर जखमी झाला. त्याला कोलकाता वैद्यकीय कॉलेजमध्ये नेण्यात आल्यानंतर डॉक्टरांनी त्याच्या डाव्या पायावर शस्त्रक्रिया केली खरी, पण पुढे आयुष्यभर त्याला लंगडतच चालावं लागलं.

आपल्यावर संशय घेतला जाऊ नये म्हणून मारेकरी पांगले. गोपाल तिवारीला दोनेक महिन्यांनंतर कोलकाता पोलिसांनी हैदराबादमध्ये अटक केली. तो दिवस होता २४ मे, २००५. त्या क्षणापासून त्यानं एखाद्या पोपटासारखी पूर्ण जबानी दिली. प्रभू अगरवालांनी त्याला या कामासाठी अडीच लाख रुपये दिले होते हे त्यानं कबूल केलं. त्या माहितीच्या आधारे, पोलिसांनी प्रभूंना ७ जून, २००५ मध्ये दिल्लीतील इंदिरा गांधी आंतरराष्ट्रीय विमानतळावर अटक केली. ते नुकतेच युनायटेड किंगडमच्या व्यापारदौऱ्यावरून परत येत होते. तिथे आपल्या व्यवसायाची शाखा काढण्याचा ते प्रयत्न करत होते. हातात बेड्या ठोकल्यामुळे अपमानित झालेले प्रभू त्या दिवशी एका क्षणात राष्ट्रीय पातळीवर प्रसिद्धीच्या झोतात आले. पोलिसांच्या म्हणण्यानुसार प्रभूंनी दडपणाखाली येऊन या प्रकरणात गोवल्या गेलेल्या अन्य तिन्ही व्यक्तींना– अरुण खंडेलवाल, मनोज शर्मा आणि राजीव सोनकार– पोलिसांच्या हवाली केलं. प्रभूंच्या पूर्वीच्या सगळ्या कहाण्या असं दर्शवतात की, अगदी नेहमीच कुणी ना कुणी पोलिस अधिकारी त्यांनी आपल्या पदरी बाळगलेले असायचेच. मग शेवटी त्यांनी स्वतःला अटक कशी करून घेतली? या घटनेवर प्रभूंच्या काकांनी- पूनमचंदनी- थोडासा प्रकाश टाकला. "मला नक्की सांगता येणार नाही की त्यांनी लोकांना पैसे चारून हे काम करून घेतलं की ते स्वतःच पोलिसांच्या वाहनामध्ये चढून बसले. ते काहीही असलं, तरी मी असं ऐकलंय की, त्यांनी त्या पोलिस अधिकाऱ्याला त्यांचा नेहमीचा प्रश्न विचारला तेव्हा त्यानं त्यांना सांगितलं की त्यांनी २० लाख रुपये दिले, तर त्यांच्याविरुद्ध काही प्रकरण उभं केलं जाणार नाही. त्या अधिकाऱ्याला पुरेपूर कल्पना होती की अशा प्रकारे अटक केली जाणं म्हणजे मोठीच बदनामी होती,

त्यामुळे प्रभू सुटकेसाठी उतावीळ झाले असणार, पण झालं उलटंच. प्रभूंना भयंकर संताप आला अन् ते चिडून म्हणाले, 'हजार रुपये देऊन मी आयपीएस (सनदी पोलीस अधिकारी) माझ्या खिशात बाळगतो, समजलास?' त्यांच्या उर्मटपणाची शिक्षा देण्यासाठी त्या अधिकाऱ्यानंही त्यांना धमकी दिली, 'मी तुला अशा प्रकरणात गोवेन की कितीही मोठा जामीन भरलास तरी तुला बाहेर पडता येणार नाही!' त्या क्षणापासून त्यांच्या दैवाचे फासे फिरल्यासारखे झाले अन् दुसऱ्याला आपल्या तालावर नाचवणारे प्रभू स्वतःच एक कठपुतळी नव्हे, डोंबाऱ्याच्या हातातलं खेळणं बनले.

गोपाल तिवारीला जामिनाशिवाय तुरुंगात अडकवून ठेवण्यात आलं. त्या दरम्यान, प्रभूंना आणि उरलेल्या तिघांना खटल्याची सुनावणी सुरू होईपर्यंतच्या काळात मर्यादित प्रमाणात का होईना पण, स्वातंत्र्य उपभोगता आलं. पाच वर्षं खटला रेंगाळत राहिला, या न्यायालयातून त्या न्यायालयात, या न्यायाधीशाकडून दुसऱ्या न्यायाधीशाकडे पाठवण्यात आला. अशीच पाच वर्षं गेली अन् शेवटी एकदाचा खटला अशा कार्यतत्पर न्यायाधीशापुढे सुनावणीसाठी ठेवण्यात आला, ज्यांनी त्वरित आणि निर्णायक कृती केली. तिवारीला तुरुंगवासच भोगावा लागला; पण इतर चौघांना सुटकेची स्वप्नं पाहण्यासाठी पाच वर्षं मिळाली. जेव्हा त्यांना हातांत बेड्या ठोकून न्यायालयात हजर करण्यात आलं, तेव्हा त्यांच्या मनातल्या आशांचा चक्काचूर झाला. २७ जानेवारी, २०१० रोजी न्यायाधीश तपन सेननी त्यांना दोषी ठरवलं. दोन दिवसांनी २९ जानेवारी, २०१० रोजी, कोलकात्यातील चौथ्या जलद कारवाई न्यायालयात न्यायमूर्ती तपन सेननी पाचही जणांना 'जन्मठेपे'ची शिक्षा सुनावली.

न्यायदानगृहातील शांततेचा भंग झाला आणि जणू वीज कोसळली असावी अशा प्रचंड आवाजानं त्याच्या भिंती दणदणून गेल्या. न्यायमूर्तींनी पुढील शब्दांत आपला निवाडा सुनावला, 'प्रभुशंकर अगरवाल, गोपाल तिवारी, अरुण खंडेलवाल, मनोज शर्मा आणि राजीव सोनकार या पाच आरोपींना भारतीय दंड विधानातील (आइपीसी – इंडियन पीनल कोड) कलम क्रमांक १२० ब (खुनाचा कट रचणे) आणि कलम क्र. ३०७ (खुनाचा प्रयत्न करणे) याखाली जन्मठेपेची शिक्षा सुनावण्यात येत आहे.' त्यानंतर न्यायालयात टाचणी पडली तरी आवाज येईल अशी भयाण शांतता पसरली. मला खात्री आहे की त्या शांततेचा भंग एकाच आवाजानं झाला असावा– दोषारोप झालेल्या आरोपींच्या हृदयांच्या ठोक्यांचा.

पार गोंधळून गेलेले, प्रचंड धक्का बसलेले प्रभू आपल्या वकिलाकडे वळले अन् त्यांनी वकिलांना, आलोक पाइनना प्रश्न केला, "जन्मठेप किती काळाची असते?"

"जन्मठेपेचा अर्थ पूर्ण आयुष्यभराची शिक्षा," वकिलांनी म्हटलं.

"तुम्हाला म्हणायचंय, मरेपर्यंत तुरुंगवास?" प्रभूंनी विचारलं.

"हो," वकिलांनी तुटकपणे उत्तर दिलं.

हे सगळं घडत असतानाही प्रभू कमालीचे शांत आणि अविचल राहिले, असं त्यांच्या मित्रांचं त्याचप्रमाणे नातेवाईक मंडळींचं मत होतं. त्यांचा नेहमीचा 'संताप' कुठल्याकुठे लुप्त झाला. एक प्रकारच्या विचित्र शांततेनं त्यांना घेरलं होतं. त्यांच्यावर कोसळलेल्या संकटाचं गांभीर्य त्यांना हळूहळू जाणवायला लागलं असावं. असं म्हटलं जातं की प्रभू म्हणाले होते, "मी निरपराध आहे. माझ्या कर्मचाऱ्यांसकट मला हजारांहून अधिक कुटुंबांचं भरणपोषण करायचं आहे." उसन्या धैर्यानं ते पुढे म्हणाले होते, "न्यायालय जी शिक्षा सुनावेल ती मी शांतपणे स्वीकारेन."

त्या दिवशी न्यायालयात उपस्थित असलेल्यांच्या मते, न्यायाधीशांनी निवाडा दिल्यानंतर प्रभू अगरवाल, अरुण खंडेलवाल, वकील – आलोक पाइन, प्रभूंचा मुलगा– मनीष आणि रवींचा मुलगा– शरद यांनी घट्ट कोंडाळं केलं आणि ते गंभीर चर्चा करू लागले. जणू ते पुढच्या कारवाईसंबंधात– उच्च न्यायालयात खटला दाखल करण्यासंबंधात– योजना आखत असावेत. हीदेखील प्रभूंची सवयच होती, असं त्यांनी ब्रँडसंबंधात दिलेल्या न्यायालयीन लढतींवरून लक्षात येतं.

तुरुंगात रवानगी होण्यापूर्वी प्रभू आपल्या पत्नीकडे गेले आणि म्हणाले, *"एक जाडशी गादी, एक चांगली उशी आणि एक ब्लँकेट पाठवून दे माझ्यासाठी तुरुंगात. आणि तू अजिबात चिंता करू नकोस. मी समर्थ आहे सगळं निस्तरायला."* कुटुंबीयांच्या मतानुसार प्रभू बेभरवशाचे असले, कधीकधी हिंस्र आणि रासवट असले तरी सर्वानुमते, ते आपल्या पत्नीशी– सुधा अगरवालांशी – अतिशय हळुवार आणि प्रेमळपणे वागत असत.

निवाडा ऐकत असताना संपूर्ण वेळ सुधा अगरवाल अगदी स्थितप्रज्ञासारख्या शांत बसून होत्या. गोपाल तिवारीची बायको ज्या धातूच्या जाळ्यानं त्याला जखडवलं होतं, ते घट्ट धरून रडत होती. राजीव सोनकारनं आपल्या कुटुंबावरचा दुःखाचा भार हलका करण्यासाठी 'तुरुंगात माझ्यासाठी बिर्याणी पाठवा' असा विनोद केला. निरोपानिरोपी झाल्यानंतर पाचही गुन्हेगारांना अलिपूरमधील मध्यवर्ती तुरुंगात धाडण्यात आलं. पुढचे जवळजवळ आठ महिने प्रभूंनी तिथेच काढले.

मित्रांपाशी आणि कुटुंबीयांजवळ ते 'मी निरपराध आहे, कुणाचाही जीव घेण्यासाठी मी माणसं धाडणार नाही,' असाच मंत्र जपत राहिले. २०१० मध्ये एका पत्रकारानं प्रभूंना देण्यात आलेल्या शिक्षेविषयी एक लेख लिहिला, त्याला प्रभूंच्या वीस वर्षांच्या पुतणीनं– आँचल अगरवालनं– दुखावलेल्या भावनेतून

चिडून जवाब दिला. लेखकानं असं म्हटलं होतं की, आँचलनं दर्शवलेला संताप तिच्या प्रभूंशी असलेल्या नात्यातून निर्माण झाला असावा. त्या लेखाचा जळजळीत शब्दांत तिनं समाचार घेतला होता. तिच्या लेखाचा मथितार्थ असा होता– 'मी त्यांच्या कुटुंबाची एक सदस्य आहे. मी महेश अगरवालांची मुलगी आहे आणि प्रभुबाबांची लाडकी पुतणीही. या क्षणी मी अमेरिकेत आहे आणि काकांबद्दल जे लिहिलं जातंय, त्यानं मला धक्का बसला आहे. खरं काय घडलं होतं ते जाणल्यानंतर लोक आंतरजालावरून जी चिखलफेक करतात, ते ऐकून माझ्या मनाला यातना होतात. खरं तर, पहिल्यांदा तुम्ही विचार करा, आपल्याकडील संपूर्ण शासनपद्धती इतकी भ्रष्ट असतानाही मुळात त्यांना शिक्षा कशासाठी सुनावली गेली? त्यामागचं कारण हेच आहे की त्यांनी कुठल्याही मंत्र्याला लाच दिली नाही, म्हणूनच ते त्यांच्यावर उलटले... तिवारीनं आपणहूनच चहावाल्याचा काटा काढायचं ठरवलं आणि त्याला गोळ्या घातल्या. बडे पापांना त्यासंबंधी कुणकुणही नव्हती. किंवा असंही असू शकेल की तिवारी आणि तो चहावाला यांच्यात काहीतरी शत्रुत्व असेल. आता विचार करा, ते नेमबाज अगदी कुशल नेमबाज असूनही त्या चहावाल्याचा जीव गेला नाही, तर फक्त त्याच्या एका पायालाच इजा झाली. हे कसं काय घडलं असेल बुवा?'

आता, पाच वर्षांनंतर, आँचल अगरवाल ही एक पंचवीस वर्षांची अधिक परिपक्व आणि शहाणी तरुणी आहे. आपल्याला चुकीची माहिती देण्यात आली असावी, असं ती प्रांजळपणे मान्य करते. आम्हा दोघींच्या संभाषणादरम्यान, आँचल ओशाळल्यागत हसली आणि आपण काही वर्षांपूर्वी किती भोळसट होतो, या विचारानं तिन मानं हलवल्यासारखी केली. वयाच्या विसाव्या वर्षी तिनं न्यायालयाच्या निवाड्याविरुद्ध कसलीही भीडभाड न ठेवता संताप व्यक्त केला होता, हे मान्य केलं. आपल्या तोलामोलाच्या कुटुंबातल्या कुणाला 'गुन्हेगारी कारणा'वरून तुरुंगात धाडलं जाईल, यावर विश्वास ठेवणं तिला अशक्यप्राय वाटलं होतं. "माझे कुणी काका असलं कृत्य करू शकतील अशी कल्पनाही मी करू शकत नव्हते." खरं सांगायचं तर धंदा-व्यापाराच्या कुठल्याही बाबींची घरात कधीच चर्चा होत नसे आणि त्या वयाची असताना तरी तिची अशी भाबडी समजूत होती की, तिच्या कुटुंबातले सगळे आर्थिक व्यवहार प्रामाणिकपणेच होत असत. "पाच वर्षांपूर्वी मी वेगळ्या पद्धतीनं विचार करत असे. आज मला कळतंय की ते अपराधी आहेत, पण त्यांच्यावर जो आरोप दाखल केला गेलाय त्यासाठी नाही. माझी अशी समजूत आहे की कुणाला तरी घाबरवून सोडायचं एक प्रकरण फार भयंकर प्रकारे त्यांच्या अंगावर शेकलंय. मला वाटतं, भारतातले व्यापारी, उद्योजक दहशतीचे प्रकार नेहमीच वापरत असतात, हे आता इतक्या वर्षांच्या अनुभवातून

आलेल्या शहाणपणामुळे माझ्या पचनी पडलंय. माझे थोरले काकाही तेच करायचा प्रयत्न करत होते. मी गुंड बाळगले होते असं ते कबूल करतातच, पण मला नाही वाटत कुणाला दुखापत करायचा त्यांचा उद्देश असावा. माझी अशी धारणा झालीये की गुन्हेगारी जगतातल्या काही लोकांना कुणकुण लागली असावी की, माझे काका त्यांच्या मालकीच्या इमारतीतून एका चहावाल्याला बाहेर काढू पाहत आहेत, तेव्हा त्यांनी आपणहूनच त्यात हात घालायचं ठरवलं असावं आणि त्याला गोळ्या घातल्या असाव्यात. या विषयावर आणखी काही बोलण्यासारखं माझ्यापाशी आहे असं मला तरी वाटत नाही.''

कोलकात्यातल्या एका नावाजलेल्या उद्योजकाला जामीन मिळण्यापूर्वी आठ महिने तुरुंगात काढणं नक्कीच सोपं गेलं नसेल. त्यांचे एक मित्र– धीरू बॅनर्जी– प्रभूंविषयी बोलतात तेव्हा त्यांच्या मनातली मित्राविषयीची कणव शब्दांतून स्पष्ट जाणवते. प्रभूंना तुरुंगातील वास्तव्यात मानसिक औदासीन्याचा त्रास सहन करावा लागला होता. त्यांच्या सबंध कुटुंबाला, खास करून त्यांच्या पत्नी सुधा, मुलगा मनीष आणि पुतण्या शरदला फार वाईट काळातून जावं लागलं होतं. आपल्या कुटुंबाची लक्तरं वेशीवर टांगली जात होती, तेव्हा ते पाहणं त्यांच्या नशिबी आलं होतं. लोकांच्या भोचक नजरा चुकवत जगणं फार कठीण गेलं होतं त्यांना. प्रभूंच्या दोन्ही मुलांना आणि त्यांच्या भावाल- महेशला वकिलांना भेटण्यापायी, उच्च न्यायालयात खटला दाखल करण्यासाठी बहुमोल वेळ खर्चावा लागला होता.

अलिपूरच्या मध्यवर्ती कारागृहात एकट्या कैद्यासाठी असलेल्या कोठडीत प्रभूंना ठेवण्यात आलं होतं. कोठडीतलं चित्रीकरण करण्यासाठी व ते मुख्य तुरुंगाधिकाऱ्याच्या कचेरीत दिसावं यासाठी क्लोझ सर्किट टी.व्ही. बसवलेले होते. १४ कोठड्यांच्या एका समूहातील ६ क्रमांकाच्या कोठडीत प्रभूंना ठेवण्यात आलेलं होतं. त्यांच्या समोरच्या कोठडीत युसिस या आंतरराष्ट्रीय दहशतवादी संघटनेनं केलेल्या हल्ल्यांमागील सूत्रधार, आफ्ताब अन्सारीला ठेवलेलं होतं. तो काळ सर्वांसाठीच फार खडतर होता, असं कुटुंबीयांचं मत झालं होतं. तुरुंगाधिकाऱ्यांच्या सांगण्यानुसार सर्वसामान्य गुन्हेगारांप्रमाणेच प्रभूंनाही तुरुंगातल्या कवायतींना हजर राहावं लागत असे. तुरुंगातल्या बागेत त्यांना माळ्याचं काम देण्यात आलं होतं. अकुशल कामगार मानण्यात आल्यामुळे त्यांना मिळणारं वेतन सर्वांत कमी पातळीवरचं म्हणजेच दिवसाला १८ रुपये असं ठरवण्यात आलं होतं. सुरुवातीचे तीन महिने उमेदवारीचे मानले गेले असल्यामुळे चौथ्या महिन्यापासूनच त्यांना वेतन मिळू लागलं. त्या काळी निम्नकुशल कामगारास २१ रुपये आणि अतिकुशल कामगारास २५ रुपये वेतन दिलं जात असे. प्रभूंना अर्थातच ते दर लागू होण्याची शक्यता नव्हती. धीरू बॅनर्जी म्हणतात की, ''प्रभूंनी स्वतःला कलेच्या विश्वात

झोकून देऊन प्राप्त परिस्थितीवर तोडगा काढला. तो काळ त्यांच्यासाठी आणि त्यांच्या कुटुंबीयांसाठी कमालीचा कष्टप्रद ठरला. काही वेळा त्यांना नैराश्य ग्रासत असे. पण नेहमीच त्यांचा कल कलांकडे असल्यामुळे पूर्वीपासून ते स्थानिक चित्रपट आणि नाट्यसृष्टीला आर्थिक पाठिंबा देत असत. एखाद्या गोष्टीत त्यांना रस वाटला की ते ती गोष्ट फार लवकर शिकत. खरं सांगायचं तर रंगकाम करण्यास ते तुरुंगातच शिकले.'' प्रभूंनी तुरुंगवासादरम्यान चित्रात रंग भरण्याचं शिक्षण घेतलं. तिथेच त्यांनी आपल्या आठ वर्षांच्या नातवाचं एक तैलचित्र काढलं. ते त्यांनी त्याच्या पारपत्रावरील छायाचित्रावरून काढलं होतं.

त्यांना मी खुनाचा प्रयत्न केल्याच्या संदर्भात प्रश्न विचारला तेव्हा त्यांचे कान एकदम टवकारल्यासारखे झाले. त्यांनी माझ्या प्रश्नांना उत्तर देण्यास नकार दिला अन् त्यांचा शांतपणाही क्षणार्धात नाहीसा झाला. त्यांनी तिथल्या तिथे मला प्रतिबंध करत म्हटलं, ''यासारखे व्यक्तिगत प्रश्न तुम्ही इथे विचारणं योग्य नाही.'' इथे मला मान्य करायला हवं की तत्क्षणी मी भीतीनं चपापले आणि पुढचे प्रश्न विचारलेच नाहीत. मात्र, त्यांनी आपल्या नातवाचं तैलचित्र मोठ्या अभिमानानं अन् प्रेमपूर्वक वेष्टणातून बाहेर काढलं आणि मला म्हणाले, ''याची तुम्ही त्याच्या छायाचित्राशी तुलना करा.'' मला मनापासून सांगावंसं वाटतं की दोन्ही चित्रं कमालीची एकसारखी वाटत होती. ''तुम्हाला सांगतो, हे तैलचित्र ही अशी एकमेव गोष्ट होती जी माझ्या मनाला त्या काळी काही क्षण तरी दिलासा द्यायची. एरवी माझ्या सभोवती काळाकुट्ट अंधकार पसरलेला असायचा.'' त्या विषयावर ते इतकंच बोलले. माझी व त्यांची बातचीत होत होती, तेव्हा त्यांची जामिनावर सुटका झाली होती. त्यांनी उच्च न्यायालयात दाखल केलेल्या याचिका अजूनही अनिर्णित अवस्थेत होत्या. अशा स्थितीत त्यांनी झालेल्या घटनेवर थोडासा प्रकाश टाकणं, आपली बाजू माझ्यापुढे मांडणं आदर्शवत ठरलं असतं; खरं तर स्वतःच्या कृत्याचं समर्थन करण्याची, स्वतःच्या निरपराधित्वावर प्रकाश टाकण्याची एक संधी त्यांना मिळाली होती. पण विरोधाभास असा होता की त्या विशिष्ट विषयावर त्यांनी जणू पडदाच टाकला होता, सर्व दरवाजे स्वतःच बंद करून टाकले होते.

त्यांचे भाऊ महेश यांनी त्यांना जमेल तितकी मदत करायचा प्रयत्न केला आणि त्या घटनेचा परिणाम एकूण कुटुंबावर होणार नाही, याची आपल्यापरीनं दक्षताही घेतली. दोघा भावांच्या मुलांनी द्रुतगती न्यायालयानं निवाडा दिल्यानंतर कोलकाता उच्च न्यायालयात याचिका दाखल केली अन् जवळजवळ त्याच क्षणी ती फेटाळलीही गेली. मात्र २०१०च्या सप्टेंबरअखेर, भारताच्या सर्वोच्च न्यायालयानं प्रभूंना जामीन दिला; पण त्या बदल्यात अशी अट घातली की, प्रकरण निकालात निघेपर्यंत त्यांना देशाबाहेर जाता येणार नाही. दोघे भाऊ वरकरणी एकमेकांना साथ

देत असले तरी त्यांच्या जवळ असणारे लोक आता म्हणू लागले की, त्या आधीच दोघे जण एकमेकांपासून दूर जाऊ लागले होते. महेशना मी न्यायालयातील प्रकरणाबाबत विचारलं असता त्यांनी उत्तर दिलं, ''ही एक अशी प्रक्रिया आहे जिच्यासंबंधी फार विचार करायला मला आवडतच नाही. जे घडलं ते सगळंच चुकीचं होतं, असं मला वाटतं आणि माझा असाही दृढविश्वास आहे की, जेव्हा एखादा माणूस लोभापायी आणि स्वार्थी वृत्तीनं बेधडकपणे कृती करतो, तेव्हा अखेरीस एक ना एक दिवस तो गोत्यात येतोच. एखाद्यानं आपण योग्य कृती करतोय अशा विश्वासानं एखादं गैर कृत्य केलं, तरी शेवटी जर त्याचा हेतू अपवित्र असेल, तर त्याला चांगली फळं कधीच मिळणार नाहीत.'' महेशनी न्यायालयाचे दरवाजे खटखटून आपल्या भावाला मदत केली खरी, पण त्यांना प्रभूंच्या कृत्यांशी आणि त्यांच्या तत्त्वज्ञानाशी स्वतःला कधीच जुळवून घेता आलं नाही. न्यायालयाच्या निवाड्यानं त्यांचं अवघं विश्व हादरवून सोडलं होतं, हेच खरं. सत्य हेच होतं की, हे प्रकरण खऱ्या अर्थानं सुरू होण्यापूर्वीच दोघांनी व्यावसायिक फारकत घेतलेली होती. अन् त्याच सुमारास दोघांच्याही लक्षात आलं होतं की, अगरवाल कुटुंबाच्या मूळ पायालाच मोठे तडे गेलेले आहेत.

त्याचा दृश्य परिणाम मला माझ्या आणि आँचलच्या आणखी एका संभाषणातून जाणवला. ती म्हणाली, ''दोघा भावांमध्ये तोपर्यंत नेहमीच जवळिकीचे संबंध होते, पण आता मला असं जाणवू लागलंय की दोघांमधलं नातं म्हणावं तितकं घनिष्ठ नाही. तरीही मला असं वाटतं की, ते अजूनही एकमेकांवर प्रेम करतात आणि संकटकाळी ते एकमेकांना धरून राहतील. मी लहान होते तेव्हा मी माझ्या वडिलांना एक प्रश्न विचारल्याचं मला आठवतंय, 'तुमच्या मुलांनी एखादं गैर कृत्य केलं तर तुम्ही त्यांच्या पाठीशी उभे राहाल का?' तेव्हा माझे बाबा म्हणाले होते, 'काहीही झालं तरी तुम्हाला तुमच्या कुटुंबाच्या पाठीशी उभं राहावंच लागतं, अगदी ते चुकीचं वागले तरीही.' ते नेहमी म्हणत, 'काय खरडपट्टी काढायची असेल ती खासगीत काढा; पण चारचौघांमध्ये नेहमीच त्यांना आधार द्या.' भावाभावांमध्ये एक पुसटशी निष्ठा अजूनही आहेच. मात्र यापुढे आणखी काही मोठे न्यायालयीन खटले – ब्रँडसंदर्भात – उभे राहिले तर तो नात्याचा धागा टिकून राहील की तुटेल हे काळच ठरवेल. कुणी सांगावं, कदाचित त्यामुळेच नात्याचा बंध अधिक दृढ होईल.''

त्यांच्या दिल्लीतील चुलत भावंडांबरोबर चाललेला न्यायालयातला झगडा गेली चोवीस वर्षं चालूच आहे. हे भिजत घोंगडं व्यवसायाच्या ब्रँडवरून सुरू झालंय. कुटुंबवृक्षाच्या दोन्ही शाखा त्यामुळे विलग झाल्या आहेत; पण प्रभूंना तुरुंगात जावं लागलं त्या क्षणी दिल्लीतील अगरवाल पातीला 'आपण ते नव्हेच'

असं जाहीरपणे सांगण्याची घाई झाली. १० फेब्रुवारी, २०१०ला दिल्ली व्यवसायाच्या मालकांनी, मनोहरलालनी *टेलिग्राफला* निवेदन दिलं, 'हो, आम्ही बरोबरीनं वाढलो हे खरं असलं तरीही त्यांच्या कृत्याचं समर्थन कधीच करणं शक्य नाही. हल्दिरामच्या नावाला बट्टा लागला याचंच मला दुःख होतंय.'[१८]

२०१५ सालातील जून महिन्यात मी त्यांच्या दिल्लीतील ऑफिसात बसून त्यांची मुलाखत घेत होते, तेव्हा वृत्तपत्रात जी खेदाची भावना मनोहरलालनी व्यक्त केली होती, तीच त्यांनी मला प्रत्यक्षातही बोलून दाखवली. "आमच्या दिल्लीतील दुकानांतल्या विक्रीवर काही परिणाम घडलेला नाहीये, कारण मी आणि माझ्या कर्मचाऱ्यांनी आमच्या गिऱ्हाइकांना सांगूनच टाकलं की, कोलकाता हल्दिराम आणि दिल्ली हल्दिराम हे दोन पूर्णपणे वेगळे व्यवसाय आहेत." त्यांनी पुढे असंही म्हटलं, "२००५च्या जून महिन्यात आम्ही अर्थसाहाय्य केलेल्या एका रुग्णालयाच्या उद्घाटन समारंभासाठी मी बिकानेरला गेलो होतो. त्याच दिवशी प्रभूंना दिल्ली विमानतळावर अटक करण्यात आली होती." आता काय गंमत घडली, पाहा हं. बिकानेरमधल्या एका स्थानिक वृत्तपत्रानं अशी बातमी छापली, 'एका हल्दिराम मालकानं बिकानेरला एका *भव्य इमारतीची* देणगी दिली' अन् त्यानंतर लगेचच दुसरी बातमी अशी दिली, 'हल्दिरामच्या *मालकांना अटक* – हल्दिरामच्या मालकांनी गुन्हा केला.' हा विरोधाभास सगळ्यांनीच टिपला.

---

१८. 'शेव साम्राज्याला पडलेले तडे आता उघड' टेलिग्राफ १० फेब्रुवारी, २०१०. http://www.telegraphindia.com/1100210/jsp/calcutta/story_12086326.jsp.

भाग ५

कायदेसंबंधातील गुंतागुंत

ठिणगीतून ज्वालेचा उगम

"१९९१ मध्ये सुरू झालेलं ब्रँडयुद्ध गेली चोवीस वर्षं चालूच आहे," मनोहरलाल मला म्हणाले.

दिल्लीतील आणि कोलकात्यातील हल्दिराम कुटुंबांमधला संघर्ष १९९१ मध्ये सुरू झाला. त्यामागचं कारण दिल्लीमध्ये हल्दिराम भुजियावाला आणि हल्दिराम्स हे ब्रँड वापरण्याचा खरा हक्क कुणाकडे आहे, हे आहे. तसं पाहिलं तर न्यायालयीन लढाईची सुरुवात जरी नव्वदीच्या दशकाच्या सुरुवातीला झाली असली, तरी त्या शत्रुत्वाची बीजं त्याआधीच्या पिढीतच पेरली गेली होती.

काही जखमा फार खोलवर पोहोचणारे व्रण मागे ठेवतात. कारण जेव्हा एकाच स्थानी वारंवार बारीकबारीक घाव घातले जातात, तेव्हा ती जखम खोलवर चरत जाते आणि व्रण तर कधीच पूर्णपणे पुसले जात नाहीत. गेल्या काही वर्षांमध्ये कधी एका भावानं तर कधी दुसऱ्यानं परस्परांना दुखावलं; काही वेळा अजाणता तर काही वेळा दुष्टबुद्धीनं. एकमेकांना फार जवळचे असल्यामुळे त्यांना एकमेकांच्या कमजोर बाजू इतरांना नव्हत्या इतक्या चांगल्या माहितीच्या होत्या. त्यांचा त्यांनी छुप्या पद्धतीनं असा काही गैरफायदा घेतला, जो कुणा परक्या माणसाला घेणं कधी जमलंच नसतं. आपल्या मागे त्यांनी पुढच्या पिढीसाठी कटुतेचा, संतापाचा तर कधी द्वेषभावनेचाही वारसा ठेवला. अशी युद्धं कधी एखाददुसऱ्या घटनेतून जन्माला येत नाहीत, तर ती अनेक प्रसंगांतून निर्माण झालेल्या मानसिक दुखापतींतून निर्माण होत असतात. कोलकात्यातील आणि दिल्लीतील चुलत भावंडांवर त्या द्वेषभावनेचं काळं सावट एखाद्या कृष्णमेघाप्रमाणे कायमचं टिकून राहिलं. मनात घर करून राहिलेल्या दुःखानं आणि वैफल्याच्या धुक्यानं एकमेकांमध्ये एक अभेद्य अशी भिंत उभी केली, की जिच्यामुळे परिस्थितीचं तटस्थतेनं अवलोकन करणंच त्यांना अशक्य होऊन बसलं.

या प्रचंड असंतोषाचे सुरुवातीचे पडसाद मूलचंदांमध्ये आणि रामेश्वरलाल यांच्यामध्ये व्यवसायाच्या आरंभीच्या काळातच उमटू लागले. त्या वेळी धंदा बिकानेरहून कोलकात्याला हलवण्याच्या विचाराचं सूतोवाचच होत होतं. कदाचित त्यापूर्वीच, दोघांच्या तरुण वयातल्या निष्पाप कालखंडातच, बेबनावाची बीजं पेरली गेली असतील. धंद्यात फारसे कष्ट न उपसतादेखील मूलचंदनी वडिलांची मर्जी संपादन केलेली होती. मूलचंदच्या सगळ्या मुलांचं या बाबतीत एकमत होतं की, ते वडिलांचे चमचे– गोडगोड बोलून कार्यभाग साधणारे– होते. कदाचित असं झालं

असेल की मुलाच्या धंद्यात फारसा रस न घेण्याच्या वृत्तीला हल्दिरामांनीच खतपाणी घातलं असेल अन् तितकीच निकड असल्याशिवाय त्यांना कष्ट करायला लावले नसतील. तात्पर्य हे की, हल्दिरामनी मूलचंदना उघडपणे पाठीशी घातल्यामुळे रामेश्वरलालच्या मनात त्यांच्या थोरल्या भावाविषयी असूयेची भावना निर्माण केली असेल.

अशीही एक शक्यता आहे की, सर्व भावांमध्ये रामेश्वरलाल सर्वाधिक कष्टाळू आणि कदाचित सर्वांत अधिक महत्त्वाकांक्षी असल्यामुळे त्यांनी स्वाभिमान आणि स्वतःमधला सदाचरणीपणा या गुणांना नातेसंबंधांमध्ये आडवं आणलं असेल. अर्थात, हल्दिरामनी रामेश्वरलालच्या महत्त्वाकांक्षांना पाठिंबा देण्याचा, त्यांना यशस्वी करण्याचा मानस राखला असेल, ही गोष्ट नाकारता येणार नाही. कोलकात्यातला व्यवसाय व्यवस्थित चालू झाल्यानंतर त्यांनी आपल्या दुसऱ्या क्रमांकाच्या मुलावरच तिथल्या धंद्याची संपूर्ण जबाबदारी आणि मालकीही सोपवली, यावरूनच ही गोष्ट सिद्ध होते.

भावाभावांमधली चढाओढीची भावना आणि दुखावला गेलेला अभिमान, या दोन गोष्टी ब्रँडयुद्धाच्या मुळाशी असाव्यात, असं लक्षात येऊ शकतं. याआधी आपण पाहिलेलंच आहे की, कोलकात्यातल्या वास्तव्यात शिवकिशनना किती अपमानित झाल्यासारखं वाटलं होतं, खास करून जेव्हा त्यांच्यावर क्षुल्लक आरोप करण्यात आले होते आणि कमलादेवींनी त्यांच्यावर आडूनआडून वाग्बाण मारले होते. असंही सुचवण्यात आलंय की त्या कुजकट शेऱ्यांमुळेच ते नागपूरमध्ये इतके यशस्वी झाले होते; त्यांना दाखवून द्यायचं होतं की त्यांचे काही नातेवाईक त्यांच्याबाबतीत किती चूक होते. पण असंही म्हणता येईल की, त्या घटनेनंतर शिवकिशनचा जो उत्कर्ष झाला होता तो बघितल्यानंतरच रामेश्वरलालनाही अधिकाधिक प्रगती करायला उद्युक्त केलं होतं. महाभारतातल्या काही भाषांतरांमध्ये असं दाखवलंय की द्रौपदी हसते आणि दुर्योधनाची कुचेष्टा करते. तिनं जर स्वतःच्या हसण्याला आवर घातला असता, तर दोघा बलाढ्य सैन्यांमधलं प्रचंड मोठं युद्ध टाळता आलं असतं, असं अनेकांना वाटतं. इतर काही जण असं मानतात की द्रौपदीचं हसणं हे केवळ निमित्तमात्र होतं, उंटाच्या पाठीवरची ती शेवटची गवताची काडी होती, जिच्या भारामुळे ते मुकं जनावर खाली कोसळलं होतं. अगरवाल कुटुंबातले काही जण असं म्हणतात की, सत्तरीच्या दशकाच्या सुरुवातीपासूनच रामेश्वरलालना कुटुंबाच्या व्यवसायापासून वेगळं व्हायचं होतं. त्या सुमारास त्यांनी मूलचंदकडे दोन्ही धंदे वेगळे करण्यासंबंधी विषय काढला होता. इतरांचं असंही मत आहे की, त्यांच्या पत्नी कमला देवींनी त्यांच्या मागे तुणतुणं लावलं होतं. आम्हा दोघांच्या संभाषणात शिवकिशननी असा सूर लावला होता की, सर्व

कौटुंबिक कलहांच्या आणि शत्रुत्वांच्या मागे घरातील स्त्रियाच एकमेव कारण असतात. त्यांनी कुणा विशिष्ट व्यक्तीकडे बोट दाखवत तसं म्हटलं नसलं, तरी त्यांच्या डोळ्यांत मी त्यांच्या मनातला भाव स्पष्टपणे वाचला होता.

कारणं काहीही असोत, त्यांपैकी एक किंवा सगळीच कारणं भावाभावांमधल्या न्यायालयीन युद्धाला कारणीभूत ठरली होती. जे प्रश्न त्यांना शांतपणे आपापसांत चर्चा करून सोडवता आले असते, त्यापायी त्यांनी बहुमोल पैसा आणि वेळ खर्चला होता, रक्त आटवलं होतं. चला, पुन्हा एकदा ही कहाणी आरंभापासून पाहू या. १९४१ मध्ये गंगाभिशन अगरवाल ऊर्फ हल्दिराम बिकानेरमध्ये शेवगाठी विकू लागले आणि त्यांच्या टोपणनावानं त्यांच्या बहुतेक ग्राहकांमध्ये त्यांचं उत्पादन लोकप्रिय झालं. त्यांच्या टोपणनावानंच त्यांची कीर्तीही वाढू लागली. ग्राहकांचे घोळके दुकानाबाहेर उभे राहून त्यांच्या शेवगाठींची मोठमोठ्या आवाजात मागणी करत, ''हल्दिरामांची शेव! हल्दिरामांची शेव!'' त्या काळी हल्दिराम आपला धंदा एकट्यानंच चालवत असत. कारण त्यांचे मुलगे त्या वेळी फार लहान वयाचे होते; पण १९५६ मध्ये आपल्या तिन्ही मुलांसह– मूलचंद, रामेश्वरलाल आणि सत्यनारायण– त्यांनी भागीदारीत एक कंपनी काढली आणि चांदमल गंगाभिशन या नावाखाली व्यवसाय सुरू केला. 'जरी त्यांनी आपल्या धंद्याला हल्दिराम हे नाव दिलेलं नसलं तरी तोपर्यंत लोक त्याच नावाशी त्यांच्या उत्पादनांचा संबंध जोडू लागले होते, त्यावरूनच हे स्पष्ट होतं की त्या नावाची एक ओळख जनमानसात १९४१ पासूनच निर्माण होत होती.' असं श्री. अपराजित लाठ- वकील आणि स्पाइसी आयपी या राष्ट्रीय पातळीवरील ब्लॉगचे लेखक यांचं मत आहे. भारतातल्या बौद्धिक मालमत्ताविषयक प्रकरणांमध्ये अधिक पारदर्शकता यावी, हा त्यांचा ब्लॉग लिहिण्यामागचा उद्देश असतो.

१९५५ मध्ये शिवकिशन आणि रामेश्वरलालसह हल्दिराम कोलकात्याला गेले आणि काही वर्षांच्या अवधीतच त्यांना यशाची चव चाखता आली. एकीकडे कर्तव्य तर दुसरीकडे आपलं मूळ गाव आणि मूळचा व्यवसाय यांची रस्सीखेच त्यांच्या मनात होत होती. आपल्या बिकानेरमधील कुटुंबाला आपली गरज आहे, हे ओळखून, हल्दिरामनी कोलकात्यातल्या व्यवसायाच्या सर्व जबाबदाऱ्या रामेश्वरलालवर सोपवल्या आणि ते बिकानेरला परतले. या प्रकरणाच्या इतिवृत्तानुसार, १९५८ मध्ये रामेश्वरलाल भागीदारीतल्या व्यवसायातून निवृत्त झाले. इंटेलेक्चुअल प्रॉपर्टी अपेलेट बोर्डानुसार मात्र असं दिसतं की, मुलाविषयी वाटणाऱ्या प्रेमापोटी हल्दिरामनी रामेश्वरलालना हल्दिराम हे नाव वापरण्याची परवानगी दिली, पण फक्त कोलकात्यातच.

''त्या काळी खरा धंदा कोलकात्यातच चालू होता. तिथेच पैसा मिळत होता.

मला असं म्हणायचंय, दर किलोला १ रुपया वा २ रुपये फायदा सुटत होता आणि ती मिळकतही रोख पैशांच्या रूपात होत होती. बिकानेरमधला आमचा धंदा बाहेरून येणाऱ्या विक्रेत्यांवर अवलंबून असायचा. आमची बहुतांशी विक्री उधारीच्या तत्त्वावर होत असे. काही वेळा तर आम्हाला अशी गिऱ्हाइकं भेटत, जी आमच्याकडून विकत घेतलेल्या मालाचे पैसे द्यायला साफ नकार देत असत. 'तुमचा माल चांगल्या स्थितीत आमच्याकडे पोहोचला नाही,' किंवा 'मालावरचं आवरण फाटल्यामुळे आम्ही मागवलेला सगळा माल आमच्यापर्यंत पोहोचलाच नाही.' पैसे चुकते न करण्यासाठीच्या या सगळ्या सबबी असायच्या. खरं सांगायचं झालं, तर आधीच आम्हाला सुटणारा फायदा बेताचा होता, त्यातच दुकानदार मंडळी आम्हाला देणं असलेल्या रकमेपैकी निम्मीच रक्कम चुकती करत असल्यामुळे, काही काही दिवस आम्हाला फायदा कमावणं शक्यच होत नसे. काय असतं, तुम्ही जेव्हा ऋणाच्या मर्यादेत राहून धंदा करता, तेव्हा लोकही तुमच्या परिस्थितीचा गैरफायदा घेऊ पाहतात,'' मनोहरलाल गंभीरपणे सांगतात. ''बाहेरचे लोकच नव्हे, तर तुमचे कुटुंबीयसुद्धा त्याला अपवाद नसतात.'' त्या काळी जेव्हा रामेश्वरलालना स्वतःला होणारा तोटा कमी करायचा होता आणि आपल्या भावापासून आणि पुतण्यांपासून वेगळी चूल मांडायची होती, तेव्हा मूलचंद आणि त्यांचे मुलगे कोलकात्याच्या भारी उत्पन्नाच्या स्रोताचे एक प्रकारे ऋणी होते. मनोहरलालच्या मते मूलचंदना असं ठामपणे वाटत होतं की, रामेश्वरलालना आणि त्यांच्या मुलांना वेगळं होऊ देण्यानंच दोघा भावांमध्ये आणि त्यांच्या भविष्यातल्या कुटुंबांमध्ये शांतता नांदू शकणार होती.

रामेश्वरलाल बाहेर पडल्यामुळे आता धंद्याची भागीदारी हल्दिराम, सत्यनारायण आणि मूलचंदमध्ये असणार होती. १९६५ मध्ये हल्दिरामनी पहिली भागीदारी रद्द केली आणि नवी भागीदारी स्वतः ते, मुलगा मूलचंद, नातू शिवकिशन आणि त्यांची सून कमलादेवी (रामेश्वरलालची पत्नी) अशा प्रकारे निर्माण केली. कमलादेवींनी हल्दिरामचा तिसरा मुलगा- सत्यनारायणची जागा घेतली. त्याच वर्षी हल्दिरामनी हल्दिराम भुजियावाला ब्रँडच्या सुप्रसिद्ध इंग्रजी व्ही आकाराच्या लोगोची (ओळखचिन्हाची) कल्पना प्रत्यक्षात आणली आणि तिचं धंद्याची मालमत्ता म्हणून नोंदणीकरण केलं. *बिझनेस अँड इंटेलेक्च्युअल प्रॉपर्टी : प्रोटेक्ट युअर आइडियाज* या पुस्तकाचे लेखक, अनुराग के. अगरवाल यांच्या सांगण्यानुसार, ''१९७२ मध्ये वरील कंपनीनं (फर्मनं) ट्रेडमार्कसाठी असलेल्या रजिस्ट्रारकडे असा अर्ज केला की, हल्दिराम भुजियावाला– चांदमल– गंगाभिशन भुजियावाला, बिकानेर या नावाची नोंदणी व्हावी. रजिस्ट्रारनी अनुक्रमांक २८५०६२ खाली तशी नोंदणी केली. अर्ज केल्यानंतर अनेक वर्षांनी म्हणजे २७ जानेवारी, १९८१ रोजी ट्रेडमार्कची खरी

नोंदणी झाली. या न्यायालयीन दाव्याच्या वकिलांच्या म्हणण्यानुसार वरील ट्रेडमार्कचा वापर १९६५ सालापासूनच केला गेला असल्याचा दावा करण्यात आला आहे. १९७४ मध्ये या गटाचं विघटन झालं आणि केवळ काही वर्षांपूर्वी बनवलेली भागीदारी तोडून टाकण्यात आली.

कायदेशीर कागदपत्रांमध्ये १९७४ सालच्या मोठ्या घटनेचा उल्लेख 'भागीदारी संपुष्टात आली आहे' असा करण्यात आला आहे. अर्थात, त्या वेळी ज्या असंख्य भावभावनांचा आणि गोंधळजन्य परिस्थितीचा कल्लोळ निर्माण झाला, त्याचं वर्णन करण्यास ते तीन शब्द– 'भागीदारी संपुष्टात आली'– फारच अपुरे ठरतात. १९६८ मध्ये, काका-काकींनी मन वळवल्यामुळे शिवकिशननी आपलं बस्तान नागपूरला हलवलं आणि तिथे आपला स्वतःचा व्यवसाय यशस्वीपणे चालवला. कदाचित, कोलकात्याहून निघताना त्यांच्या मनात स्वतःच्या कर्तृत्वाविषयीचा सार्थ अभिमान आणि कोलकात्यातील अनुभवांबाबत तिटकाराही निर्माण झाला असेल. अगरवाल कुटुंबीय त्या घटनेची आठवण 'रामेश्वरलालच्या लोभापायी हे घडलं,' अशा शब्दांत करतात. "१९६८ मध्ये जेव्हा आमच्या भावानं- शिवकिशननं नागपुरात दुकान उघडलं, तेव्हा रामेश्वरकाकांना आपली फसवणूक करण्यात आली असं वाटलं. रामेश्वरलालची बिकानेरमधील धंद्यात भागीदारी असली तरीही त्यातून त्यांना स्वतःला फारच कमी नफा होत असे. त्या तुलनेत, कोलकात्यातील व्यवसायातल्या आमच्या भागीदारीमुळे आम्हाला बराच फायदा होत होता, असं त्यांना वाटलं. त्यांनी आमच्या वडिलांशी त्याबाबत बोलणं केलं तेव्हा बाबांनी त्यांना सांगितलं, 'मी स्वतः इथे बिकानेरमध्ये संतुष्ट आहे, तुला मोकळं होऊन गगनभरारी घ्यायची असेल तर त्याला माझी काही ना नाही; उलट आनंदच वाटेल.' माझ्या वडिलांनी सांगून टाकलं, 'कोलकात्यातला धंदा रामेश्वरलालचा आहे आणि बिकानेरमधला माझा आहे.' माझ्या काकांनी असा दावा केला, 'मला धंद्याच्या गुडविल (धंद्याची सदिच्छा पत) मध्ये काही स्वारस्य नाही, मला एकच गोष्ट हवीये – पश्चिम बंगालमध्ये विक्री करायला मिळावी. म्हणजेच त्यांनी अशी तडजोड केली की पश्चिम बंगालमध्ये मला हल्दिरामचं ओळखचिन्ह वापरायची मुभा मिळावी. 'पश्चिम बंगाल सोडून तुम्ही तुमचा व्यवसाय इतरत्र कुठेही करा,' असं आमचे काका रामेश्वरलालनी आम्हाला सांगितलं," मनोहरलाल मला म्हणाले.

त्या सगळ्या आठवणींमध्ये पुष्कळ शल्य दडलेलं आहे. एखाद्या उघड्या भळभळणाऱ्या जखमेला सतत कुरवाळत राहाव, तसं हे कुटुंब वर्षानुवर्षं वागत आलं आहे– त्यामुळे सद्यःस्थितीत तरी एकमेकांशी जुळवून घेणं, मिळूनमिसळून राहणं त्यांना अशक्य होत आहे. आपल्या काकांनी स्वतःच्या अधाशीपणापोटी आणि अप्पलपोटेपणापायी पुतण्यांना त्यांच्या अडचणीच्या काळात वाऱ्यावर सोडून

दिलं, या विचारामुळे मनोहरलाल आणि त्यांच्या भावांच्या मनातला काकांविषयीचा तिटकारा शिगेला जाऊन पोहोचलाय. या प्रकारच्या भावनांना विसरणं त्यांना कठीण जात असेल. खास करून, जेव्हा त्यांनी स्वतःच्या पायांवर हिमतीनं उभं राहून यश प्राप्त केलं आहे, तेव्हा तर त्यांना आपल्यातील ताकदीचा, प्रगतीचा देखावा करण्याचा मोह टाळता येत नसेल.

म्हणूनच, १९७४ मध्ये, जेव्हा भागीदारी संपुष्टात आली, तेव्हा विघटनप्रक्रियेच्या वेळी मूलचंदनी ट्रेडमार्कसाठी असलेल्या रजिस्ट्रारकडे अर्ज करून ओळखचिन्ह आणि ब्रँडचं नाव वापरण्याचा अधिकार स्वतःच्या नावावर करून घेतला. या खटल्याच्या नोंदींनुसार, 'पश्चिम बंगाल हे राज्य वगळता, मूलचंदना संपूर्ण देशभरात ट्रेडमार्क वापरण्याचा हक्क मिळत आहे,' असे दिसते. पश्चिम बंगालमधील ट्रेडमार्कचे हक्क कमलादेवींच्या मालकीचे करण्यात आले.

आता भागीदारी उरली नसल्यामुळे, भावांनी वेगवेगळ्या राज्यांमध्ये आपापला धंदा करायला सुरुवात केली. मूलचंदना अंधारात ठेवून त्यांच्या मुलांनी, शिवकिशननी आणि मनोहरलालनी दिल्लीला मोठ्या प्रमाणात धंदा सुरू करायच्या योजना आखायला सुरुवात केली; भागीदारी संपुष्टात आणण्याविषयीचा जो करार अस्तित्वात आला होता, त्याच्या कायदेशीर मर्यादेत राहूनच त्यांनी हे काम केलं होतं. त्यांच्या वडिलांकडे पश्चिम बंगाल वगळता, देशातील इतर राज्यांमध्ये ट्रेडमार्क वापरण्यासंबंधीचे संपूर्ण हक्क होते. त्याच वेळी रामेश्वरलालनं आणि त्यांच्या मुलानं- प्रभू अगरवालनं गुपचूपपणे कोलकात्यात 'हल्दिराम भुजियावाला' या ट्रेडमार्कसाठी १९७७ मध्ये अर्ज केला. रामेश्वरलालनं त्याच ट्रेडमार्कची नोंदणी केली, पण हे उघड केलंच नाही की, हा ट्रेडमार्क आधीपासूनच वापरला जात होता. रामेश्वरलालना या गोष्टीची पूर्णपणे जाणीव होती की, त्यांच्या वडिलांनी यापूर्वीच म्हणजे १९७२ मध्येच या ट्रेडमार्कची नोंदणी केलेली होती, कारण त्यांची पत्नीच त्या कंपनीत एक भागीदार होती. मात्र त्यांनी आपण हे नाव १९५८ पासून वापरत असल्याचा दावा केला, कारण त्यांना असं दर्शवायचं होतं की त्यांच्या भावाच्या आधीपासूनच ते इथल्या बाजारात धंदा करत होते," असं अपराजित लाठनी सांगितलं. आश्चर्याची बाब म्हणजे फक्त याच एका उदाहरणात कायदा त्यांच्या बाजूनं असल्याचं दिसतं आणि त्यामुळे वडिलांना आणि मुलाला १९८० मध्ये त्यांच्या नोंदणी अर्जाला ३३०३७५ असा नोंदणीक्रमांकही मिळाला– अगदी त्याच सुमारास जेव्हा मूलचंदचे दोन मुलगे दिल्लीत दुकान उघडण्याच्या बेतात होते, त्या वेळी बिकानेर आणि कोलकाता अशा दोन्ही धंद्यांची नोंदणी 'हल्दिराम भुजियावाला' हा ट्रेडमार्क वापरण्यासाठी करण्यात आली होती.

त्याआधी थोडाच काळ, हल्दिरामनी आपलं शेवटचं इच्छापत्र ३ एप्रिल,

१९७९ या दिवशी कार्यवाहित केलं होतं. त्यामध्येही असा ध्वनी उमटला होता की भागीदारी संपुष्टात आणण्याच्या कार्यवाहीनंतर ट्रेडमार्क वापरण्याचे हक्क अनुक्रमे दोन पक्षांना– त्यांच्या मुलांना आणि सुनेला- कमलादेवींना, देण्यात आले होते. आपल्या मुलांना आणि नातवंडांना शेवगाठी बनवण्याचा कालातीत वारसा दिल्यानंतर १९८० मध्ये वयाच्या ६२ व्या वर्षी हल्दिरामना मृत्यू आला. अनुराग के. अगरवाल यांच्या म्हणण्यानुसार, ‘‘त्यांच्या मृत्युपत्रानुसार नंतर कारवाई करण्यात येऊन त्यानुसार मूलचंदना पश्चिम बंगाल वगळता, उर्वरित देशभरात ट्रेडमार्क वापरण्याचे हक्क बहाल करण्यात आले. १९८५ मध्ये मूलचंदना मृत्यू आला, त्यांच्या मागे त्यांचे चार पुत्र– शिवकिशन, शिवरतन, मनोहरलाल आणि मधुसूदन – उरले. त्या चौघांची नावं सामूहिक मालक (जॉइंट प्रोप्रायटर) अशी नोंदण्यात आली. मात्र, मूलचंदना मृत्यू येऊन ते शांतपणे निजधामाला जाण्यापूर्वीच– त्यांच्या मुलांनी दिल्लीत धंदा सुरू करण्यासाठी पाऊल ठेवलं नाही तोच– दिल्ली विभाग कुणाचा, याविषयीच्या वादाला तोंड फुटलं.

मी कोलकात्यात ज्या वेळी मुलाखती घेत होते, तेव्हा एक विचित्र गोष्ट पुढे आली. कुटुंबातल्याच एका व्यक्तीनं- जिला आपलं नाव उघड करायचं नव्हतं- मला दिल्लीत १९८२ आणि १९८३ सालांमध्ये घडलेला मासलेवाईक गोंधळ ऐकवला. असं खात्रीलायकरीत्या सांगितलं जातं की, शिवकिशन आणि मनोहरलाल देशाच्या राजधानीत दुकान उघडणार आहेत, याची कुणकुण रामेश्वरलालना लागली. सांगोवांगीवरून त्यांना असंही समजलं की, दोघा भावांनी दिल्लीतल्या मध्यवर्ती भागातील चाँदनी चौकात जागासुद्धा घेऊन ठेवली होती. तिचा उद्घाटन-समारंभही काही महिन्यांवर येऊन ठेपला होता. आता रामेश्वरलालनाही त्यांचं अनुकरण करायची घाई झाली. आपणही राजधानीतल्या रस्त्यांवर आपलं दुकान थाटायचं, हा विचार त्यांना स्वस्थ बसू देईना. त्यांनी चौकशी सुरू केली आणि त्यांना त्याच बाजारपेठेत एक छोटंसं दुकान आढळलं. त्यांनी आगाऊ रक्कम दिली आणि काही महिन्यांच्या आतच उर्वरित रक्कम देण्याचं वचन दिलं. योगायोगानं त्यांच्या दुकानाशेजारीच आणखी एका शेवगाठीयावाल्याचं टपरीवजा दुकान होतं.

अशी अफवा आहे की, या छोट्या दुकानदाराच्या मालकानं रामेश्वलालच्या दुकानमालकाला रामेश्वरलालनी कबूल केलेल्या रकमेपेक्षा ३ लाख रुपये जास्त देऊ केले, त्यामुळे रामेश्वरलालना दुकानाचा ताबा मिळण्यापूर्वीच त्यांची योजना फसली अन् दुकान थाटण्याचं त्यांचं स्वप्न सत्यात उतरलं नाही. आश्चर्याची गोष्ट म्हणजे ते छोटं दुकान बिकाना किंवा बिकानेरवाला या ब्रँडच्या वस्तू विकणाऱ्याचं होतं. आज तोच माणूस पारंपरिक खाद्य पदार्थांच्या क्षेत्रात हल्दिरामांचा सर्वांत मोठा प्रतिस्पर्धी आहे. शिवकिशननीसुद्धा दुजोरा दिला की, बिकाना हा ब्रँड त्यांच्या

पत्नीच्या आजोळच्या एका व्यक्तीच्या मालकीचा होता. या प्रकारे, त्या नातेवाइकाच्या सांगण्यानुसार, १९८० च्या दशकाच्या आरंभी, रामेश्वरलालना दिल्लीत प्रवेश करण्यापासून अटकाव करण्यात आला.

त्याच व्यक्तीच्या सांगण्यानुसार, या घटनेनंतर दिल्ली आणि कोलकाता येथील कुटुंबांमध्ये असा तोंडी करार करण्यात आला की, कुटुंबाच्या एखाद्या शाखेनं जर एखाद्या शहरात दुकान उघडलं तर दुसरं कुटुंब तिथे प्रवेश करणार नाही. त्यामुळे दोन्ही कुटुंबातील पुढच्या पिढ्यांमध्ये प्रेमाचे आणि विश्वासाचे संबंध राखले जातील. त्यामुळे अशी खात्री निर्माण होईल की प्रत्येक भावाला त्याच्या त्याच्या शहरात स्वतःचा धंदा वाढविण्यासाठी पूर्ण स्वातंत्र्य आणि संधी मिळू शकेल.

पूनमचंद मला म्हणाले, ''रामेश्वरलालनी तोंडी करार केला आणि त्यानंतर त्यांचा मृत्यू झाला. मात्र त्यांच्या मुलांनी पुढे सगळा गोंधळ निर्माण केला.''

असं लक्षात येतं की, ही विशिष्ट विभागवार वाटणी करत असताना फक्त जिवंत व्यक्तींचा विचार करण्यात आला नव्हता, तर हल्दिरामनी अगदी सुरुवातीपासून विचारपूर्वक केलेल्या योजनेचा तो एक भाग होता. एका मुलाला कोलकात्यात काम करण्याची परवानगी देत असताना दुसऱ्या मुलानं वेगळ्याच भौगोलिक विभागात धंदा करायचा, हे हल्दिरामांनी कृतीतून दर्शवलेलं भविष्यकालीन स्वप्न होतं. १९८०च्या दशकात मूलचंद आणि रामेश्वरलालमधला अनौपचारिक तोंडी करारसुद्धा याच तत्त्वज्ञानाचा– दुसऱ्याच्या जागेवर अतिक्रमण न करता स्वतंत्रपणे विकास करायचा– आदर करतो. हल्दिरामानी वारसाहक्क पुढे चालवण्याची ती एक अत्यंत हुशारीनं निर्माण केलेली योजना होती आणि तीच त्यांच्या मुलांनीही पुढे चालवली होती. त्यांच्या नातवांनी मात्र तिचा पार बोजवारा उडवला होता. वर्षानुवर्षांपूर्वी सुरू झालेल्या बारीकसारीक कुरबुरींचा फार मोठा परिणाम सध्याच्या पिढीतल्या अग्रणींवर झाला, त्यामुळे त्यांचा बहुमोल वेळ स्वतःचं साम्राज्य उभारण्याऐवजी कोर्टकचेऱ्या करण्यात खर्चला गेला.

भाऊबंदकी

मूलचंद आणि रामेश्वरलाल या भावांमधल्या वर्षानुवर्षांच्या वैमनस्याचं लोण त्यांच्या पुढच्या पिढीपर्यंत जाऊन पोहोचलं, शत्रुत्वाची कडूजहर बीजं त्यांना छळत राहिली. कित्येक वर्षांचा काळ मध्ये लोटला तरीही त्यांची चव बदलली नाही, त्यांच्या अंगभूत शहाणपणालाही हे शत्रुत्व पुरून उरलं. निष्ठा, प्रेम, स्पर्धा आणि तिरस्कार या परस्परविरोधी भावनांनी चुलत भावंडांना वेढून टाकलं; त्यांना एकमेकांकडे

भाऊ म्हणून न पाहता, शत्रू म्हणून पाहायला लावलं.

रामेश्वरलाल आणि मूलचंद यांच्या मुलांमधील दरी वर्षावर्षागणिक आणि प्रत्येक न्यायालयीन स्थगितीसह रुंदावत आणि खोलखोल चरत राहिली. त्यांच्यापैकी काही चुलत भावंडं चतुराईनं असं म्हणतात की, आमच्यामध्ये परस्परांविषयीचा आदरभावाचा बंध अजूनही टिकून आहे, तर त्यांच्यातलेच इतर काही जण दोन्ही गटांमध्ये असलेली शत्रुत्वाची भावना उघडपणे दाखवतात. खरं सांगायचं तर इतके वार त्या सगळ्यांनी झेलले आहेत, की ते विसरणं खरोखरच कठीण आहे. या सर्व प्रकरणातला विरोधाभास असा की दोन्ही पक्षांना हे युद्ध चालू ठेवण्यातला फोलपणा पुरेपूर समजला आहे. त्यांच्या खोल अंतरात अशी आशाही असेल की कुठेतरी अशी एखादी शक्ती असेल, की जी या वैरभावाला विराम देईल. पण त्यांना हे उमगत नाही की ती शक्ती बाहेर कुठेही त्यांना गवसणार नाही, तर ती त्यांच्याच ठायी आहे; नव्हे, असायला हवी. सध्या तरी, सदसद्विवेकबुद्धीच युद्धाला पुढे नेण्याचं काम करत आहे आणि तिच्यातला स्फुल्लिंग अजूनही जोमानं धगधगतोच आहे.

महेश अगरवालांनी अगदी कळवळून म्हटलं, "काळच ठरवणार आहे कोणता पक्ष बरोबर आहे अन् कोणता चूक आहे ते. लढणाऱ्यांपैकी प्रत्येकालाच मनापासून वाटतंय की त्याचीच बाजू सत्याची आहे. नाही तरी, या जगात जेव्हा जेव्हा लढाईला तोंड फुटतं तेव्हा तेव्हा दोन्ही पक्षांना आपलीच बाजू खऱ्याची आहे असं ठामपणे वाटत असतं. आपण न्याय मिळवण्यासाठीच लढतोय असाच त्यांचा दृढविश्वास असतो. त्यांच्यापैकी एका योद्ध्याचासुद्धा स्वतःच्या ठामपणावरचा किंवा कार्यावरचा विश्वास उडाला तर मग लढाईचं प्रयोजनच उरणार नाही, खरं ना?"

न्यायालयातील लढायांबद्दल बिकानेरमधल्या आणि कोलकात्यामधल्या इतर कुटुंबीयांनी गेल्या काही वर्षांत आपापली मतं बनवली आहेत. त्यानुसार कोणा ना कोणाची बाजूही घेतली आहे, पण उघडपणे त्यांनी कुणालाच सांगितलेलं नाही की, ते नक्की कोणाच्या बाजूचे आहेत. इतक्या वर्षांनंतर प्रत्यक्षपणे न लढणाऱ्या प्रत्येकालाच वाटू लागलंय की, या झगड्याला आता काही अर्थ उरलेला नाहीये. भावाभावांमधली भांडणं मिटत नाहीयेत कारण त्यांचे अहं दुखावले गेले आहेत. माघार घेणं कुणालाच शक्य राहिलेलं नाहीये. तरीही, त्यांच्यापैकी काही जण हा सगळा तमाशा पाहतात तेव्हा त्यांना मनातल्या मनात एक प्रकारचा आसुरी आनंदही होत असतोच, कारण महाबलिष्ठ हल्दिराम कुटुंबाचा कमजोरपणाच त्यातून सिद्ध होत असतो.

आमच्या संभाषणांदरम्यान, कोलकात्यातील भिखाराम चांदमलचे मालक,

पूनमचंद कटुतेनं म्हणाले, ''तुमच्याजवळची बाटली रिकामी असली की तुम्ही आजूबाजूला असलेल्यांच्या बाटलीत किती पाणी आहे, ते पाहता.'' मला त्यांच्या बोलण्याचा अर्थ समजला नाही, तेव्हा त्यांनी तो पुढील शब्दांत समजावून सांगितला. ''काय असतं ना, यश काय किंवा ताकद काय, या दोन्ही गोष्टी सापेक्ष असतात. एखादा भाऊ दुर्बल असेल किंवा तो फारच कमी पैसा कमवत असेल तर दुसऱ्या भावाला त्याला फारसं भेटावंसं वाटणार नाही. हीच आम्हा मारवाड्यांची संस्कृती आहे. हे लोक (म्हणजेच हल्दिराम कुटुंब) आपल्या शेजाऱ्यांवर पैसा खर्च करतील, त्यांच्या गरजेला उभे राहतील; पण स्वतःच्या कुटुंबातल्या एखाद्या व्यक्तीला गरज असेल तर त्याच्याकडे मात्र काणाडोळा करतील.''

जिकडे पाहावं तिकडे तुम्हाला हेवा-दावा आणि कडवटपणा भरून राहिलेला दिसेल. भूतकाळातल्या त्यांच्या सर्व कृतींनी, अगदी न्यायालयातील खटल्यानंसुद्धा, संपूर्ण कुटुंबाला शंकाकुशंकारूपी कृष्णमेघानं असं काही वेढून टाकलंय की, सांगता सोय नाही. कुणालाही दुसऱ्या कुणाचा विश्वास म्हणून वाटेनासा झालाय. त्यामुळे प्रत्येक पक्ष स्वतःच्या धंद्याबाबत भलताच हव्यासी झाला आहे. त्यांच्या धंद्यामुळे, पैशामुळे आणि यशामुळे त्यांना जगात वर चढता आलं, अनेक शिखरं पादाक्रांत करता आली; पण त्याच गोष्टींनी त्यांना एकमेकांपासून विलगही केलंय.

प्रभूंच्या आणि त्यांच्या भावांच्या आयुष्यातला सर्वांत अंधकारमय कालखंड चालू होता, त्याच सुमारास खऱ्या युद्धालाही आरंभ झाला. १९९० मध्ये केवळ काही दिवसांच्या अंतरानं त्यांचे वडील आणि एक भाऊ त्यांना मागे ठेवून कायमचे निघून गेले. शोक, दुःख ही एक अतिशय प्रभावी भावना आहे, पण त्यांच्या आयुष्यात दुःखानं प्रवेश केला तो आपल्या पाठीवर बिकानेर आणि दिल्लीतील चुलत भावंडांविषयीच्या जुन्या जखमा आणि गाऱ्हाण्यांचं ओझं घेऊन. युद्धाची सुरुवात हा कदाचित त्यांच्या प्रचंड मोठ्या नुकसानीला त्यांनी दिलेलं प्रत्युत्तर असेल किंवा असंही झालं असेल की, ओझ्यानं आधीच लादल्या गेलेल्या उंटाचं कंबरडं अखेर एखाद्या बारीकशा काडीनं मोडावं, तसं घरात घडलेल्या दोन पाठोपाठच्या मृत्यूंमुळे वर्षानुवर्षं धुमसत असलेल्या चुलत भावांमधील कलहाचा भडका उडाला असेल. १९९१ साल उजाडलं तोपर्यंत प्रभू आणि त्यांचा धाकटा भाऊ अशोक यांच्या सहनशक्तीनं सीमा ओलांडली होती. आता काहीतरी कृती करायलाच हवी, अशा निकराच्या क्षणापर्यंत येऊन ते ठेपले होते.

जेव्हा त्यांचा दोन क्रमांकाचा भाऊ रवी मोटार अपघातात वारला, तेव्हा त्यांना असं वाटलं की त्याचं स्वप्न प्रत्यक्षात उतरवणं हे आपलं भाऊ म्हणून कर्तव्य आहे. नाही म्हटलं तरी त्यानंच दिल्लीत दुकान उघडण्यासाठी पहिलं धाडस केलं होतं. वस्तुतः मनोहरलालबरोबर काम करत असताना रवीनं आपल्या दिल्लीतील

दुकानाच्या नावात ते कोलकात्यातील धंद्याचा एक भाग आहे, हे दर्शविण्यासाठी ब्रँडमध्ये आवश्यक ते बदल करण्याची तयारी दाखवली होती, तरी त्याच्या मृत्यूनंतर त्याच्या भावांनी मात्र तेवढा समंजसपणा दाखवला नव्हता. असं दिसून येतं की सुरुवातीच्या काळात, १९७४ मध्ये झालेल्या विभागणी करारनाम्याच्या विरुद्ध जाऊनही, दिल्लीतील भावांनी कोलकात्यातील भावांना आपल्या शहरात सामावून घेण्याचा प्रयत्न केला होता. त्यांची माफक इच्छा एवढीच होती की त्यांच्या ब्रँडच्या नावामध्ये त्यांच्या मूळ गावाचा उल्लेख– कोलकात्याचा उल्लेख– असावा आणि दिल्लीतील भावांपासून त्यांनी आपलं वेगळेपण जपावं. पण जेव्हा कोलकात्यातील चुलत भावांनी असमंजसपणा दाखवायला सुरुवात केली आणि दिल्लीत प्रवेश केल्यानंतर हल्दिराम हेच ब्रँडनाव वापरायचा हट्ट धरला, तेव्हा मात्र मनोहरलालनी कोर्टाची पायरी चढायचा निर्णय घेतला आणि त्यानंतर जे घडलं तो इतिहास सर्वांनाच ठाऊक आहे.

असं म्हटलं जातं की प्रभूंच्या सर्वांत लहान भावानं- अशोक अगरवालनी, आपल्या आईच्या म्हणजे कमलादेवींच्या संमतीनं नवी दिल्लीतल्या करोलबाग विभागातील आर्य समाज मार्गावर एक दुकान उघडायची योजना आखली. त्यांच्या या खेळीनंतर दिल्लीतील भावांनी आरोपपत्र दाखल केलं. गावगप्पांवरून असं लक्षात येतं की, न्यायालयात दाखल केलेल्या खटल्यामागे एवढं एकच नव्हे, तर अनेक कारणं होती. काही मित्रांचं आणि कुटुंबीयांचं असं मत आहे की, मूलचंदनी आणि रामेश्वरलालनी तयार केलेली विभागवार योजना कोलकात्यातील भावांनी धुडकावून लावल्यामुळे न्यायालयात खटला उभा राहिला. इतर काहींनी असं ठामपणे म्हटलं की, मूलचंदच्या मुलांना त्यांच्या काकांच्या पूर्वीच्या भावनाशून्य कृतींमुळे इतका त्रास झाला होता की, त्यांना आता असं पक्कं वाटत होतं की, त्यांनी त्यांच्या कोलकात्यातील भावांना दिल्लीतून हुसकून लावायलाच हवं. यातला विरोधाभास हा होता की, सुरुवातीला जेव्हा हा प्रश्न अगदी क्षुल्लक होता, तेव्हा पराचा कावळा करण्यात आला होता. आता, इतका काळ लोटल्यानंतर माघार घ्यायची कुणालाही इच्छा नव्हती. खरं तर दोन्ही पक्षांनी तडजोड केली असती तर, सामंजस्यानं मामला सोडवता आला असता.

आँचल अगरवालच्या मते, या सर्व प्रकरणाच्या मुळाशी आरोग्यशास्त्र आणि त्याच्याशी संबंधित घ्यावयाच्या खबरदाऱ्या या बाबी होत्या. "ज्या वर्षी माझे वडील, प्रभूकाका आणि अशोककाका यांनी कोलकात्यातील व्यवसायाची विभागणी केली, त्या वर्षी अशोककाका दिल्लीला गेले. (१९९१साल) मला आठवतंय तेव्हापासून ते तिथेच आहेत. दिल्लीतलं दुकान फारच अव्यवस्थित आणि गलिच्छ होतं, हे मला चांगलं आठवतंय. मला वाटतं दिल्लीतल्या अगरवाल मंडळींनी

त्यामुळेच न्यायालयात खटला दाखल केला, कारण त्यांना त्यांच्या गिऱ्हाइकांनी अशोकच्या दुकानाची त्यांच्या ब्रँडबरोबर सांगड घालू नये, असं वाटत होतं. अशी सांगड घातल्यानं त्यांच्या ब्रँडचं नाव बदनाम होईल, असं त्यांना वाटलं होतं. मात्र ती काही लगेचच्या लगेच दाखवलेली प्रतिक्रिया नव्हती. मूलचंदच्या मुलांच्या मते त्यांनी कोलकात्यातील चुलत भावांबरोबर अनेक वेळा बोलणी केलेली होती, पण प्रत्येक वेळी त्यांना ठाम विरोधच करण्यात आला होता. त्यांच्या धंद्याचीसुद्धा त्या वेळी नुकतीच सुरुवात झाली होती. जनमानसात आपली प्रतिमा निर्माण करण्यासाठी ते धडपड करत होते. वितरण व्यवस्थेची पाळंमुळं स्थिर झाल्यामुळे त्यांचा अधिकाधिक लोकांपर्यंत संपर्क होऊ लागला होता. त्यांना आपल्या उच्च दर्जाची प्रतिमा सांभाळणं महत्त्वाचं वाटत होतं. अशोकची दुकानं तोच ब्रँड वापरत होती त्यामुळे त्यांना असं वाटलं असणार की, दोघांच्या ब्रँडच्या नावांमध्ये काहीतरी वेगळेपण असायला हवं. म्हणून तशी विनंती करणं त्यांना रास्तच वाटलं असणार.

मनोहरलाल सांगतात, ''अशोकबरोबर वाद असण्यामागे आमच्या दृष्टीनं एकच कारण होतं. त्यानं दिल्लीत दुकान उघडण्यासाठी शोधाशोध करायला सुरुवात केली तेव्हा आम्ही त्याला विनंती केली, 'बाबा रे, तुम्ही थोडं वेगळं नाव वापरून धंदा करा.' आम्ही म्हटलं, 'तुम्ही हल्दिराम नमकीनवाला' किंवा 'हल्दिराम रामेश्वरलाल' असं काहीतरी नाव धारण करून धंदा करा.' त्या मुद्द्याला धरून आम्ही त्यांच्याशी अनेक वेळा बोलण्याचा प्रयत्न केला; पण परिणाम म्हटलं तर शून्य. शेवटी, जेव्हा आम्हाला कळून चुकलं की वाटाघाटींना अजिबात वाव नाही, तेव्हा आम्ही तीस हजारी न्यायालयाचे दरवाजे ठोठावले.'' त्यांनी पुढे अशीही पुस्ती जोडली, ''आम्ही त्यांना 'हल्दिराम भुजियावाला' हे नावही आनंदानं वापरू दिलं असतं, पण आमचं म्हणणं इतकंच होतं की, त्यांनी हल्दिराम भुजियावाला या नावापुढे कोलकाता असा शब्द जोडावा.''

आयुष्यात नेहमी विसंगती आढळते त्यावरून असं म्हणता येतं की, महत्त्वाची अशी कुठलीच गोष्ट कष्टांविना साध्य होत नाही. दिल्ली न्यायालयातील नोंदींवरून लक्षात येतं की मूलचंदांच्या मुलांनी १० डिसेंबर, १९९१ रोजी एक तक्रार नोंदवली. नोंदीमध्ये आणखी असंही लिहिलं आहे, '१० डिसेंबर १९९१ याच दिवशी या नोंदीतील तक्रारखोराविरुद्ध स्थगितीचा हुकूम काढण्यात आला आहे.' ज्या दिवशी अशोक अगरवालांच्या दुकानाचा उद्‌घाटन समारंभ संपन्न होणार होता, त्याच दिवशी स्थगितीचा हुकूम त्यांच्या हातात पडला आणि त्यांना समारंभ रद्द करावा लागला. त्याच वेळी खऱ्या अर्थानं चिखलफेकीला सुरुवात झाली.

मनोहरलालनी आणि त्यांच्या भावांनी आपल्या ब्रँडचं नाव जपण्याचा जितका शर्थीनं प्रयत्न केला, तितक्याच जोरकसपणे अशोकनं आणि प्रभूंनी दिल्लीत आपलं

स्थान मिळवण्याचा प्रयत्न केला. कायदा जरी दिल्लीतील चुलत भावांच्या बाजूनं असला तरीही सरकारी न्याय व्यवस्था सुरुवातीला त्यांच्या विरोधात उभी ठाकली. एका क्षुल्लक मानवी चुकीमुळे त्यांना आपल्या आयुष्यातली आठ बहुमोल वर्षं वाया घालवावी लागली. त्या काळात कोलकात्यातल्या हल्दिराम भुजियावालानं त्यांच्या विक्रीच्या आकड्यांचे लचके तोडलेले त्यांना हताशपणे पाहावे लागले, दिल्लीतल्या हल्दिरामांच्या गिऱ्हाइकांना गोंधळात टाकलं. एवढंच नव्हे, तर एकूणच त्यांच्या वडिलांनी वारसाहक्काबाबतची जी पद्धत आखून दिली होती, तिचा पार बोजवारा उडवून टाकला.

१९९२ च्या फेब्रुवारी महिन्यात तीस हजारी न्यायालयानं दिलेला स्थगिती हुकूम हटवण्यात आला. खटल्याची कागदपत्रं उच्च न्यायालयात *पाठवून देण्याऐवजी उच्च* न्यायालयातल्या अधिकाऱ्याच्या दुर्दैवी चुकीच्या निवाड्यामुळे तो खटलाच *सोडून दिला* त्यामुळे तो हटवण्यात आला. सर्वसामान्यांच्या भाषेत बोलायचं झालं तर त्यांनी आणलेला स्थगिती हुकूम रद्द झाला. स्थगिती हुकूम काढून घेतला गेला अन् एकच गोंधळ माजला. मनोहरलाल आणि त्यांच्या भावांनी उच्च न्यायालयात एक पूर्णपणे नवाच स्थगिती हुकूमरहित खटला दाखल करण्याची धडपड केली. रामेश्वरलालच्या मुलांनी दोन्ही खटल्यांच्या मधल्या काळातील फटीचा फायदा घेतला; त्यांच्यासाठी ती एक सुदैवी घटना ठरली कारण आता जुनंच– 'हल्दिराम भुजियावाला– ब्रँडनाव दिल्लीत वापरण्यास त्यांच्यावर कुठलाही प्रतिबंध राहिला नव्हता.

''पाच लाख रुपयांच्या मर्यादेतील खटले तीस हजारी न्यायालयासारख्या खालच्या पातळीवरील न्यायालयात चालवले जातात. त्या रकमेच्या वरील रकमेचे खटले– अगदी ६ लाख रुपयांचेदेखील उच्च न्यायालयाकडे धाडले जातात. त्यामुळे, या खटल्याच्या बाबतीत न्यायाधीशानं 'मी खटला (उच्च न्यायालयाकडे) पाठवून देतो,' हे शब्द वापरण्याऐवजी 'मी खटला मुक्त करतो' असा शब्दप्रयोग केला आणि अशोकच्या वकिलांनी ते त्यांच्या फायद्यासाठी वापरले. त्या शब्दांमुळे आम्ही मिळवलेला स्थगिती हुकूम रद्दबातल ठरवला गेला,'' मनोहरलालांनी मला कायदेविषयक गोंधळाचा त्यांच्या धंद्यावर झालेला विपरीत परिणाम साध्या, सोप्या भाषेत समजावून सांगितला.

१९९२-१९९९ या कालावधीत अशोक अगरवालांनी 'हल्दिराम भुजियावाला' या नावानं दोन दुकानं दिल्लीत चालवली, तेव्हा आपला ब्रँड दिल्लीतील अगरवालांच्या ब्रँडपेक्षा वेगळा आहे, हे दाखवण्याचा त्यांनी प्रयत्न केला नाही. त्याला प्रत्युत्तर म्हणून दिल्लीतील भावांनी ही अग्रहक्कानं वस्तू विकण्याबाबतची लढाई फार कठीण जाणार आहे, हे जाणून एक अत्यंत हुशारीची खेळी खेळली– एका चलाख

अन् जोरदार फटकाऱ्यासरशी त्यांनी कोलकात्यातील भावांच्या कुटिल नीतीतली हवाच काढून घेतली – त्यांनी १९९१ मध्ये आपल्या धंद्याचा ब्रँडच बदलून टाकला व आता जगभरात सुप्रसिद्ध झालेलं नवं नाव– 'हल्दिराम्स' धारण केलं. दोन्ही पक्षांनी बाजारपेठेतला मोठ्यात मोठा हिस्सा काबीज करण्यासाठी तळमळीनं प्रयत्न केले. अशोक अगरवालांनी त्या वेळी अस्तित्वात असलेले दिल्ली ब्रँडचे एकनिष्ठ ग्राहक आपल्याकडे वळवायचा प्रयत्न केला आणि त्याद्वारा दोन्हीही ब्रँडचे ग्राहक कमी करून टाकले. काही लोकांचं असं म्हणणं आहे की कोलकात्यातील अगरवालांनी म्हणजेच प्रभूंच्या पाठिंब्यानं चालवलेली अशोक अगरवालांची दुकानं दिल्लीतील अगरवालांच्या दुकानांच्या तुलनेत तितकीशी चांगली नव्हती, त्यामुळे 'हल्दिराम्स' या ब्रँडची प्रतिमा मलिन झाली आणि पर्यायानं त्यांच्या विक्रीवरही अनिष्ट परिणाम घडला.

वृत्तपत्रातील लेखांमधून असं सुचवलं जातं की, हल्दिराम्स ब्रँडची सुरुवातीची दुकानं उच्च अभिरुची दर्शवत नव्हती. २००२ सालातल्या *टाइम्स ऑफ इंडिया*मधील एका लेखातले शब्द असे आहेत, 'या कंपनीत इतरत्र आढळणाऱ्या ग्राहकप्रेमी पद्धतींचा आणि सोयींचा अभाव मोठ्या प्रमाणात जाणवतो. इथे वरिष्ठ नागरिकांसाठी बसण्याची व्यवस्था नाही, गाडीतळावर उपलब्ध असलेली जागा पुरेशी नाही आणि तिथले सेवक क्वचितच सुहास्यमुद्रेनं गिऱ्हाइकांना सेवा पुरवतात.'[१९]

मात्र, कुटुंबीय आणि मनोहर अगरवालांचे आणि त्यांचे चिरंजीव, पंकज अगरवालांचे मित्र असा दावा करतात की, लेखात निर्देश केलेली उपाहारगृहं त्यांच्या चुलतभावानं, अशोकनं चालवलेली हल्दिराम भुजियावाला याच ब्रँडची दुकानं आहेत. हा ब्रँडसंबंधीचा गोंधळ आणि विक्रीसंबंधातला रोजचा गोंधळ दोन्ही पक्ष न्यायालयात झगडत असतानाही पुढे कित्येक वर्षं चालूच राहिला.

सुरुवातीला आणवलेला स्थगिती हुकूम पुन्हा एकदा जारी केला जावा, यासाठी आवश्यक असलेल्या सर्व कायदेशीर बाबींची पूर्तता करण्यासाठी मनोहरलाल आणि त्यांचे भाऊ मधुसूदन यांनी प्रचंड धावाधाव केली, प्रयत्नांची शिकस्त केली. अखेर, १९९९ मध्ये, उच्च न्यायालयानं अशोक अगरवालांच्या विरुद्ध १९९९-२०१० या कालावधीसाठी स्थगिती हुकूम जारी केला, तेव्हा कुठे दिल्लीतील अगरवाल बंधूंना सुटकेचा निःश्वास टाकणं शक्य झालं. पुढच्या अकरा वर्षांच्या कालावधीत 'हल्दिराम भुजियावाला' हे ब्रँडनाव वापरण्यावर बंदी आणली गेल्यामुळे

---

१९. 'It All Snacks Up', Economic Times, 11 December, 2002. http://articles. economictimes.indiatimes.com/2002-12-11/news/27339631_1_brand-valuation-packaging-sweets.

अशोकना आपल्या दुकानांचं नाव 'रामेश्वर्स' असं करणं कायद्यानुसार अनिवार्य ठरलं. नव्या ब्रँडनावाखाली रामेश्वर्स उपाहारगृहांनी हल्दिरामांचे छोले भटुरे आणि कचोरी यांसारखे लोकप्रिय खाद्य पदार्थ विकणं चालू ठेवलं. आता, हल्दिराम्स हा ब्रँड ज्यांच्या मालकीचा होता ते दिल्लीतील मनोहरलाल आणि त्यांचे भाऊ दुप्पट जोमानं आपल्या ब्रँडला स्थिरस्थावर करण्यात गुंतले. मोठ्या धडाक्यानं त्यांचा ब्रँड प्रगती करू लागला, त्यांच्यासारख्याच कंपन्यांमधले व्यावसायिक त्यांनी आपल्या कंपनीत कामावर घ्यायला सुरुवात केली आणि आपलं सामर्थ्यशाली साम्राज्य उभारायला आरंभ केला, तर तिकडे हल्दिराम्सच्या तुलनेत रामेश्वर्सची लोकप्रियता कमीकमी होत चालली. आपलं वेगळेपण सिद्ध करण्यासाठी काहीतरी नवीन असं त्यांच्याकडे नव्हतंच. असं म्हणता येईल की पूर्वी ब्रँडनावामुळे त्यांना सुरुवातीला जी उभारी मिळाली होती, ते ब्रँडनावच त्यांच्याकडे उरलं नाही. त्यामुळे दिल्लीत खास आपला म्हणता येईल असा ग्राहक वर्ग त्यांना निर्माण करता आला नाही. साहजिकच, मनोहरलाल आणि त्यांच्या मुलांनी दिल्लीवर आपलं वर्चस्व प्रस्थापित करण्यात यश मिळवलं.

सुरुवातीपासूनच, अशुभाची सावली पडल्यामुळे आणि दुर्दैवी ठरल्यामुळे त्यांनी जे स्वातंत्र्य मिळवण्यासाठी उत्साहानं लढा दिला, ते फार काळ टिकलं नाही. मनोहरलालच्या मते, "प्रभूंनी आणि अशोक अगरवालांनी नंतर उच्च न्यायालयात याचिका दाखल केली. २०१० मध्ये, स्थगिती हुकूम हटवण्यात आला आणि खटला पुन्हा एकदा तीस हजारीमधील कनिष्ठ न्यायालयाकडे सुपूर्त करण्यात आला. तोपर्यंत कनिष्ठ न्यायालयांची मर्यादा २५ लाख रुपयांपर्यंत वाढवली गेली असल्यामुळे, आमचा खटला त्या निकषांमध्ये बसला. आता पुन्हा एकदा 'ये रे माझ्या मागल्या' स्थितीला आम्ही येऊन पोहोचलो." त्यांनी निराशपणे मान हलवत जुन्या घटनांना उजाळा दिला, तेव्हा त्यांच्या नजरेतून त्यांच्या मनातलं हताशपण ओसंडून वाहत होतं. पण आता मनोहरलाल आणि त्यांचा भाऊ, मधुसूदन यांच्यासाठी बरे दिवस उजाडले होते. "कनिष्ठ न्यायालयानं अशोकला सांगितलं की त्यांना त्यापुढे फक्त 'हल्दिराम भुजियावाला' हे नावच वापरता येईल; 'हल्दिराम्स' किंवा 'हल्दिराम' या नावांनी त्यांना दिल्लीत व्यवसाय करता येणार नाही. त्याच वेळी न्यायालयानं असंही स्पष्ट केलं की, या दरम्यान जर चुकीच्या कारणासाठी न्यायालयात अर्ज केला असल्याचं उघडकीला आलं, तर त्यांना हल्दिराम भुजियावाला हे नावदेखील वापरता येणार नाही."

मनोहरलाल आणि मधुसूदन या दिल्लीतील भावांनी सोशिकपणाचा सराव केला, आता सगळे करारमदार सर्वांना बंधनकारक झाल्यामुळे त्यांना असा विश्वास वाटू लागला होता की, थोड्याच दिवसांत सर्व काही त्यांच्या बाजूनं

होईल. दि इंडिअन पीनल अपील बोर्डानं अखेर २०१३ मध्ये संपूर्ण प्रश्न निकालात काढला – त्यानं १९८० मध्ये कोलकात्याच्या बाजूनं जी ट्रेडमार्कची नोंदणी झाली होती ती काढून टाकण्याचा हुकूम दिला. अपराजिता लाठ यांच्या मते 'नियामक मंडळाचं असं म्हणणं होतं की, श्री. रामेश्वरलालना वरील ट्रेडमार्क वापरायची फक्त परवानगी देण्यात आली होती आणि ते त्या ट्रेडमार्कचे मालक होऊ शकत नाहीत... असंही स्पष्टपणे नोंदवलं गेलं की, श्री. रामेश्वरलालना हे सत्य ठाऊक होतं की, श्री. बिशनंनी (हल्दिरामनी) अगदी पहिल्यांदा 'हल्दिराम भुजियावाला' हे नाव निर्माण केलं होतं. म्हणूनच श्री. रामेश्वरलाल असा दावा करू शकत नाहीत की त्यांनीच ते नाव शोधून काढलं आणि त्याचा स्वीकार केला होता (इन्व्हेंटर अँड ॲडॉप्टर)... त्याचा वापर करण्याच्या तारखेच्या मुद्द्याबाबत मंडळाचं असं निरीक्षण आहे की, नमूद केलेली तारीख खोट्या विधानावर आधारलेली आहे, कारण प्रतिवादींना श्री. बिशन यांच्या ट्रेडमार्कबद्दल माहिती होती, तो अगदी त्याचसारखा होता आणि १९६५ पासून तो वापरातही होता.'

कोलकात्यातील व्यवसायकर्त्यांना ट्रेडमार्क वापरण्यास बंदी घातल्यामुळे आता दिल्लीतील कंपनीला आपला धंदा करायला वाव मिळाला, कुणी आपल्या व्यवसायाचे लचके तोडेल अशी भीती त्यांना उरली नाही. मनोहरलालचं मात्र अजूनही म्हणणं आहे की आयपीएबीनं आज्ञा दिल्यानंतरही अशोकनं आजही दिल्लीतील काही भागांमध्ये 'हल्दिराम भुजियावाला' या नावानं आपल्या शाखा चालवण्याचा उद्योग चालूच ठेवला आहे.

मी प्रभूंना त्या संबंधात प्रश्न विचारला तेव्हा त्यांनी त्यावर काही मत प्रदर्शित करण्यास नकार दिला आणि असाही दावा केला की त्यांचे दिल्लीतील आणि नागपुरातील भाऊ नेहमी खरंच बोलतात, ते खोटं बोलत नाहीत. आमच्यातील मुलाखतीदरम्यान त्यांनी सगळा वेळ हीच भूमिका धारण केली होती, त्यामागे दोन कारणं असू शकतात- पहिलं म्हणजे त्यांना स्वतःचा आब राखायचा होता किंवा उशिरा का होईना, पण त्यांना दिल्लीतील चुलतभावंडांशी सौहार्दाचे संबंध आहेत, असं दाखवायचं असेल.

तरीही, खरं काय आहे ते जाणण्यासाठी मी खोदून खोदून प्रश्न विचारले, 'न्यायालयातील प्रकरणात तुमची हार झाली आहे, तेव्हा यापुढची तुमची कृती काय असणार आहे?' माझा हा प्रश्न ऐकताच शेवटी त्यांचा संयम सुटला. ते दुखावले गेले अन् त्या भरात काहीशा तुटकपणे ते उद्‌गारले, "शिवकिशन किंवा मनोहरलाल या प्रकरणासंबंधात तुमच्याशी काही बोलले असतील तर त्यांनी तसं करायला नको होतं, हा कुटुंबातला अंतर्गत मामला आहे." पुढे काही बोलण्यापूर्वी क्षणभरासाठीच असेल पण त्यांच्या नजरेत मला आव्हानाची चुणूक दिसली.

“आपल्या देशात कनिष्ठ न्यायालयं, उच्च न्यायालयं आणि सर्वोच्च न्यायालयही आहे. अजूनही अखेरचा निवाडा झालेला नाहीये. हा खटला मी हरलो असलो, तरी तो काही अखेरचा पराभव नाहीये. गेली वीस वर्षं ही लढाई चालू आहे, पुढची वीस वर्षंही ती चालू राहू शकते.” त्यानंतर त्यांनी त्या विषयावर काहीही बोलण्यास स्पष्ट नकार दिला. त्यांचे बंधू, अशोक अगरवालांना मी अनेक वेळा फोन केला, पण काही मत प्रदर्शित करायला ते उपस्थितच नव्हते.

महेशनी मात्र त्यांच्या भावना माझ्यापाशी व्यक्त केल्या. “१९५८ पासून रामेश्वरलालनीच या ब्रँडचा वापर पहिल्यांदा केला होता. मूलचंदजींनी त्याची नोंदणी १९६५ मध्ये केली होता; कारण त्यांनी तो ट्रेडमार्क नंतर वापरायला सुरुवात केली होती आणि ट्रेडमार्क नेहमी पूर्वीच्या उपयोगावर अवलंबून असतो. १९७४ मध्ये स्थापन करण्यात आलेल्या भागीदारी कंपनीनं असं म्हटलं होतं की, पश्चिम बंगाल वगळता, सर्व भागीदारांना सगळीकडे ट्रेडमार्क वापरता येणार होता. मात्र, हल्दिरामजींच्या आणि मूलचंदजींच्या मृत्यूनंतर त्यांच्या मुलांनी भागीदारी संपुष्टात आणण्याचा करार केला आणि त्यात असं विधान केलं की त्यांनीच पहिल्यांदा ट्रेडमार्कचा वापर केला होता आणि आम्हाला असं वाटतं की ती लबाडी आहे.”

आश्चर्याची बाब ही की, आँचलचं मत तिच्या कुटुंबीयांच्या मताशी जुळणारं नाही. खास करून हे युद्ध मुळात सुरूच कशासाठी केलं गेलं, या विषयासंबंधात. “मला स्वतःला या प्रकरणाविषयी फार काही माहीत नाही; पण जर दिल्लीतल्या लोकांनी आम्हाला आमचा कोलकात्यातील ब्रँड त्याला कोलकाता एवढा शब्द जोडून वापरण्यास परवानगी दिली असेल तर ते न्याय्यच होतं; पण मला ते ठाऊक नव्हतं.”

हे सगळं आख्यान ऐकल्यानंतर असा ग्रह होण्याची शक्यता आहे की, दोन्ही पक्षांची तडजोड करण्याची इच्छा दिसत नाही आणि त्यामुळेच पुढची अनेक वर्षं न्यायालयातील हे प्रकरण ‘मागील पानावरून पुढे’ अशा पद्धतीनं चालूच राहणार आहे. खटला चालू ठेवण्यापायी अक्षरशः लाखो रुपये खर्चले गेलेत असं म्हटलं जातं. पूनमचंदांच्या मते, “दर महिन्याला मनोहर न्यायालयीन सुनावणीसाठी कोलकात्याला येतात. त्यासाठी, दर तारखेच्या वेळी त्यांना केवळ वकिलाच्या मानधनापोटी २ लाख रुपये खर्च करावे लागतात; विमानप्रवासाचा आणि हॉटेलातील वास्तव्याचा खर्च वेगळाच.” या न्यायालयीन प्रकरणानं मुख्य खेळाडूंचीच नव्हे तर आजूबाजूला असलेल्यांचीसुद्धा पुरती दमछाक उडवलीये. मनोहरलालचा मुलगा पंकज अगरवाल आणि पुतण्या आशिष अगरवाल (मधुसूदनचा मुलगा) – दोघांचंही असंच मत आहे की, या खटल्यामुळे त्यांच्या कुटुंबावर आणि व्यवसायावरही फार

मोठा आर्थिक ताण पडतो आहे. त्यांना असंही ठामपणे वाटतं की ही सगळी ताकद त्यांनी अक्कलहुशारीनं धंद्याच्या वाढीसाठी खर्च केली असती, तर ते कुठल्या कुठे जाऊन पोहोचले असते. या कुलदीपकांच्या मते गेली चोवीस वर्षं त्यांनी वाऱ्यावर उधळली आहेत, पण दुसरीकडे ते असंही म्हणतात, ''पण काही झालं तरी ब्रँडचं महत्त्व आहेच, खास करून आमच्या ब्रँडचं.''

वृत्तपत्रांतील अहवालांवरून असं समजतं की दर पावसाळ्यात अगरवाल कुटुंबीय बिकानेरमध्ये एकत्र येतात. त्यांपैकी काही जण असंही उघडपणे मान्य करतात की मूलचंदच्या आणि रामेश्वरलालच्या पुढच्या पिढ्यांमधले प्रेमाचे संबंध संपुष्टात आल्यातच जमा आहेत. शिवकिशन म्हणाले, ''आमच्यातले प्रेमाचे बंध आता तुटले आहेत. मला असं वाटतं की, आम्ही जर कधी एकमेकांसमोर आलोच आणि प्रभूनं मला पाहून स्वागतपर शब्द उच्चारले तर मीदेखील त्याच्याशी तितक्याच सौजन्यपूर्णतेनं बोलेन; पण ते प्रेम, ती भावना आता उरलेली नाही, हेच खरं.'' दुसरीकडे, प्रभूंनी आपल्या मनात अजूनही तोच भ्रम जपून ठेवलाय की त्यांच्यामधले संबंध अजूनही पूर्वीसारखेच आहेत, जे काही शत्रुत्व आहे त्याचा संबंध फक्त त्यांच्या व्यवसायापुरताच मर्यादित आहे; कौटुंबिक संबंधांवर त्याची छाया पडलेली नाही, दोघांमधल्या संवादांच्या तारा अजूनही जुळलेल्याच आहेत. या चुलत भावंडांना कशानं एकत्र बांधून ठेवलेलं असेल तर ते त्यांच्यातील समान उद्दिष्टांनी – काय वाट्टेल ते झालं तरी आपला ब्रँड आणि आपल्या उत्पादनांचा दर्जा अबाधित राखायचा.

वैयक्तिकरीत्या प्रत्येक जण आपल्यावर अन्याय झालाय असंच मानतो, त्यामुळे त्यानुसार कृती करण्याचं बंधन त्याच्यावर येतं. कारण सूड घेण्यासाठी तरी टोकाची भूमिका घेण्यात आपले हात बांधले गेलेत असं त्यांना वाटतं. गेली दोन दशकं ते न्यायालयातली लढाई लढत आहेत, पण दोघांपैकी एकाही पक्षाला आजही माघार घ्यावीशी वाटत नाही किंवा तडजोडही करावीशी वाटत नाही. पैसा आणि साधनसामग्रीच्या संदर्भात तर या ब्रँडयुद्धानं अपरिमित हानी घडवून आणली आहे आणि भावभावनांचा पार निचरा केला आहे. युद्धामुळे थकूनभागून गेलेले आणि ते संपावं म्हणून काहीही करायला तयार असूनही दोन्ही पक्षांना तह घडवण्यात यश आलेलं नाही. युद्धभूमीवरून दूर जाण्यातही ते असमर्थ ठरले आहेत. ही लढाई जणू काही त्यांच्या अस्तित्वाचा एक अविभाज्य भाग बनली आहे, त्यांच्या नसानसांमध्ये ती एखाद्या वाईट सवयीप्रमाणे इतकी भिनली आहे की तिला दूर लोटणं त्यांना आता अशक्यप्राय झालं आहे.

लढाई सतत चालू असूनही प्रत्येक व्यवसायानं आपल्या विभागात पसरण्याच्या मर्यादा स्वतंत्रपणे विस्तारल्या आहेत आणि यश मिळवण्यासाठी नवीनवी दालनंही

उघडली आहेत. देशापुरती त्यांच्यावर भौगोलिक करारांची मर्यादा पडली असली, तरी निर्यातीच्या क्षेत्रात दोन्ही व्यवसायांनी मिळून एकूण साठ देशांमध्ये मजल मारली आहे, जेणेकरून ते देशातले खाद्य पदार्थ क्षेत्रातले सर्वात मोठे उत्पादक ठरले आहेत. सध्याचे मालक हातातला अधिकारदंड आपल्या मुलांच्या हाती सोपवण्यासाठी सज्ज झाले असताना आपण हेच पाहायचंय की, या ब्रँडयुद्धातून आणि बाजारपेठेतील तीव्र स्पर्धेतून ते सहीसलामत कसे बाहेर पडणार आहेत.

भाग ६

शेवटचा टप्पा

पावलं आणि मजल दरमजल

२०१५ सालच्या जून महिन्यातील एक दिवस. मी दिल्लीतील डॉ. त्यागींच्या तिसऱ्या मजल्यावरच्या कंपनीच्या ऑफिसात बसले होते.

ऑफिसातला एकूण थाटमाट, रुबाब माझ्या नजरेनं हळूहळू टिपला अन् अखेर माझ्या मनाला वाटलेला दरारायुक्त अचंबा माझ्या शरीरावर रोमांच्याच्या रूपात उमटला. काच आणि पोलाद यांमधून निर्मिलेल्या या चार मजली मजबूत इमारतीमध्ये जागतिक स्तरावरील उद्योगधंद्याच्या कार्यालयांमध्ये दिसणारी सर्व वैशिष्ट्यं ठासून भरली होती. डॉ. त्यागींनी जाकिटासह सूट परिधान केलेला होता, आणि त्यांच्या दोन भिंतींना खिडक्या असलेल्या विशाल ऑफिसात ते सहजपणे वावरत होता; दिल्लीतला कडक उन्हाळा त्यांना जाचक वाटत नसावा. त्यांच्या ऑफिसमधलं खिडकीपाशी बसवलेलं वातानुकूलित यंत्र मंदपणे आवाज करत आपलं अस्तित्व दर्शवत होतं. त्यांच्या कंपनीच्या यशाची अगदी अलीकडच्या काळातील गुपितं ते मला सांगणार होते. मनोहरलालचा दिवसभरातला बहुतेक सगळा वेळ या इमारतीतील चौथ्या मजल्यावरच जात असे. इथेच बसून ते आपल्या व्यवसायातल्या सर्व उलाढाली एखाद्या भविष्यज्ञाच्या ताकदीनं समर्थपणे पार पाडत असत. इमारतीतल्या खालच्या दोन मजल्यांवर सगळे कर्मचारी काम करत असत. मधूनच माझ्या कानांवर भोक पाडण्याच्या यंत्राचा आवाज पडत होता आणि त्यामुळे माझी तंद्री भंग पावत होती. संशोधन आणि विकास अन् प्रशिक्षण विभाग त्याचप्रमाणे चवी पारखण्यासाठीची प्रयोगशाळा या सर्व सेवासुविधांची सोय त्याच दोन मजल्यांवर करण्यात येणार होती. संपूर्ण इमारतीतून वैभवसंपन्नता आणि समाजातलं उच्च स्थान या वैशिष्ट्यांचं दर्शन घडत होतं. राजस्थानातल्या एका लहानशा गावातल्या झोपडीवजा दुकानात या धंदाव्यवसायाचा उगम झाला होता, तिथून मजल दरमजल करत तर कधी गरुडभरारी घेत तो आता दिल्लीतल्या चकचकाट असलेल्या या इमारतीत येऊन पोहोचला होता, हे वास्तव कुणालाही अचंबित करणारंच होतं.

डॉ. त्यागींनी हल्दिराम्समध्ये २००६ मध्ये अध्यक्ष आणि कंपनीचे मुख्य कार्यकारी अधिकारी या पदाचा कार्यभार स्वीकारला होता. त्यापूर्वी ते अंकल

चिप्समध्ये होते. आज ते कार्यकारी संचालक या नात्यानं कंपनीतील उत्पादन, उत्पादनप्रक्रिया, विक्री, विक्री व्यवस्था आणि नवनिर्माण या सगळ्यावर देखरेख ठेवतात. एकाच व्यक्तीनं इतक्या प्रचंड जबाबदाऱ्या सांभाळाव्यात हे महद्‌आश्चर्यच म्हणावं लागेल. एकाच कुटुंबाच्या मालकीच्या, पारंपरिक पद्धतीनं चालवलेल्या, भारतीय खाद्य पदार्थनिर्मितीच्या व्यवसायाची धुरा त्यांनी कशासाठी आपल्या खांद्यांवर घेतली असेल? त्यांना प्रेरणा मिळाली होती ती त्यांच्या मनोहरलालबरोबर झालेल्या डोळे दिपवून टाकणाऱ्या संभाषणांतून. मनोहरलाल अगरवाल कंपनीचे प्रमुख व्यवस्थापकीय संचालक होते. डॉ. त्यागींच्या शब्दांत सांगायचं झालं तर "मनोहरलाल ब्रँडनिर्माते होते, त्यांच्या डोळ्यांपुढे एक भव्यदिव्य स्वप्न होतं आणि त्याहून महत्त्वाची बाब म्हणजे कुठलीही नवी गोष्ट करण्यात ते ज्या हिरिरीने पुढाकार घेत असत त्याला तोड नव्हती."

कंपनीबाहेरून जे काही मोजके गुणी, अत्यंत कार्यक्षम असे लोक घेण्यात आले होते, त्यांच्यामध्ये डॉ. त्यागींचा समावेश होता. त्यांनी कंपनीत कार्यभार स्वीकारल्यानंतर इथल्या उच्चपदस्थ गुणवंतांच्या संख्येत भरच पडली आहे. कुटुंबाच्या बाहेरचे अनेक लोक आता वेगवेगळ्या स्तरांवर काम करू लागले आहेत, त्यांच्या संख्येत सातत्यानं वाढ होत आहे आणि त्याबरोबरच कंपनीच्या व्यावसायिकतेत बदल घडवण्याचे प्रयत्नही केले जात आहेत, धंद्यात स्वयंचलितता आणली जात आहे आणि प्रक्रियांमधील कार्यक्षमता वाढवण्यासाठी योग्य ती पावलं उचलली जात आहेत. या सगळ्या बदलांमुळे अगरवाल कुटुंबाला अनेक आव्हानांना सामोरं जावं लागत आहे, त्यांच्याशी जुळवून घ्यावं लागत आहे, अग्निपरीक्षांना तोंड द्यावं लागत आहे अन् त्याच वेळी कंपनीच्या भविष्यासाठी आवश्यक असलेली नवी घटना तयार करणंही अत्यंत गरजेचं झालं आहे.

जेव्हा डॉ. त्यागींनी हल्दिराम्समध्ये नोकरी स्वीकारली, तेव्हा तिथे व्यवस्थापनातले मध्यम स्तर अस्तित्वात नव्हते. कुशल कामगारांचा व्यवस्थापकांबरोबर (मालकांबरोबर) प्रत्यक्ष संबंध येत असे. परस्परांमधील घनिष्ठ नातेसंबंधांची त्यांना सवय झाली होती. डॉ. त्यागींसारख्या नवागतांना कामगारांचा आदर मिळवण्यासाठी धडपड करावी लागली आहे आणि अधिकाराच्या उतरंडीतलं आपलं स्थानही सिद्ध करावं लागलंय. त्यासंबंधी बोलताना पंकज अगरवाल म्हणाले, "आमचे कुशल कामगार आमच्याकडे पूर्वीपासून काम करत आहेत, त्या वेळी त्यांच्यामध्ये आणि आमच्यामध्ये अधिकाराची मधली फळी नव्हती. मानसशास्त्रीय कारणांमुळे त्यांना नव्या व्यावसायिकांना स्वीकारणं कठीण जातं. दुसऱ्या बाजूला आमचे नवे व्यवस्थापक आहेत, त्यांनी आमच्या कंपनीतली जुनी कार्यसंस्कृती समजून घ्यायला हवी आणि आमच्या कंपनीत पायाभूत असलेल्या कामगारांबरोबर चांगले संबंध जोडण्यासाठी दुप्पट

जोमानं प्रयत्न करायला हवेत, कारण त्यांच्याच जिवावर आमची कंपनी आजचे दिवस पाहत आहे.'' सांस्कृतिक कारणं महत्त्वाची आहेतच, पण त्याच वेळी शिक्षणाची पातळी, स्पर्धा आणि बदल यांसारखे घटकही कंपनीतल्या दोन्ही गटांतील संघर्षाचं मूळ शोधताना लक्षात घ्यायला हवेत.

''समजा, मी अमूलमधल्या एका माणसाला नोकरीवर घेतलं, आणखी एक जण पेप्सिकोमधून, तिसरा एक जण ब्रिटानियातून घेतला आणि तिघांना आमच्या विक्री विभागात काम करायला सांगितलं – आज कामावर नेमलेला प्रत्येक माणूस उच्च दर्जाच्या विद्यापीठातून तांत्रिक गुणवत्ता प्राप्त केलेला असणं आवश्यक ठरतं. तरच ते कंपनीतल्या व्यावसायिकतेचा दर्जा उंचावण्यास मदत करू शकतात. या उच्चशिक्षित व्यक्तींना आम्ही जेव्हा कनिष्ठ पातळ्यांवरील लोकांमध्ये आणून बसवतो तेव्हा केवळ त्यांच्या वेतनातच नव्हे, तर त्यांच्या कार्यपद्धतीतही फरक दिसून येतो, कारण नवीन कर्मचारी आधुनिक विचारांचे असतात आणि ते विशिष्ट विचारप्रणालीला अनुसरून वागतात,'' डॉ. त्यागी म्हणाले.

कामावर माणसं नेमायची आणि चमू बांधायची प्रक्रिया वेळखाऊ असते. डॉ. त्यागींनी हल्दिराम्समधील आपल्या कार्यमुदतीची सुरुवात कंपनीतल्या विक्री विभागाच्या बांधणीत सुधारणा करून केली. सुरुवातीपासून जरी कंपनीच्या दृष्टीनं उत्तर भारत हा एक विभाग असला तरीही डॉ. त्यागींनी व्यवस्थापनचमूच्या साहाय्यानं त्याची चार लहानलहान प्रदेशांत विभागणी केली. प्रदेशवार विभागणी झाल्यानंतर कृती आजमावण्याची एक व्यापक पद्धत सुरू केली. बाजारपेठेतील हिश्श्याची शेकड्याच्या भाषेत उद्दिष्टे ठरवली गेली आणि ती अगदी कनिष्ठ पातळीवरच्या विक्रेत्यापर्यंत वापरली गेली. संपूर्ण कंपनीचं पुनर्मूल्यमापन करण्यात आल्यानंतर विक्रेत्यांना विशिष्ट विभागात पाठवण्यात आलं. त्यासाठीचे निकष विभाग, विभागाची क्षमता आणि विभागातील दुकानांची क्षमता हे होते. सध्या एकूण विक्रीतून कमावलेल्या उत्पन्नातील एक टक्का रक्कम विक्रीसंबंधातील खर्चासाठी लागते आणि ती वार्षिक व्यवस्थापनाच्या उद्दिष्टांच्या मर्यादेत आहे. त्यामध्ये वेतनांचा, दलालीचा आणि बाहेर पाठवलेल्या विक्रेत्यांच्या बोनसचा समावेश आहे. डॉ. त्यागी मनोहरलालांच्या मार्गदर्शनाखाली एक घट्टबांधणीचं जहाज हाकत आहेत. ''मी हे लगेचच साध्य करायचा प्रयत्न केला नाही! आमच्या चमूमध्ये एका वेळी एकच नवा माणूस विक्री विभागात घेतला गेला. जुन्या कर्मचाऱ्यांना त्याच्यामुळे होणाऱ्या अपरिहार्य बदलांबरोबर जुळवून घेण्यासाठी पुरेसा वेळ आम्ही दिला. प्रमुख व्यवस्थापकीय संचालक मला नेहमीच पाठिंबा देत आले आहेत आणि प्रक्रियांच्या आधुनिकीकरणाची गरज त्यांना समजली आहे. पिता-पुत्राला त्यांची कंपनी व्यावसायिक दृष्टिकोन बाळगणारी हवी आहे आणि ते

उद्दिष्ट साध्य करण्यासाठी त्यांनी सर्वशक्तिनिशी कामाला सुरुवातही केली आहे,'' ते म्हणाले.

अशा प्रकारचा पुढाकार संपूर्ण कंपनीत घेतला जात आहे. मूलचंदचं कुटुंब ते बदल करण्यास कटिबद्ध झालं आहे, असं कंपनीतले सर्व विभाग दर्शवतात. अजूनही कंपनीत कुटुंबातील सदस्यांची संख्या– त्यामध्ये मनोहरलाल अगरवाल, मधुसूदन अगरवाल आणि त्यांचे मुलगे, तसंच त्यांच्या कंपनीत वर्षानुवर्षं काम करत असलेले कुशल कारागीर यांचा समावेश आहे– कुटुंबाबाहेरील व्यावसायिकांच्या संख्येपेक्षा मोठी आहे, तरीही हळूहळू का होईना, पण कंपनीचा प्रवास तिच्यातील संस्कृतीच्या बदलाच्या– व्यावसायिकतेच्या– दिशेनं चालू झाला आहे. व्यवसायावर प्रभाव पाडू शकणाऱ्या संधी प्रचंड मोठ्या संख्येनं उपलब्ध आहेत आणि व्यावसायिकांनी ही जबाबदारी मोठ्या तळमळीनं अंगावर घेतली आहे. सुमन चॅटर्जी– पुरवठा साखळी विभागाचे वरिष्ठ व्यवस्थापक आणि हल्दिराम्सचे मानव विभागप्रमुख आपल्या अनेकविध भूमिकांविषयी बोलताना म्हणतात, ''जरी आमची कंपनी सध्यासुद्धा प्रचंड मोठा व्यवसाय करत असली, तरी माझ्यासारख्या कर्मचाऱ्यांना इथे आपल्या वैयक्तिक माहितीअर्जात अजूनही अनेक कौशल्यांचा समावेश करायची संधी आहे. तसंच बदल घडविण्यास प्रोत्साहन देण्यासही वाव आहे, ज्यामुळे भविष्यात नक्कीच बदल होऊ शकेल.''

सुमन यांच्या मते, हल्दिराम्समध्ये दृढ नातेसंबंध हे एक मोठं बलस्थान आहे हे जरी खरं असलं, तरीही काळ जातो तसं अधूनमधून त्यांचं परीक्षण करणं, मूल्यमापन करणंही गरजेचं ठरतं. ''आमच्याकडे काही प्रमुख पुरवठादार आहेत, ज्यांच्याबरोबर हे कुटुंब दिल्लीत आल्यापासून काम करत आहे. उदाहरणार्थ, आम्हाला सुका मेवा पुरवणारा फक्त एकच माणूस आहे.'' हे विधान करताना त्यांचे डोळे अशा प्रकारे फाकले की मला त्याबद्दल त्यांना जाणवणारा कमालीचा विचित्रपणा कळून चुकला. ''अशा प्रकारच्या कच्च्या मालासाठी आमच्याकडे पर्यायी व्यवस्थाच नाही आणि या कुटुंबाला तसले बदल करायला नकोसे वाटताहेत. त्यांचे दर जास्त असले तरी व्यापारविषयक कारणांखातरसुद्धा त्यांना हे नातेसंबंध तोडणं कठीण जातंय. त्यांच्या लेखी या नातेसंबंधांना महत्त्व आहे, ही गोष्ट स्तुत्यच आहे. म्हणजे मला असं म्हणायचंय की, त्यामुळेच त्यांचं पुरवठादारांचं आणि वितरकांचं जाळं अतिशय मजबूत आहे. पण माझ्या मते, वेळ आणि कार्यक्षमता या बाबतीत कधीच तडजोड करता येत नाही, कारण हेच आधुनिक व्यवसायाचं एक अतिशय महत्त्वाचं वैशिष्ट्य आहे. त्यामुळे पुरवठादारांची सतत परीक्षा घेणं हा या प्रक्रियेतला महत्त्वाचा भाग असतो.''

हल्दिराम्समधल्या बहुतेक सगळ्या व्यावसायिकांनी मान्य केलं आहे की, जरी

ते कंपनीतल्या प्रक्रियांमध्ये सुधारणा करत असले आणि सध्याच्या निकषांना वरच्या पातळीवर नेत असले तरी, या कुटुंबासमवेत मोठं होत असताना त्यांनादेखील पुष्कळ गोष्टी अनुभवायला, शिकायला मिळाल्या आहेत. हल्दिराम्स ही कंपनी आता अशा नाजूक कड्यावर उभी आहे जिथून तिला एक उंच झेप घ्यायचीय आणि राष्ट्रीय आणि आंतरराष्ट्रीय पातळीवर प्रक्रियाकृत खाद्य पदार्थ उद्योग (प्रोसेस्ड फूड इंडस्ट्री) क्षेत्रात दमदार स्पर्धक म्हणून चमकायचं आहे. व्यावसायिक गुणवत्ता असलेल्या व्यक्तींना इथे 'बदलाचे दूत' या भूमिकेतून प्रचंड मोठ्या संधी उपलब्ध आहेत. ते कंपनीला विकास आणि यशाकडे घेऊन जाऊ शकतात.

कंपनीचा स्वतःचा वारसाही हे सिद्ध करतो की, या प्रकारच्या विकासासाठी आवश्यक असलेला मजबूत पाया तिच्यापाशी आहेच. फार क्वचित वेळा कंपन्या अशी फुशारकी मारू शकतात की, एकाच कुटुंबातल्या अनेक पिढ्यांनी त्यांच्यासाठी आपल्या रक्ताचं शिंपण केलं आहे. गेली कित्येक वर्षं हल्दिराम कुटुंबानं त्यांच्या समाजाला पाठिंबा दिला आहे. स्वतः मोठ्या शहरांमध्ये स्थलांतर करत असताना त्यांनी त्यांच्या मूळ गावातल्या कामगारांना आपल्याबरोबर येण्याचं आमंत्रण दिलं आहे. बाबू सिंग हा अशांपैकीच एक– खऱ्या अर्थानं एक ठळक उदाहरण. बाबू सिंगांच्या वडिलांनी हल्दिराम कुटुंबासाठी चाळीस वर्षं काम केल्यानंतर त्यांच्या मुलानं– स्वतः बाबू सिंगनी– तिथे कामाला सुरुवात केली. स्वतः बाबू सिंग बिकानेरहून दिल्लीला आले आणि त्यांच्याच प्रेमळ शब्दांत सांगायचं झालं तर त्यांनी स्वतःला 'कुटुंबाच्या' व्यवसायाला वाहून घेतलं. १९८५ मध्ये महिना ३०० रुपये इतक्या मामुली वेतनावर लागलेले बाबू सिंग आज चांदनी चौकातल्या दुकानाचे व्यवस्थापक या पदावर महिना ७२,००० रुपये कमवत आहेत. त्यांची दोन्ही मुलं बिर्लांच्या पिलानी स्कूलमध्ये शिकत आहेत. दिल्लीतल्या कुटुंबात स्वामिनिष्ठा आणि कष्टाळूपणा या गुणांची कदर निश्चितपणे होते. ''मी आयुष्यात जे काही शिकलो ते त्यांच्याचकडून. व्यवस्थापकीय संचालक, मनोहरलाल अगरवाल हे माझेसुद्धा गुरू आहेत. कोणत्याही प्रकारचा 'अहं' त्यांच्या वागण्यात मी कित्येक वर्षांत पाहिलेला नाही. सगळ्या कल्पना ते शांतपणे ऐकून घेतात, मग त्या कुणीही सुचवलेल्या असोत. त्यांच्याबरोबर काम करण्यातला सर्वांत मोठा भाग तो आहे,'' ते म्हणाले.

बदलाबद्दल त्यांचं काय मत आहे आणि कामगार वर्गाच्या संबंधात बदलामुळे कुटुंबाला काही कष्ट पडत होते का, असे प्रश्न मी त्यांना विचारले, तेव्हा बाबूंनी त्याविरुद्ध जोरदारपणे मत व्यक्त केलं. ''तुम्ही ते आपल्या दुकानासमोरचं दुकान पाहताय ना?'' त्यांनी बोट दाखवलं होतं त्या दिशेनं मी पाहिलं, तेव्हा मला रस्त्याच्या पलीकडच्या बाजूला असलेलं, खिडक्यांना झापडं लावून बंद केलेलं

एक लहानसं दुकान दिसलं. "हो, तेच," त्यांनी पुन्हा एकदा म्हटलं. "ते दुकान २०० वर्षांचं जुनं आहे. आजही ते दुकान यशस्वी होऊ शकलं असतं, पण दुकानाच्या मालकानं सगळं आयुष्य फक्त एक न् एकच उत्पादन– शुद्ध तूप– विकलं. त्यानं कधीच उत्पादनांमध्ये वैविध्य आणलं नाही. अगदी आजही जेव्हा आरोग्यविषयक नवे विचारप्रवाह बाजारपेठेवर आदळत आहेत, तेव्हादेखील त्यानं स्वतःमध्ये काही बदल घडवले नाहीत, त्यामुळे शेवटी त्याला दुकान बंद करावं लागलं." बाबूंनी मला स्पष्ट करून सांगितलं की हल्दिराम नेहमीच बदलांच्या कमानीवर स्वार झाले आणि गिऱ्हाइकांच्या प्रत्येक बदलत्या आवडीनिवडींची दखल त्यांनी घेतली. व्यावसायिकतेच्या दिशेनं होत असलेल्या बदलाविषयी त्यांना पूर्ण विश्वास वाटत होता. तो सोपा असणार नव्हता, पण तो प्रत्यक्षात आणणं शक्य होतं, हे ते जाणत होते. ज्या कर्मचाऱ्यानं जेमतेम काही वर्षंच शाळेत काढली होती, त्या बाबूंनी जन्मजात अशी व्यावसायिक हुशारी दाखवली आहे. अन् तिचं सगळं श्रेय ते अगरवाल कुटुंबाला देतात.

दिल्लीतील अगरवाल– हल्दिराम– कुटुंब कंपनीमध्ये व्यावसायिकतेचं वातावरण निर्माण करण्याच्या दिशेनं वाटचाल करत असलं तरी नागपुरातील आणि कोलकात्यातील अगरवाल कुटुंबांना मात्र आपले जवळचे कुटुंब आणि मित्रपरिवार सोडून इतर कुणावरही विश्वास टाकणं कठीण जातंय. त्याबद्दल बोलताना शिवकिशन म्हणाले, "आमच्या इथे व्यावसायिकतेचा दर्जा फार खालच्या पातळीवर असतो. हे लहान शहर असल्यामुळे नागपुराकडे फारसे गुणवंत उच्चविद्याविभूषित आकर्षित होत नाहीत आणि झाले तरी ते फार काळ टिकून राहत नाहीत. उच्च गुणवत्ताधारक लोक दिल्लीसारख्या चराऊ कुरणांकडे ओढले जातात किंवा परदेशी जातात. आणि जे मागे उरतात त्यांची पात्रता इतकी बेताची असते की ते आमच्या धंद्यावर विशेष प्रभाव पाडू शकत नाहीत." शिवकिशन आणि प्रभुशंकर दोघेही विश्वासार्ह पदांसाठी फक्त मित्रांवरच विसंबून राहू शकतात, कारण इथे विश्वासाची भूमिका फार महत्त्वाची ठरते. उदाहरणार्थ, शिवकिशन यांची स्वीय सचिव त्यांच्या एका पुरवठादाराचीच मुलगी आहे, तर प्रभूंच्या कारखान्यांतील काही व्यवस्थापक त्यांच्या जुन्या व्यवसायमित्रांचे मुलगे आहेत. आपल्या धंद्याचे लगाम ते आपल्या छातीपाशी घट्ट धरून ठेवतात आणि व्यावसायिकतेचा मार्ग चोखाळण्याचा विचारही त्यांच्या मनाला शिवत नाही. "बाहेरच्या कुणा माणसांना आपल्या धंद्यात स्थान देण्याआधी आम्हाला इथलाच आधीचा गुंता सोडवायला हवाय," शिवकिशन म्हणाले. तात्पर्य, दिल्लीतल्या भावांशी स्पर्धा करण्यापूर्वी त्यांना बराच मोठा पल्ला गाठायला हवाय, हे सत्य त्यांनी अधोरेखित केलं.

एकाच वेळी अनेक लोकांना कामावर नेमल्यामुळे दिल्लीतील हल्दिराम्सला

हाताशी होते नव्हते ते सर्व मार्ग वापरून त्यांच्या प्रशिक्षणाची व्यवस्था करावी लागली आणि त्यांचा वेग वाढेल असं पाहावं लागलं. उपाहारगृहात काम करणाऱ्या कामगारांना अनेकविध आव्हानांना सामोरं जावं लागतं. उदाहरणार्थ, त्यांना या धंद्याची जवळपास काहीच माहिती नसते, त्यांच्यापाशी संवादकौशल्य नसतं आणि त्यांच्यातील आत्मविश्वासाची पातळीही बरीच खालची असते. नॉईडातील प्रशिक्षण विभाग या कर्मचाऱ्यांनी शब्दांद्वारा आणि शब्दांव्यतिरिक्तही आपल्या कंपनीच्या ब्रँडला साजेसा ठरावीक प्रकारचा संदेश देण्यास शिकावं, यावर भर देतो.

गेल्या अनेक वर्षांत हल्दिराम्सनं कारखान्यातील यंत्रसामग्रीचं आधुनिकीकरण करण्यावर लक्ष केंद्रित केलं असलं आणि आरोग्य आणि स्वयंचलितपणा या दोन्ही बाबतींत उच्च दर्जा संपादन केला असला तरीही अन्य मुख्य कार्यकारी विभागात अजूनही त्यांना 'प्रगत' हा दर्जा मिळायचा आहे. "दुसरं आव्हान म्हणजे प्रक्रियांचाच अभाव," पंकज अगरवाल म्हणाले. "आमच्याकडे (खाद्य पदार्थांच्या) प्रक्रियांचे (पाककृती) पुरेसे दस्तावेज नाहीत. सध्या तरी बरंच काही लोकांवर अवलंबून आहे. उदाहरणार्थ, आम्ही एखादा अननुभवी माणूस कामावर घेतला, त्याला प्रशिक्षण दिलं आणि त्याच्याकडून आमच्या ग्राहकांसाठी डोसा बनवण्याची अपेक्षा ठेवली, तर ते त्याच्यासाठी प्रचंड मोठं आव्हान ठरेल; कारण तवा किती तापमानावर ठेवल्यावर उत्तम डोसा बनवता येईल हेच त्याला ठाऊक नसेल." कामगारांना कोणकोणती आव्हानं पेलावी लागतील, त्यासंबंधी त्यांनी बरीच संवेदनक्षमता दाखवली. त्यांना शक्य तितकी जास्त मदत करायला हवी, या इच्छेनं त्यांचं मन भारलं गेलं होतं हे माझ्या लक्षात आलं. माझ्यापुरता तरी तो एक नवा दृष्टिकोन वाटला.

सध्या कंपनीत प्रक्रियांचा विकास करण्याचं आणि त्या व्यवस्थित लागू करण्याचं काम धडाक्यानं चालू आहे. त्यामध्ये पुरवठादारांकडून कच्च्या मालाची मागणी करण्यापासून आणि तो स्वीकारण्यापर्यंत आणि ग्राहकांना तयार माल पुरवण्यापर्यंतच्या सर्व प्रक्रियांचा समावेश असेल. प्रक्रियांच्या प्रमाणबद्धतेवर (स्टँडर्डाइझेशन) लक्ष केंद्रित केल्यामुळे कंपनीला आणखी विस्तार करणं सोपं जाणार आहे, कारण ते अशा काही प्रक्रिया विकसित करणार आहेत, ज्या अगदी सहजपणे त्यांच्या नव्यानं उघडल्या गेलेल्या उपाहारगृहांमध्ये आणि कारखान्यांमध्ये वापरता येतील. त्यामुळे त्यांच्या अनेक स्पर्धकांपेक्षा ते वरचढ राहू शकतील. थोडक्यात सांगायचं झालं तर सतत सुधारणा करण्याचा मंत्र ते जोपासत आहेत हे सत्य आहेच. तरीही हेदेखील मान्य करायला हवंच की, त्यांनी दिल्लीत पहिलं पाऊल ठेवलं तेव्हापासून त्यांनी बराच मोठा पल्ला गाठला आहे.

पंकज एक आठवण सांगतात, "आम्ही शाळेत होतो तेव्हा जवळजवळ

रोजच मी, माझे भाऊ आणि चुलतभाऊ आमच्या चांदणी चौकातल्या दुकानात आणि कारखान्यात जायचो. त्या काळी सगळंच मनाला उदास करणारं असायचं. तो काळ वेगळा होता... त्या वेळची परिस्थिती वेगळी होती. आमच्या कामगारांसाठीची सुरक्षितता व्यवस्था अगदीच मामुली होती. जमिनीत खोदलेल्या खड्ड्यांमध्ये अग्नी धगधगत असायचा आणि लोक धोकादायक परिस्थितीत काम करत असायचे. मी व्यवस्थापन क्षेत्रातलं पदव्युत्तर शिक्षण घेईपर्यंत मला घरच्या धंद्यात पडायची मुळीच इच्छा नव्हती. स्वित्झर्लंडहून परत आल्यानंतर मला बदल घडवून आणण्याची, धंद्यावर आपली मोहोर उठवण्याची प्रचंड मोठी संधी मिळाली आणि त्यामुळे मी प्रेरित झालो. एके काळी जो धंदा चालवणं भीतिदायक, मन खच्ची करणारं वाटत होतं, तोच कुटुंबाचा व्यवसाय मला आज एखाद्या सोपानासारखा वाटतो. त्याच्या पायऱ्या चढत जाणं म्हणजे स्वतःला सिद्ध करण्यासारखं आहे, असं मला वाटत असतं. इथे दररोज आम्ही काहीतरी नवीन शिकतो, दर दिवशी मला असं वाटतं की आपण काहीतरी नवीन साध्य केलंय.''

'तुमच्या व्यवसायात केलेली तुमची सर्वांत भरीव कामगिरी कोणती?' असं मी त्यांना विचारलं तेव्हा नम्रपणे ते म्हणाले, ''सांगण्या-बोलण्यासारखं मी काहीच साध्य केलेलं नाही. अशी कोणतीच गोष्ट नाही जी पाहिल्यावर तुमच्या तोंडून 'व्वा!' असा उद्‌गार निघेल. माझं सगळं काम केवळ विकासाशी संबंधित (ऑरगॅनिक) आहे.'' तरीही त्यांच्या शब्दांतून त्यांना असं सुचवायचं असावं की एखादं काम आपण अगदी सुरुवातीपासून केलेलं असेल, तरच आपण काहीतरी साध्य केलंय असं म्हणू शकतो; अन्यथा नाही. तसा त्यांचा दृढविश्वासही असावा. पंकज अगरवाल हे एक असं उदाहरण होतं, जिथे एक मुलगा अशा वडिलांबरोबर काम करत होता ज्यांनी उद्योजकता क्षेत्रात नेत्रदीपक यश मिळवलं होतं. त्यांनी उभं आयुष्य आपल्या वडिलांचं उदाहरण डोळ्यांसमोर ठेवलं होतं आणि आजही ते वडिलांनाच परिपूर्ण मानत असावेत. आपल्या वडिलांना, मनोहरलालना आपला अभिमान वाटेल असं काहीतरी करून दाखवायचंच, अशा ईर्षेनं ते पेटून उठलेत आणि धंदा वाढवण्याचा आटोकाट प्रयत्न करत आहेत, असं मला वाटलं.

नजीकच्या भविष्यकाळासाठी त्यांच्यापाशी अनेक योजना आहेत– उत्तमातील उत्तम असे गोठवलेले खाद्य पदार्थ बाजारात आणायचे, कंपनीसाठी इंटरनेट-व्यापाराची फळी उभारायची जो त्यांच्यासाठी विकासाचा, वाढीचा एक नवा मार्ग असेल. जगभरातले भारतीय लोक हल्दिराम ब्रँडचे खाद्य पदार्थ विकत घेत असल्यामुळे पंकजना अशी खात्री वाटते की, वैश्विक ग्राहकापर्यंत पोहोचण्याचा एकमेव मार्ग म्हणजे गोठवलेले पदार्थ. आमच्या स्पर्धकांचे खाद्य पदार्थ पाहिल्यानंतर मला असं वाटतं की सध्याच्या काही उत्पादनांच्या बळावरही आमच्यासाठी अनेक

सुवर्णसंधी उपलब्ध आहेत. ''म्हणजे असं पाहा, आम्ही अतिशय चविष्ट छोले बनवतो. आता आम्ही काय करायला हवंय तर तंत्रज्ञानाचा वापर करायचा, पाककृतीत असे काही बदल करायचे की ज्यामुळे गोठवलेल्या स्थितीतही ते तितकेच चविष्ट राहू शकतील.'' गगनाला गवसणी घालणारी महत्त्वाकांक्षा असली तरी अमेरिकेत आधीच यशस्वी ठरलेल्या अनेक ब्रँडबरोबर स्पर्धा करताना त्यांना प्रचंड मोठ्या आव्हानांना तोंड द्यावं लागत आहे. उदाहरणार्थ, दीप फूड्स. त्यांच्याकडे तिथल्या बाजारपेठेसाठी वितरकांची आणि गोदामांची मोठी व्यवस्था आहे. तरीही, बाजारपेठेचं सर्वेक्षण केलेलं असल्यामुळे आणि परदेशातील अनेक भारतीयांशी त्यांचं बोलणं झालं असल्यामुळे त्यांना बराच आत्मविश्वास वाटतो आहे की, हल्दिराम ब्रँड लोकांच्या परिचयाचा असल्यामुळे आणि तो अनेक दुकानांमध्ये दिसत असल्यामुळे त्याला परदेशांतही आपलं स्थान मिळवता येईल, खास करून एकविसाव्या शतकातील तरुणाईच्या मनात.

त्यांच्या मनात यू.के.मध्ये कारखाना सुरू करण्याचा प्रकल्पही आहे. पाच वर्षांपूर्वी या अगरवाल पिता-पुत्रानी मिळून एक कारखाना विकत घेतला आहे. पण कौटुंबिक पातळीवरच्या अनेक चिंतांमुळे, काळज्यांमुळे या प्रकल्पावरचं लक्ष त्यांना दुसरीकडे वळवावं लागलं. २०२० पर्यंत कारखाना कार्यान्वित झालेला असेल अशी पंकजना आशा वाटते आहे. ''त्यामागची मुख्य कल्पना अशी आहे की, त्यांना भारताबाहेर दुग्धजन्य पदार्थांवर प्रकिया करणारा प्रकल्प उभा करायचा आहे, कारण हे पदार्थ भारताबाहेर निर्यात करण्यात आम्हाला आव्हानांचा सामना करावा लागतो.'' असं लक्षात येतं की भारतात तयार केले जाणारे दुग्धजन्य पदार्थ, अगदी नेस्ले कंपनीनं बनवलेलेसुद्धा, पाश्चिमात्य देशांत निर्यात करण्यायोग्य नसतात, कारण पाश्चिमात्य देशातील कच्च्या दुधाचा दर्जासुद्धा भारतातील पाश्चराइज्ड दुधाच्या दर्जापेक्षा अधिक चांगला असतो. कारण आपल्या प्रक्रिया मुळात निकृष्ट असतात. पशुखाद्य व स्वच्छता या विषयांबाबत आपल्याकडील संबंधित लोकांना पुरेसं शिक्षण मिळालेलं नसतं. ''अमेरिकेत आम्ही आमचा बहुतांश माल आपल्या ठरावीक वंशाच्या दुकानांमधूनच ठेवतो; मात्र यू.के.ची बाजारपेठ आमच्यासाठी फार मोठी आहे. तिथली वेटरोझ, टेस्को वगैरे किराणा मालाची दुकानं आमचा माल ठेवतात आणि त्यांची विक्रीही दणक्यात होते! आता डबाबंद रसगुल्ले आणि गुलाबजामसारखी उत्पादनं आम्ही बाजारात आणण्याचा विचार करत आहोत.'' हल्दिराम्ससाठी हा विजय खूप मोठा ठरेल, कारण सध्या तरी ते पॅकबंद अल्पोपाहार आणि मिष्टान्नच विकत आहेत. डबाबंद मिष्टान्नं मोठ्या स्तरावरील ग्राहकांना आकर्षित करतील, ज्यांना छोट्या घासांच्या आकाराची मिष्टान्नं हवी असतात. असे पदार्थ दीर्घ काळपर्यंत टिकू शकतात, हेदेखील त्यांचं एक महत्त्वाचं वैशिष्ट्य

आहेच.

आंतरराष्ट्रीय बाजारपेठ काबीज करण्याच्या आकांक्षेच्या जोडीला आहे, त्यांची दुसरी एक इच्छा– दिवसागणिक वाढणाऱ्या दिल्लीतल्या बाजारपेठेत मोबाइल ॲपद्वारा शिरकाव करणं. अनेक मोबाइल ॲप्सनी भारतातील मोठ्या शहरांमध्ये एक नवीनच उद्योग सुरू केला आहे, ते गिऱ्हाइकांनी लॅपटॉपवर, टॅब्लेटवर आणि मोबाइल फोनवर नोंदवलेल्या खाद्य पदार्थांच्या मागण्या घरपोच पुरवतात. झोमॅटो आणि फूड पँडासारख्या कंपन्यांनी घरी खाद्य पदार्थ घेऊन जाण्याच्या संकल्पनेत क्रांती घडवून आणली आहे. जे लोक सतत मोबाइल फोनचा वापर करत असतात, त्यांना या सुविधांचा पुष्कळच फायदा झाला आहे. पंकज अगरवालांसारख्या तरुण व्यापाऱ्याला हल्दिराम्सच्या आधीपासूनच नावाजलेल्या उत्तम पदार्थांची अशा प्रकारे इंटरनेटच्या माध्यमातून विक्री करायचा फायदा घ्यायचा आहे. "सध्या आम्ही त्या दृष्टीनं आवश्यक असलेल्या पुरवठा व्यवस्थेचा विचार करत आहोत. आमच्या या नव्या प्रकल्पाचा प्रयोग करण्यासाठी गुरगाव सर्वाधिक योग्य ठरू शकेल, कारण इथे तरुण आणि व्यावसायिक लोकांची संख्या खूप मोठी आहे. मोबाइल ॲपद्वारा गिऱ्हाइकांना खाद्य पदार्थ पुरवण्याच्या संकल्पनेनं आमची मनं उत्तेजित झाली आहेत. अर्थात, या क्षणी आमच्या मनातली मोठी चिंता या नव्यानं विकसित होणाऱ्या बाजारपेठेसाठी सर्वांत कार्यक्षम अशी पुरवठा-शृंखला शोधून काढणं, ही आहे. अर्थातच, त्यासाठी आम्ही एक संपूर्ण नवाच ब्रँड निर्माण करू. कारण लोकांना आमच्या सध्याच्या ब्रँडकडून काही विशिष्ट अपेक्षा आहेत. लोकांनी जर आमच्या मोबाइल ॲपवर छोले भटुरे हे नाव पाहिलं, तर नाक मुरडून ते नक्कीच म्हणतील, उंह, छोले भटुरे नकोत हं." नव्या ब्रँडचं निश्चित स्वरूप काय असेल, त्या अंतर्गत कोणते पदार्थ मिळतील, त्यासंबंधी गिऱ्हाइकांनी सध्या तरी मनात कल्पनांचे इमले बांधत राहावं, असं त्यांना वाटतं.

हल्दिराम्स ब्रँडनी नेहमीच गिऱ्हाइकांना केंद्रस्थानी ठेवून खाद्य पदार्थांची निर्मिती केली आहे. लोकांमधील सध्याच्या आरोग्यविषयक प्रवृत्तींचा ते पाठपुरावा करत असल्यामुळे आता त्यांच्या सर्व कारखान्यांमध्ये भट्टीत भाजून तयार केलेल्या खाद्य पदार्थांवर लक्ष केंद्रित करण्यात आलं आहे. आणि लोकांच्या आरोग्याला पोषक असे खाद्य पदार्थ खाण्याच्या प्रवृत्तीलाही ते प्रतिसाद देण्याचा प्रयत्न करत आहेत. त्या दृष्टीनं त्यांचे नवीन खाद्य पदार्थ पारंपरिक खाद्य पदार्थांमध्ये काही बदल घडवून त्यातील चरबीचं– तेलातुपाचं– प्रमाण कमी करून बनवले गेले आहेत. ते साध्य करण्याच्या दृष्टीनंही स्वच्छता आणि दर्जा या दोन गुणांना पूर्वीपेक्षाही जास्त महत्त्व दिलं जात आहे. बिकानेर, नागपूर आणि कोलकाता येथील तीन व्यवसायही हे मान्य करतातच की, त्यांच्या तुलनेत दिल्लीतील कारखाने सर्वांत अधिक स्वयंचलित

आहेत. त्याच वेळी तेदेखील आपल्या कारखान्यांमध्ये आधुनिकीकरण करण्यासाठी धडपडत आहेत, कामगारांच्या स्थितीत सुधारणा घडवून आणण्याचा प्रयत्न करत आहेत. सुरक्षिततेवर, हात स्वच्छ ठेवण्यावर, पदार्थ दूषित होऊ नयेत यासाठी चेहऱ्यावर मुखवटे घालणं आणि दैनंदिन प्रक्रियांच्या बाबतीतही स्वच्छता बाळगणं या बाबींकडे वरील तिन्ही ठिकाणी लक्ष पुरवलं जात आहे, त्यामुळे भारतातील इतर खाद्य पदार्थ उत्पादनांच्या तुलनेत हल्दिरामांची उत्पादनं आपलं वेगळेपण टिकवून आहेत.

अनेक कारखान्यांमध्ये उत्पादनखर्च कमी करण्यासाठी आणि कार्बनच्या ठशांचं प्रमाण कमी व्हावं म्हणून नवनवीन आणि अधिक हुशारीची तंत्रं वापरली जात आहेत. नागपुरातील गुमथाला येथील कारखान्यात शिवकिशननी सौर शक्तीचा वापर करण्यासाठी आवश्यक ते बदल केले आहेत. "सौरशक्ती केंद्र स्थापन करण्यासाठी आम्हाला ६ कोटी रुपये इतका खर्च आला. आम्ही त्यावर इतका खर्च केल्यामुळे आम्हाला भोवतालची परिसर स्वच्छ ठेवता आला आहे; त्याचबरोबर आमच्या वीजखर्चातही कपात घडली आहे." सरकारनं देऊ केलेल्या आर्थिक मदतीचा नागपूर शाखेनं लाभ घेतला आणि त्यांचं खर्चात कपात करणारं सौरशक्ती केंद्र निर्माण केलं. अर्थात अशा प्रकारचे दीर्घकालीन लाभ घेण्यासाठी भविष्यावर दृष्टी ठेवण्याची वृत्ती मनात बाळगावी लागते, त्यासाठी सुरुवातीला पुष्कळ पैसा त्यात ओतावा लागतो. कोलकात्यातील प्रभू नागपूरपेक्षा एक पाऊल वरचढ ठरले. त्यांनी कारखान्यात निर्माण होणाऱ्या टाकाऊ मालाचा उपयोग औष्णिक विनिमय केंद्राची उभारणी करून केला. या ठिकाणी एक यंत्र तांदळाचा कोंडा ऊर्जेत रूपांतरित करतं. प्रभूंचा असा दावा आहे की, 'उत्पादनात ३०० टक्क्यांनी वाढ होईल, इतकंच नव्हे तर प्रत्येक माणसाच्या कामातला एक तास वाचू शकेल. आमच्या या केंद्रात १०० कामगार आहेत, त्याचा अर्थ दिवसाला १०० तास वाचतील. दुसरा फायदा म्हणजे नेहमीच्या ऊर्जेला १०० रुपये खर्च येतो, तर या ऊर्जेला ४० रुपये खर्च येतो म्हणजेच ६० टक्के बचत होते.'

त्यांच्यापैकी प्रत्येकानं धंद्यात यश मिळवणं या गोष्टीला अग्रक्रम दिला आहे. अर्थात त्यांनी समाजाचं ऋण फेडण्यासाठी नवनवीन मार्गसुद्धा शोधून काढले आहेत. सर्व सीएसआर उपक्रम त्यांच्या मारवाडी अंतःप्रेरणेतून जन्माला आले आहेत. आपल्याला एक वेळ फायदा झाला नाही तरी चालेल; पण शून्य टक्के तोटा होणार आहे, याची त्यांनी खात्री करून घेतली होती. मनोहरलालनी बिकानेरमध्ये रुग्णालयाची स्थापना केली, त्यांचं अनुकरण त्यांच्या कोलकात्यातील चुलत भावांना– प्रभूंच्या भावांनी तिथे रुग्णालय काढून केलं. २०१० मध्ये मनोहरलालनी हल्दिराम मूलचंद या नावानं हृदयविकारांवरील उपचारांसाठी रुग्णालय काढून ते

राजस्थान सरकारला अर्पण केलं. मूलचंदचा मृत्यू हृदयविकारामुळे घडला होता. सुदृढ हृदय या संकल्पनेला पाठिंबा देण्याच्या हेतूनं मनोहरलालना हा उपक्रम हाती घ्यावासा वाटला होता. मनोहरलालचे मित्र आणि कुटुंबीयसुद्धा त्यांची वाखाणणी करतात की ते अतिशय उदार स्वभावाचे आणि दानशूर व्यक्ती आहेत. त्यांच्याबरोबरच्या संभाषणातून मला हेदेखील समजलं की, दोनेक वर्षांपूर्वी त्यांनी ग्यानश्री नावाची एक शाळा नॉईडा येथे स्थापन केली होती; पण ती अजूनही तोट्यातच चालू आहे. त्यामागची संकल्पना अशी होती की, अशी एखादी शिक्षण पद्धती निर्माण करावी जिथे समग्र ज्ञानाला महत्त्व दिलं जाईल. जिथे विद्यार्थ्यांना योगाभ्यास, क्रीडाभ्यास, संगीत हे विषय इतर शैक्षणिक विषयांसोबत शिकवले जातील की ज्यायोगे इथून बाहेर पडणारे विद्यार्थी स्वतंत्र बुद्धीचे आणि आत्मविश्वासपूर्ण व्यक्ती असतील. या शाळेत अध्यापन क्षेत्रातल्या जागतिक मापदंडांचं पालन केलं जातं, त्यामुळे इथली शिक्षणपद्धत गुणमापनाच्या दृष्टीनं अधिक अचूक असेल, पण त्याच वेळी ती विद्यार्थ्यांना 'विनासायास आणि अर्थपूर्ण ज्ञान' देईल. इथे आकारण्यात येणारं शिक्षणशुल्क आणि प्रवेश प्रत्येक विद्यार्थ्याच्या आर्थिक कुवतीप्रमाणे सवलतीचे असतील. आत्ताच या शाळेला टाइम्स शाला सर्वेक्षणानं (२०१५) प्रथम दर्जा दिला आहे.

दुरून दृष्टिक्षेप

मी पंकज अगरवालांच्या नॉईडातील ऑफिसमध्ये बसले होते. पंकज अगरवाल संचालक कक्षातील काळ्या रंगाच्या चामड्यानं मढवलेल्या खुर्चीत बसलेले होते. त्यांची नजर समोरच्या बाजूला असलेल्या गणेशाच्या भव्य मूर्तीवर खिळली होती. सर्व भिंती लाकडी आच्छादनानं सुशोभित केलेल्या होत्या, त्यामुळे एकूणच ऑफिस अतिशय रुबाबदार वाटत होतं. चाळीशी पार केलेले पंकज अगरवाल माझ्या प्रश्नाचं – 'या व्यवसायासाठी तुमच्या मनातली स्वप्नं कोणती आहेत?' – उत्तर देताना शब्दांचा वापर तोलूनमापून करत आहेत असं मला वाटलं.

विचारात गढून गेलेल्या पंकजनी दूरवर कुठे तरी नजर लावली होती. क्षणभरासाठीच का होईना, पण मला वाटलं, मी त्यांच्यासमोर बसले आहे, याचा त्यांना विसर तर नाही ना पडलेला! मग त्यांनी माझ्याकडे पाहिलं आणि दिलगिरीदर्शक हसून त्यांच्या नेहमीच्या सौम्य आवाजात ते म्हणाले, "मला आमची कंपनी जागतिक दर्जाची बनवायची आहे. भारतातील खाद्य पदार्थ क्षेत्रातील एक अशी कंपनी, जिथे काम करायला लोकांनी अग्रक्रम द्यायला हवा. एकाच कुटुंबाच्या मालकीची आदर्श कंपनी अशी तिची प्रतिमा मला घडवायची आहे. कुटुंबाची

मालकी असलेल्या इतर कंपन्यांना असं वाटायला हवं की, आपल्या कंपनीची बांधणीही अगरवाल कुटुंबाच्या कंपनीसारखी असायला हवी.''

पंकजनी अमेरिकेतील आणि युरोपातील कुटुंबाच्या मालकीच्या असलेल्या व्यवसायांची– जॉन्सन अँड जॉन्सन, डी'लोंगी, लेगो आणि हर्मिस ग्रूप– तोंड भरभरून स्तुती केली. पिढ्या न् पिढ्यांपासून या कंपन्या कार्यरत आहेत. त्यांनी यशस्वी व्यवसायाची एक विशिष्ट संस्कृती आणि तत्त्वज्ञान (क्रेडो) निर्माण केलं आहे, ज्याला अनुसरून जगभरातले हजारो कर्मचारी काम करत आहेत. कुटुंबाच्या मालकीच्या व्यवसायांपैकी ७० टक्के व्यवसाय तिसऱ्या पिढीपलीकडे तग धरत नाहीत, हा मुद्दा हार्वर्ड विद्यापीठात केल्या गेलेल्या अभ्यासाद्वारा सिद्ध झाला आहे. त्याचा उल्लेख करून झाल्यावर ते अशी आशा व्यक्त करतात की, त्यांचे भाऊ आणि काका एकत्र येऊन एक अशी वारसाहक्कासंबंधीची योजना तयार करतील आणि कार्यान्वितही करतील, की जिच्यायोगे त्यांच्या कुटुंबाचा वारसा पुढच्या अनेक पिढ्यांद्वारा जपला जाईल. ''मी माझ्या वडिलांबरोबर त्याविषयी बोललो होतो आणि बऱ्याच वर्षांपूर्वी आम्ही वारसाहक्कासंबंधीची एक औपचारिक योजना तयार करण्याचा मार्गही चोखाळला होता. आम्ही आमच्या नागपुरातील आणि बिकानेरमधील काकांनाही त्यात समाविष्ट करून घेतलं होतं. तमिळनाडूतील एका सल्लागारानं आम्हाला निःसंदिग्ध घटना कशा प्रकारची असायला हवी, ते कळावं म्हणून त्यातले काही टप्पेही उलगडून दाखवले होते. पण शेवटी ती योजनाच बारगळली आणि सगळ्यांचा त्यातला रस आटल्यासारखा झाला.'' त्यांना अजूनही आशा वाटते आहे की वेळ निघून जाण्यापूर्वी सगळे संबंधित लोक एकत्र येतील आणि पूर्वीचे धागे परत एकत्र जुळवून काहीतरी विधायक काम करतील.

कदाचित या चर्चा आता प्रत्येक भावाच्या व्यवसायाच्या ठिकाणी स्वतंत्रपणे होण्याची गरज आहे, कारण प्रत्येक भाऊ आपले उद्योग-व्यवसाय स्वतंत्रपणे सांभाळत आहे. उत्पन्नाच्या दृष्टीनं दिल्लीतला व्यवसाय तिन्ही ठिकाणच्या व्यवसायांमध्ये उत्पन्नाच्या दृष्टीनं अग्रक्रमावर आहे, त्यांचं वार्षिक उत्पन्न ३००० कोटी रुपये इतकं आहे. दुसऱ्या व तिसऱ्या स्थानांवर आहेत अनुक्रमे नागपूर (२००० कोटी रुपये) आणि बिकानेर (बिकाजी ब्रँड – १५०० कोटी रुपये). कुटुंबातल्या सदस्यांना दिल्ली ब्रँडच्या यशाविषयी कुतूहलाची भावना आहे. त्यांच्या यशाचं गमक त्यांच्या नेतृत्वाची हुशारी आहे की त्यांचं सुदैव– त्यांना देशाच्या राजधानीसारखं ठिकाण विभाग म्हणून मिळालं – हे कोडं त्यांना उकलत नाही. शिवकिशननी मान्य केलं की त्यांचे मुलगे त्यांना नेहमी विचारतात, 'तुम्ही दिल्लीवरचा हक्क का सोडलात? तिथे आपल्याला अधिक उज्ज्वल भविष्य लाभलं असतं,' अशी हळहळ ते व्यक्त करतात. मात्र, ते स्वतः नेहमीच अतिशय सुज्ञपणे मुलांना सांगतात, ''इथे

नागपुरात आपल्याला भरपूर मागणी आहे. तेव्हा आपण प्रथम आणखी वीस ठिकाणी उपाहारगृहं-दुकानं इथेच काढू या आणि मग पुढच्या गोष्टी करू.''

कुटुंबाचा व्यवसाय असल्यामुळे जसे अनेक फायदे असतात तशीच अनेक आव्हानंही असतात. बहुतेक सदस्यांनी असा युक्तिवाद केला की, कुटुंब हाच आमच्यासाठी सर्वांत मोठा फायदा आहे. ज्यांच्यावर सहज विश्वास टाकता येईल अशा लोकांबरोबर तुम्ही काम करत असता, त्यामुळे साधनसामग्री गोळा करताना आणि व्यवसायाचा विस्तार करत असताना तुम्ही त्यांच्यावर विश्वास ठेवू शकता, विसंबू शकता. ''पुष्कळ प्रमाणात लवचिकता असते आणि महत्त्वाचं म्हणजे येता-जाता लोक तुम्हाला पारखत नाहीत.'' कुटुंबातल्या घटकांना बऱ्याच प्रमाणात स्वायत्तता असते, ते आपल्या अंतःप्रेरणेच्या बळावर निर्णय घेऊ शकतात. त्यांना अनेकांच्या प्रदीर्घ आज्ञावलीचं पालन करावं लागत नाही. अर्थात, त्याचमुळे विश्वासाच्या बाबतीतले धोकेही उद्‌भवतात आणि हाव धरण्याची इच्छाही निर्माण होते. त्याचमुळे, वारसाहक्काबाबतची योजना प्रस्थापित करणं अत्यंत महत्त्वाचं ठरतं. त्यायोगे, व्यवसायाचा भाग असलेल्यांच्या अपेक्षा, जबाबदाऱ्या आणि लाभ याबाबतचा गोंधळ टाळता येईल.

जे अँड जेसारख्या कंपन्यांनी आपली अशी एक तत्त्वप्रणाली निर्माण केली आहे, ज्यायोगे त्यांनी ठरवूनच ठेवलंय की, त्यांच्या सदस्यांच्या गुणवत्ता काय असाव्यात. कंपनीत यशस्वीपणे वर जाण्यासाठी कोणते निकष असावेत यासाठीच्या प्रक्रियाही त्यांनी स्पष्टपणे आखून ठेवल्या आहेत. ''कुठल्या विशिष्ट पदावर सुरुवात करायची, शिकतशिकत वर जायचं आणि नंतर अशा पदावर जाऊन पोहोचायचं जिथे तुम्हाला निर्णय घेण्याचा अधिकार मिळतो, या सर्व गोष्टींचा आपल्याइथे अभाव दिसतो. सध्या, आमच्या कंपनीत जेव्हा आमच्यापैकी कुणी शिरतो, तेव्हा तो थेट व्यवस्थापनातील संचालकांच्या टीमचा भाग होतो, त्यांच्यापाशी ते काम करण्याची पात्रता आहे की नाही हे पाहिलं जात नाही. त्यामुळे धंद्यालाच धोका निर्माण होऊ शकतो आणि कदाचित कुटुंबाच्या मालकीच्या धंद्यातल्या अपयशामागचं तेच एक खरं कारण असू शकेल,'' पंकज म्हणाले.

वारसाहक्काविषयीचं नियोजन हीच भविष्यकालीन यशाची गुरुकिल्ली आहे, त्याचप्रमाणे धंद्याच्या ठिकाणी कुटुंबातल्या सदस्यांची भूमिका काय, हेदेखील समजून घेणं आवश्यक ठरतं. आशिष अगरवालना आठवतं- व्यवस्थापन विद्यालयातून शिक्षण घेतल्यानंतर ते लगेचच अधिकारपदावर बसवले गेले होते, तेव्हा त्या पदावर काम करत असताना त्यांना किती कष्ट पडले होते. ''हा व्यवसाय दृढ नातेसंबंधांच्या पायावर उभारलेला होता. मी दारातून आत शिरलो तेव्हा माझं कर्तृत्व सिद्ध करण्यासाठी माझे बाहू स्फुरत होते. त्यामुळे आमच्या अनेक प्रमुख कंत्राटदारांबरोबर

आणि कामगारांबरोबर मी नको तितक्या अधिकारवाणीनं बोललो, अन् त्यामुळे मी त्यांच्याशी शत्रुत्व पत्करलं. प्रथम त्यांची मनं जाणून न घेताच मी त्यांच्यावर बदल लादू लागलो. मालकाच्या मुलानं आणि पुतण्यानं गिरवलेला तो पहिला धडा होता.'' तरुण वयातच वारसांच्या हातांत करोडो रुपयांची जबाबदारी सोपवली जाते, पण तिथे कोणतीच आखीवरेखीव चौकट नसते, दस्तावेज नसतात किंवा धंद्यातले खाचखळगे शिकण्यासाठी कुठलीही प्रक्रियाही नसते. तरुण, अननुभवी मालकपुत्र कंपनीत काम करतकरतच कौशल्यं शिकत जातात, काहीकाही वेळा प्रचंड मोठ्या, महागात पडणाऱ्या घोडचुकाही करतात, तर काही वेळा त्यांच्या पदरात लहानसहान यशही पडतं. कुठलीही आखीवरेखीव, बांधीव व्यवस्था नसल्यामुळे त्यांच्या ठायी शिस्तीचा आणि नियोजनाचा अभाव दिसून येतो. कामाच्या बैठकांना उशिरा हजेरी लावणं, पुरवठादारांना तास न् तास तिष्ठत ठेवणं, ठरावीक वेळी कामावर हजर राहण्याची शिस्त न पाळणं– थोडक्यात काय तर मनमानी करणं हे त्यांच्यातले काही प्रमाद म्हणावे लागतील. कुटुंबाचा व्यवसाय असल्यामुळेच ते असली चैन उपभोगू शकतात.

प्रत्येकाच्या मनातली तळमळ, धंद्याविषयीचं प्रेम अगदी उतू जात असतं, धंद्यापेक्षा इतर कशावरच त्यांचं प्रेम नसतं. पण तोंडात चांदीचा चमचा धरूनच ही बाळं जन्माला आली असल्यामुळे व्यवसायाच्या म्हणून ज्या काही सवयी असतात, त्यांचं पालन करणं त्यांना फार कठीण जातं. बदल घडवायला हवेत ही जाणीव आणि इच्छाही त्यांच्या मनात असते. हळूहळू पण निश्चितपणे कंपनी जागतिक मापनदंडांकडे किंवा कामाच्या दर्जाकडे वाटचाल करत आहे.

तरीही *मालकाचा मुलगा किंवा मुलगी* हे बिरुद आजही त्यांच्या दृष्टीनं एक प्रकारचा कलंकच आहे, जसं ते सन्मानदर्शक पदकही आहेच आहे. या वारसांच्या मनावर एक प्रकारचं दडपण असतं की त्यांचं नाव एका मोठ्या ब्रँडशी जोडलेलं आहे. आँचल अगरवाल त्याविषयी बोलताना म्हणते, ''माझ्या शैक्षणिक क्षेत्रातील मित्र-मैत्रिणींमध्ये वावरताना मी घरच्या व्यवसायाबद्दल हातचं राखूनच बोलते, कारण त्या नावाशी इतर अनेक गोष्टी– भल्याबुऱ्या गावगप्पा, न्यायालयीन प्रकरणं – जोडलेल्या असतात.'' शिवाय ती श्रीमंत कुटुंबात जन्मली असल्यामुळे तिला आयुष्यात कधी एक दिवसही कष्ट करावे लागले नाहीत, असा मित्र-मैत्रिणींचा निवाडा तिच्या विरोधात जाऊ शकतो. भारतातल्या इतर शहरांमध्ये आणि परदेशात शिकण्याची संधी मिळाली असल्यामुळे अगरवाल कुटुंबीयांपैकी प्रत्येकाला समाजातील इतर वर्गातील लोकांबद्दल आदर आहे. त्यांच्याविषयी कौतुकही वाटतं आणि ते इतर वर्गांना स्वीकारतातही. उदाहरणार्थ, सरकारी नोकऱ्यांमध्ये काम करणारे लोक. आणि त्यांना हेदेखील उमगतंय की आधुनिक होण्यासाठी त्यांना स्वतःला जुळवून

घ्यावं लागेल आणि वैश्विक कार्यसंस्कृतीत सामावून घेतलं जाण्यासाठी त्यांना स्वत:लाच बदलावं लागेल.

वारसाहक्काची भक्कम योजना निर्माण करण्यासाठी पावलं उचलणं महत्त्वाचं आहेच, पण कुटुंबानं आणखी एक गोष्टही शिकायला हवी– कुटुंबाचा एकच व्यवसाय असला तरी एकाच जागी सर्वांनी कामासाठी बसणं, उठणं, राहणं टाळायला हवं. आपलं स्वातंत्र्य अबाधित राहावं म्हणून पंकज एकत्र कुटुंबाच्या जे-१५, हौज खास एन्क्लेव्हवरील बंगल्यातून बाहेर पडले आणि पत्नी व मुलींसह वेगळे राहू लागले. "ही गोष्ट फार कठीण होती सगळ्यांसाठी. आमच्या सगळ्या खानदानात तोपर्यंत कुणीच तसं केलेलं नव्हतं, निदान हल्दिरामांच्या काळापासून तरी. सुखानं, आनंदानं काही ते घराबाहेर पडले नाहीत. एकाच घरात राहून रुसवेफुगवे करायचे, त्यापेक्षा बाहेर पडून, दूर राहूनसुद्धा प्रेमाचे संबंध राखण्यासाठी मनाची जास्त परिपक्वता लागते. त्यामुळे हे बदल अपरिहार्य ठरतात." त्यांच्या चुलत भावानं- आशिषनं, त्यांच्या बेताला पाठिंबा दिला. ते म्हणाले, "एका छपराखाली राहण्यापेक्षा परस्परांमधले संवादाचे मार्ग किती खुले आहेत, ते अधिक महत्त्वाचं ठरतं." कुटुंबासाठी ती घटना म्हणजे बदलाचं फार मोठं चिन्ह होतं. पण या प्रकारच्या बदलालाही त्यांनी इतर बदलांप्रमाणे सहजपणे स्वीकारलं आहे, असं वाटतं. सध्या मनोहरलाल, त्यांची पत्नी आणि दोन मुलगे आणि त्यांची कुटुंबं त्याचप्रमाणे मधुसूदन यांचे चार मुलगे व त्यांच्या बायका हे सर्व जण कुटुंबाच्या बंगल्यात एकत्रपणे राहतात. पंकज हे एकटेच असे निघाले ज्यांनी स्वतःचं वेगळं घर केलं. काळ जातोय तसं कुटुंब वाढतंय आणि त्यात बदलही होत आहेत हे जरी खरं असलं, तरी धंदाव्यवसायाची धुरा मात्र घरातले पुरुषच वाहत आहेत. 'माझ्या पत्नीनं धंद्यात कधीच लक्ष घातलं नाही,' असं त्यांनी सौम्यपणे सांगितलं. मात्र त्यांच्या मुलींचा विषय निघाला तेव्हा भविष्यात कधीतरी त्यांच्या मुलींना घरच्या व्यवसायाचा हिस्सा व्हावंसं वाटेल, ही कल्पना त्यांना अनोखी वाटली.

कंपनीची वाढ हा एकच विषय पंकज यांच्या मनाला पूर्णपणे व्यापून टाकतो. यशाची नवी दालनं उघडावीत अशी स्वप्नं ते पाहतात, पण सर्व उद्योजकांप्रमाणे ते हेदेखील मान्य करतात की, 'प्रत्येक बाबतीत काही ना काही मर्यादा असणारच. "अडचणींना पार करून, त्यांना बाजूला सारूनच आम्हाला पुढे जावं लागणार आहे, खरं की नाही?" असं म्हणताना त्यांच्या डोळ्यांत मला मिस्कीलपणाची चमक दिसते. "दुर्दैवानं, ज्या प्रकारे आमचे ब्रँड विभागले गेले आहेत ते लक्षात घेता, आम्हाला शेअर बाजारात कंपनीचा नवा समभाग आणणं जवळजवळ अशक्य आहे. आमचे ग्राहक आणि आमच्या कंपनीत पैसे गुंतवणारे लोक– दोघांनाही ते फार गोंधळात टाकणारं प्रकरण होईल. आमच्या कंपनीची अंतर्गत

बांधणीसुद्धा त्या दृष्टीनं बनवलेली नाही.'' तथापि, व्यवसाय प्रगतीच्या एका महत्त्वाकांक्षी मार्गावरून निघाला आहे यात शंकाच नाही. त्यांचं सर्व लक्ष गुंतवणुकीवर अधिकाधिक लाभ देणाऱ्या प्रकल्पांवर केंद्रित झालेलं आहे, उदाहरणार्थ, नव्या उत्पादनाचं देशात आणि परदेशांत वितरण. बाहेरील कंपन्या विकत घेण्यावरही भर दिला जात आहे, कारण त्यांच्या स्वतःच्या ब्रँडच्या आणि त्याच्या इतरांपर्यंत पोहोचण्याच्या मर्यादा त्यांना कळून चुकल्या आहेत. उदाहरणार्थ, त्यांनी अलीकडेच यमकिन हे उत्पादन अंकल चिप्सकडून विकत घेतलं. ''तो ब्रँड तसाच पडून होता, आमच्याकरता तो विकत घेणं अगदी सहज शक्य झालं. आम्ही फक्त त्यांचा ट्रेडमार्क विकत घेतला, त्यांच्याकडील कारखाना किंवा यंत्रसामग्री विकत घेतली नाही. पण त्यामुळे आम्हाला असा विशिष्ट ग्राहक वर्ग मिळवता येईल, जो हल्दिराम्सला पूर्वी कधीच मिळवणं शक्य झालं नसतं.'' पंकजनी आणखी माहिती पुरवली. यमकिन हे असं कमी किमतीचं उत्पादन असेल जे समाजातल्या मध्यम वर्गातल्या खालच्या स्तरावर लक्ष केंद्रित करेल. त्यामुळे हल्दिराम्सची जी उत्पादनं ग्राहकांना त्यांच्या पैशाचं मूल्य देतात, ज्यांना स्वतःची एक विशिष्ट प्रतिमा आहे आणि जी खालच्या स्तरावर उतरू शकत नव्हती, त्या निम्नमध्यम वर्गासाठी यमकिन योग्य ठरू शकेल.

त्यांची महत्त्वाकांक्षा 'गगनालाही ठेंगणं ठरवण्याइतकी उत्तुंग' असली तरीही पावलापावलागणिक, प्रत्येक वळणावर त्यांना आव्हानांचा सामना करावा लागतो. मॅगी ब्रँडवर सरकारच्या अन्न आणि औषध प्रशासनाची (एफडीए) कुऱ्हाड कोसळल्यानंतर लगेचच हल्दिराम्सलासुद्धा तशाच प्रकारच्या कुप्रसिद्धीच्या झगमगाटाला सामोरं जावं लागलं. एफडीएनं हल्दिराम्सवर गदा आणली आणि त्यांच्या काही मालाला माघारी पाठवलं. देशाच्या दृष्टीनं इतर अनेक प्रकरणांप्रमाणे तेही एक नियमभंगाचं उदाहरण होतं. पण कुटुंबासाठी ती घटना एखाद्या दुःस्वप्नासारखी होती. ''तसं पाहिलं तर ती एक नेहमीचीच कार्यपद्धती होती. एफडीए नियमितपणे कंपनीतून बाहेर पाठवलेल्या मालाची तपासणी करत असतं. जेव्हा त्यांना एखादी मालाची तुकडी त्यांच्या नियमावलीत (पॅरामीटर्स) बसत नाही असं दिसतं, तेव्हा ते कंपनीला तशा अर्थाची अधिसूचना पाठवतात, प्रयोगशाळेत काही चाचण्या करतात आणि जर एखादं उत्पादन त्यांच्या चाचण्यांतून पार पडत नसेल तर ते नष्ट करण्यास तुम्हाला सांगतात. मॅगी प्रकरणामुळे या संपूर्ण प्रश्नाला नको इतकी प्रसिद्धी मिळाली. पण आम्ही त्या घटनेपूर्वीही मालाची निर्यात करत होतो, त्या घटनेदरम्यानही करत होतो आणि त्यानंतरही करतोच आहोत,'' पंकज म्हणाले.

वरकरणी पाहता, असं दिसतं की स्वच्छताविषयक नियम आणि कच्च्या मालाचा दर्जा या मुद्द्यांवरून बहुतेक भारतीय कंपन्या अडचणीत येत आहेत.

हल्दिराम्सच्या बाबतीत ते वापरत असलेले मसाले हे भेसळीचा प्रमुख स्रोत मानले जातात. ती घटना घडल्यापासून त्यांनी आपल्या पुरवठादारांना धारेवर धरलं आहे, प्रक्रिया अधिक कडक बनवल्या आहेत आणि सर्वोत्तम दर्जाची उत्पादनं पुरवण्यावर लक्ष केंद्रित केलं आहे; पण कितीही स्पष्टीकरण दिलं तरी काही काळापुरता तरी त्यांच्या विक्रीवर त्या घटनेचा विपरीत परिणाम झालाच.

"तो काळ आमच्यासाठी डोकं भंडावून सोडणारा होता, कारण जरी आमच्या निर्यातीवर फारसा परिणाम झाला नसला तरी त्याचे महत्त्वाचे पडसाद उमटलेच. मॅगीवर बरीच साधकबाधक चर्चा होत राहिली आणि प्रसारमाध्यमांचं लक्ष गेल्यानंतर भारतातल्या अनेक संस्था अचानकपणे कार्यरत झाल्या आणि त्यांनी आमची उत्पादनं मागे घेण्यास सुरुवात केली. एका रात्रीत मॅगी नेस्तनाबूत होणार अशी परिस्थिती निर्माण झाली. इतका मोठा, दमदार ब्रँड एका रात्रीत जणू काही नाहीसा झाला अन् आमची सगळ्यात मोठी चिंता ही होती की आमच्याही बाबतीत तसंच काही घडलं तर आम्ही काय करणार होतो? नेस्ले कंपनीचे एका छत्राखाली पुष्कळ ब्रँड आहेत; आमच्याकडे काय होतं तर हल्दिराम्स हा आमच्या कुटुंबाकडून आलेला वारसा. फार भयानक होतं ते सगळं," पंकज म्हणाले.

त्यांचा भावनोत्कट सूर मला वेगळंच काहीतरी सांगून गेला – एफडीएनं त्यांच्यावर आणलेल्या प्रसंगादरम्यान हे कुटुंब किती कठीण प्रसंगातून गेलं होतं. त्याच वेळी मला हेदेखील समजलं की या कुटुंबाची सर्व भिस्त त्यांच्या धंद्यावरच आहे. त्यांनी दुसरं काही कधी केलेलंच नाही. "हा धंदा हीच माझी एकमेव ओळख आहे. मी एका कुटुंबाच्या धंद्याचा एक भाग आहे. तसं पाहिलं तर या विधानामागचा अर्थ समजण्यासाठी कधी मी क्षणभरही विचार केला नाहीये, पण फार वर्षांपासून म्हणजे मला आठवतंय तेव्हापासून, जेव्हाजेव्हा मी लोकांना पहिल्यांदा भेटते तेव्हातेव्हा स्वतःची ओळख सांगताना मी हल्दिराम्स हे नाव माझ्या नावाबरोबरच घेत आले आहे," आँचल अगरवाल म्हणाली.

प्रभूंनी आपल्या धंद्याचं केलेलं वर्णन त्यांच्याच शब्दांत सांगायचं झालं तर 'परमानंद साधन– निर्वाणाचा मार्ग' असं आहे. त्यांनी त्याचं वर्णन 'जगातील सर्वांत सुंदर जबाबदारी' अशा शब्दांत केलं. एखाद्या माणसानं पिता होण्याचा आनंद पहिल्यांदा व्यक्त करताना त्याची जशी तारांबळ उडेल, तशी प्रभूंची गत झाली होती. "आमच्या ग्राहकांना आमचा ब्रँड आवडतो, ते त्याच्या प्रेमात पडलेत. दर दिवशी मी त्यांना आमच्या ब्रँडच्या माध्यमातून समाधान देतो, हा मी स्वतःचा सर्वांत मोठा बहुमान समजतो. माझ्या दृष्टीनं माझ्या या महत्त्वाकांक्षेचा अर्थ फार मोठा आहे."

त्यांच्यातला प्रत्येक जण धंद्यातल्या दैनंदिन व्यापात इतका गुरफटला गेलाय,

की त्यांना जणू काही दुसरं वेगळं विश्वच उरलेलं नाही. अन्य कशाचा विचारही त्यांच्या मनाला शिवत नसावा. पंकज तर म्हणतात, "खाद्य पदार्थ उद्योगाव्यतिरिक्त दुसऱ्या कुठल्या जेमतेम टिकाव धरू शकेल अशा उद्योगाचीसुद्धा कल्पना करणं आम्हाला अवघड आहे. आम्हाला फक्त हाच धंदा ठाऊक आहे. एवढ्या एकाच ठिकाणी आमच्यातील निर्मितिक्षमतेला धुमारे फुटू शकतात. आमच्या आयुष्याचा अर्थ आम्हाला आमच्या धंद्यातूनच उमजतो."

अगरवाल कुटुंबाच्या प्रत्येक शाखेतल्या भावंडांचं आपल्या ब्रँडवरचं प्रेम काही प्रमाणात सारखंच आहे, त्यामुळे ब्रँडविषयक हक्कांसाठी आणि आपापल्या विभागांसंबंधात ते भांडत आहेत, ही बाब मला दुर्दैवाची वाटते. एकीकडे कौटुंबिक कलहामुळे ते वैतागले आहेत, तर दुसरीकडे व्यवसाय सुधारण्यासाठी आवश्यक असलेल्या नवनवीन तंत्रज्ञानाचा आणि प्रक्रियांचा शोध ते घेत असतात. आपल्या भोवतालच्या समाजावर अधिक चांगला प्रभाव टाकण्यासाठी ते धडपडही करताना दिसतात. त्यांनी रुग्णालयं आणि शाळा बांधल्या आहेत, गरजा भागवू शकतील असे ऊर्जाप्रकल्प उभे करण्यासाठी करोडो रुपये खर्च केले आहेत. अप्रत्यक्षपणे आपल्या देशाला एक उत्तम स्थळ बनवण्यात मदत केली आहे. प्रदेशवार विभागणीनं त्यांना यशस्वी होण्यास मदत केलीये की त्यांच्या प्रगतीचा वारू रोखला आहे, हे कदाचित आपल्याला कधीच समजू शकणार नाही. तरीही एक गोष्ट आपल्याला निश्चितपणे माहीत आहे, उमजली आहे ती म्हणजे जगाच्या कुठल्याही कानाकोपऱ्यात आपण असलो तरी आपल्याला हल्दिराम्सच्या शेवेविषयी तितकंच प्रेम वाटणार आहे.

गरमागरम, वाफाळलेल्या मसाला चहाचे घुटके घेत असताना मी पंकज अगरवालना शेवटचा प्रश्न विचारला, "तुम्हाला कार्यरत ठेवणारी प्रेरणा कोणती?"

त्यांनी सळसळत्या उत्साहानं माझ्या प्रश्नाचं उत्तर दिलं, "उत्कट प्रेम. तुम्हाला तुमच्या कामाविषयी तळमळ वाटत असेल, तर नवनवीन कल्पना आणि प्रेरणा तुमच्या मनात उगवतीलच, दिवसातल्या प्रत्येक क्षणी उगवतील. पण ती तळमळीची भावना कमी झाली तर तुम्ही तुमच्या कामासाठी अपात्र ठराल, तुम्हाला सतत पुढे जाण्याची ऊर्मी मिळणार नाही, तुम्ही भांबावून जाल. मी स्वतःलाच प्रश्न विचारतो, 'बाबा रे, हल्दिराम्सविषयी तुला रोज उत्कट प्रेम वाटतं का?' अन् माझ्या प्रश्नाचं उत्तर कायम *हो* हेच असणार आहे."

■